பெண் மருத்துவர்கள்

சொல்லப்படாத கதைகள்

கவிதாராவ்

தமிழில்

த. சித்தார்த்தன்

தடாகம்

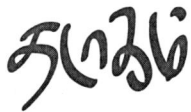

தடாகம்

பெண் மருத்துவர்கள்: சொல்லப்படாத கதைகள்

- **ஆசிரியர்:** கவிதா ராவ்
- **தமிழில்:** த. சித்தார்த்தன்
- **முதற்பதிப்பு:** ஜூலை2024
- **வடிவமைப்பு:** வெ. பாலாஜி
- **அட்டை ஓவியம்:** ப. மணிவண்ணன்

Pen Maruthuvarkal: sollappataatha kathaikal a Tamil translation of *Lady Doctors: The Untold Stories of India's First Women in Medicine* by *Kavitha Rao, Westland Publications, Chennai, 2021,* translated into Tamil by *T. Siddharthan.*

© *Kavitha Rao*, 2021

Tamil translation © *Thadagam*, Chennai, 2024

Published by:

THADAGAM
No.112, First Floor, Thiruvalluvar Salai
Thiruvanmiyur, Chennai 600 041
Mob: +91-98400-70870
www.thadagam.com | info@thadagam.com

Printed at:

The Print Park
Chennai 600 117

ISBN: 978-93-93361-57-8

Published in July 2024

Price: ₹ 400

ஆசிரியர் அறிமுகம்

நூலாசிரியர் கவிதாராவ் சுயாதீனப் பத்திரிகையாளர் வழக்குரைஞர், தனியார் தொடக்கத் தொழில் நிறுவனத்தின் தலைமை இயக்க அதிகாரி. The National Time, The Guardian, Newyork Times, Elle India போன்ற இதழ்களில் எழுதி வருபவர். The Guardian இதழில் இவர் எழுதிய கட்டுரை ஆசிய சுற்றுச்சூழல் விருதினைப் பெற்றது.

The Librarian என்ற ஆங்கிலப் புதினம், Lady Doctors – The Untold Stories of First Women in Medicine, ராமதுரையுடன் இணைந்து Freelance Journalism ஆகிய நூல்களை கவிதாராவ் எழுதியுள்ளார். ஊடகங்களில் பேசுவதற்கான பயிற்சியை இவர் அளித்து வருகிறார்.

மொழிபெயர்ப்பாளர் குறிப்பு

மொழிபெயர்ப்பாளர் த. சித்தார்த்தன், தஞ்சாவூர் மாவட்டத்தில் பிறந்தவர். தஞ்சாவூரிலும் கும்பகோணத்திலும் கல்லூரிக்கல்வி பயின்ற பிறகு, சென்னைப் பல்கலைக்கழகத்தின் தமிழ் மொழித்துறையில் ஆய்வியல் நிறைஞர் பட்டம் பெற்றார். கல்வியியலில் முதுகலைப் பட்டமும், இதழியலில் பட்டயப் படிப்பும் பயின்றுள்ள இவர், உளவியலில் முனைவர் பட்டம் பெற்றுள்ளார்.

இவரது பணி வாழ்க்கை, தமிழ் நாளிதழில் செய்தியாளராகவும், உதவி ஆசிரியராகவும் சென்னையில் தொடங்கியது. தமிழக அரசின் தலைமைச் செயலகத்தில் பணியாற்றிய பிறகு, அகில இந்திய வானொலியில் நிகழ்ச்சி அமைப்பாளராகச் சேர்ந்தார். 25 ஆண்டுகள் ஊடகப் பணிபுரிந்து சென்னை வானொலியின் நிகழ்ச்சிப் பிரிவுத் தலைவராக ஓய்வு பெற்றார்.

தீபம், கணையாழி, ஓம்சக்தி, ஆனந்தவிகடன், ஜூனியர் விகடன், தினமலர், தினத்தந்தி, இந்து தமிழ்திசை, மனோரமா இயர் புக், Indian Express, அறிவியல் பூங்கா, நமது அறிவியல், அறிவியல் பலகை ஆகிய இதழ்களில் கதை, கவிதை, கட்டுரைகள் எழுதியுள்ளார். வானொலி நாடகங்களும் எழுதியுள்ள இவர் பொதுச் சேவை ஒலிபரப்பாளர் விருதையும், அறிவியல் களஞ்சியம் விருதையும் பெற்றவர். ஓர் அறிவியல் நூலையும், மூன்று

சூழலியல் நூல்களையும் எழுதியுள்ளார். தஞ்சாவூர் தமிழ்ப் பல்கலைக்கழகத்திலும், உல

கத் தமிழ்ச் செம்மொழி மாநாட்டிலும், ஆராய்ச்சிக் கட்டுரைகள் அளித்துள்ளார். தஞ்சாவூர், சாஸ்திரா பல்கலைக்கழக ஒருங்கிணைந்த நான்காண்டு கல்வியியல் படிப்பிற்கான பாடத்திட்டக்குழு உறுப்பினராகவும் பணியாற்றியுள்ளார்.

ஹீப்ரு சிறுகதைத் தொகுப்பு, 'தனித்திருக்கும் தீவுக்கூட்டம்' உட்பட பத்து நூல்களை தமிழாக்கம் செய்துள்ள இவர், ஒ.வி. அளகேசன் அவர்களால் தமிழில் மொழிபெயர்க்கப்பட்டு 75 ஆண்டுகளுக்கு முன்பு வெளியான, ஜவஹர்லால் நேரு எழுதிய 'உலக சரித்திரம்' மொழிபெயர்ப்பு நூலில் பயன்படுத்தப் பட்டுள்ள சொற்களில் இக்காலத்திற்கேற்ப தகுந்த மாற்றங்களைச் செய்து, புதுப்பித்துச் சீரமைத்துள்ளார். அறிவியல் தமிழ்க் கட்டுரைகளையும், சூழலியல் கட்டுரைகளையும் எழுதி வரும் இவர் இந்திய அரசு வெளியிட்டுவரும் 'திட்டம்' மாத இதழ் ஆசிரியர் குழுவில் பணிபுரிந்து வருகிறார்.

நூல் குறிப்பு

1860ஆம் ஆண்டு முதல் 1930ஆம் ஆண்டு வரையிலும் தனிச்சிறப்பான சாதனைகள் செய்திருக்கும் பெண் மருத்துவர்களில் ஆறு பேரின் வாழ்க்கைப் பயணங்களை விவரிக்கும் நூல் இது. இந்த ஆறு பேரும் குழந்தைத் திருமணம், துன்புறுத்தல், படிப்பிலிருந்து வெளியேற்றம், தாக்குதல், அச்சுறுத்தல் ஆகியவற்றில் ஏதேனும் ஒன்றையோ அன்றிப் பலவற்றையோ எதிர்கொண்டு போராடி சாதித்திருப்பவர்கள். அந்நிய ஆட்சியின் பாரபட்சம், சாதிக் கட்டுப்பாடுகள், ஆணாதிக்கம், பழமைவாதிகளின் எதிர்ப்பு ஆகியவற்றை மீறிப் போராடி இவர்கள் சாதித்துள்ளனர். பெண்களுக்கு உயர்கல்வி தேவையற்றது என்ற கருத்து ஆழ வேரூன்றி இருந்த இந்தத் தேசத்திலிருந்து கல்வி வாய்ப்புகளைத் தேடி வெளிநாடுகளுக்குச் சென்று எண்ணற்ற இன்னல்களுக் கிடையே இவர்கள் கல்வி கற்றனர். பெண் கல்விக்கு எதிரான நிலைப்பாடு கொண்டிருந்த பிரபலமான பெண்கள், தலைவர் களின் முகத்திரைகள் நூலில் விலக்கிக் காட்டப்பட்டுள்ளன. வழக்கமான வாழ்க்கைப் பாதையிலிருந்து விலகி தங்களின் பணியையும், தனி வாழ்க்கையையும் எப்படியெல்லாம் இவர்கள் சமன் செய்து வந்தார்கள் என்பது நூலின் மூலம் வெளிப்படுகிறது. மறக்கப்பட்ட இவர்களின் வாழ்க்கையிலிருந்து இன்றைய தலைமுறையினருக்கு ஏராளமான படிப்பினைகள் கிடைக்கும் என்பது உறுதி.

பொருளடக்கம்

	அறிமுகம்	11
இயல் – 1	தொடக்கக் காலத்தினர்	20
இயல் – 2	நல்ல மனைவி	57
இயல் – 3	பணிபுரியும் தாயார்	104
இயல் – 4	விதிமுறைகளைத் தகர்த்தவர்	130
இயல் – 5	போராளி	174
இயல் – 6	சட்டமன்ற உறுப்பினர்	218
இயல் – 7	பொது சுகாதாரத்துறை தலைமை மருத்துவ அதிகாரி	270
	முடிவுரை	305
	அடிக்குறிப்புகள்	313
	பார்வை நூல்கள்	334

அறிமுகம்

'உன்னைப் போன்ற மற்ற பெண்கள் செய்திராத செயல்களை நீ ஏன் செய்ய வேண்டும்? என்று நீங்கள் என்னைக் கேட்கலாம். தனி மனிதர்களான எங்களுடைய பணிகளையும் பயன்படுத்திக்கொள்வதற்கான உரிமை இந்தச் சமுதாயத்திற்கு இருக்கிறது என்று மட்டும்தான் என்னால் இதற்குப் பதிலளிக்க இயலும். மனிதகுலம் முழுமைக்கும் சிறந்ததாக இருக்கக் கூடியதாக எந்த ஒன்று தென்பட்டாலும் அதனைச் செய்வதற்கு நாம் ஒவ்வொருவரும் முன்வர வேண்டும்'.

-ஆனந்திபாய் ஜோஷி,
இந்தியாவின் முதல் பெண் மருத்துவர்.

1883ஆம் ஆண்டு பிப்ரவரி மாதம் 24ஆம் நாள், 18 வயதுடைய மிகச் சிறிய பெண், மேற்கு வங்கத்தில் செராம்பூர் டவுன் ஹாலில், முழுவதுமாக ஆண்களே நிரம்பியிருந்த பார்வையாளர்கள் முன்பாக எழுந்து நின்றாள். அதுவரை யாரும் கேட்டிராத ஒரு திட்டத்திற்கு ஒப்புதல் வேண்டி அவள் நின்றுகொண்டிருந்தாள். அவள் அங்கு இருப்பதே கவனத்திற்குரியதாக இருந்தது. அந்தக் காலத்தில் பெண்கள் வீடுகளை விட்டு வெளியே வருவதில்லை. ஆனால், இந்த இளம் பெண் பேசியதும்கூட, வழக்கத்திற்கு மாறானதாக இருந்தது. கடல் கடந்து பயணிக்கப் போவதாகத் தனது நோக்கத்தை அந்தப் பெண் அறிவித்தார். சாதியக் கட்டுப்பாடுகளைத் தகர்த்தெறிந்து, புறக்கணிப்புகளை அரவணைத்துக்கொண்டு, மருத்துவக்கல்வி பயில்வதற்காக அமெரிக்காவுக்குப் போவதாக அவர் தெரிவித்தார். அதுவும் தன்னந்தனியாக இப்படி ஒரு காரியத்தைச் செய்யப்போகும் முதலாவது இந்தியப் பெண் இவர்தான். இதுவரை யாருமே இப்படித் துணிந்ததில்லை.

அந்தப் பெண்ணின் பெயர் ஆனந்திபாய் ஜோஷி. இறுதியில், இந்தியாவின் முதல் பெண் மருத்துவராக அவர் உருவானார். முக்கியமான அந்த நாளில் அவர் உறுதிபடப் பேசியது, பிறகு துண்டுப்பிரசுரங்களாக அச்சடிக்கப்பட்டது. 'நான் ஏன் அமெரிக்காவுக்குப் போக வேண்டும்?' என்ற கேள்வியை எழுப்பிப் பதிலையும் அவர் கூறியிருந்தார். 'நான் மருத்துவக் கல்வி பயில விரும்புகிறேன். அதனால் அமெரிக்காவுக்குப் போகிறேன். இந்தியாவில் பெண் மருத்துவர்களுக்கான தேவை நாலாப் புறங் களிலும் அதிகமாக இருந்து வருகிறது. 'இந்தியாவில் இந்துப் பெண்களுக்கு உள்ள கட்டுப்பாடுகளும், பள்ளிக்கு நடந்து செல்லும் போது பெண் குழந்தைகள் சந்திக்கும் தொல்லைகளும், மேற்கொண்டும் இந்தியாவில் தான் தொடர்ந்து படிப்பதை இயலாத ஒன்றாக ஆக்கியிருப்பதாக அவர் மேலும் விவரித்துக் கூறியிருந்தார். 'ஒரு இந்துவாக வாழ்ந்துகொண்டு, இந்தியாவின் எந்தப் பகுதியிலும் பள்ளிக்குச் செல்வது மிக மிகக் கடினமானது'[1]

மாவீரர் ஆனந்தியைப் பின்தொடர்ந்து அச்சமற்ற பல பெண்கள் வந்தனர். காலனியாதிக்கத்திற்கு எதிராகவும், 'வேசி' என்ற அவதூறு பேச்சுக்கு எதிராகவும் போராடியபடியே, தனது எட்டுக் குழந்தைகளையும் வளர்த்துக்கொண்டே, பெண் மருத்துவராகத் தொழில் செய்தார் காதம்பினி கங்குலி. ருக்மாபாய் ராவத்துக்குச் சிறு வயதில் வலுக்கட்டாயமாகக் குழந்தைத் திருமணம் செய்து வைக்கப்பட்டிருந்தது. இந்துப் பெண்களின் மத்தியில் அந்தக் காலத்தில் கேள்விப்பட்டிராத வகையில் கணவரிடமிருந்து இவர் மணவிலக்குப் பெற்றிருந்தார். இவர்கள் யாவரும், மருத்துவத் தொழிலைப் பெண்களும் ஏற்றுக்கொள்ளக்கூடிய ஒரு தொழிலாக ஆக்கிக் காட்டி, மதிப்பிற்குரிய ஒன்றாக அதனை மாற்றியும் அமைத்தனர்.

'பெண் மருத்துவர்கள்' என்று பொதுவாக அழைக்கப்படும், போற்றப்படாத இத்தகைய பெண்களைப் பற்றிய விவரங்கள் எதுவும் அறியப்படாமலேயே இருந்து வந்தன. இவர்கள் நம்முடைய பாடப்புத்தகங்களிலோ, காட்சியகங்களிலோ இடம்பெறுவதில்லை. இந்தியாவின் வரலாற்றிலிருந்தும் இவர்கள் பெருமளவுக்கு விடுபட்டுப் போயிருக்கின்றனர். வெள்ளிக் கிரகத்தில் உள்ள ஒரு பள்ளத்திற்கு ஆனந்திபாயின் பெயர் வைக்கப்பட்டுள்ளது. ஆனால், இந்தியாவில் உள்ள ஒரு சாலைக்கோ அல்லது பள்ளிக்கோ இவரது பெயர் வைக்கப்படவில்லை. ஆனந்திபாய், ருக்மாபாய்

இருவரின் சரிதைகள் மராத்தி மொழியில் எழுதப்பட்டுள்ளன. ருக்மாபாய் கதையை மையமாக வைத்து 2017ஆம் ஆண்டில் ஆனந்த் மகாதேவனும், 2019இல் சமீர் வித்வனும் மராத்தியில் திரைப்படங்களை இயக்கியுள்ளனர். இருந்தபோதிலும், இந்தப் பெண்கள் இந்தியா முழுவதும் வீடுதோறும் அறியப்பட்டவர்களாக ஆகவில்லை. சரோஜினி நாயுடு, ஜான்சிராணி லக்ஷ்மிபாய் ஆகியோர் அறியப்பட்டிருக்கும் அளவுக்குக்கூட இவர்கள் அறியப்பட்டிருக்க வில்லை.

மற்ற பெண்களும் மருத்துவராவதற்கு ஊக்கமளிப்பவர்களாக இத்தகைய முன்னோடிப் பெண்கள் இருப்பார்கள். நவீன இந்தியாவை வடிவமைக்கிற கல்வி நிறுவனங்களை உருவாக்குவதற்கு முயற்சித்தபடியே இவர்கள் இருப்பார்கள். மேற்கு வங்காளத்தில் வாழ்ந்த ஹைமாவதி சென் எனும் துடிப்புமிக்க பெண்மணி விதவையான போது ஒரு குழந்தையின் வயதில் அவர் இருந்தார். அவருக்கு அப்போது வயது 10. காதம்பினியின் அடியொற்றி அவர் நடப்பதாக இருந்தால், மிகப்பெரிய சவால்களை வென்று வந்தாக வேண்டும்.

சென்னையின் முத்துலட்சுமி ரெட்டி தீவிரமான சமூக சீர்திருத்த வாதியாக உருவானார். தேவதாசி முறையை இவர் ஒழித்தார். அடையாறு புற்றுநோய் நிறுவனத்தை அமைத்தார். மேரி பூனன் லூகோஸ் திருவிதாங்கூர் சமஸ்தானத்தில் அரசக் குடும்பத்து மருத்துவராக வர முடிந்தது. இந்தியாவின் முதலாவது தலைமை அறுவைச் சிகிச்சை மருத்துவ நிபுணராகவும், முதலாவது பெண் சட்டமன்ற உறுப்பினராகவும் ஆக முடிந்தது. இவர்களில் யாருமே குறிப்பிடத்தகுந்த வகையில் நினைவு கூரப்படவில்லை. ஹைமாவதி போன்ற சிலர் நினைவிலிருந்து முற்றிலுமாக அழிக்கப் பட்டுவிட்டனர்.

இத்தகைய அழிப்புகளால் பாதகமான பின்விளைவுகள் உருவாகியிருக்கின்றன. பெண்கள் அறிவியலுக்குப் பங்களிப்புச் செய்யவில்லை என்று ஆண்கள் வாதிடுவார்கள். அதனைச் செய்வதற்குப் பெண்கள் அனுமதிக்கப்படவில்லை என்பதுதான் உண்மை. அப்படிப் படிப்பதற்கு அனுமதிக்கப்பட்டவர்களும் மறக்கப்பட்டுவிட்டனர். அவர்களது சாதனைகள் குன்றிப் போகும்படிச் செய்யப்பட்டன. ஆண்களே சிறந்த விஞ்ஞானிகளாக இருப்பார்கள். பேராவலோ, உறுதிப்பாடோ, போதுமான

அளவுக்குக் கடுமையோ பெண்களிடம் இல்லாததால் அவர்களால் சிறந்த விஞ்ஞானிகளாக ஆக முடியாது என்ற கற்பனைப் பேச்சைப் பேசக்கூடிய ஒரு தலைமுறை வளர்த்துவிடப்பட்டது. இதனிடையே, உண்மையில் பேராவல் கொண்ட உறுதி பூண்ட கடுமையான நெஞ்சுரமுடைய பெண்கள் மருத்துவக் கல்லூரிகளுக்குப் படையெடுத்தனர். வகுப்புகளில் முதலாவதாக வந்தனர். அறிவியல் முன்னேற்றங்களை உருவாக்கினர். இவை யாவும் மறைக்கப்பட்டுவிட்டன.

மறக்கப்பட்ட இவர்களின் வாழ்க்கை நவீனக் காலத்துப் பெண்களுக்கான பல்வேறு படிப்பினைகளைக் கொண்டதாக இருக்கின்றன. மருத்துவராவதற்குப் பெண்கள் பொருத்தமற்றவர்கள் என்று பிரபலமாக நிலவிவந்த கருத்தை இவர்கள் எப்படிப் பொய்யாக்கினார்கள்? மருத்துவக்கல்லூரிகளின் கதவுகள் பெண்களுக்காகவும் திறக்கப்பட வேண்டும் என்று எப்படி இவர்கள் வற்புறுத்தினர்? மூச்சுத் திணற வைக்கும் சாதி, சமூக, குடும்ப பந்தங்களிலிருந்து தப்பிப் பதற்கு அவர்கள் செய்தது என்ன? 'வேசிகள்' என்று அழைக்கப்பட்ட நிலையைக் கடந்து மிகவும் மதிக்கப்படக்கூடிய தொழில்முறை சார்ந்த கடினமான நிலையைப் பெண் மருத்துவர்கள் எட்டியது எப்படி?

இந்தப் பெண்கள் அனைவருக்கும் பொதுவான ஒரு அடையாளம் இருந்தது. அவர்கள் போராளிகள். அவர்கள் எதிர்த்துப் போரிடு வதற்கு ஏராளமானவை இருந்தன. 1860களில் மேல்சாதி இந்துப் பெண்கள் வீட்டை விட்டு அரிதாகவே வெளியில் செல்வார்கள். அவர்கள் வெளிநாடுகளில் சென்று கல்வி கற்பது எப்படி சாத்தியப்படும்? பெண்களைப் படிக்க வைப்பது தேவையற்ற செயலாக அப்போது கருதப்பட்டது. அறிவியல் பாடங்களை அவர்கள் படிப்பது அவசியமற்றது என்ற எண்ணம் இருந்தது. பெண்களுக்கு 10 வயதிற்குள் திருமணம் செய்து வைத்து விட வேண்டும். அதற்கு மேலும் திருமணமாகாமல் இருப்பது இந்துக்கள் மத்தியில் துரதிர்ஷ்டமாகக் கருதப்பட்டது. பெரும்பாலும் 12 வயதிற்குள் பெண்களுக்குத் திருமணம் முடிந்துவிடும். அவர்களில் பலர் அந்த வயதிற்குள் விதவையாகவும் ஆகிவிடுவார்கள். எஞ்சிய வாழ்க்கையை அவர்கள் வறுமையில் கழிக்க நேரிடும். மருத்துவக்கல்லூரிகளில் பெண்கள் சேர்ந்து படிப்பதற்கு உலகம் முழுவதும் அப்போது தடை நிலவி வந்தது.

மதம், சாதி, ஆணாதிக்கம் ஆகிய அடிப்படைகளில் பெண்கள் கடுமையான எதிர்ப்புகளை எதிர்கொண்டு வந்தனர். அவர்கள் கல்லால் அடிக்கப்பட்டனர், துன்புறுத்தப்பட்டனர், கேலி செய்யப்பட்டனர். நமது அன்பிற்குரிய சுதந்திரப் போராட்ட வீரர் பால கங்காதர திலகர் உட்பட மிகவும் போற்றப்பட்ட இந்திய ஆடவர்களில் சிலரும் பெண்களுக்கு உயர்கல்வி அவசியமற்றது என்று மறுத்துப் பேசி வந்தனர். ஆண்களின் மருத்துவத் தொழில் பாதித்துவிடும் என்பதால், பல்கலைக்கழகங்களில் தங்கப்பதக்கம் பெற்றுத் தேர்ச்சி கண்ட திறமையான பெண் மருத்துவர்களும்கூட தங்களது தொழில்களைக் கைவிட நிர்ப்பந்திக்கப்பட்டனர்.

மறைந்து கிடக்கும் கதைகளை வெளிக்கொணர்வதற்காகவே இந்தப் புத்தகத்தை நான் எழுதியிருக்கிறேன். அது அவ்வளவு எளிதான காரியமாக இல்லை. இவர்களின் காலத்தில் வாழ்ந்த பெரும்பாலான பெண்களைப் போலவே, இவர்களில் பலரும் நாட்குறிப்புகளை வைத்திருக்கவில்லை. தங்களின் சுயசரிதைகளை எழுதவுமில்லை. அவர்கள் எழுதி வைத்திருந்த ஒரு சில நினைவுக் குறிப்புகளும் பாதுகாத்து வைத்திருக்க வேண்டிய அளவுக்குத் தகுதியானதாகக் கருதப்படவுமில்லை. அவை யாவும் காணாமல் போய்விட்டன அல்லது அழிக்கப்பட்டுவிட்டன. ஹைமாவதி சென் அவருடைய சுயசரிதையை எழுதியிருந்தார், ஆனால் பழைய டிரங்க் பெட்டிக்குள் பல ஆண்டு காலத்திற்கு அது மறைந்து கிடந்தது. படித்துப் பார்க்க வேண்டிய அளவுக்குத் தகுதி வாய்ந்த ஒன்றாக ஒருவர்கூட அதனைக் கருதவில்லை. அவரது குடும்பத்தினரும்கூட அப்படிக் கருதவில்லை. ஆனந்திபாய் ஜோஷி போன்ற சிலர் கடிதங்கள் எழுதியிருக்கின்றனர். ஆனால், இந்தக் கடிதங்கள் மராத்தி மொழியில் பெயர்க்கப்படாத காரணத்தினால் இது பற்றிப் பலருக்கும் தெரிய வரவில்லை.

பெண் மருத்துவர்களின் பகட்டான கணவர்கள், அனைத்தையும் ஏகபோகமாகத் தமதாக்கிக் கொண்டார்கள். கணவர்களில் ஒரு சிலர் ஆதரவளிப்பவர்களாக இருந்தபோதிலும், ஹைமாவதியின் கணவர் போன்ற சில ஆண்கள் பொறுப்பற்ற குடிகாரர்களாக இருந்தனர். ஆதிக்கம் செலுத்தும், அவமதிக்கும் கணவரான கோபால்ராவ் ஜோஷி, ஆனந்த் ஜோஷியின் வெற்றிக்கான காரணமாகக் கூறப்பட்டார். அதைப் போலவே, காதம்பினியின் கணவர் துவர்காநாத் கங்குலி முக்கியமான பிரம்ம சீர்திருத்தவாதியாக அறியப்படுகிறார். காதம்பினியின் இலட்சியங்களை ஊக்குவித்தவராக அவர்

போற்றப்படுகிறார். துவர்காநாத்தின் விரிவான எழுத்துகளும், கடிதங்களும் கவனத்துடன் பாதுகாக்கப்பட்டிருக்கின்றன – அதே சமயத்தில் காதம்பினியின் கடிதங்கள் பாதுகாக்கப்படவில்லை.

முத்துலட்சுமி ரெட்டி, மேரி பூனென் லூகோஸ் இருவரின் காலத்தில் 1920களில் பெண்கள் தங்கள் கணவர்களின் நிழல் களிலிருந்து வெளியே வர ஆரம்பித்தனர். ஆனால், அந்தக் காலத்துப் பெண் மருத்துவர்கள் பற்றிய நூல்கள், இந்தியாவில் உள்ள நூலகங்களில் இன்றும்கூட வெகு சிலவே இருக்கின்றன. இந்தியப் பெண் மருத்துவர்களின் எழுத்துகள் பெரும்பாலும் இங்கிலாந்து, அமெரிக்காவில் உள்ள நூலகங்களில் மட்டுமே காணப்படுவது பெரிய அநீதியாகும். பல பெண்களின் பெயர்களைத் தவிர வேறெதுவும் தெரியவே இல்லை.

நான் எழுத நினைத்த மருத்துவர்களின் உறவினர்களைப் பெரும்பாலான நேர்வுகளில் கண்டறிய இயலவில்லை. கண்டு பிடிக்க முடிந்தவர்களின் குடும்பங்களிலும் இந்த முன்னோடிப் பெண்களைப் பற்றிய குறிப்புகள் ஏதுமில்லை. குறிப்புகள் அதிகமாகக் கிடைக்காத நிலையில் எந்தெந்தப் பெண் மருத்துவர்களைப் பற்றி ஓரளவு தகவல்கள் கிடைக்கின்றனவோ, கருத்தைக் கவரும் சுவையான கதைகளைக் கொண்டிருப்பவர்களாக யாரெல்லாம் தோன்றினார்களோ அவர்களைப் பற்றி எழுதுவதில் கவனம் செலுத்துவது என்று முடிவு செய்தேன். அவர்கள் நாட்குறிப்பு எதையும் எழுதியிருக்கவில்லை. அதனால், அவர்களின் சம காலத்தில் வாழ்ந்தவர்கள், அவர்களது நண்பர்கள் ஆகியோர் ஊடகங்களில் பகிர்ந்து கொண்ட பார்வைகள் ஏதேனும் கிடைக் கிறதா என்று பார்க்க வேண்டியிருந்தது. ஒவ்வொரு பெண் மருத்துவரையும் பட்டியலிடுவது இயலாத காரியம். எனவே, நான் பலரைக் கவனத்தில் கொள்ளாமல் விட நேரிட்டிருக்கலாம். இந்தப் புத்தகத்திற்காக மேற்கத்திய மருத்துவம் பயின்ற மருத்துவர்கள் மீது நான் கவனம் செலுத்தியிருக்கிறேன். அவர்கள் அனைவரையும் அவர்களின் முதற்பெயரைக் கொண்டே நான் குறிப்பிட்டிருக்கிறேன். இந்தியப் பெண்கள் எப்போதும் அவர்களின் முதற்பெயரைக் கொண்டுதான் அடிக்கடி குறிப்பிடப்படுகின்றனர் என்பதற்காகத்தானே தவிர அவமதிப்பின் காரணமாக அல்ல.

தெளிவற்றுக் காட்சிதரும் பெண்களை இத்தகைய முன்னறிவிப்புகளுடன், இந்தப் புத்தகம் வெளிச்சத்திற்குக்

கொணர்ந்துகாட்டுகிறது. இந்தியாவின் முதல் பெண் மருத்துவர்களின் வழக்கத்துக்கு மாறான வாழ்க்கையைப் பற்றிய விவரங்களைப் படிப்பவர்களுக்கு இது வழங்குகிறது. இவர்கள் வீட்டுக்கு வெளியில் வந்து உழைத்த இந்தியாவின் முதல் பெண்களாக இருக்கக்கூடும்.

பெண் மருத்துவர்கள்: இந்தச் சொல்லாடலின் தோற்றம்

இந்தக் காலத்தில் ஆணோ, பெண்ணோ டாக்டர் என்றால் டாக்டர்தான். பெண் மருத்துவர் என்ற பதம் பழைய பாணியி லானது. காலத்திற்கு ஒவ்வாததாக இருக்கிறது. இருந்தபோதிலும் பெண் மருத்துவர்களென்று தனியாகக் குறிப்பிட்டுச் சொல்லும் விநோதமான வழக்கம் இருந்து வந்தது உண்மைதான். பெண்கள் மருத்துவராக வேண்டும் என்ற எண்ணத்தைப் பெறத் தொடங்கிய காலத்தில் 1870களில் இங்கிலாந்தில் இந்தப் பதம் உருவானது.

அந்நிய தேசத்தில் உருவான வெறுப்பை உமிழும் இந்தப் பதம் 1870 ஏப்ரல் மாத பிரிட்டிஷ் மருத்துவ இதழில் முதன்முதலில் வெளிவந்தது. இந்த இதழில் முதன்மைக் கட்டுரையாக வெளியாகி யிருந்த ஒரு கட்டுரை, பெண் மருத்துவரை "பெண் பாலினத்தின் துரோகி"[2] என்று குறிப்பிட்டிருந்தது. 'முற்றிலும் அடைய முடியாத இலக்குகள் தரும் சுதந்திரமான இன்பங்களுக்காகத் தங்களுடைய விசித்திரமான வேட்கைகளைத் தொடர்வதைக் காட்டிலும், ஆண்களைச் சார்ந்தே பெண்கள் இருக்கவேண்டும்" என்று இந்த இதழ் தீவிரமான யோசனையைத் தெரிவித்திருந்தது. இதன் பிறகு பெண் மருத்துவர்கள் எனும் பதம் தீவிர கவனத்தைப் பெற்றது. நாம் பார்க்க இருப்பதைப் போலவே மருத்துவர்களாகப் பெண்கள் இருப்பதற்கு எதிரான பெரும் பகைமை தொடர்சியாக இருந்து வந்தது.

இந்தியாவில் இந்தப் பதம் சர்ச்சைக்குரிய டஃப்பெரின் நிதியத்தின் உயர்குடிப் பெருமாட்டியால் புகழ்பெற ஆரம்பித்தது. இந்தியாவில் பெண்களின் உடல்நலத்தை மேம்படுத்துவதற்கான ஒரு நிதியம் விக்டோரியா மகாராணியால் அமைக்கப்பட்டது. இதனை அப்போதைய இந்திய வைஸ்ராயின் மனைவி ஹாரியட் டப்பெரின் (Hariot Dufferin) 1885ஆம் ஆண்டு அமைத்தார். பின்னர் இது பரவலாக ஏற்றுக்கொள்ளப்பட்டு, ஊடகங்களில் விவாதிக்கப்பட்டது.

'முதல்' பெண் மருத்துவர் : வரையறை குறித்த விவாதங்கள்:

முதலாவது பெண் மருத்துவர் யார்? இதை எப்படி நாம் வரையறை செய்கிறோம்? என்பதைப் பொறுத்தே இதற்கான

விடை அமைகிறது. ஆயுர்வேதம் போன்ற பாரம்பரிய மருத்துவ முறைகளில் மருத்துவம் அளிப்பவர்கள் மருத்துவர்கள்தானா? இந்த வரையறையின்படி பார்த்தால் ஆனந்த்பாய் ஜோஷிக்கு முன்பாகவே பல பெண் மருத்துவர்கள் இருந்திருக்க வாய்ப் புண்டு. மேற்கத்திய மருத்துவத்தைப் பயின்ற மருத்துவர்களின் மத்தியில் வெவ்வேறு விதமான மருத்துவப் பட்டங்களைப் பெற்றவர்கள் இருந்தனர். இவற்றில் எந்த மருத்துவப் படிப்பை மருத்துவருக்கான கணக்கில் எடுத்துக்கொள்வது? பட்டப்படிப்பு படித்தவர்கள் மருத்துவரா அல்லது முழுநேரமாக MBBS அல்லது MD படிப்பு முடித்தவர்கள் மருத்துவர்கள் என்று அழைக்கப்படத் தகுந்தவர்களா? மருத்துவப்பட்டம் பெற்று மருத்துவராகப் பணிபுரியாமல் இருப்பவர்கள் மருத்துவர்கள் என்ற கணக்கில் வருவார்களா?

இந்தியப் பெண் மருத்துவர்கள் பற்றிய வரலாற்றில் இத்தகைய குழப்பங்கள் மேலோங்கி இருந்தன. ஆனந்திபாய் ஜோஷி மேற்கத்திய மருத்துவத்தில் பட்டம் பெற்ற முதலாவது இந்தியப் பெண்மணியாவார். பென்சில்வேனியாவில் உள்ள பெண்களுக் கான மருத்துவக்கல்லூரியில். இரண்டாண்டு எம்.டி படிப்பை முடித்தவர் அவர். ஆனால், துரதிர்ஷ்டவசமாக மருத்துவராகப் பணிபுரியத் தொடங்கும் முன்பாகவே இவர் இறந்துவிட்டார். ருக்மாபாய், ஆனந்திபாய் இருவருக்கும் இடையில் நாம் பெரும் பாலும் மறந்துவிட்ட காதம்பினி கங்குலி என்ற மருத்துவர் இருக் கிறார். கல்கத்தாவில் 1886இல் ருக்மாபாய்க்கு முன்பாக மருத்துவ ராக ஒன்பது ஆண்டுகள் இவர் பணிபுரிந்திருக்கிறார். மருத்து வத்தில் மூன்று பட்டயப் படிப்புகளை கங்குலி முடித்திருக்கிறார். ஆனால், அவர் எம்.டி. படித்திருக்கவில்லை. இருப்பினும் மருத்துவ ராகப் பணிபுரிவதற்கு அவருக்கு உரிமம் வழங்கப்பட்டிருந்தது.

ருக்மாபாய்க்கு முன்னதாக மோட்டிபாய் கபாடியா என்ற அதிகம் அறியப்படாத ஒரு மருத்துவப் பட்டதாரியும் இருந்தார். பம்பாய் கிராண்ட் மருத்துவக்கல்லூரியில் படித்து 1889இல் மருத்துவப் பட்டம் பெற்ற முதலாவது பெண் பட்டதாரி மருத்துவர் இவர். ஆனந்திபாய் பட்டம் பெற்ற மூன்று ஆண்டுகளுக்குப் பிறகே கபாடியா மருத்துவப் பட்டம் பெற்றார். அடுத்த 40 ஆண்டு காலத்திற்கு அகமதாபாத்தில் உள்ள விக்டோரியா ஜூப்ளி மருத்துவமனையில் அவர் பணிபுரிந்தார். ஆனால், அவரைப்பற்றிய தகவல்கள் மிகவும் குறைவாகவே கிடைக்கின்றன. இதனிடையே,

தென்னிந்தியாவைச் சேர்ந்த சில வரலாற்றாசிரியர்கள் 1912ஆம் ஆண்டிலிருந்து மருத்துவராகப் பணிபுரிந்து வந்த முத்துலட்சுமி ரெட்டியை முதலாவது பெண் மருத்துவர் என்று குறிப்பிடுகின்றனர். எம்.பி..பி.எஸ். பட்டம் பெற்ற முதலாவது பெண்மணி என்ற அடிப்படையில் இப்படிக் குறிப்பிடுகின்றனர்.

இந்தியாவில் முதல் பெண் மருத்துவர் யார் என்று சண்டை போட்டுக்கொண்டிருப்பது அர்த்தமற்றது. இவர்கள் அனைவருமே முன்னோடிகள்தான். காதம்பினி கங்குலி, ருக்மாபாய்க்கு முன்பாக மருத்துவராக இருந்திருக்கலாம். ஆனால் இந்துப் பழமைவாதிகளை எதிர்த்து நின்ற, சாதிப்படி நிலையில் கீழ்நிலையில் இருந்த பெண் என்ற வகையில் எதிர்த்துச் சமாளிக்க வேண்டிய ஏராளமான சவால்கள் ருக்மாபாய்க்கு இருந்தன. முத்துலட்சுமி ரெட்டி முதலாவது பெண் மருத்துவராக இருந்திருக்க இயலாது, ஆனால் அவருக்கு இணையாக இன்னொருவரைக் கூறமுடியாத அளவில் பல்வேறு நிறுவனங்களை அவர் உருவாக்கியிருந்தார். மேரி பூனென் லூகோஸ் பல ஆண்டுகள் கழித்துத் தான் வருகிறார். ஆனால் அவர் இந்தியாவின் முதலாவது தலைமை அறுவைச் சிகிச்சை மருத்துவர் ஆவார். யார் முதலில் வந்தவர்கள், யார் பிறகு வந்தவர்கள் என்று சுட்டுவது கடினமானது. எப்படியாயினும், இந்த நூலில் இடம்பெற்றுள்ள ஒவ்வொருவரின் தனித்துவமான வாழ்க்கையைப் பற்றியும், இவர்களின் மருத்துவச் சாதனைகளின் மீதும் தனிக் கவனத்தைச் செலுத்துவதே சிறப்பான செயலாக இருக்கும்.

இயல் ஒன்று
தொடக்க காலத்தினர்

'முன்னோடியாகத் திகழ்வது அவ்வளவு எளிதானதல்ல, ஆனால் அது பிரமிப்பை ஏற்படுத்துவது! உலகில் உள்ள செல்வங்கள் அனைத்தையும் கொட்டிக் கொடுத்தாலும் ஒரு கணத்தைக்கூட, எனது அவலமான ஒரு கணத்தையும்கூட பரிமாறிக்கொள்ள மாட்டேன்.'

-எலிசபத் பிளாக்வெல்,
அமெரிக்காவின் முதலாவது
பெண் மருத்துவர்.

இந்தியாவின் பெண் மருத்துவர்களைப் புரிந்துகொள்வதற்கு முன்பாக, மற்ற நாடுகளில் இருந்த பெண் மருத்துவர்கள் தங்களைச் சுற்றிலும் இருந்த தடுப்புகளை எப்படித் தகர்த்தெறிந் தனர் என்பதை முதலில் நாம் புரிந்துகொள்ள வேண்டும்.

நம்மிடமிருக்கும் கதைகளில் பெரும்பாலானவை இட்டுக் கட்டிய கதைகளாகவும், மரபுவழிக் கதைகளாகவும் இருந்து வருகின்றன. கற்பனைகளிலிருந்து உண்மையைச் சலித்து எடுப்பது கடினமானதாகும். எந்தப் பெண்ணின் கதை உண்மையானது? பெண்களை மருத்துவர்களாகப் பார்ப்பதற்கு ஆசைப்பட்டவர்களின் கற்பனையில் உருவான கதைகள் எவை? என்பதைக் கண்டறிவதற்காக வரலாற்றாசிரியர்கள் அதிகமான அளவுக்குப் புலனாய்வு வேலை களில் ஈடுபட்டு வந்தனர். இருப்பினும், மருத்துவத்துறையில் நுழை வதற்குப் பெண்கள் தீவிரமாக முயற்சித்து வந்தனர் என்பதற்கான ஆதாரமே இவையாகும். இந்தத் துறையில் எப்படியாவது நுழைந்துவிட வேண்டும் என்பதற்காக நம்ப முடியாத பல உபாயங் களைக் கைக்கொண்டும் இவர்கள் முயற்சித்து வந்திருக்கின்றனர்.

அவர்கள் ஆண்களைப் போலவே உடையணிந்து கொண்டு பிற நாடுகளுக்குச் சென்றிருக்கின்றனர். அந்நிய மொழிகளில் படித்திருக்கின்றனர். அமைப்பு முறைக்கு எதிராகப் போராடிப் பல ஆண்டு காலமாகத் தங்களின் போக்குகளைத் திட்டமிட்டிருக்கின்றனர்.

இவர்களின் வழியில் குறுக்கே நின்றவர்கள் ஆண்கள் மட்டுமல்ல. பெண்கள் திறமையான மருத்துவர்களாக ஆக முடியும் என்பதில் முக்கியமான சில பெண்களும்கூட நம்பிக்கை இல்லாமல் இருந்திருக்கின்றனர். உதாரணமாக, ஜான் ஸ்டுவர்டு மில் *(John Stuart Mill)* என்ற தத்துவவியலாளருக்கு புளோரன்ஸ் நைட்டிங்கேல் *(Florence Nightingale)* எழுதிய கடிதத்தில் பெண் மருத்துவர்கள் ஆண்களைப் போல வருவதற்கு முயற்சித்திருக்கின்றனர். ஆனால், 'மூன்றாம் தர ஆடவர்களைப்' போல வருவதற்குத்தான் அவர்களால் முடிந்திருக்கிறது"[3] என்று குறிப்பிட்டிருக்கிறார். முதல் பெண் மருத்துவர்கள் மோசமான தரத்தினராக இருப்பார்கள் என்று கருதிய அவர் மிகவும் இரக்கமற்ற வகையில் குற்றம் காண்பவராக இருந்திருக்கிறார். அதனால் தான், '30 ஆண்டுகளுக்கு முன்பிருந்த மூன்றாம் தர மருந்து விற்பனையாளர்களின் அளவுக்குத் தரம் குன்றியவர்கள்.'[4] என்று எலிசபத் பிளக்வெல் பற்றி அவர் விமர்சிக்கிறார்: அடிமைத் தனத்திற்கு எதிராகப் போராடிய எழுத் தாளரான ஹாரியட் பீச்செர் ஸ்டோவ் *(Harriet Beecher Stowe)* என்பவர் பெண் மருத்துவர்களிடம் ஒருபோதும் மருத்துவ ஆலோசனை பெறவே கூடாது என்று கூறியிருக்கிறார்.

இருந்த போதிலும், பெண் மருத்துவர்களும் நமது சகோதரிகள் தான் என்ற எண்ணம் தற்காலிகமாகப் படிப்படியாக உருவானது. அமெரிக்காவிலும், இங்கிலாந்திலும் இருந்த ஆரம்ப காலப் பெண் மருத்துவர்களில் பலர், உலகெங்கிலும் உள்ள பெண்கள் படிப்பதற்காக, லண்டன் மருத்துவப் பள்ளி போன்ற அமைப்புகளை நிறுவினர். மற்ற சிலர் பெண்கள் உலகெங்கிலுமிருந்து மேற்கு நாடுகளுக்கு வந்து கல்வி கற்றுப் பட்டங்களைப் பெறுவதற்காக நிதியளித்தும், உதவியும் வந்தனர். பெரும்பாலான ஆரம்பகாலப் பெண் மருத்துவர்கள் உலகெங்கிலுமாக ஒருவர் இன்னொருவருக்கு உதவக்கூடிய வகையில் தொடர்புகளை ஏற்படுத்திக் கொண்டனர்.

அதைப் போலவே, எடின்பெர்க் எழுவர் எனப்படும் தைரிய சாலிப் பெண்களின் அணி எடின்பர்க் பல்கலைக்கழகத்தில் மருத்துவம் பயின்றது. ஆனால், அவர்களுக்குப் பட்டம் வழங்க

மறுக்கப்பட்டது. மருத்துவம் பயில வேண்டும் என்று ஊக்கம் பெற்ற காதம்பினி கங்குலி எடின்பெர்க் சென்று படிப்பதற்குப் பயணப்படும் அளவிற்கு முன்வந்தார். டப்பெரின் நிதியத்தின் (Dufferin Fund) ஆதரவு பெற்று பிரிட்டிஷ் பெண் மருத்துவர்கள் இந்தியாவிற்கு அதிகமாக வந்தனர். இந்த நிதியம் இந்தியப் பெண்களுக்கு மருத்துவ உதவி அளிப்பதற்காக அமைக்கப்பட்டது. அதன் காலனிய முறைகள் பற்றி மூர்க்கமான விமர்சனங்கள் எழுந்தன என்பது வேறொரு விஷயம்.

மெரிட்-பித்தாஹ்: முதலாவது பெண், மருத்துவர் அல்லர்?

எகிப்து நாட்டைச் சேர்ந்த மெரிட் பித்தாஹ் (Merit-Ptah) என்பவர் தான் முதல் பெண் மருத்துவர் என்று 1930களின் தொடக்கத்தில் கதைகள் உலாவிவந்தன. கி.மு.2700இல் வாழ்ந்த இவர் முதல் பெண் மருத்துவர் என்று பிரபலமான வரலாற்று நூல்களில் பரவலாகச் சித்தரிக்கப்பட்டார். அறிவியலில் பெண்களுக்கான ஒரு முன்மாதிரி என்றும் இவர் புகழப்பட்டார். வழக்கமாகச் செய்யப்படுவதைப் போலவே நிலவில் உள்ள ஒரு பள்ளத்திற்கு இவரது பெயர் வைக்கப்பட்டது. பிறகு 2019இல் வெளிவந்த ஓர் ஆய்வு இப்படி ஒருவர் இல்லை என்றும், கனடாவைச் சேர்ந்த புகழ்பெற்ற மருத்துவர் டாக்டர் காத்தே கேம்பெல் மீடு-ஹர்டு (Dr.Kate Cambell Mead-Hurd) என்பவர் இவரைப் பற்றித் தவறுதலாகக் குறிப்பிட்டுவிட்டதால் ஏற்பட்ட பிழை இது என்றும் அதில் கூறப்பட்டிருந்தது.

டாக்டர் மீடு-ஹர்டு (Dr.Mead-Hurd), அவரைப் பொறுத்த அளவில் ஒரு கவர்ச்சிகரமான மனிதர். கியூபெக்கில் 1867இல் இவர் பிறந்தார். முன்னணிக் கல்வி நிறுவனமான பென்சில்வேனியா பெண்கள் மருத்துவக்கல்லூரியில் ஆரம்ப காலத்தில் படித்த பெண்களில் இவரும் ஒருவர். மறக்கப்பட்ட பெண் மருத்துவர்களின் வரலாற்றைக் கண்டறிவதற்குப் பேரார்வம் கொண்டிருந்தார். அவர்களின் வரலாறு அழிக்கப்பட்டுவிட்டதாக இவர் கருதினார். பல ஆண்டுகள் வெற்றிகரமாக மருத்துவராக இருந்த பிறகு, உலகம் முழுவதும் பயணப்பட்டு, பெண் மருத்துவர்கள் பற்றித் தகவல்களைச் சேகரித்து மிகப் பெரிய புத்தகங்களைத் தொடர்ச்சியாக எழுதுவதற்காக, தனது வாழ்வின் கடைசி காலத்தை மீடு-ஹர்டு அர்ப்பணித்தார். ஆனால், கெடுவாய்ப்பாக, அவரது முதல் புத்தகம் வெளியானவுடன் அவர் இறந்துவிட்டார். அவருடைய சிறந்த படைப்பு முழுமை பெறாமல் போனது.

டாக்டர் மீடு-ஹர்டு தனது புத்தகத்தில் மெரிட்-பித்தாஹ் என்பவரை முதலாவது பெண்மருத்துவர் என்று குறிப்பிட்டுள்ளார். எகிப்தில் காணப்படும் அரசர்களின் பள்ளத்தாக்கில் புதையுண்டிருந்த உயரிய மதகுருவின் கல்லறையில் பதிக்கப்பட்டிருந்த உருவமும் குறிப்புகளும் மீடு-ஹர்டுவுக்குக் கிடைத்த மூல ஆதாரமாகும். அந்த மதகுருவின் தாயார் மெரிட்-பித்தாஹ், தலைமை மருத்துவராக இருந்தவர் என்று அதில் குறிப்பிடப்பட்டிருந்தது. கி,மு.2730இல் எகிப்திய பழைய அரச மரபின் ஐந்தாம் வம்சத்தில் அவர் வாழ்ந்து வந்த விதம் பற்றி இந்தப் புத்தகம் விவரிக்கிறது.

2019 நவம்பரில் ஜாக்கப் குவசின்ஸ்கி (Jakub Kwiecinski) எனும் மருத்துவ வரலாற்றாசிரியர் கொலராடோ பல்கலைக் கழகத்தின் (University of Colorado) மருத்துவப் பள்ளியில் பணிபுரிந்து வந்தார். மெரிட்-பித்தாஹ் என்ற ஒருவர் வாழ்ந்ததற் கான ஆதாரங்களே இல்லை என்று இவர் குறிப்பிடுகிறார். பெசஷெட் (Peseshet) என்ற வேறொரு எகிப்திய பெண் மருத்துவருடன் மீடு-ஹர்டு இவரது பெயரைக் குழப்பிக்கொண்டுவிட்டதாக ஜாக்கப் கூறுகிறார். இவரும் இவருடைய மகனின் கல்லறையைத் தோண்டிய போது கண்டுபிடிக்கப்பட்டவர் தான். கி.மு.2400இல் வாழ்ந்த அகேதேடெப் (Akhethetap) என்பவரின் கல்லறையில் ஒரு பொய்க் கதவு இருந்தது. இதில் அவருடைய தாயாரைப் ‘பெண் மருத்துவர்களின் மேற்பார்வையாளர்’ என்று குறிப்பிட்டுச் சித்தரித்துச் செதுக்கி வைக்கப்பட்டிருந்தது. பெசஷெட் ஒரு மருத்துவரா அல்லது பிரசவம் பார்ப்பவரா என்பது தெளிவாகத் தெரியவில்லை.

பெண் மருத்துவர்கள் தங்களுக்கு வழிகாட்டியாகத் திகழக் கூடிய முன்மாதிரியானவர்களை, புனித உருவங்களைக் கண்டறி வதில் எவ்வளவு ஆர்வமாக இருந்தனர் என்பதை மெரிட்-பித்தாஹ் கதை காட்டுகிறது. குவசின்ஸ்கி குறிப்பிடுவதைப் போல, ‘மெரிட்-பித்தாஹ் பழங்கால எகிப்தியப் பெண் மருத்துவர் என்பதை உறுதிபடக் கூற இயலாவிட்டாலும், பெண்கள் பற்றிய பதிவு களை வரலாற்று நூல்களுக்குள் திரும்பவும் இடம்பெறச் செய்வதற்கும், மருத்துவம், அறிவியல் தொழில்நுட்பம், பொறியியல், கணிதத்துறைகளில் பெண்களுக்கு வாய்ப்புகளை அளிக்க வேண்டும் என்ற 20ஆம் நூற்றாண்டின் பெண்ணியப் போராட்டத்திற்குமான மிகவும் மெய்யான ஒரு குறியீடாக அவர் இருந்தார்.[5]

ஏதென்சின் அக்னொடைஸ்: முதலாவது பெண் மகப்பேறு மருத்துவர்

கி.மு.நான்காம் நூற்றாண்டு 'ஏதென்ஸ்சின் பொற்காலம்' - ஆனால் அது பெண்களின் பொற்காலமல்ல. ஏதென்ஸ் நகரில் ஒரு பெண்ணின் வாழ்க்கையைப் பற்றிக் கற்பனை செய்து பாருங்கள். அந்தக் காலத்தில் இலட்சிய வழிகாட்டியாகத் திகழ்ந்தவர் பெனி லோப் (*Penelope*). கிரேக்கக் கதாநாயகன் ஒடிசிஸ் என்பவரின் பொறுமை மிகுந்த, குறை பேசாத மனைவியாக இருந்தவர் இவர். கைத்தறி நெசவில் ஈடுபட்டபடியே தனது கணவரின் வருகைக்காக 20 ஆண்டுகளைக் காத்திருந்தே கழித்தவர்.

ஏதென்சின் பெண்கள், குழந்தைகளைப் பெற்றுக்கொள்வதற்கும், அவர்களை வளர்ப்பதற்கும் – முடிந்த வரையிலும் நெசவு நெய்யவும், சமைக்கவும், வீட்டைப் பராமரிக்கவும் வேண்டும் என்று எதிர்பார்க்கப்பட்ட காலம் அது. அவர்கள் வீட்டை விட்டு வெளியேறக் கூடாது என்று முடக்கப்பட்டிருந்த காலம். அப்போது கருத்தடை வசதிகளும் இல்லை. கருவைக் கலைக்க வேண்டிய அவசியம் ஏற்பட்டால் ரகசியமாகக் கருக்கலைப்பு செய்பவர்களைத் தான் நாட வேண்டும். கருக்கலைப்பு அப்போது தடை செய்யப் பட்டிருந்தது. வலி நிவாரணம் ஏதுமின்றியே குழந்தை பெற்றுக் கொள்ள வேண்டும். மகப்பேறு பார்க்கும் பெண்களும் அப்போது இல்லை. பிரசவத்தின் போது பெண்கள் இறக்க நேரிடும். மகப்பேறு பார்க்க ஆண் மருத்துவர் வருவார். மகப்பேறு பார்ப்பதில் பெண்கள் ஈடுபடுவதற்குத் தடை இருந்தது. மீறி ஈடுபட்டால் மரண தண்டனை கிடைக்கக் கூடிய ஆபத்தும் இருந்தது.

இத்தகைய நிலைமை எப்போதுமே தொடர்ந்து இருந்ததில்லை. அக்னோடைஸ் பிறப்பதற்கு ஒரு நூற்றாண்டிற்கு முன்பாக, தாய்மார்கள் பெண் தாதியர்களின் உதவியைப் பெற்று வந்தனர். அவர்கள் மிகவும் பிரபலமான பிறகு, ஆண் மருத்துவர்கள் தங்களின் தொழிலுக்கு அச்சுறுத்தல் ஏற்படுவதை உணர ஆரம்பித்தனர். அவர்கள் பெண்களுக்கு மருத்துவம் பார்க்க ஆரம்பித்தனர். மேம் பட்டிருந்த ஹிப்போகிரேட்டிக் மருத்துவ முறை (Hippocratic treatises) அவர்களுக்கு உதவியாக இருந்தது. இந்த மருத்துவமுறை பெண்கள் மருத்துவத்தில் ஈடுபடுவதைத் தடை செய்திருந்தது. தாதியராகப் பணிபுரிவது மரண தண்டனைக்குரியது என்று அறிவிக்கப்பட்டது.

இதனால் கடுமையான பின்விளைவுகள் உருவாயின. குழந்தைப் பிறப்பின் போது பெண்கள் இறக்க ஆரம்பித்தனர்.

எழுத்தாளர் நிகோல் சல்தாரியகா (*Nicole Saldarriaga*) இது பற்றி விரிவாக எடுத்துரைக்கிறார். ‘புதிதாக மருத்துவப் பயிற்சி பெற்ற ஆண்கள் மகப்பேறு மருத்துவத்தை மேற்கொள்வதற்கு விருப்பத்துடன் இருந்த போதிலும், ஆண் மருத்துவர்களால் பரிசோதனை செய்யப்படுவதையும், குழந்தைப்பேறின் போது உதவி பெறுவதையும் பெண்கள் பிடிவாதமாக மறுத்து வந்தனர். இதன் காரணமாக, ஆண் மருத்துவர்கள்மீது மிகவும் மோசமான அபிப்பிராயம் கொண்டவர்களாகப் பெண்கள் இருக்கின்றனர் என்ற அவப்பெயர் உருவானது. தங்களுக்கான சிகிச்சையில் ஆர்வமில்லாத பிறவிகளாகப் பெண்களை, ஆண் மருத்துவர்கள் பார்க்கத் தொடங்கினர். இன்றும்கூட நமக்குக் கிடைத்துவரும் பல ஹிப்போகிரேடிக் மருத்துவக் கட்டுரைகள் இந்தப் பிரச்சினை பற்றி விவரித்திருக்கின்றன. ஆனால், மருத்துவத் தாதியரை சட்ட விரோதமானவர்களாக அறிவிக்காமல் இருந்திருந்தால் இந்தப் பிரச்சினை தவிர்க்கப்பட்டிருக்கும் என்பதை எந்தக் கட்டுரையும் தெரிவிக்கவில்லை.‘[6]

இத்தகைய கொடூரமான களத்தில்தான் அக்னோடைஸ் (*Agnodice*) உலவிக்கொண்டிருந்தார். இவருடைய பெயருக்கு ‘புனிதம்’ அல்லது ‘தூய நீதி’ என்பது பொருள். செல்வாக்குமிக்க பணக்கார ஏதேனியன் குடும்பத்தில் மகளாகப் பிறந்தவர் இவர். அந்தக் காலத்தில் பெண்கள் மருத்துராவதற்குத் தடை விதிக்கப் பட்டிருந்ததால் அக்னோடைஸ் நீளமான தனது தலைமுடியை வெட்டிக்கொண்டு, ஆண்கள் அணியக்கூடிய நீளமான கம்பளி அங்கியை அணிந்து அலெக்சாண்டிரியாவில் இருந்த மருத்துவப் பள்ளிக்குச் சென்று வந்தார். அங்கு அவரை எவருக்கும் அடையாளம் தெரியவில்லை. பெண் உடலின் உடற்கூறியல் பற்றி அதிகமாக அறிந்திருந்த தொடக்ககால உடற்கூறியல் மருத்துவர்களில் ஒருவரான ஹீரோபிளஸ் (*Herophilus*) என்பவரிடம் இவர் மருத்துவம் படித்ததாக நம்பப்படுகிறது.

அக்னோடைஸ் ஏதென்சுக்குத் திரும்பி வந்த பிறகு, ஒரு சமயம் தெருவில் நடந்து சென்ற போது, பிரசவ வலியால் துடித்த ஒரு பெண்ணின் குரல் அவருக்குக் கேட்டது. அந்தப் பெண்ணுக்கு உதவ அக்னோடைஸ் சென்றார். ஆனால், அந்தப் பெண்ணோ ஆணிடமிருந்து உதவி பெற மறுத்துவிட்டார். தானும் பெண்தான் என்று காட்டிக்கொள்வதற்குத் தூண்டப்பட்ட அக்னோடைஸ் தனது அங்கியை நீக்கினார். அதிலிருந்து, அவரிடம் மருத்துவம் செய்து

கொள்வதற்காக பெண்கள் அதிக எண்ணிக்கையில் முன்வந்ததாகக் கூறப்படுகிறது. ஏதேனியன் செவிலியர்களிடம் இந்த ரகசியம் வெளிப் பட்டுவிடாமல் அக்னோடைஸ் பாதுகாத்து வந்தார்.

இவர் திடீரெனப் புகழ் பெறுவதைப் பொறாமை மிக்க ஆண் மருத்துவர்கள் கவனிக்கத் தவறவில்லை. அழகான இந்த இளம் மருத்துவர் ஹிப்போகிரேட்டிக் உறுதிமொழியை மீறி அவரது நோயாளிகளை மயக்கி, பாலியல் வக்கிரங்களில் ஈடுபட்டு வருகிறார் என்ற புரளியைக் கிளப்பிவிட்டனர். நோயாளிகளின் கணவர்கள் இதனால் பீதியடைந்தனர்.

அக்னோடைஸ் விசாரணைக்கு அழைக்கப்பட்டார். நடுவர் களாக அமர்ந்திருந்தவர்கள் ஆண் மருத்துவர்களும், பெண் நோயாளிகளின் கணவன்மார்களுமே என்பது சொல்லித் தெரிய வேண்டியதில்லை. வெறுப்படைந்த அக்னோடைஸ் யாரும் யோசித்திராத ஒன்றை செய்ததாகக் கூறப்படுகிறது. 'அவர் தனது அங்கியை விலக்கித் தனது பெண் பாலினப் புற உறுப்புகளை நீதிமன்றத்தில் காட்டினார்.'[7]

துடுக்கான இந்தச் செயலின் காரணமாக அவர் கைது செய்யப்பட்டு அவருக்கு மரண தண்டனை விதிக்கப்பட்டது. ஆனால், விசுவாசமிக்க அவரது நோயாளிகள் வெகுண்டெழுந்து போராடினர். நீதிமன்றத்தின் வாயிலில் தங்கள் கணவர்களுக்கு எதிராக முழக்கமிட்டு ஆர்ப்பாட்டம் செய்தனர். முடிவில் அக்னோன டைஸ் விடுவிக்கப்பட்டார். பெண் மருத்துவர்களுக்கு எதிரான சட்டமும் விலக்கிக் கொள்ளப்பட்டது.

சுவையான அந்தக் கதை இப்படிப் போகிறது. உண்மை என்னவெனில், அக்னோனடைஸ் வாழ்ந்திருந்தார் என்பதற்கான ஆதாரம் எதுவும் நம்மிடமில்லை. வரலாற்றாசிரியர்கள் பலரும் அவரை ஒரு புராணக்கதை மாந்தர் என்றே நம்புகின்றனர். புராணக்கதை மாந்தர்களுக்குக் குணநலன்களின் அடிப்படையிலான பெயர்கள் அந்தக் காலத்தில் கொடுக்கப்பட்டதால், இந்தப் பெயர் ஒரு தற்செயலான வெளிப்பாடு என்று அவர்கள் கூறுகின்றனர். மேலாடையை அகற்றிக் காட்டிய அவரது செயல், அந்தக் காலத்திய நகைச்சுவையில் நன்கு அறியப்பட்ட ஒன்றாகும். கிரேக்க புராணங்களில் வரும் பலரும் இப்படிச் செய்திருக்கின்றனர். இருப்பினும், மருத்துவம் பயிலும் பெண்களுக்கு அடையாள அளவில் தலைமை ஏற்கும் தலைவராக அக்னோடைஸ் ஆகியிருக்கிறார். பல

நூற்றாண்டுகள் கடந்துவிட்ட பிறகும் மருத்துவத்தாதியர், பெண் மருத்துவர்களின் முக்கியத்துவத்தைப் புரியவைக்கும் உதாரணமாக இவர் திகழ்கிறார்.

டாக்டர் ஜேம்ஸ் பேர்ரி: பெண்ணாகப் பிறந்து ஆண்மைப் பண்புகள் கொண்டிருந்த அறுவை மருத்துவர்.

19ஆம் நூற்றாண்டின் மத்தியில் டாக்டர் ஜேம்ஸ் பேர்ரி (James Barry) என்பவர் பிரிட்டனில் மிகவும் புகழ்பெற்ற மருத்துவர்களில் ஒருவராகத் திகழ்ந்தார். முகத்தில் அடித்தாற் போல பேசுகிற இராணுவ மருத்துவரான இவர், அவருடைய மோசமான அணுகுமுறைக்காக அதிகம் அறியப்பட்டவர். பிரிட்டிஷ் சாம்ராஜ்யம் முழுவதிலும் செய்திருந்த விரிவான பணிகளுக்காக அவர் போற்றப்பட்டார். கிரீமியாவில் (Crimea) பிளாரன்ஸ் நைட்டிங்கேலை (Florence Nightingale) இவர் பகைத்துக்கொண்டார். 'நான் சந்தித்தவர்களிலேயே மிகவும் கரடுமுரடான மனிதர், துஷ்டர் என்று இவரை நைட்டிங்கேல் வர்ணித்தார்.[8] இந்த மருத்துவரைச் சந்தித்த மற்றவர்கள் அவரை காதல் சரசமாடுபவர் என்றும், கொலைகாரப் பெண் என்றும் வர்ணித்திருக்கின்றனர்.

1865ஆம் ஆண்டு பேர்ரி இறந்த போது, அவர் ஒரு பெண் என்பது கண்டுபிடிக்கப்பட்டது. அவரது வயிற்றின் மேல்பகுதியில் குழந்தை பெற்றதற்கு அறிகுறியாகச் சுருக்கங்கள் காணப்பட்டன. அவரைப் புதைப்பதற்கான ஏற்பாடுகளைச் செய்த துப்புரவுப் பணிப்பெண் இதனைப் பார்த்திருக்கிறார்.

பேர்ரி இத்தகைய பொய்யான வாழ்வை ஏன் வாழ்ந்திருக்க வேண்டும்?

மார்கரெட் ஆன் பல்க்லே (Margaret Ann Bulkley) என்ற பெயர் உடையவராக அயர்லாந்தில் அவர் பிறந்தார். ஏழைக்குடும்பத்தில் அவர் தனியாக வாழ்ந்து வந்தார். 1792இல் அவர் பிறந்திருக்கக் கூடும். அந்தச் சமயத்தில், பெண்களை மருத்துவப்பள்ளிகளில் சேர்த்துக்கொள்வதற்குத் தடை விதிக்கப்பட்டிருந்தது. வேறு வழியில்லாமல் தான் அவர் ஆணாகப் பாவனை செய்துகொள்ள நேரிட்டது.

இது ஒரு வெற்றிகரமான சூழ்ச்சியாகும். எடின்பர்க் பல்கலைக் கழகம், பிரிட்டிஷ் இராணுவம், அறுவைச் சிகிச்சை மருத்துவர் களுக்கான ராயல் கல்லூரி ஆகியவற்றை ஏமாற்றி பிரிட்டனின்

முதலாவது பெண் மருத்துவராக இவர் ஆனார். ‘1809ஆம் ஆண்டு டிசம்பரில் தன்னை ஒரு மாணவராகப் பதிவுசெய்து கொண்டதும், தனது பாலினத்தை மிக நீண்ட காலம் மறைத்து வைத்து ஏமாற்றியதும் அதுவரை நடந்திராத ஒன்றாகும். இவரது ஏமாற்று வேலைகள் 56 ஆண்டுகள் நீடித்தன’ என்று இவரது வாழ்க்கை சரித்திரத்தை எழுதியிருக்கும் மைக்கேல் டூபிரீஸ்[9] *(Michael Du Preez)* என்பவர் குறிப்பிடுகிறார். இதற்கு அடுத்து வந்த 50 ஆண்டு காலத்திற்கு மருத்துவப்பள்ளிகளில் சேர்ந்து முறையாகப் படிப்பதற்கு எந்தப் பெண்ணும் அனுமதிக்கப்படவில்லை.

எடின்பெர்க் பல்கலைக்கழகத்தில் பேர்ரி சேர்ந்தபோது, அவருக்கு வயது குறைவாக இருப்பதால், உடலில் முடி முளைக்காமல் இருப்பது போலவும், உடல் மெலிந்திருப்பது போலவும் பாசாங்கு செய்து கொண்டார்.[10] பேர்ரியின் இந்தத் திட்டத்தில் அவரது உறவினரும், ஓவியருமான ஜேம்ஸ் பேர்ரி என்பவர் உதவி செய்தார். அதன் பிறகு, ஜேம்ஸ் பேர்ரியின் செல்வாக்குமிக்க உறவு வட்டத்தைச் சேர்ந்தவர்களும், தாராள உதவி வட்டத்தைச் சேர்ந்த நண்பர்களும் இவருக்கு உதவினர்.

பேர்ரி மிகவும் வெற்றிகரமானவராகத் திகழ்ந்தார். இந்தியா, கேப்டவுன், கனடா ஆகிய நாடுகளில் அவர் பணி நியமனங்களைப் பெற்றார். 1826ஆம் ஆண்டு ஆப்ரிக்காவில் முதலாவது சிசேரியன் அறுவைச் சிகிச்சையை அவர் மேற்கொண்டார்.

விசித்திரமான ஆளுமை உடையவராக அவர் இருந்தார் ‘இவர் காய்கறிகள் உண்பவராக இருந்தார். குடிப்பதற்கான பாலைக் கறப்பதற்காக அருகிலேயே ஓர் ஆட்டை வைத்திருந்தார். ‘சைக்கி’ *(Psyche)* என்ற பெயர் கொண்ட சிறிய நாயை வைத்திருந்தார். பேர்ரியுடன் 50 ஆண்டுகளாக உடனிருந்த டேன்சர் *(Danzer)* என்ற நம்பிக்கைக்குரிய பணியாளர் இவருடன் எப்போதும் தென் படுவார். தினமும் காலையில், இடுப்பு வளைவை மறைத்துக் கட்டிக்கொள்வதற்காகவும், தோள்களை அகலமாகக் காண்பிப்பதற் காகவும் ஆறு சிறிய துண்டுகளை டேன்சர் தயார் செய்து வைத்திருப்பார்.’[11]

ஐந்து அடி உயரமே உடைய தனது உடலை, உயரமான குதிகால் களைக் கொண்ட காலணியைக் கொண்டு பேர்ரி சரிக்கட்டுவார் – தனது ஆண் உருவத்தையும், ஆளுமையையும் பேர்ரி சுமந்திருந்தார் தன்னை ஒரு ஆண்மகனாகக் காட்டிக்கொண்டு நடிக்கும் தைரியம்

எந்த ஒரு பெண்ணுக்கும் இருக்கும் என்று யாருமே கற்பனை செய்திருக்க மாட்டார்கள் என்பது இதற்கு வலுவூட்டும் காரணமாக இருந்திருக்கலாம்.

இருப்பினும், அங்கு எப்போதுமே ஒரு வம்புப் பேச்சு இருந்து வந்தது. தென் ஆப்ரிக்காவில் அவர் இருந்தபோது, கேப் குடியிருப்பின் ஆளுநர் லார்டு சார்ல்ஸ் சாமர்செட் *(Lord Chales Somerset)*, 'டாக்டர் பேர்ரியிடம் இயற்கைக்கு மாறான உறவு வைத்திருக்கிறார் என்ற சுவரொட்டி ஒட்டப்பட்டது. அதைத் தொடர்ந்து விசாரணை நடத்தப்பட்டது. இந்தக் குற்றச்சாட்டு உறுதிப்படுத்தப்படவில்லை. ஆனால், இவர்களுக்கிடையே உறவு இருந்ததாகவும், பேர்ரி பெண் என்பதை சாமர் செட் அறிந்திருந்தார் என்றும் புரளிகள் தொடர்ந்து பரவி வந்தன.

வரலாற்று ஆசிரியர்கள் மத்தியில் பேர்ரி மூன்றாம் பாலினத்தைச் சேர்ந்தவர் என்ற ஓயாத சர்ச்சையும் அந்த நாள்களில் நிலவி வந்தது. வெளித்தோற்றத்தில் ஆணைப் போல இருப்பதால் அவரை ஒரு ஆண் என்று குறிப்பிட வேண்டுமா என்றும் சர்ச்சை நிலவியது. பேர்ரியின் வாழ்க்கை வரலாற்றை எழுதிய ஜெரிமி ட்ரோன்பீல்டு *(Jeremy Dronfield)* என்பவர், நவீன விதிமுறைகளின்படி பெர்ரி மூன்றாம் பாலினத்தவர் என்ற தகுதியைப் பெறுகிறாரா என்பது சிக்கலான கேள்வியாகும், மார்கரெட் என்பவர் ஜேம்ஸ் ஆக மாறிய போது, ஆணாக மாற வேண்டும் என்ற விருப்பம் மட்டுமே காரணமாக இருந்திருக்கவியலாது என்று கணிக்கிறார். 1809ஆம் ஆண்டில் ஒரு பெண்ணால் வாழ முடியாத ஒரு வாழ்க்கையை அவள் வாழ நினைத்திருந்தாள். 1789க்குப் பதிலாக 1989ஆம் ஆண்டில் பிறந்திருந்தால் ஒரு மருத்துவராகவோ, இராணுவ வீரராகவோ இவர் வந்திருக்க முடியும். அதற்கான வாய்ப்பும், சுதந்திரமும் அப்போது இருந்தது. 1989இல் பிறந்திருந்தால் ஆணாக மாறும் விருப்பம் கொண்டவராக அவர் இருந்திருப்பாரா? நடுநிலையாக யோசித்துப் பார்த்தால் அப்படி எனக்குத் தோன்றவில்லை. மார்கரெட்டைப் பாலின அடையாளம் அற்ற ஒருவராகவே நாம் கருத வேண்டும். [12]

1865இல் பேர்ரி இறந்த பிறகு, அவரது இறப்புச் சான்றிதழில் கையொப்பமிட்டிருந்த மருத்துவர், பேர்ரி ஆணா பெண்ணா என்று தெரிவிப்பது எனது வேலையல்ல என்று கூறியிருந்தார். பாலின அடையாளத்தை மறைத்து வாழ்ந்த டாக்டர் பேர்ரி, லண்டனில் உள்ள கென்சல் கிரீன் *(Kensal Green)* கல்லறையில் புதைக்கப்பட்டார்.

டாக்டர் எலிசபெத் பிளாக்வெல்: முதல் பெண் மருத்துவரா?

பெண்ணாகக் கடைசி வரை நடித்து வந்த ஜேம்ஸ் பேர்ரி மரணப் படுக்கையிலிருந்த இதே காலகட்டத்தில் - வேறொரு நாட்டில் - ஒரு பெண் மருத்துவர், இன்னல்பட்டுத் தான் கற்றுக்கொண்டிருருக்கும் திறன்களைப் பயன்படுத்துவதற்காக நோயாளிகளைத் தேடிக் கொண்டிருந்தார். அவரிடம் சிகிச்சை பெற நோயாளிகள் தயக்கம் காட்டினர். இவர் விடாமுயற்சியுடன் தொடர்ந்தார்.

இந்தப் பெண்ணின் பெயர் எலிசபெத் பிளாக்வெல். பிரிட்டிஷ் தேசத்தில் பிறந்த இவர் அமெரிக்கா சென்று மருத்துவப்பட்டம் பெற்ற முதலாவது பெண் ஆவார். சில வகைகளில் இவர் முதலாவது பெண் மருத்துவராகக் கருதப்படுகிறார். *The Lancet* மருத்துவ ஆராய்ச்சி இதழ் இவரை 'அந்தப் பதத்திற்குரிய நவீன கால அர்த்தத்தின்படி முதலாவது பெண் மருத்துவப்பட்டதாரி' என்று குறிப்பிடுகிறது. [13]

29 மருத்துவப் பள்ளிகள் இவரை நிராகரித்திருந்தன. கடைசியில் 13ஆவது மருத்துவப்பள்ளி இவரைச் சேர்த்துக் கொண்டது என்று நகைச்சுவையாகக் கூறுவார்கள். இவரை விடவும் உறுதி படைத்த, பிடிவாதமான பெண்ணைக் காண்பது அரிது.

பிரிஸ்டோலில் 1821ஆம் ஆண்டில் எலிசபெத் பிறந்தார். வீட்டில் 11 குழந்தைகள் இருந்தனர். இவர் நான்காவது குழந்தை. இவருடைய பெற்றோர் கண்டிப்பு மிகுந்த சமயக் கோட்பாடுகளைப் பின்பற்றி வந்தனர். ஆனாலும், அவர்கள் தீவிரமான சமூக சீர்திருத்தவாதிகளாகவும் இருந்தனர். சாமுவேல் பிளாக்வெல் அவர் வாழ்ந்த காலத்தின் வழக்கத்திற்கு மாறானவர். பெண்களின் சமத்துவம், அடிமைகளின் உரிமைகள், கல்விச் சீர்திருத்தம், ஆகியவற்றில் நம்பிக்கை கொண்டவர்களாக பெற்றோர் இருந்தனர். சாமுவேல் பிளாக்வெல் ஒரு வளமான சர்க்கரை வியாபாரி. ஆனால், அந்தக் காலத்தில் ஆப்ரிக்க அடிமைகளைப் பயன்படுத்தியே சர்க்கரை பெரும்பாலும் தயாரிக்கப்பட்டு வந்தது. துயர்மிகுந்த இத்தகைய முரண்கள் கடினமான மனப்போராட்டத்தை அவர்களுக்கு ஏற்படுத்தின. இதன் காரணமாக பிளாக்வெல்லின் குழந்தைகள் சர்க்கரை சாப்பிடுவதை நிறுத்திக்கொண்டனர்.

1832ஆம் ஆண்டு பிளாக்வெல் குடும்பம் புதியதோர் உலகத்தை நோக்கிக் கடலில் பயணித்தது. பாரம்பரியம், பழமைவாதம்

இவற்றிலிருந்து விடுபட்டவர்களாக குழந்தைகளை வளர்க்க வேண்டும் என்று சாமுவேலுக்கு ஏற்பட்ட விருப்பத்தின் காரணமாக, அடிமை எதிர்ப்புப் போராளியாக அவர் மாறினார். அவர் குடும்பத்தினரும் அதில் ஈடுபாடு காட்டினர். அந்தச் சமயத்தில் அமெரிக்காவில் அது ஒரு ஆபத்தான செய்கையாக இருந்தது.

விரைவில் குடும்பத்தில் வசதிகள் குறைய ஆரம்பித்தன. பொருளாதார மந்த நிலையின் காரணமாகத் தொழில் நன்றாக நடக்கவில்லை. 1838இல் சாமுவேல் இறந்தார். அவர் இறந்த போது வெறும் 20 டாலர் பணம் மட்டுமே குடும்பத்தாரிடம் இருந்தது. பிளாக்வெல்லின் கடைசிக் குழந்தைக்கு அப்போது ஆறு வயது. குடும்பத்தைக் காப்பாற்ற வேண்டிய பொறுப்பு முழுவதும் மூத்த குழந்தைகளின் மீது விழுந்தது. மூத்தவர்கள் அனைவருமே பெண்கள். அந்தக் காலத்தில் பெண்கள் பார்க்கக்கூடிய வேலைகள் வெகு சிலவே இருந்தன. மூத்த சகோதரிகள் ஐந்து பேரும் ஒரு பள்ளியைத் தொடங்கினர். அந்தக் காலத்தில் பெண்கள் அதை மட்டுமே செய்ய முடியும். எலிசபெத்துக்கு அப்போது சுமார் 17 வயது. குடும்பத்தைக் காப்பாற்றுவதற்காகத் தினமும் 12 மணி நேரத்திற்குப் பாடம் சொல்லித்தரவேண்டிய கட்டாயம் உருவாகியிருந்தது.

அடுத்து வந்த ஆண்டுகளில், கற்பித்தல், படித்தல், எழுதுதல் என்று அறிவார்ந்த வட்டங்களில் எலிசபெத் ஒன்றிணைந்து கொண்டார். இவருடைய நண்பர்களில் ஒருவரான ஹேரியட் பீச்செர் ஸ்டோவ் (Harriet Beecher Stowe) என்பவர் அடிமைத்தனத்திற்கு எதிரான 'Uncle Tom's Cabin' என்ற நூலை எழுதி வந்தார். அந்தச் சமயத்தில் பிளாக்வெல் சகோதரர்கள் இருவருக்கு வேலை கிடைத்திருந்தது. அதனால் எலிசபெத்துக்கு ஓய்வு நேரம் அதிகமாகக் கிடைத்தது.

மரணப்படுக்கையிலிருந்த ஒரு தோழியைப் பேணி வந்த சமயத்தில் இவருக்கு ஒரு திருப்புமுனை ஏற்பட்டது. அவரது தோழி கோரமான, வலிமிகுந்த நோயினால் பாதிக்கப்பட்டிருந்தார். அவருக்குக் கருப்பைப் புற்றுநோய். அந்தத் தோழி மருத்துவம் பயிலும்படி இவருக்கு யோசனை கூறியிருந்தார். இத்தகைய நோய்களுக்கு ஆண் மருத்துவர்களிடமிருந்து சிகிச்சை பெறுவதைக் காட்டிலும், ஒரு பெண் மருத்துவரிடம் தனக்குச் சிகிச்சை கிடைத்தால், இத்தகைய துன்பங்களிலிருந்து விடுதலை கிடைத்திருக்கும் என்று

அவர் கூறினார். தன்னைப் பற்றிய பெருமிதமோ, நம்பிக்கையோ பெண்களுக்கு இருக்கக்கூடாது என்ற அந்தக் காலத்திய அடக்க உணர்வு இத்தகைய முயற்சிகளைத் தடுத்து வந்தது. எலிசபெத்தின் வாழ்க்கை வரலாற்றை எழுதிய நான்சி கிளின் (Nancy Kline), 'அவரது தலைமுறையைச் சேர்ந்த பெண்களுக்குக் கர்ப்பப்பைப் புற்றுநோய் என்பது மிகவும் கடினமான ஒரு நோயாகும். தங்களின் உடற்கூறுகள் பற்றி நாணப்படவும், அவை செயல்படும் விதம் பற்றி முற்றிலும் எதுவும் அறியாமலும் அவர்கள் இருந்தனர். தங்களின் உடலை ஆண்களிடமிருந்து மறைத்துக் கொள்வதற்கு அவர்கள் கற்பிக்கப்பட்டிருந்தனர். பெண்கள் இப்படித்தான் இருக்கவேண்டும் என்று அந்தக் காலத்தில் கூறப்பட்டிருந்தது' என்று விளக்குகிறார்.

மருத்துவர்களைக் காண்பதற்குப் பெண்கள் செல்ல நேரிட்டால் திரைச்சீலை மறைப்புக்குப் பின்னால் வைத்தே அவர்கள் பரிசோதிக்கப்படுவார்கள், சிகிச்சை அளிக்கப்படுவார்கள். இதனால் அடிக்கடி கடுமையான பிரச்சினைகள் உருவாகி வந்தன. கிளின் மேலும் கூறுகிறார், 'இத்தகைய பெண்கள் மிகவும் நோய்வாய்ப் பட்டு மருத்துவ உதவியை நாடும் போது, ஆண் மருத்துவர் களிடமே செல்லவேண்டிய கட்டாயம் இருக்கும் அல்லது மருத்துவ உதவியை நாடாமல் இறக்கவேண்டிவரும். பெரும்பாலான பெண்கள் மருத்துவ உதவியை நாடுவதைத் தவிர்த்து வந்தனர்.'[14]

மருத்துவம் பயிலும்படி தோழி சொன்ன போது, ஆரம்பத்தில் எலிசபெத்துக்கு அதிர்ச்சியாகத்தான் இருந்தது. ஒழுக்கவியல், ஆன்மிகம் சார்ந்தவற்றில் ஆர்வமுள்ள ஒருவராகத் தன்னை அவர் கருதியிருந்தார். கரடுமுரடான மனித உடலைப் பற்றி அறிய வேண்டியவராகத் தன்னை அவர் நினைத்திருக்கவில்லை. 1845இல் மயக்க மருந்துகள் கிடையாது. நோயாளிகளுக்கு முழுமையான விழிப்பு நிலையிலேயே அறுவைச் சிகிச்சைகள் செய்யப் பட்டன. அப்போது நோயாளிகள் கால், கைகளை உதறிக்கொண்டு கத்துவார்கள். மருத்துவர்கள் அறுவைச் சிகிச்சை சாதனங் களையோ, தங்களின் கைகளையோ சிகிச்சைக்கு முன்பாகக் கழுவ மாட்டார்கள். ஒவ்வொரு அறுவைச் சிகிச்சையின் போதும் ஒரே மேலங்கியைத்தான் அணிந்திருப்பார்கள். 'அந்த மேலாடையில் எந்த அளவுக்கு ரத்தம் உறைந்து காணப்படுகிறதோ, அந்த அளவுக்கு மரியாதையும், அச்சமும் அவர்கள் மீது உருவானது.'[15]

கூச்சம் நிறைந்தவள் என்று குடும்பத்தாரால் பெயர் வைத்து அழைக்கப்பட்ட எலிசபெத், அமைதியாகவும், ஓய்வாகவும் அடக்கத்துடனும் இருக்கக்கூடிய ஒருவர். எப்போதும் கரடுமுரடான தயார் நிலையில் இருக்க வேண்டிய, அந்தக் காலத்து மருத்துவத் திற்குத் தகுதி உடையவராக இந்தக் குணங்கள் யாவும் அவரைக் காட்டவில்லை.

அந்தச் சமயத்தில் அவரைத் திருமணம் செய்துகொள்ள ஒருவர் விரும்பினார். ஆனால் திருமணம் செய்துகொள்ளப் போவதில்லை என்று இவர் உறுதியாக இருந்தார். தனக்கான பாதையைத் தேர்ந்தெடுத்துக்கொள்வதற்கான சுதந்திரத்தை ஆண்கள் கட்டுப்படுத்திவிடுவார்கள் என்று அவர் கருதினார். இறுதியில், அவரை நிராகரித்துவிட்டு மருத்துவம் பயில்வதற்கு அவர் முடிவு செய்தார்.

அவருடைய நெருங்கிய உறவினர்களும் நண்பர்களும் நம்பிக்கை இழந்தவர்களாக அவரைப் பார்த்தனர். மிகவும் பரந்த கொள்கை உடைய ஹேரியட் பீச்செர் ஸ்டோவும்கூட அவரது இந்த சிந்தனை சாத்தியமற்ற திட்டம் என்று ஊக்கத்தைக் குலைத்தார். எலிசபெத் பெரும்பாலும் மருத்துவப்பள்ளியில் சேர்வதற்கு வாய்ப்பில்லை. அப்படியே சேர்ந்தாலும் அதற்கு அதிகமாக செலவாகும் என்று ஸ்டோவ் சுட்டிக்காட்டினார். அப்படியே படித்துப் பட்டம் பெற்றாலும் பெண் மருத்துவரிடம் நோயாளிகள் யாருமே வரமாட்டார்கள்"[16] என்று ஸ்டோவ் கூறினார்.

ஆனால், இத்தகைய அவநம்பிக்கை கொண்டிருந்தவர்களால் தான் எலிசபெத்தின் தீர்மானம் வலுப்பெற்றது. மருத்துவப் பள்ளிகளுக்கு அவர் எழுதிய கடிதங்கள் நிராகரிக்கப்பட்டன. 1845இல் ஹோமியோபதி அல்லது ஹைடிரோபதி போன்ற மாற்று மருத்துவமுறைகளைக் கற்பிக்கும் குறுங்குழு வாதத்தினரின் பள்ளிகளில் மட்டுமே பெண்கள் சேர்த்துக் கொள்ளப்பட்டனர். மென்மையான மருத்துவக்கல்வியே பெண்களுக்கு உகந்தது என்று கருதப்பட்டது. ஆனால், எலிசபெத்திற்கு விளிம்புநிலை மருத்துவத்தின் மீது விருப்பமில்லை. செம்மையாகப் புடைத்துக் கொண்டிருக்கும் தசைகளை ரத்தம் பீறிட அறுக்கும் நிலைமை இருந்தாலும்கூட, முதன்மை மருத்துவத்தைப் பயிலவே அவர் விரும்பினார்.

அந்தச் சமயத்தில் மருத்துவம் படிப்பதற்கு 3000 டாலர் செல வாகி வந்தது. தனக்குத் தேவையான பணத்தைச் சம்பாதிப்பதற் காக ஆசிரியர் வேலையில் அவர் சேர்ந்து கொண்டார். மருத்துவராவதற்கு எப்படியாவது ஒரு வழியைக் காண வேண்டும் என்ற எண்ணத்தில் நேரம் கிடைக்கும்போதெல்லாம் மருத்துவ நூல்களைப் படிப்பதும், மருத்துவர்களிடம் விவாதிப்பதுமாக இருந்து வந்தார். 1846ஆம் ஆண்டு பிலடெல்பியாவுக்கு எலிசபெத் இடம்பெயர்ந்தார். அங்கே திறமையான ஒரு சில மருத்துவர்களை நிழல்போலப் பின்தொடர்ந்தும், அவர்களின் விரிவுரைகளைக் கேட்டும், உடற்கூறியல் அமைப்புகளைப் பற்றிப் படித்தும் வந்தார்.

ஆனால் அவருடைய தேடல்கள் யாவும் கேலிக்குள்ளாயின. ஒரு சில மருத்துவர்கள் அவருக்கு உதவி செய்த போதிலும், பெரும்பாலான மருத்துவர்கள் ஒரு பெண் மருத்துவம் பயில முயற்சிக்கலாமா என்ற கருத்தின் அடிப்படையில் திகைப்படைந்தவர்களாக இருந்தனர். அவர் ஒரு ஆணாகப் பொய்கோலம்பூண்டு பாரிஸில் மருத்துவம் படிக்கலாம் என்று யோசனை தெரிவிக்கப்பட்டது. ஆனால், சூழ்ச்சியின் மூலம் தனது இலக்கை அடைவதை எலிசபெத் விரும்பவில்லை. மருத்துவம் படிப்பதற்கான அனைத்து உரிமைகளும் தனக்கு இருப்பதாக அவர் நம்பினார். அதைத் தனது தார்மீக அறப்போர் என்று அவர் கூறினார். அந்த உரிமையைப் பொதுமக்களின் வெளிப்படையான பார்வையில் செயல்படுத்திக் கொள்ளவே அவர் விரும்பினார்.

1846ஆம் ஆண்டின் மத்திய வாக்கில் கிழக்குக் கடற்கரையில் அமைந்திருந்த 29 பள்ளிகள் அவரை அனுமதிக்க மறுத்தன. இப்போது அவருக்கு வயது 25. இவரது வயதுடைய பெரும்பாலான பெண்கள் திருமணமாகிப் பல குழந்தைகளைப் பெற்றிருந்தனர் – காலம் கடந்து கொண்டிருக்கிறது என்று அவர் பயப்பட ஆரம்பித்தார். பிறகு 1847 அக்டோபர் 20ஆம் நாள் நியூயார்க்கில் இருந்து வெகுதொலைவில் அமெரிக்காவின் தென்பகுதியில் ஜெனீவா மருத்துவக்கல்லூரியின் முதல்வரிடமிருந்து இவருக்கு ஒரு கடிதம் வந்தது. அந்தக் கல்லூரியில் பயிலும் மாணவர்கள் இவரது கோரிக்கையை ஆராய்ந்து இவரை அனுமதிப்பதற்கு ஆதரவாக வாக்களித்திருப்பதாக அந்தக் கடிதம் தெரிவித்தது,

‘குடியரசுக் கட்சி அரசாங்கத்தின் தீர்மானமான புரட்சிகரக் கொள்கை இருபாலருக்கும் பொதுவான கல்வி என்பதாகும்.

அறிவியல் கல்விப் புலத்தின் ஒவ்வொரு பிரிவிலும் கதவுகள் அனைவருக்கும் சமமாகத் திறந்துவிடப்பட வேண்டும் என்பதால், எங்கள் வகுப்பில் சேர்வதற்கான எலிசபெத் பிளாக்வெல்லின் விண்ணப்பம் எங்களின் முழுமையான ஒப்புதலைப் பெறுகிறது. அனைவரும் ஒருமனதாக அவருக்கு அழைப்பு விடுப்பதன் மூலம், இந்தக் கல்லூரியில் ஏன் சேர்ந்தோம் எனும் வருத்தத்தை அவர் ஏற்படுத்தக்கூடிய விதத்தில் எங்களுடைய நடத்தைகள் எதுவும் இருக்காது என்று நாங்கள் உறுதியளிக்கிறோம்."[17]

எலிசபெத் மிகுந்த மகிழ்ச்சி அடைந்தார். உடனடியாகப் புறப்பட்டு ஜெனிவா சென்றடைந்தார். ஆயினும், அங்கே அவர் கொடூரமான அதிர்ச்சியைச் சந்திக்க நேர்ந்தது. கல்லூரியில் அனுமதிக்க அவரை ஏற்றுக்கொண்டதாகச் சொல்லப்பட்டது ஒரு நாடகம் என்று சொல்லப்பட்டது. அந்தக் கல்லூரியில் படித்து வந்த தைரியமான மனநிலை கொண்ட உள்ளூர்ப் போக்கிரி இளைஞர்கள், எலிசபெத் அனுப்பியிருந்த விண்ணப்பம் நகைச்சுவையான ஒரு மோசடிக் கடிதம் என்று கருதிக் கொண்டனர். எலிசபெத்தின் விண்ணப்பத்திற்கு ஆதரவளித்திருந்தவர் செல்வாக்கு மிக்க உள்ளூர் மருத்துவர் என்பதால், அவரைக் காயப்படுத்த விரும்பாமல், கல்லூரி முதல்வர் அதனை மேலெடுத்துச் சென்றார். எலிசபெத்திற்கு ஆதரவாக மாணவர்கள் வாக்களித்த போது, முதல்வர் அதிர்ச்சி அடைந்து விட்டார். எலிசபெத் உண்மையிலேயே கல்லூரியில் வந்து சேர்ந்து கொள்வார் என்று அவர் எதிர்பார்க்கவில்லை.

திமிங்கலச் சாம்பல் நிற உடையணிந்து எலிசபெத் வகுப்பறைக்கு வந்த போது அவளைப் பார்த்து முதல்வர் அதிர்ச்சி அடைந்துவிட்டார். அவரது வகுப்பறையில் முழு அமைதி நிலவியது. மாணவர்கள் எலிசபெத்தைப் பார்ப்பதற்காகத் திரும்பினர். தனது சகோதரர்களின் குழாமில் போக்கிரிச் சிறுவர்கள் இருந்ததைக் கண்டுவிட்டுதான் எலிசபெத் வந்திருக்கிறாள்.

அடுத்த சில நாள்களில் எலிசபெத் அனைவருடைய ஆர்வத் திற்கும் உரியவளானாள். தன் மீது வீசப்படும் குறிப்புகளையும், முணுமுணுக்கப்படும் விமர்சனக் கணைகளையும், வெறித்த பார்வைகளையும் புறக்கணித்துவிட்டு, அவள் எப்போதும் இருப்பதைப் போலவே பெருந்தன்மையுடனும், அக்கறையுடனும் இருந்தாள். ஒரு சமயம் நகரத்தைச் சேர்ந்த மாணவர்கள் இவரைப் பார்ப்பதற்காக வகுப்பறைக்கு வந்த போது அவர் சங்கடத்தை உணர்ந்தார்.

கடவுளாகப் பார்த்து அவருக்கு அனுப்பி வைத்திருந்த உடற் கூறியல் பேராசிரியர் டாக்டர் ஜேம்ஸ் வெப்ஸ்டர் என்பவரை 'பேராசிரியரின் வடிவில் இருக்கும் கொழுத்த சிறிய தேவதை' என்று அவர் குறிப்பிடுவார்.[18]

ஆண்களுடன் சேர்ந்து ஒரு பெண்ணும் மருத்துவம் பயின்று வருகிறார் என்ற செய்தி செய்தித்தாள்களில் வேகமாகப் பரவியது. இந்தச் செய்திகள் அனைத்திற்கும் ஒன்று போலவே பெருமிதமான ஆதரவு கிடைத்திருந்தது. போஸ்டன் மருத்துவ அறுவைச் சிகிச்சை இதழ் (Boston Medical and Surgical Journal), பெண்ணினத்தைச் சேர்ந்த அழகிய சிறிய மாதிரிப் பொருள் இவர் என்று வர்ணித்திருந்தது. 'த பால்டிமோர் சன்' (The Baltimore Sun) இதழ் இதய நோய்களுக்கு மருத்துவம் பார்ப்பதோடு இவர் நிறுத்திக்கொள்வார் என்று நம்புவதாக எழுதியிருந்தது.[19]

1847 நவம்பரில் 'பயங்கரமான சோதனை' என்று அவர் குறிப்பிடும் ஒன்றுக்கு எதிராகக் கிளர்ந்தெழுந்தார். டாக்டர் வெப்ஸ்டரின் வகுப்பு இனப்பெருக்க உறுப்புகளின் அமைப்புமுறை பற்றி விவரித்துக் கொண்டிருந்தது. குறும்புத்தனமான நகைச்சுவைத் துணுக்குகளை உதிர்ப்பதிலும் நிந்தித்துப் பேசுவதிலும் பெயர் பெற்றவர் வெப்ஸ்டர். முதல் நாளில் எலிசபெத் எழுதினார், 'கிட்டத்தட்ட ரத்தம் வரும் அளவுக்கு என் கையை நானே கிள்ளிக் கொண்டேன், சிரித்துவிட்டால் அனைத்தும் கெட்டழிந்து போய் விடும் என்பதால், சிரிக்காமலிருப்பதற்குத் துணை செய்யுமாறு கிறிஸ்துவை உதவிக்கு அழைத்தேன்.'[20] ஆனால் வெப்ஸ்டரோ, இந்தப் பாடப் பகுதியைத் தனியாகப் படித்துக் கொள்ளும்படி யோசனை தெரிவித்தார்.

அந்தச் சமயத்தில், விக்டோரிய கன்னிப் பெண்ணைப் போல நாணப்படுவதை நிறுத்திக்கொள்வது என்ற விநோதமான ஒரு முயற்சியில் எலிசபெத் இறங்கியிருந்தார். தனது உடலில் இருக்கும் ரத்தத்தின் அளவைக் குறைத்துக்கொண்டால் அவ்வளவு எளிதில் நாணத்தால் முகம் சிவக்காது. அந்தக் காலத்தில் அறிவியலின் நிலை அதுவாகத்தான் இருந்தது. எனவே அவர் அதற்காக வார இறுதி நாட்களில் உண்ணாமல் இருந்தார். இருந்த போதிலும், வகுப்பு களுக்குச் செல்வதை விரும்பினார். டாக்டர் வெப்ஸ்டரின் கவனத்தை ஈர்க்கும் வகையில் புகார் கடிதம் ஒன்றை அவர் எழுதியிருந்தார்.

"தூய்மையற்ற, ஒழுக்கக்கேடான, அவலச்சுவை கொண்ட ஒரு கோணத்தில் பார்க்கும் போது, நான் இருக்கும் இந்த நிலைமை எனக்குச் சங்கடத்தை உருவாக்கி இருக்கிறது" என்று அவர் எழுதியிருந்தார். ஆனால் அவர் ஆர்வமுள்ள ஒரு மாணவர். அவருக்கு உடற்கூறியல் பாடம் 'உற்சாகத்தைத் தூண்டும் மிகுந்த மதிப்பிற்குரியது'. அந்த ஆசிரியரும்கூட ஒரு மருத்துவராக உடற்கூறியலைப் படித்திருப்பதனால் உயரிய, புனிதமான ஒருவராக அவர் இருப்பார் என்று உறுதியாக நம்பினார். தனக்குச் சங்கடம் ஏற்படும் வகையில் அவர் நடந்து கொண்டதால், பின்வரிசையில் அமர்வதற்கு அவள் விரும்பினாள். தான் இருப்பது தெரியாமல் இருக்கட்டும் என்பதற்காகத் தலையணியை நீக்கிவிட்டு அமர விரும்பினாள்.[21]

அந்தக் கடிதத்தை வகுப்பறையில் வெப்ஸ்டர் படித்துக் காட்டினார். பிறகு எலிசபெத்தை அழைத்து வாழ்த்து கூறினார். இந்த நிகழ்வுக்குப் பிறகு, எலிசபெத் மற்ற மாணவர்களைப் போலவே நடத்தப்பட்டார். வகுப்பறை நடத்தையில் அப்பழுக்கற்ற மாற்றம் தெரிந்தது. முற்றிலும் எதிர்பாராத மனமாற்றம் டாக்டர் வெப்ஸ்டரிடம் உருவானது. ஆணும் பெண்ணும் தோழமையுடன் சரிசமமாக இலட்சியச் சூழலில் எப்படி இருக்க முடியும் என்பதை மென்மையாக அவள் எடுத்துரைத்திருந்தாள்.

1849 ஜனவரி 23 அன்று எலிசபெத் பட்டம் பெற்றார். அப்போது அவருக்கு வயது 28. கல்லூரியின் தலைவர் அவரை பெருமாட்டி (*Domina*) என்று விளித்து மேடைக்கு அழைத்தார். 'ஐயா நான் உங்களுக்கு நன்றி தெரிவிக்கிறேன். உயரிய கடவுளின் உதவியால், என் வாழ்வில் நான் எடுத்துக் கொண்ட முயற்சிதான் நீங்கள் வழங்கும் இந்தப் பட்டத்திற்குக் காரணமாக இருந்திருக்கிறது'

கல்லூரியில் தன்னுடன் படித்தவர்களின் மதிப்பை அவள் பெற்றிருந்த போதிலும், வெளி உலகில் அவளுக்கு வேலை எதுவும் கிடைக்கவில்லை. அந்தக் காலத்தில் அமெரிக்க மருத்துவமனைகள் பெண் மருத்துவர்களை ஏற்றுக்கொள்வதில்லை. பாரிஸில் பெண் மருத்துவர்கள் ஏற்றுக்கொள்ளப்படுவதாகத் தெரியவந்ததால், பாரிஸ்செல்வதற்கு அவர் கப்பல் பயணம் மேற்கொண்டார். செல்லும் வழியில் இங்கிலாந்தில் இறங்கிச் செல்ல வேண்டியிருந்தது.

இவரைப் பெருமைப்படுத்தும் விதத்தில் '*Punch*' இதழ் ஒரு கவிதையை வெளியிட்டிருந்தது:

புதினங்களிலோ, பின்னல் வேலையிலோ நேரத்தைச் செலவிடும்
ஒவ்வொரு தேசத்தின் அனைத்து இளம் பெண்களும்,
அதிலும் குறிப்பாக
ஆரவார ஓசையுடன் பாடி, ஆடி, ஓடி விளையாடும் பிரிட்டன்
இளம் பெண்களும்
சீமாட்டி பிளாக்வெல்லின் நேர்த்திமிக்க முயற்சியை
சிந்தை மேற்கொள்ளலாம்
மேன்மைமிக்க பிளாக்வெல்லுக்காகப் பிரார்த்திக்கலாம்[22]

இங்கிலாந்தில் எலிசபெத் பாராட்டு மழையில் நனைந்தார். அடுத்தடுத்து விருந்துகளுக்கு அழைக்கப்பட்டார். இருந்த போதிலும், பெண் மருத்துவர்களை ஏற்றுக்கொள்ளும் விருப்பம் மக்களிடம் இல்லை என்பதை அவர் உணர்ந்தார். புதுமையில் மிகச் சிறந்தவராக அவர் இருந்தார். பாரிஸுக்கு வந்த பிறகும்கூட அவர் தடைகளைச் சந்தித்து வந்தார். இறுதியில் அரசாங்கம் நடத்திவந்த மகப்பேறு மருத்துவமனையான 'La Maternite'இல் வேலை பார்க்க முடிவெடுத்தார். கரடுமுரடான தாதியர்கள் மத்தியில் அவர் பணியமர்த்தப்பட்டார். அவர்கள் அதிகம் கல்வி கற்காதவர்கள். இவரைவிட 10 வயது இளையவர்கள். பட்டம் பெறுவதற்காகச் செலவிட்ட பல ஆண்டுகள் வீணாகிவிட்டதைப் போல இவருக்குத் தோன்றியது. ஆனால், இவருக்கு அனுபவங்கள் கிடைத்து வந்தன.

எலிசபெத் தொடர்ச்சியாக 12 மணி நேரத்திற்குப் பிரசவங்கள் பார்த்து வந்தார். அவர் பிரஞ்சு மொழியைக் கற்றுக்கொள்ள வேண்டியிருந்தது. பிரஞ்சு மொழியில் உள்ள மருத்துவக் கலைச்சொற்களை அதன் பிறகுதான் அவரால் தெரிந்து கொள்ள முடிந்தது. இரவு நேரங்களில் உரக்கச் சிரித்துக்கொண்டு கும்மாளமிடும், கட்டுப்படுத்துவதற்குக் கடினமான இளம் பெண்களுடன் ஒரு தங்குமிடத்தில் இவர் தங்கியிருந்தார். காதல் பற்றிய குறிப்புகள் அங்கு நிறைந்திருந்தன. அங்குத் தங்கியிருந்த ஓர் இளம் பெண்ணான ஹிப்போலைட் பிளாட் (Hippolyte Blot) என்பவருடன் இவர் நெருங்கிப் பழகி வந்தார். அந்தப் பெண் இவருக்குச் சில வருடங்களுக்குப் பின்னால் படித்தவர்.

அதன் பிறகு எலிசபெத்திற்குக் கடுமையானதோர் பின்னடைவு நேரிட்டது. எலிசபெத் ஒரு பச்சிளம் குழந்தையின் கண்ணில் ஏற்பட்டிருந்த நோய்த் தொற்றினை நிர்வகித்து வந்த போது, *1849 நவம்பர் 4 அன்று,* நோயாளியின் கண்ணிலிருந்து ஒரு துளி

திரவம் சிதறி வந்து இவரது கண்ணில் பட்டுவிட்டது. 12 மணி நேரப்பணியில் இருந்ததால், பொறுமை இழந்தவராக அதைத் துடைத்துவிட்டுப் போய்விட்டார். ஆனால் மறுநாள் காலையில் அவரால் கண்ணைத் திறக்க முடியவில்லை. ஹிப்போலைட் அவரைப் பரிசோதித்து உடனடிச் சிகிச்சைக்கு ஏற்பாடு செய்தார். அவருடைய கண்களில் தொற்று ஏற்பட்டிருந்தது. அந்தத் தொற்று இன்னொரு கண்ணிற்கும் பரவிக் கொண்டிருந்தது.

இந்தக் காலமாக இருந்தால், எலிசபெத்திற்கு நுண்ணுயிர்க் கொல்லி மருந்தினைக் கொடுத்திருப்பார்கள். 1849இல் முன் நெற்றியில் அட்டைப் பூச்சிகளை வைத்துவிடுவார்கள். கிருமி பரவிய ரத்தத்தை அவை உறிஞ்சிவிடும். கண்கள் தூய்மைப் படுத்தப்பட்டு, கடுகு விதைகளின் பொடிப் பூச்சு கொண்ட பிளாஸ்திரி யால் மறைக்கப்பட்டு, கண்களின் மீது குளிர்ச்சியான அமுக்கம் தரப்பட்டு இருந்தது. அவரது கண்களின் மீது மெலிதாகப் படர்ந்து வளர்ந்திருந்த பகுதிகளைச் சில மணி நேரங்களுக்கு ஒரு முறை ஹிப்போலைட் நீக்கி வந்தார்.

மூன்று நாட்களுக்குப் பிறகு அச்சமூட்டும் அந்த உண்மை எலிசபெத்திற்குத் தெரிய வந்தது. அவருடைய இடது கண்ணில் பார்வை பறிபோய்விட்டது. அவரது வாழ்க்கைத் தொழில் முடிந்து போய்விட்டதாகக் கருதி அவர் மன இருளில் மூழ்கினார். அவரது வலது கண் மெல்ல மெல்ல சீரானது. ஆனால் இடது கண்ணில் பார்வை திரும்பவே இல்லை. அறுவைச் சிகிச்சை மருத்துவராக வேண்டும் என்று முகிழ்த்திருந்த அவரது பெருவிருப்பத்தினை இந்த நிகழ்வு அழித்துவிட்டது.

1850 ஆகஸ்டில் அவரது இடது கண் அகற்றப்பட்டு அந்த இடத்தில் கண்ணாடிக் கண் வைக்கப்பட்டது. மகத்தான கனவு மரணித்த தருணம் அது. இனி அவரால் அறுவைச் சிகிச்சை மருத்துவராக ஆகவே முடியாது. ஆனால், தைரியத்துடன் அவர் முன்னேறினார். அவரால் தொடர்ந்து மருத்துவராகச் செயல்பட முடியும்.

1850 இறுதியில், எலிசபெத் லண்டனுக்குத் திரும்பிச் சென்றார். மருத்துவத்தில் அனுபவம் பெறுவதற்காகச் செவிலியராக விரும்பிப் பெருமுயற்சி செய்தும், பெற்றோர்களால் முறியடிக் கப்பட்ட ஓர் இளம்பெண்ணை அங்கு அவர் சந்தித்தார். அவரது பெயர் பிளாரன்ஸ் நைட்டிங்கேல். உடல்நலம் பற்றிய புரட்சிகரமான

கருத்துகளை அவர் ஏற்றுக்கொள்ளவில்லை. அழுக்கு, குடி, உணவுப்பழக்கம், மனச்சோர்வு, வறட்சி, வடிகால்நீர் போன்றவை நோய்களுக்குக் காரணமாகின்றன என்று பிளாரன்ஸ் நம்பினார். அந்தக் காலகட்டத்தில் அறுவைச் சிகிச்சை மூலம் உறுப்புகளைத் துண்டித்து நீக்கும் முன்பும்கூட மருத்துவர்கள் தங்கள் கைகளைத் தூய்மை செய்து கொள்வதில்லை. இந்தக் கருத்தை அவர் தொடர்ச்சியாக எடுத்தியம்பி வந்ததோடு, சிறந்த மருத்துவ ஆரோக்கியப் பழக்கங்களை எலிசபெத் அதிகமாக எடுத்துரைத்தும் வந்தார்.

ஆரம்பத்தில் நண்பர்களாக இருந்தபோதிலும், இவர்களின் பாதைகள் விரைவில் மாறின. எலிசபெத் பற்றிய தனது கருத்துகளை மறைத்துக் கொள்ள நைட்டிங்கேல் மிகுந்த சிரமங்களை மேற்கொண்டு வந்தார். மனதளவில் அவரை இழிவாகக் கருதி வந்தார். அடிப்படையில் நைட்டிங்கேல் பெண் மருத்துவர்களுக்கு எதிரானவர். பெண் மருத்துவர்கள் இரண்டாம் தரமானவர்கள், சிறந்த செவிலியர்களாக இருப்பதற்கே அவர்கள் தகுதியானவர்கள் என்று நைட்டிங்கேல் நம்பி வந்தார். 1860இல் வெளிவந்த 'Notes on Nursing' என்ற தனது நூலில் மருத்துவராக விழைந்த எலிசபெத் போன்ற முன்னோடிகளை நைட்டிங்கேல் முரட்டுத்தனமாகக் குறை கூறியுள்ளார். அந்த நேரத்தில் புகழ்மிக்க முழக்கமாக இருந்த 'பெண்ணுரிமை' என்ற முழக்கத்தைப் பெண்கள் கைவிட வேண்டும் என்றும் அவர் வலியுறுத்தினார். இந்த முழக்கம் மருத்துவம் உட்பட பல்வேறு தொழில்களையும், ஆண்கள் செய்யக் கூடிய அனைத்தையும், பெண்களையும் செய்யத் தூண்டுகிறது. ஆண்கள் செய்யும் போது நாம் ஏன் செய்யக் கூடாது என்று நினைக்கச் செய்கிறது. பெண்கள் செய்ய வேண்டிய சிறப்பானதொரு செயல்தானா இது என்று நினைத்துப் பார்க்காமல் செயல்படத் தூண்டுகிறது. 'பெண்ணுக்குரியதாக உங்களிடம் இருக்கும் அழகான விஷயங்களை நீங்கள் செய்ய விரும்புவதில்லை. ஒரு பெண்ணாக இருப்பது எவ்வளவு அற்புதமானது!'[23] என்று நைட்டிங்கேல் வாதிட்டார்.

நைட்டிங்கேலும், மற்ற பெண்களும் நினைப்பதைப் பற்றி யெல்லாம் கவலைப்படாமல் எலிசபெத் தீவிரமாக முன்னோக்கிச் சென்றார். இந்தச் சமயத்தில், பெண் மருத்துவர்களுக்கு மிகச் சிறந்த வாய்ப்புகள் நியூயார்க்கில் கிடைக்கும் என்ற முடிவுக்கு எலிசபெத் வந்தார். அவர் நியூயார்க்குக்குத் திரும்பி வந்து அங்கு

வாடகைக்கு ஓர் இடத்தைத் தேடினார். அவருக்கு இடம் தர திரும்பத் திரும்ப மறுக்கப்பட்டது. அந்த நாட்களில், பெண் மருத்துவர்கள் கருக்கலைப்புச் செய்பவர்களாகப் பார்க்கப்பட்டனர். அதனால் அவர்கள் புறக்கணிப்புக்கு ஆளாயினர். இறுதியில் அவருக்கென்று ஓர் அறை கிடைத்த போது அவரிடம் மருத்துவம் பார்த்துக்கொள்ள ஒருவரும் முன்வரவில்லை. எனவே, சமயோசித சிந்தனை கொண்ட எலிசபெத் சமுதாயத்திற்குள் ஊடுருவிச் செல்வதற்கு வேறொரு வழியைக் கண்டறிந்தார். பெண்களின் உடல்நலம் பற்றிய உரைகளை அவர் வழங்கினார். இவை யாவும் பிறகு 'The Laws of Life with Special Reference to education of gilrls' என்ற நீண்ட தலைப்பில் நூலாக வெளியிடப்பட்டது.

இந்த உரைகளில் அவர் விளக்கிக் கூறியிருக்கும் கருத்துகள் வழக்கத்திற்கு மாறானவை. பெண்கள் ஓட்டப் பயிற்சி, சவாரி, நடனம், மலையேற்றம் போன்றவற்றை மேற்கொள்வதற்கு உற்சாகமளிக்கப்பட வேண்டும். அவர்களின் உடல் செயல்படும் விதம் பற்றிப் போதிக்கப்பட வேண்டும். அவர் உரையைக் கேட்டு அதன் கருத்துகளில் பரவசமடைந்தவர்களில் பெரும்பாலோனோர் போலி பெண் மருத்துவர்கள் தான். விரைவில் இவரிடம் நோயாளிகள் வர ஆரம்பித்தனர். முதலில் பெண்களும் குழந்தைகளும் வந்தனர். பிறகு ஆண்களும் வர ஆரம்பித்தனர்.

1854க்கும் 1874க்கும் இடைப்பட்ட காலத்தில் எலிசபெத் நம்பவியலாத பரபரப்புடன் செயல்பட்டு வந்தார். அனைத்து வகைப்பட்ட முன்னோடி நிறுவனங்களையும் உருவாக்கினார். அந்த 20 ஆண்டுகளில் மற்ற எந்தப் பெண் மருத்துவர்களைக் காட்டிலும் தொடர்ச்சியாகச் செயல்பட்டுக் கொண்டிருந்தார். அட்லாண்டிக் கடலின் குறுக்கிலும் நெடுகிலுமாக அவர் பயணம் செய்து வந்தார். அமெரிக்காவிலும், இங்கிலாந்திலும் அதிகமான பெண்களை மருத்துவத்துறைக்குக் கொண்டு வருவதற்காக இவர் உழைத்தார்.

1854இல் ஏழைப் பெண்கள், குழந்தைகளுக்கான நியூயார்க் மருத்துவமனையை இவர் தொடங்கினார். நகரத்தின் மிகவும் ஏழ்மையான வார்டுகளில் ஒன்றான 11ஆவது வார்டில் ஓர் அறையில் 10 பேர் வசித்து வந்த பகுதியில் இது அமைக்கப்பட்டது. அந்தப் பகுதியின் சுற்றுப்புறம் மிகவும் மோசமானது. தெருக்களில் பன்றிகள் அலைந்து திரியும். அருகிலுள்ள இறைச்சிக் கூடங்களிலிருந்து ரத்தம் பெருக்கெடுத்து ஓடும். துர்நாற்றம் வீசும் இந்தப் பகுதியில்

எலிசபெத் பொது சுகாதாரத்தைப் பற்றிச் சளைக்காமல் பேசுபவராக இருந்தார். அந்த நேரத்தில் இவரது சகோதரி எமிலி பிளாக்வெல்லும் மருத்துவராகப் பட்டம் பெற்றார்.

அதன் பின்னர் 1859இல் பிரிட்டிஷ் மருத்துவப் பதிவேட்டில் பதிவு செய்துகொண்ட முதலாவது பெண் மருத்துவராக எலிசபெத் ஆனார். இது ஒரு மாபெரும் வெற்றியாகும். பிரிட்டிஷ் தேசத்தின் ஒட்டுமொத்த பெண்களின் மீதும் பின்னாளில் இது செல்வாக்கு செலுத்தியது.

அமெரிக்க உள்நாட்டு யுத்தம் தொடங்கிய போது பிளாக்வெல் சகோதரிகள் பெண்கள் மட்டுமே பயிலக்கூடிய மருத்துவப் பள்ளியைத் தொடங்கும் நடவடிக்கையைத் தொடங்கியிருந்தனர். பிளாக்வெல் சகோதரிகள் இளம் வயது முதற்கொண்டே எப்போதுமே தீவிரமான அடிமைத்தன எதிர்ப்புப் போராளிகளாக இருந்து வந்தனர். காயம்பட்டவர்களுக்குச் சிகிச்சை செய்யும் பயிற்சி பெற்ற பெண் செவிலியர்களை உருவாக்குவதில் இவர்கள் உடனடியாக ஈடுபட்டனர். அந்த நாள்களில் இராணுவத்தில் ஆண் செவிலியர்கள் மட்டுமே இருந்தனர். உதவி தேவைப்படும் அவசரமான சமயங்களில் பயிற்சி பெற்றிராத திறமையற்ற படைவீரர்களே சிகிச்சையில் ஈடுபட்டு வந்தனர். பிளாரன்ஸ் நைட்டிங்கேலின் வெற்றிக்கும், புகழுக்கும் பிறகும் நற்குடியில் பிறந்த பெண்களுக்குச் செவிலியர் பணி பொருத்தமற்றதாகவே கருதப்பட்டு வந்தது.

ஆனால், உள்நாட்டுப் போர் இத்தகைய கருத்துகளைத் தகர்த்து விட்டது. எந்தப் பாலினத்தைச் சேர்ந்தவர்களாக இருந்தாலும் செவிலியர்கள் உடனடியாகத் தேவைப்பட்டனர். செவிலியர்களின் தேவையில் ஆர்வம் காட்டப்பட்ட போதிலும்கூட, பெண் மருத்துவர்கள் இன்னமும் ஏற்றுக் கொள்ளப்படவில்லை. இரு சகோதரிகளும் நியூயார்க்கில் இருந்தபடி செவிலியர்களுக்குப் பயிற்சி அளித்து வர கட்டாயப்படுத்தப்பட்ட போதிலும், இவர்களால் ஒரு போதும் முன்னணிக்கு வர இயலவில்லை. ஆனால் துப்புரவின் தேவையை மேம்படுத்த வேண்டியதன் அவசியத்தை உள்நாட்டுப் போர் உணர வைத்தது. தூய்மையாக இருத்தல், கைகளைக் கழுவுதல் ஆகியவற்றில் பிளாக்வெல் சகோதரிகளுக்கு வாழ்நாள் முழுவதும் ஆர்வம் நீடித்திருக்கும்படிச் செய்தது. படைவீரர்களுக்குத் தூய்மையற்ற மோசமான சூழல்களில் சிகிச்சை தரப்பட்டு வந்தது. அவர்கள் பெரும்பாலும் காயத்தினாலன்றி நோய்த் தொற்றுகளாலும்,

பாக்டீரியா நோய்கள் (டைபஸ்) ரத்தக்கழிசல், ரத்த பேதி, வயிற்றுக்கடுப்பு, வயிற்றுப்போக்கு போன்ற நோய்களாலுமே இறப்பைத் தழுவி வந்தனர்.

1865இல் போர் முடிவுற்ற போது பிளாக்வெல் சகோதரிகள், பெண்கள் மட்டுமே பயிலக்கூடிய கல்லூரிகள் தேவைப்படுவதை உணர்ந்தனர். 1868இல் பெண்கள் மருத்துவக்கல்லூரி அமைக்கப் பட்டது. எலிசபெத் தன்னைத் தானே சுகாதாரப் பேராசிரியராக நியமித்துக் கொண்டார். மருத்துவக்கல்லூரியின் தனித்துவமான ஒரு பதவி இது. மாணவிகள் ஆண்களைக் காட்டிலும் சிறப்பாக இருக்கவேண்டும் என்று எதிர்பார்க்கப்பட்டது. அவர்கள் மூன்றாண்டு காலத்திற்கு மருத்துவக் கல்வியைப் பெறுவார்கள். பிறகு இது நான்கு ஆண்டுகளாக அதிகரிக்கப்பட்டது. வழக்கமான இரண்டு ஆண்டுகள் அல்லாமல், மருத்துவம் பற்றிய ஆழமான அறிவுடன் இவர்கள் மருத்துவப் பயிற்சியையும் மேற்கொள்வார்கள். எலிசபெத் குறிப்பிடுவதைப் போல இவர்கள் வெறுமனே 'பரிவுணர்வை' மட்டுமே காட்டக் கூடியவர்களாக இருக்கமாட்டார்கள்.

பிளாக்வெல்ஸ் பள்ளியைப் பின்பற்ற பலருக்கும் உந்துதல் ஏற்பட்டது. 1874இல் எலிசபெத்தின் முன்னாள் மாணவர் சோபியா ஜெக்ஸ்-பிளேக் (Sophia Jex-Blake) என்பவரால் பெண்களுக்கான லண்டன் மருத்துவப்பள்ளி ஆரம்பிக்கப்பட்டது. எலிசபெத் அங்கு மருத்துவப் பாடங்களை நடத்தினார். தனக்கே உரிய கருத்துகளைக் கொண்டிருந்த வல்லமை மிக்க ஜெக்ஸ்-பிளேக்கிற்கும் இவருக்கும் இடையே முட்டல் மோதல்கள் இருந்து வந்தன. எலிசபெத் ஓய்வு பெற்றுக் கிராமப்புறத்தில் தங்கினார். அங்கிருந்தபடி பல நூல்களையும் கட்டுரைகளையும் எழுதி வந்தார். இளம் பெண் மருத்துவர்களுக்கு வழிகாட்டி வந்தார். சிறப்பான சுகாதாரம் பற்றிப் பிரச்சாரம் மேற்கொண்டு வந்தார். 1910ஆம் ஆண்டு வீட்டிலேயே இவர் அமைதியாக இறப்பைத் தழுவினார். இறுதிவரையிலும் சுதந்திரமான தன்னந்தனிப் பெண்ணாகவே இவர் வாழ்ந்து வந்தார்.

எலிசபெத் கேர்ரட் ஆண்டர்சன்: பிரிட்டிஷ் முதல் பெண் மருத்துவர்

எலிசபெத் பிளாக்வெல்லின் வெற்றி குறிப்பாக அட்லாண்டிக் பகுதி முழுவதிலும் அலை அலையான விளைவுகளை ஏற்படுத்தியது. பிரிட்டனில் ஓர் இளம்பெண் பிளாக்வெல்லின் சாதனைகளைப் படித்தார். அவரை அடியொற்றி முன்னேறுவதற்கான உபாயங்களைப் பற்றிச் சிந்திக்கத் தொடங்கினார்.

அச்சுறுத்தி வந்த பாரபட்சங்களை முந்தைய எலிசபெத்தினைப் போலவே எலிசபெத் கேர்ரட் ஆண்டர்சனும் (Elizabeth Garrett Anderson) கடந்து வர வேண்டியிருந்தது. கிழக்கு லண்டனில் உள்ள ஒயிட் சேப்பலில் இவர் பிறந்தார். நியூசன் கார்ரெட் என்ற பெயர் கொண்ட அடகு பிடிப்பவரின் 12 குழந்தைகளில் ஒருவராக இவர் பிறந்தார். பிளாக்வெல்லின் தந்தையைப் போலவே கேர்ரெட்டும் பரந்த கொள்கையுடைய தாராளவாத மனிதர் தான். பெண் கல்வியில் நம்பிக்கை கொண்டவராக இவர் இருந்தார்.

தொடக்க காலப் பெண்ணியவாதிகள் பலரையும் எலிசபெத்தும் அவரது சகோதரிகளும் சந்தித்திருந்தனர். பணிபுரியும் பெண்களால் இவர்கள் சூழப்பட்டிருந்தனர். பிறகு, முற்றிலும் தற்செயலாகத் தனது பிரிட்டன் பயணங்களில் ஒன்றின் போது எலிசபெத் பிளாக்வெல்லை 1859இல் இவர் சந்தித்தார். முக்கியத்துவம் வாய்ந்த அந்தச் சந்திப்பிற்குப் பிறகு, மருத்துவராக ஆகவேண்டும் என்று அவர் முடிவெடுத்தார். எலிசபெத் கேர்ரட் ஆண்டர்சனின் அடியெடுப்பு மிகச் சிறியது தான். ஆனால், இது பெண் மருத்துவர்களுக்கான மாபெரும் அடியெடுப்பாகும். இவருடைய முயற்சிகளின் விளைவாகத்தான் மருத்துவத் தொழிலின் வாசல் இங்கிலாந்துப் பெண்களுக்குத் திறந்துவிடப்பட்டது. அதன் பிறகு, இந்தியப் பெண்களுக்கும் வாய்ப்புகள் அமைந்தன.

ஆனால், தொடக்க காலத்தில் எலிசபெத்திற்கு எப்போதும் போலவே நுழைவு மறுக்கப்பட்டே வந்தது. இவர் மிடில்செக்ஸ் மருத்துவமனையில் செவிலியராக ஆறுமாத காலத்திற்குப் பணிபுரிந்தார். ஆனால், இவர் மருத்துவப்பள்ளியில் சேர்ந்து மருத்துவராகப் பயிற்சி பெறுவதற்கு ஆண் மாணவர்கள் மறுப்பு தெரிவித்து வந்தனர். தடைகளை எதிர்கொண்டு, ஒரு தனிப்பயிற்சி ஆசிரியரை இவர் நியமித்துக் கொண்டார். இறுதியில் வெறுப்பு கொண்ட ஆண்கள் அவரை மருத்துவமனையிலிருந்தும் வெளியேற்றிவிட்டனர். இவர் பிறகு ஆக்ஸ்போர்டு, கேம்பிரிட்ஜ், எடின்பெர்க் பல்கலைக்கழகங்களிலும், சிறந்த மருத்துவப் பள்ளிகளிலும் சேர்வதற்கு விண்ணப்பித்தார். அனைத்துமே நிராகரிக்கப்பட்டன.

ஆனால் எலிசபெத் வழக்கத்திற்கு மாறாகச் சிந்திப்பதற்குக் கற்றிருந்தார். சுற்றி வளைத்துச் செல்லும் தந்திர வழியொன்றை அவர் கண்டறிந்தார். அவர் ஒரு மருந்தாளுநராக ஆனார். அந்தச் சமயத்தில்

பெண்கள் தேர்வு எழுதுவதற்கு மருந்தாளுநர் சங்கம் தடை எதுவும் விதித்திருக்கவில்லை. எனவே அவர் அதை எழுதினார். அந்த நாட்களில் மருந்தாளுநர் படிப்பு, மருத்துவப் படிப்பை விடவும் குறைவான மதிப்புடையதாக இருந்தாலும் மருத்துவம் செய்வதற்கு மருந்தாளுநர்கள் அனுமதிக்கப்பட்டிருந்தனர்.

எலிசபெத் மருத்துவராகப் பணிசெய்வதற்கான உரிமத்தைப் பெற்றார். ஒரு ஆண்டுக்குப் பிறகு மருத்துவர்களின் பதிவேட்டில் இவரது பெயரும் இடம்பெற்றது. பிரிட்டனில் இப்படித் தகுதி பெற்ற முதல் பெண் இவர்தான். ஆனால், எலிசபெத்திற்குப் பட்டயம் வழங்கப்பட்ட உடனேயே, மருந்தாளுநர் சங்கம் தனது விதிமுறைகளை மாற்றியமைத்துவிட்டது. இத்தகைய கல்லூரிகள் எதுவும் பிறகு பெண்களைச் சேர்த்துக் கொள்ளவில்லை. இதன் காரணமாக அடுத்த 12 ஆண்டு காலத்திற்கு எந்தப் பெண்ணும் மருத்துவர்களின் பதிவேட்டில் இடம் பெற முடியவில்லை.

தன்னுடைய தந்தையாரின் ஆதரவுடன் எலிசபெத் பெண் குழந்தைகளுக்கான ஒரு மருத்துவமனையை லண்டனில் ஆரம்பித்தார். ஆரம்பத்தில் யாருமே அங்கு வரவில்லை. காலரா நோய் பரவத் தொடங்கியபோது, ஆண் மருத்துவர்களிடம் கூட்டம் நிரம்பி வழிந்தது. மருத்துவரைப் பார்க்க முடியாது என்று திருப்பி அனுப்பப்பட்டவர்கள் இவரிடம் வந்தனர். முதல் ஆண்டில் 3000 நோயாளிகளுக்கு இவர் சிகிச்சையளித்தார்.

மருந்தாளுநர் படிப்போடு எலிசபெத் நிறைவு காணவில்லை. பிரஞ்சு தேசத்துப் பல்கலைக்கழகங்களில் பெண்கள் சேர்த்துக் கொள்ளப்படுவதைப் பற்றி அறிந்துகொண்டு, இன்னும் மேம்பட்ட மன உறுதியோடு அவர் பிரஞ்சு மொழியைத் தானாகவே கற்றுக்கொண்டார். 1870இல் சோர்போர்ன் பல்கலைக்கழகத்திலிருந்து மருத்துவப் பட்டம் பெற்றார். பிரஞ்சு தேசத்தில் மருத்துவப்பட்டம் பெற்ற முதலாவது பெண் இவர்தான்.

இவருக்குத் திருமணமாகியிருந்தது. கணவர் ஜேம்ஸ் ஆண்டர்சன் தொழில் செய்து வந்தார். இவரது மனைவியின் மருத்துவத் தொழில் வாழ்விற்கும் உதவியாக இருந்து வந்தார். மிக நீண்ட மகிழ்வான மணவாழ்க்கையை இருவரும் அனுபவித்தனர். இவர்களுக்கு மூன்று குழந்தைகள் பிறந்தனர். ஒரு குழந்தை இறந்துவிட்டது. குடும்பப் பெண்கள் பணிக்குச் செல்வதற்கு ஆதரவாக அவர்களின் உரிமைக்காகத் தீவிரமாகக் குரல்கொடுத்து வந்தார்.

1872 வாக்கில் எலிசபெத் இங்கிலாந்திற்குத் திரும்பியிருந்தார். பெண் மருத்துவர்களை நோக்கி பொதுமக்கள் அதிகமாக வர ஆரம்பித்திருந்தனர். பிளாக்வெல்லின் வருகையும், மற்ற பெண் மருத்துவர்கள் தொழிலை உறுதியாகக் கைப்பற்றிக் கொண்டதும் இதற்குக் காரணங்களாகும். எலிசபெத்தின் மருந்தகம் பெண்கள், குழந்தைகளுக்கான புதிய மருத்துவமனையாக மறுபெயரிடப்பட்டது. மகப்பேறியல் சிறப்பு மருத்துவ வசதி அங்குக் கிடைத்தது. இவருக்குக் கூடுதல் மகிழ்ச்சியை அளிக்கும் வகையில் இவரது வழிகாட்டியாகத் திகழ்ந்த எலிசபெத் பிளாக்வெல் அங்கு ஆசிரியராக வந்து சேர்ந்து பாடங்களை நடத்தத் தொடங்கினார்.

பிறகு 1874இல் பிளாக்வெல்லுடன் சேர்ந்து சோபியா ஜெக்ஸ்-பிளேக்கும், மற்ற பெண் மருத்துவர்களும் பெண்களுக்கான 'London School of Medicine – LSM' என்ற கல்லூரியை உருவாக்கினர். பெண்களுக்கு மருத்துவப் பயிற்சி அளிக்கும் ஒரே ஒரு மருத்துவ மனையாக அந்தச் சமயத்தில் அது இருந்தது. ருக்மணிபாய் ராவத் உட்பட இந்தியப் பெண்கள் பலருக்கும் பயிற்சியளித்த இடமாக அது திகழ்ந்தது.

LSM தொடங்கப்பட்ட போது, எலிசபெத் கேர்ரட் ஆண்டர்சன் தனி உரை நிகழ்த்தினார். புரட்சிகரமான அவரது சிந்தனைகளை வெளிப்படுத்திய சிறப்பான உரையாகும் அது. பெண்களுக்குச் சிகிச்சையளிப்பதற்காக மிகச் சிறந்த தெரிவு பெண் மருத்துவர்கள் தான் என்று பெண் மருத்துவர்கள் பலரையும் போல எலிசபெத் நம்பவில்லை. அவருடைய உரையில், 'பெண்களின் உடல் நோய்களைப் பெண்களே நன்றாகப் புரிந்துகொள்ளமுடியும் என்று அடிக்கடி சொல்லப்படுகிறது. இதில் ஒரு பகுதி தான் உண்மை இருக்கிறது. அது முழுமையான கூற்றல்ல என்பதே எனது கருத்தாகும். மருத்துவம் பயின்ற பெண்களே இதில் நம்பிக்கை வைப்பது விரும்பத்தக்கதல்ல.' என்று கூறியிருந்தார். 'உதாரணமாக, மனிதர்களை விடவும் ஒரு நாயோ குதிரையோ மிகச் சிறந்த கால்நடை மருத்துவராக இருக்க முடியும் என்று யாரும் கூற மாட்டார்கள். பெண் மருத்துவர்கள் தங்களின் அறிவினாலும், புத்திசாலித்தனத்தினாலும் ஒரு நோயைப் பற்றித் தெரிந்துகொள்ள முடிகிறதே தவிர, நோயாளியிடம் அவருக்கு இருக்கும் மாய மந்திரம் சார்ந்த அனுதாபத்தினால் அல்ல' என்று அவர் வாதிட்டார்.[24]

பெண் மருத்துவர்கள் குடும்பத்தையும் வேலையையும் சமாளிப்பது பற்றி வழக்கத்திற்கு மாறான கருத்துகளைக்

கொண்டவராக இவர் இருந்தார். பணிபுரியும் தாய் என்ற விதத்தில், ஆண்களைப் போல அவ்வளவு அதிகமான பணிச்சுமையை பெண்களால் ஏற்றுக்கொள்ள இயலாது. பெண்களுக்குக் குடும்பப் பொறுப்புகள் அதிகமாக இருக்கின்றன. அதோடுகூட பணிபுரிவது முக்கியமற்றது என்றும் அவர்கள் நினைக்கின்றனர். எவ்வளவு வேலை பார்க்கிறோம் என்பதை விடவும், எவ்வளவு தரமாக மருத்துவம் பார்க்கிறோம் என்பதே புகழைச் சேர்க்கும் என்று அவர் வாதிட்டார்.[25]

1876இல் இவரும் இவரது சக பெண் மருத்துவர்களும் பொறுமையுடன் காத்திருந்த அந்த வெற்றித் தருணமும் வந்தது. இங்கிலாந்து மருத்துவச் சட்டம் பல்கலைக்கழகங்களில் பெண்களை அனுமதித்தது. ஆனால், கட்டாயம் என்று கூறவில்லை. மாபெரும் போராட்டம் நிறைவு பெற்றது.

எலிசபெத் கேர்ரட் ஆண்டர்சென் 1917 டிசம்பர் 17 அன்று இறந்தார். அமைதியான அதே சமயம் பிரமிக்க வைக்கும் ஒரு சாதனை வாழ்க்கையை அவர் வாழ்ந்திருந்தார். அவருக்கே உரிய எளிமையான விவேகமான முறையில் ஒரு தலைமுறைப் பெண்கள் மருத்துவராவதற்கு அவர் துணையாக இருந்தார்.

த எடின்பெர்க் செவன்: பல ஆண்டுகள் படித்த பின்னரும் பட்டம் மறுக்கப்பட்ட பெண்கள்.

2019 ஏப்ரலில் எடின்பெர்க் பல்கலைக்கழகம் 150 ஆண்டு கால கொடும் அநீதியைச் சரி செய்தது. ஒரு வழியாகத் தனது முதலாவது பெண் மாணவிகளுக்குப் பட்டங்களை அது வழங்கியது.

1869இல் படித்த பெண் மருத்துவ மாணவிகள் பிரிட்டிஷ் பல்கலைக்கழகங்களில் படித்த முதல் மாணவியராக இருந்தனர். இவர்கள் எடின்பெர்க் பல்கலைக்கழகத்தில் படிக்கத் தொடங்கி யிருந்தார்கள். இவர்கள் எழுவரில் சோபியா ஜேக்ஸ்-பிளேக் (*Sophia Jex-Blake*), எடித் பீச்சே (*Edith Pechey*), இசபெல் த்ரோன் (*Isabel Throne*), மட்டில்டா சாப்ளின் (*Matelda Chaplin*), ஹெலன் எவன்ஸ் (*Helan Evans*), எமிலி போவெல் (*Emily Bovell*), மேரி ஆண்டர்சன் (*Mary Anderson*) ஆகியோர் அடங்குவர். இவர்கள் அனைவரும் எடின்பெர்க் எழுவர் என்று அறியப்படுகின்றனர். இந்தப் பெண்கள் மூன்றாண்டு காலம் படித்துத் தேர்வுகளில் சிறப்பாகத் தேர்ச்சி பெற்ற போதிலும் பட்டம் வழங்குவதற்கு இரக்கமில்லாமல் மறுத்துவிட்டனர்.

இன்று இவர்களின் பெயர்கள் பொறிக்கப்பட்டுப் அந்தப் பல்கலைக்கழகத்தில் வைக்கப்பட்டிருக்கும் பலகை இந்த எழுவருக்கும் நேர்ந்தது அவமதிப்புதான் என்பதை ஒப்புக்கொள் கிறது. தவறான எண்ணத்தையும், பாகுபாட்டையும் வெற்றி கண்டிருக்கும் அவர்களின் தைரியத்தை நினைவூட்டுகிறது. எடின்பெர்க் எழுவரின் கதை இரண்டு எலிசபெத்துகள் – எலிசபெத் பிளாக்வெல், எலிசபெத் கேர்ரெட் ஆண்டர்சன் ஆகியோர் உரு வாக்கித் தந்திருக்கும் முன்னுதாரணத்திற்குப் பிறகும்கூட, பொறாமை குணம் கொண்ட மாணவர்கள் தொடர்ச்சியாக உருவாக்கிய தடை களைப் பெண் மருத்துவ மாணவியர் எப்படி எதிர்கொண்டு வந்தார்கள் என்பதற்குப் பொருத்தமான உதாரணமாகும்.

'The Scotsman' இதழில் சோஃபியா ஜெக்ஸ் பிளேக் ஒரு விளம்பரத்தை வெளியிட்ட பிறகு, எடின்பெர்க் எழுவர் ஒன்றாகக் கூடினார்கள். ஜெக்ஸ்-பிளேக் சுடர் விடுகின்ற உறுதிபடைத்த பெண்மணியாவார். 'கடினமானவர்' என்ற முத்திரை பிற்காலத்தில் இவருக்குக் குத்தப்பட்டது. அதை அவர் பெருமையாக ஏற்றுக்கொண்டார். இவர் விக்டோரிய சகாப்தத்தின் தொடக்கத்தின் போது, பழமையை விரும்பும் அன்பான குடும்பத்தில் 1840ஆம் ஆண்டு பிறந்தார்.. ஆரம்ப கால விக்டோரிய சகாப்தத்தைச் சேர்ந்த பெண்கள் வீட்டிலேயே இருக்க வேண்டும். திருமணம் செய்து கொண்டு குழந்தைகளை நல்லவிதமாக வளர்த்து வரவேண்டும் என்று எதிர்பார்க்கப்பட்டது. ஆனால் ஜெக்ஸ்-பிளேக் ஒரு கலகக்காரராக இருந்தார். பள்ளிகளில் கூறப்பட்ட பெண் குழந்தைகளுக்கான நடத்தை நெறிமுறைகளை அவர் அப்படியே ஏற்க மறுத்தார். இவருடைய பெற்றோர் அளித்திருக்கும் குழந்தைப் பருவ நிகழ்வுக் குறிப்புகளும், கடிதங்களும் இவர் 'தன்னிச்சையானவர்', 'கொந்தளிக்கக் கூடியவர்', 'தைரியமிக்கவர்' என்றே காட்டுகின்றன. இவருடைய பள்ளி நண்பர்களும் துணிச்சல் மிக்க இவரால் மிரட்டப்பட்டனர். 'சோபி நிச்சயமாக அதீதமான புத்திசாலி, ஆனால் அது அவருக்கே தெரிந்திருந்தது தான் துரதிர்ஷ்டவசமாகப் போய்விட்டது. ஒவ்வொரு சந்தர்ப்பத்திலும் அதனை வெளிப்படுத்திக்கொண்டே இருப்பார்' என்று அவரது நண்பர் ஒருவர் எழுதியிருக்கிறார். 'இவர் தன்னுடைய கருத்துகளின் மீது மிகுந்த விருப்பம் உடையவர்' என்று இன்னொருவர் மலினமாகக் குறிப்பிடுகிறார்.[26]

இந்தப் பெண்ணைக் கையாள இவருடைய பெற்றோர் மிகுந்த சிரமப்பட்டனர். அவள் வாழ்ந்து வந்த காலகட்டத்தைத் விஞ்சியவளாக அவள் இருந்தாள். குவீன்ஸ் கல்லூரியில் படிப்பதற்குத் தனது பெற்றோர் ஒப்புக்கொள்ளும்படி இவர் செய்துவிட்டார். அடுத்த இரண்டு மாதங்களில், புத்திசாலித்தனம் கொண்ட ஜெக்ஸ்-பிளேக் அந்தக் கல்லூரியில் பகுதி நேர கணிதப் பயிற்றுநராகப் பணிபுரியுமாறு கேட்டுக்கொள்ளப்பட்டார். அது மிகப்பெரிய கௌரவமாகும். ஆனால், வேலை பார்த்து ஊதியம் பெறுவதற்கு அவரது தந்தை அவளை அனுமதிக்கவில்லை. விக்டோரியன் காலத்துப் பெண்கள், அவர்கள் புத்திசாலிகளாக இருந்தாலும்கூட ஊதியம் பெற்றுக் கொண்டு வேலை பார்ப்பதில்லை. ஆண்களின் ஆதரவில்தான் பெண்கள் இருந்து வந்தனர்.

இவரது தந்தை எழுதிய அன்பான அதே சமயம் நிந்திக்கக்கூடிய கடிதங்கள் பாதுகாப்பு உணர்வுடன் கூடிய தனது பெற்றோருக்கு எதிரானதாகவும், ஜெக்ஸ் பிளேக்கின் போராட்டத்தைக் குறிப்பாகவும், சமூகத்தைப் பொதுவாகவும் குறிப்பிடுகின்றன. ‘அன்பான’ என்று ஆரம்பித்துத் தந்தை எழுதிய கடிதத்தில் ‘பயன் தரக்கூடிய’ ‘கௌரவமான’ இந்தப் பணியை நீ ஏற்றுக் கொண்டால் நான் மிகவும் மகிழ்ச்சி அடைவேன். ஆனால், அந்த வேலைக்காக ஊதியம் பெற்றுக்கொள்வது அனைத்தையுமே முழுவதுமாகப் புரட்டிப் போட்டதைப் போல ஆகிவிடும். அநேகமாக அனைவரின் பார்வையிலும் உனது மதிப்பு தாழ்ந்துவிடும்’ என்று எழுதப்பட்டிருந்தது. தனது ஆர்வத்தைச் சுட்டிக்காட்டி இதயப்பூர்வமானதாக, உருக்கமானதாக சோபியாவின் பதில் எழுதப்பட்டிருந்தது. ‘நான் ஆசிரியப் பணிக்கு மிகவும் பொருத்தமானவள் என்று நம்புகிறேன்’ என்று அவர் எழுதியிருந்தார். ‘வேலைக்காக ஊதியம் பெற்றுக்கொள்வது உரிமையின் பாற்பட்டதும் இயற்கையானதுமாகும்’. ஒரு மணி நேர வகுப்புக்கு 5 ஷில்லிங்குகள் என்ற தொகையை நான் பெற்றுக்கொள்ளப்போகிறேன். ‘நான் ஏன் அதைப் பெற்றுக்கொள்ளக்கூடாது? ஒரு ஆண் மகனாக நீங்கள் உங்களது வேலையைச் செய்துவிட்டு ஊதியம் பெறுகிறீர்கள். அதனை யாருமே எந்த விதத்திலும் கௌரவக் குறைவானதாகக் கருதவில்லை. உரிமை, மரியாதை தொடர்பான விதிகளை எனது பெண்பாலினம் மட்டும் எப்படி மாற்றியமைத்துவிடும்?’ ஊதியம் பெறுபவரின் நேர்மை, குறிப்பாக நியாயமான பெருமிதம் ஆகியவை பற்றி சோபியா குறிப்பிட்டு எழுதியிருந்தார். ‘அதனை ஏன் நான்

இழக்க வேண்டும்?' என்று அவர் வினவியிருந்தார். ஊதியமாகக் கிடைக்கக்கூடியத் தொகையைத் தான் அனுப்பிவைப்பதாகவும், பின்னாளில் திருமணம் செய்துகொள்ளும் போது ஏராளமான செல்வங்களை அளிப்பதாகவும் கூறி அவரது அப்பா பதில் எழுதியிருந்தார்.[27] பணம் தருவதாகச் சொல்லித் தந்தை காட்டிய சலுகையை ஏற்க அவர் மறுத்துவிட்டார். தொடர்ச்சியான பல கடிதங்களுக்குப் பிறகு தனது போராட்டத்தில் சோர்வடைந்து, ஊதியம் எதுவும் பெறப் போவதில்லை என்று ஒப்புக்கொண்டு விட்டார். பணிக்கான ஊதியத்தை எதிர்காலத்தில் பெற்றுக்கொள்ளும் உரிமையை அவள் தக்க வைத்துக்கொண்டாள்.

அடுத்த சில ஆண்டுகள் சோஃபியாவுக்குக் குழப்பமான காலமாக இருந்தன. அவர் புத்திசாலித்தனமானவர். முன்னோக்கிச் செல்லும் உந்துதல் கொண்டவர். தொடக்கத்தில் ஆசிரியராவதற்கு அவர் விரும்பினார். அந்தக் காலத்துப் பெண்கள் பெரிதும் ஏற்றுக்கொண்ட தொழில் அது. பெண்களின் கல்வி பற்றி அறிந்துகொள்வதற்காக போஸ்டன் சென்றார். அங்குச் சொற்ப எண்ணிக்கையில் இருந்த, ஆனால் எண்ணிக்கையில் அதிகரித்த வண்ணம் இருந்த பெண் மருத்துவர்களை அவர் சந்தித்த போது மருத்துவக்கல்வி பயிலும் எண்ணம் அவரது மனதில் பதிந்தது. ஹார்வேர்டு மருத்துவப்பள்ளிக்கு அவர் விண்ணப்பித்தார். ஆனால், அங்கு அவர் நிராகரிக்கப்பட்டார். அடுத்த மூன்று ஆண்டுகளுக்கு மீண்டும் மீண்டும் அங்கு சேர முயற்சித்தார். அவர்கள் உறுதியாக மறுத்து வந்தனர். பிளாக்வெல் சகோதரிகளை சோஃபியா சந்தித்தார். அவர்கள் இவருக்கு உதவுவதாக உறுதியளித்தனர். அந்த வகையில் எதுவும் நடப்பதற்கு முன்பாகவே அவருடைய தந்தையார் இறந்துவிட்டார். திக்கற்ற நிலையில் அவர் இங்கிலாந்துக்குத் திரும்பி வந்தார்.

திரும்பி வந்ததும் எடின்பெர்க் பல்கலைக்கழகத்திற்கு விண்ணப் பித்தார். இவரது விண்ணப்பத்தை அங்கிருக்கும் நான்கு அமைப்புகளும் ஏற்றாக வேண்டும். மூன்று அமைப்புகள் ஒப்புக் கொண்டன. நான்காவது அமைப்பு ஒரே ஒரு பெண்ணுக்காகத் தற்காலிக ஏற்பாடுகளைச் செய்வது மிகவும் கடினமானது என்ற சாதாரண ஒரு காரணத்தைக் கூறி நிராகரித்துவிட்டது. அவர் மிகுந்த ஏமாற்றமடைந்தார். பொது வெளியில் வாய் திறந்து அவர் எதுவும் கூறாமல் இருந்தார். ஆனால், தனிப்பட்ட முறையில் அவர் தனது நண்பருக்கு எழுதினார். 'இது வழக்கத்திற்கு மாறானதாகவும்

மிகவும் கடினமானதாகவும் இருக்கிறது... முடிவற்றுத் தொடரும் வகையில் ஒவ்வொரு மனிதரிடமும் வாதிட்டுக்கொண்டே இருப்பது ஏராளமான சக்தியை உறிஞ்சிவிடுகிறது.[28] ஆனால், அவரது நிலைமைக்கு இரங்கக் கூடியவர்களும் இருந்தனர். அவர்களில் பலர் கல்லூரியில் வேலை பார்த்து வந்த ஆண் பேராசிரியர்கள்.

சோஃபியாவுக்காக மிகவும் ஆற்றலுடன் வாதிடுவதற்காக விரைவில் ஒருவர் முன் வந்தார்: '*The Scotsman*' என்பது மிகவும் செல்வாக்கு மிகுந்த பத்திரிகை. அதே நேரத்தில் சமுதாயத்தில் நலிவடைந்த பிரிவினருக்கு ஆதரவளிக்கக் கூடியதாகவும் அந்த இதழ் இருந்தது.

அடுத்த சில ஆண்டுகள் சோஃபியாவுக்குக் குழப்பமான காலமாக இருந்தன. அவர் புத்திசாலி, செயல்துடிப்பு மிக்கவர், அந்த நாளில் மிகவும் பழமையான பாணியிலான இதழாக அது இருந்து வந்தது. அந்த நாளில் பழமைவாதக் கருத்தாக இருந்த ஸ்காட்டிஷ் விழுமியங்களை ஆதரித்து அடிக்கடி எழுதிவந்தது. தனக்கு உவப்பான விஷயங்களில் மட்டுமே மூழ்கியிருக்கும் அந்த இதழின் தன்மையைப் பற்றிக் கூறும் போது, ஸ்காட்டிஷ் மருத்துவரும், எழுத்தாளருமான மாக்ரெட் டோட் (*Margaret Todd*) இப்படிக் கேலியாகக் குறிப்பிட்டார்: 'வடதுருவம் கண்டுபிடிக்கப்பட்ட போது, அங்கு ஒரு ஸ்காட்டிஷ் ஆசாமி உட்கார்ந்திருப்பது கண்ணில் பட்டது என்று எழுதக்கூடிய இதழ் அது என்று அந்த நாளில் பேசப்பட்டது. தன் பெயரை வெளியிட்டிருக்கும் அந்தச் செய்தித்தாளை வடதுருவத்தில் இருந்த அந்த மனிதர் ஆர்வத்துடன் படித்துக்கொண்டிருந்தார் என்று நாம் இப்போது சேர்த்துக் கொள்ள வேண்டும்' என்று அவர் குறிப்பிட்டிருந்தார். இவருடைய பிரச்சாரம் பற்றி எழுதுவதற்கு '*The Scotsman*' இதழ் முடிவு செய்த போது, உண்மையான மாற்றத்தை ஏற்படுத்தும் காரணியாக சோஃபியாவுக்கு அது தெரிந்தது. இதனிடையே, பல்கலைக்கழகங்களுக்குத் தன்னுடன் சேர்ந்து விண்ணப்பிக்குமாறு மற்ற பெண்களையும் கேட்டுக்கொள்ளும் விளம்பரத்தைச் செய்தித்தாளில் வெளியிடுமாறு அவருடைய ஆதரவாளர்கள் அவரை வலியுறுத்தினார்.

ஆறு பெண்கள் விண்ணப்பிக்க முன்வந்தனர்: இசபெல் த்ரோன், எடித் பீச்சே, மேர் ஆண்டர்சன், எமிலி போவல், மட்டில்டா சாப்ளின், ஹெலன் ஈவன்ஸ் ஆகியோர் அவர்கள். இவர்களில் பெரும்பாலான பெண்கள் மிதமான போக்கு உடையவர்களாகவும்,

தன்னிகழ்வு கொண்டவர்களாகவும், அவர்கள் எப்படி இருக்க வேண்டுமென்று போதிக்கப்பட்டிருந்தார்களோ அப்படியே இருப்பவர்களாகவும் இருந்தனர். 'வெற்றியை உறுதிப்படுத்துவதற்கு மிதமான திறன்கள், மிக அதிகமான விடாமுயற்சி ஆகியவற்றைக் காட்டிலும் வேறெதுவும் அதிகமாகத் தேவைப்படுவதாக நீங்கள் நினைக்கிறீர்களா? படிக்கும் பாடத்தின் மீதிருக்கும் ஆர்வத்தினால் இவையும் முக்கியமானவை என்று உரிமை கொண்டாடலாம் என்று நான் நம்புகிறேன். இந்தப் பாடங்களில் இப்போது எனக்கு இருக்கும் முழுமையான அறிவு பற்றிக் கூறும்போது, பெரும்பாலானவற்றில் குறைபாடு உடையவளாக இருப்பதாகவே நான் அச்சப்படுகிறேன்.'[29] என்று சோஃபியாவுக்கு எடித் எழுதினார், இப்படி அதைரியத்தை வெளிப்படுத்தியிருந்த எடித், பின்னர் கல்லூரியில் வேதியியலில் முதல் மதிப்பெண் பெற்றார். அதன் பின்பு சில ஆண்டுகளுக்குப் பிறகு மும்பையில் மேடம் காமா மருத்துவமனையில் தலைமை மருத்துவ அதிகாரியாக ஆனார். வழிகாட்டியாக இருந்து ஒரு தலைமுறை இந்தியப் பெண்களை உருவாக்கினார்.

அக்டோபர் 1869இல் அந்தப் பெண்கள் மெட்ரிகுலேஷன் தேர்வு எழுதினார்கள். இந்தத் தேர்வு எழுதுவதற்கு ஆங்கிலம், லத்தீன், கணிதம் உட்பட பிற பாடங்களில் தேர்ச்சி பெற்றிருக்க வேண்டும். அந்தத் தேர்வு இரண்டு பகுதிகளாக நடத்தப்படும். 1869 அக்டோபர் 19ஆம் நாள் தேர்வெழுதிய 152 தேர்வர்களில் ஐந்து பேர் பெண்கள். மிக அதிகமாக மதிப்பெண் பெற்ற முதல் ஏழு பேர்களில் நான்கு பேர் பெண்கள். 1869 நவம்பர் வாக்கில் எடின்பெர்க் பல்கலைக்கழகம் பெண்களைச் சேர்த்துக்கொள்ளும் முதலாவது பிரிட்டிஷ் பல்கலைக்கழகம் என்றானது.

ஆண்களுக்கும், பெண்களுக்கும் தனித்தனியாக வகுப்புகள் நடத்தப்பட்டன. வகுப்பில் பெண்கள் எண்ணிக்கை குறைவாக இருக்கும் என்பதால், அவர்கள் அதிகமான கல்விக்கட்டணத்தைச் செலுத்த வேண்டியிருந்தது. ஆனால் அனைவரும் அதே பாடத்தைத்தான் படித்தனர். அதே விதிமுறைகளைத்தான் பின்பற்றினர். மகிழ்ச்சி பொங்கும் விதத்தில், சோஃபியா தனது நண்பருக்கு ஒரு கடிதம் எழுதினார். 'பெண்களுக்குக் கல்வியில் வழியமைத்துத் தந்திருக்கும் முதலாவது பிரிட்டிஷ் பல்கலைக் கழகத்தில் சேர்வது ஒரு மாபெரும் காரியம் தானே, இல்லையா?'[30]

ஆனால் இந்த வெற்றி நீடிக்கவில்லை. வேதியியல், இயற்பியல் ஆகிய இரண்டு பாடங்களிலும் முதல் மதிப்பெண் பெற்றதற்காக புத்திசாலிப் பெண்ணான எடித் பீச்சே ஹோப் 1870 மார்ச்சில் உதவித் தொகையை வென்றார். ஆண் ஆசிரியர்கள் வெறுப்பும் கோபமும் கொள்வதற்கு இவருடைய சாதனை வழிவகுத்தது. செல்வாக்கு மிகுந்த ராபர்ட் கிறிஸ்டி, பெண்களுக்கு எதிரான பிரச்சாரத்தை, முன்னின்று நடத்தினார். பெண்கள் மருத்துவம் பயில்வதைக் கடுமையாக எதிர்த்து வந்தவர் இவர். புத்திசாலிப் பெண்களுடன் போட்டி போட வேண்டி வந்ததால், மாணவர்கள் ஊக்கம் குன்றிப் போய்விடுகின்றனர் என்று கிறிஸ்டியன் கருதினார். இவரது எண்ணம் மற்ற ஆசிரியர்களின் மீது ஏற்படுத்தியிருந்த தாக்கத்தின் காரணமாக, ஆண் மாணவர்களுக்கு நடத்தப்படும் வேதியியல் வகுப்புகளில் எடித் வந்து கலந்து கொள்ளவில்லை என்ற அற்பக் காரணத்தைக் கூறி அந்த உதவித்தொகை மறுக்கப்பட்டது.

எடித்துக்கு ஆதரவாக அனைவரும் குரல் கொடுத்தனர். புகழ்பெற்ற பத்திரிகைகளில் கணிசமான பரிதாபத்தை வெளிப்படுத்தினர். அதன் காரணமாக ஆண்களுடன் சேர்ந்து பெண்களும் படிப்பதற்கு அனுமதிக்கலாமா என்ற விவாதம் எழுந்தது. இருப்பினும், பெண்கள் இயல்பிலேயே தாதியாராக இருக்கவே தகுதியானவர்கள் என்று கிறிஸ்டிசன்னும், அவரது ஆதரவாளர்களும் வாதிட்டனர். ஏழு பெண்களுக்கும் எதிரான மனக்கசப்பு அதிகரித்துக்கொண்டே சென்றது. 1870 கோடைக் காலத்தில் ஆண் மாணவர்கள் மாணவிகளைக் கேலி பேசி இகழ்ச்சி செய்தனர். அவர்கள் வரும் போது கதவுகளை அடைத்தனர். சாதாரணமாக உடனடியாக கோபப்படாத எடித், பொதுவெளியில் தன்னை எப்படி 'வேசி' என்று அழைத்தார்கள் என்பதை பற்றி எழுதினார்.[31] மற்ற நாடுகளில் மருத்துவம் பயிலும் பெண்களும் இத்தகைய பட்டப் பெயரைக் கொண்டு அழைக்கப்பட்டனர். பெண்ணை அடக்கி அவளுக்குரிய இடத்தில் நிறுத்துவதற்கு இது எளிதான வழியாக இருந்தது.

தலைமைப் பொறுப்பிலிருந்த ஒருவரிடம் 1870 நவம்பரில் பிரச்சினை சென்றது. அறுவைச் சிகிச்சையாளர் மன்றக் கலவரம் என்று அது அழைக்கப்பட்டது. இது பற்றி சோஃபியா எழுதுகிறார்: 'பல்கலைக்கழக நுழைவாயிலில் நாங்கள் நுழைவது தெரிந்தவுடன் எங்களுக்கு முன்னால் ஒரு பெரும் கூட்டம் பாதையை அடைத்தபடி செல்வதைக் கண்டோம். அந்தக் கூட்டத்தில் எங்களுடன் பயிலும் மாணவர்களும் இருந்தனர். சில இளம் மாணவர்கள் நாங்கள்

உள்ளே நுழைவதைத் தடுப்பதற்காகக் கதவுகளை மூடினர். அவர்கள் புகைபிடித்துக் கொண்டும் விஸ்கி பாட்டிலைக் கைகளில் பற்றிக் கொண்டும் நின்றிருந்தனர். எங்களை மோசமான வார்த்தைகளைப் பயன்படுத்தித் திட்டியபடி இருந்தனர்.'32

துணிச்சலான ஒரு மாணவன் கதவை இழுத்துத் திறந்தான். மாணவிகள் உடனடியாக உள்ளே நுழைந்தனர். உடற்கூறியல் வகுப்பறைக்குள் தேர்வெழுதச் சென்றுவிட்டனர். உடனடியாகக் கலவரக்காரர்கள் ஒரு செம்மறி ஆட்டை வளாகத்திற்குள் தள்ளி விட்டனர். மாணவிகளை ஆதரிக்கும் மருத்துவர் ஒருவர் 'அது இங்கேயே இருக்கட்டும்' என்று கூறினார். 'தன்னை உள்ளே அனுப்பியவர்களை விடவும் கூடுதலான புத்திக்கூர்மை கொண்டதாக அந்த ஆடு இருக்கிறது' என்றார். மாணவிகள் வெளியே செல்லும் போதும், அடுத்த சில நாட்களுக்கும் திடகாத்திரமான சில ஆண் மாணவர்கள் மெய்க்காவலர்கள் போல கையில் தடியுடன் வந்து பாதுகாப்பு அளித்தனர்.

இருப்பினும், இத்தகைய ஒரு சில மாணவர்களின் ஆதரவையும் மீறி, பெண்களுக்குப் பட்டமளிக்கக் கூடாது என்று கூறும் இயக்கமும் அங்கு நடந்து வந்தது.

சோஃபியாவின் வகுப்பறையிலிருந்த மணியடிக்க உதவும் கயிறு ஐந்து முறை ஈரத்தில் நனைந்து காணப்பட்டது. வகுப்பறைக் கதவில் ஒரு பட்டாசு வைக்கப்பட்டிருந்தது. 'எவ்வளவு முடியுமோ அவ்வளவு அசிங்கமாக எழுதப்பட்ட மொட்டைக் கடிதங்கள் எங்களில் பலருக்கும் வந்தன. இப்படியெல்லாம் செய்யக்கூடாது என்று காவலர்கள் உறுதிபடக் கூறிய போதிலும் மாணவர்கள் எங்களை வழி மறித்து எங்களைப் பற்றிக் கேவலமாகக் கத்தியதும், எங்களுக்குப் புரியும் என்று தெரிந்திருந்தும், உடற்கூறுப் பதங்களைப் பயன்படுத்தியதும் தான் உச்சக்கட்ட காட்சியாகும். 33

இதனிடையே பல்கலைக்கழகத்தின் பல பகுதிகளுக்கும் செல்ல முடியாமல் மாணவிகள் தடுக்கப்பட்டனர். 1871 பிப்ரவரி மாதத்தில் வெளியான த எடின்பெர்க் பல்கலைக்கழக இதழில் (The Edinburgh University Magazine) வெளிவந்த 'மருத்துவக் கல்வியில் பெண்கள்' என்ற ஒரு கட்டுரை மருத்துவம் பயிலும் பெண்கள் சீடர்களைப் போல இருக்க வேண்டும், காயங்களைக் கழுவி மருந்து வைப்பவர்களாகவும், பதிவேடுகளில் எழுதுபவர்களாகவும் சேவை புரிய வேண்டும் என்று பரிந்துரை செய்திருந்தது. அந்தக் கட்டுரை இப்படி முடிந்திருந்தது. ஆண்களுடன் போட்டி போட்டுக்

கொண்டு பெண்களும் மருத்துவராவது முன்னேற்றத்திற்கான அறிகுறியாக இருக்கவியலாது, மாறாக நாகரிகத்தின் சிதைவாகவே இருக்கும் என்ற தற்காப்பினைக் கருதி எங்களின் உறுதியான நம்பிக்கையை முன்வைக்கிறோம்.[34]

1873 வாக்கில் இந்தப் பெண்கள் தோற்றுப் போயிருந்தனர். படிப்பை முடித்திருந்தாலும்கூட பெண்களுக்குப் பட்டம் வழங்க மறுப்பு தெரிவிக்கும் பல்கலைக்கழகத்தின் உரிமைக்கு மாவட்ட நீதிமன்றம் ஆதரவு தெரிவித்தது. படிப்பில் சேர்வதற்கு இவர்களை ஒருபோதும் அனுமதித்திருக்கவே கூடாது. இதுவே முதல் தவறு என்று நீதிமன்றம் தீர்ப்பளித்திருந்தது. இதன் காரணமாக பல்கலைக்கழகம் அதன் கடமைப் பொறுப்புகள் அனைத்திலிருந்தும் விடுவிக்கப்பட்டிருந்தது. அந்தப் பெண்கள் தங்கள் வாழ்க்கையில் மூன்று ஆண்டுகளை வீணாக்கிவிட்டிருந்தனர்.

ஆனால் சோஃபியா எப்போதும் போலவே வேறொரு திட்டத்தைக் கைவசம் வைத்திருந்தார். ஒரு ஆண்டு காலத்திற்குள்ளாகவே பெண்களுக்கான லண்டன் மருத்துவப்பள்ளியை 1874இல் இவர் ஆரம்பித்துவிட்டார். பாதிக்கப்பட்ட எழுவரும் சேர்ந்து எலிசபெத் கேர்ரட் ஆண்டர்சன், வலிமைமிக்க பிளாக்வெல் சகோதரிகள், இசபெல் தோர்னே ஆகியோருடன் இணைந்து இதனைச் சாதித்திருந்தனர். இந்தப் பள்ளியை நடத்துவதற்கான நிதியை ஆளுக்கு 100 பவுண்டு வீதம் 13 பேர் கொடுத்திருந்தனர். தோட்டத்துடன் கூடிய சுமாரான ஒரு வாடகை வீட்டிற்கு 1874ஆம் ஆண்டில் 1300 பவுண்டு பணம் போதுமானதாக இருந்தது. தெருக்கள் தோறும் சோர்வின்றி அலைந்து ஹென்றிட்டா தெருவில் அந்த இடத்தை சோபியா பிடித்திருந்தார்.

லண்டன் மருத்துவப் பள்ளியில் 19 மாணவியர் இருந்தனர். இதுதான் உலகிலேயே பெண்களுக்கான முதலாவது மருத்துவப் பள்ளியாகும். புதிதாகச் சிறகு முளைத்துப் பறந்த இந்தப் பள்ளிக்கு வந்த முதலாவது சிக்கல் அது வழங்கும் பட்டங்கள் ஏற்புடையவையல்ல என்பதுதான். 1876 வாக்கில் முதலாவது அணியைச் சேர்ந்த மாணவிகள் பட்டப்படிப்பை முடிக்கும் நேரத்தில் அவர்களின் மனநிலை இருள் நிறைந்ததாகவே இருந்தது. இசபெல் தோர்னே விவரிப்பதைப் போல, 'பெண்கள் தங்களின் இலக்குகளை எட்டுவதிலிருந்து வெகு தொலைவில் நின்றுகொண்டிருந்தார்கள்'. ஆனால், எடின்பெர்க் எழுவர் எதற்காக நீண்ட காலம் கடினமாகப் போராடினார்களோ, அது

இறுதியில் 1876இல் நிறைவேறியது. பாலின வேறுபாடு இன்றி தகுதியுள்ள விண்ணப்பதாரர்கள் அனைவருக்கும் மருத்துவராகப் பணிபுரியும் உரிமத்தை வழங்குவதற்கு அனைத்து மருத்துவ அதிகார அமைப்புகளுக்கும் இங்கிலாந்து மருத்துவச் சட்டம் அனுமதியளித்தது. அதன் பிறகு குறுகிய காலத்தில் இந்தப் பள்ளி ராயல் இலவச மருத்துவமனையுடன் ஒப்பந்தம் செய்து கொண்டது. அங்கு மருத்துவமனைப் பயிற்சிக் கல்வி கிடைக்கப் பெற்றது. இருப்பினும், கல்மனத்தோடு இருந்து வந்த எடின்பெர்க் பல்கலைக்கழகம் பெண்களைச் சேர்த்துக் கொள்வதற்கு அதன் பிறகு 16 ஆண்டுகளாயின.

எழுவரில் சோபியா உட்பட ஐவர் 1870இன் பிற்பகுதியில் எம். டி. பட்டம் பெற்றனர்.

லண்டன் மருத்துவப் பள்ளிக்கும் பெண்கள் படையெடுத்தனர். ருக்மாபாய் ராவத் இங்கு பயின்ற முதலாவது இந்தியப் பெண்மணியாவார். அதன் பிறகு குறிப்பிடத்தகுந்த ஜெருஷா ஜிராடு *(Jerusha Jhirad)* உட்பட பல பெண்கள் அங்குப் படித்தனர்.

சோஃபியா இறந்து 77 ஆண்டுகளுக்குப் பிறகு 2019ஆம் ஆண்டில் எடின்பெர்க் பல்கலைக்கழகம் அவருக்குப் பட்டமளித்தது. இந்தப் பட்டத்தை சோஃபியாவின் சார்பாக சிம்ரன் பியா *(Simran Piya)* என்ற நேபாளி மாணவி பெற்றுக்கொண்டார். இந்த எழுவரைப் பற்றித் தெரிந்து கொள்ளும் முன்பாகவே மருத்துவம் படிக்க வேண்டுமென்ற முடிவில் உறுதியாக இருந்த இவருக்கு மருத்துவக்கல்வி பயிலும் வாய்ப்பு எளிதாகக் கிடைத்துவிட்டது. எழுவரைப் பற்றி அறிந்துகொண்ட போது, மருத்துவம் பயில்வதற்கான வாய்ப்பிற்காகப் பெண்கள் எவ்வளவு போராடியிருக்கின்றனர் என்பதைப் புரிந்துகொள்வதற்கு அது வகை செய்தது.

எழுவர் பற்றிய தகவல்கள் தொடர்ந்து எதிரொலித்த வண்ணமே இருக்கின்றன. பியா கூறுகிறார்: ‘இதய நோயியல் துறைகள் போன்ற துறைகளில் சிறப்பான முன்மாதிரியானவராக இருப்பதன் மூலமும், உள்ளடங்கிய பகுதிகளில் கல்வியில் பாலினப் பாகுபாடு இன்னமும் பிரச்சினைக்குரிய ஒன்றாக இருக்கும் நேபாளம் போன்ற நாடுகளில் தன்னார்வத்துடன் செயல்படுவதன் மூலமும் எடின்பெர்க் எழுவர் நிறுவிச் சென்றிருக்கும் மரபை முன்னோக்கி எடுத்துச் செல்ல முடியும் அவர்களின் பெருமுயற்சிகள் நிறைவேறப் பாடுபடமுடியும் என்று நான் நம்புகிறேன்.’[35]

இயல் – 2

நல்ல மனைவி
ஆனந்திபாய் ஜோஷி

'மலர்ந்திருக்கும் ரோஜாவை'ப் போன்று வாழ்க்கை தோன்றி மறையும் தன்மை கொண்டதா? ஒருவர் இன்னொருவரை ஏன் சார்ந்திருகக வேண்டும்? ஒவ்வொருவரும் இன்னொரு மனிதனின் தோள்களில் ஏறிச் சவாரி செய்ய முடியாது, தனது கால்களைக் கொண்டுதான் பயணிக்கவேண்டும்.'

13 வயது பெண், 30 வயதுடைய தனது கணவனால் அடித்துத் துன்புறுத்தப்பட்டாள். 1878இல் இந்தியாவில் இது ஒன்றும் அதிசயமல்ல. அந்தக் காலத்தில் கணவனின் வார்த்தைகளே சட்ட மாகக் கருதப்பட்டு வந்தன. கணவன் அவளை அடித்ததற்கான காரணம்தான் அதிசயமாகத் தெரிந்தது. படிக்கிற வேலையை விட்டுவிட்டு அந்தப் பெண் சமையல் வேலையைச் செய்து கொண்டிருந்தாள் என்பது கணவருக்கு ஆத்திரமூட்டியிருந்தது. வாழ்க்கை வரலாற்றாசிரியர் ஒருவர் குறிப்பிடுவதைப் போல, 'அக்கம் பக்கத்தினர் ஆவலுடன் பார்த்தனர். சமைக்கவில்லை என்பதற்காகத்தான் கணவன்மார்கள் மனைவியரை அடிப்பார்கள் – ஆனால் படிக்க வேண்டிய நேரத்தில் சமையல் வேலை செய்துகொண்டிருந்ததற்காகக் கணவன் அடித்தான் என்று யாருமே அப்போது கேள்விப்பட்டதில்லை.[36]

அந்தப் பெண் ஆனந்திஜோஷி. 21 வயதில் இந்தியாவின் முதல் பெண் மருத்துவராக உருவானவர். அச்சமூட்டும் கருநிற காலாபாணி நீர்ப்பரப்பைக் கடந்து பென்சில்வேனியாவில் (இப்போது டிரக்செல் பல்கலைக்கழகம் - Drexel University) உள்ள பெண்கள் மருத்துவக் கல்லூரியில் படிக்கச் சென்றவர் அவர். அந்தக் காலத்தில் பெரும்பாலான இந்துப் பெண்கள் வீட்டிற்கு வெளியே கூட சென்றதில்லை. கட்டுப்படுத்தும் கணவனைப் பிரிந்து, சாதியிலிருந்து ஒதுக்கி வைக்கப்படும் ஆபத்தையும் எதிர்கொண்டு, தன்னந்தனியாக

அவர் இதனைச் சாதித்தார். கிறிஸ்தவ மதத்திற்கு மாறும்படி தரப்பட்ட கடுமையான அழுத்தங்களுக்கு அவர் ஈடு கொடுத்தார். பெண்களுக்கு உயர்கல்வி அளித்து வந்த கல்வி நிறுவனங்களை கிறிஸ்தவ அமைப்புகள் தலைமை தாங்கி நடத்திவந்தன. இவை அனைத்தையும் செய்வதற்கு அவர் கடுமையான விலை கொடுக்க வேண்டிவந்தது.

ஆண்கள் ஆதிக்கம் செலுத்தும் தந்தைவழிச் சமூக அமைப்பிற்கும், பெண் விடுதலைக்கும் இடையே இறுகக் கட்டப்பட்டிருந்த ஆபத்து நிறைந்த கயிற்றின் மீது ஆனந்திபாய் நடக்க வேண்டியிருந்தது, பச்சோந்தியைப் போன்ற இவருடைய பண்பு அவரைக் கவனித்து வந்தவர்களையும், வாழ்க்கை வரலாற்றாசிரியர்களையும் குழப்பமடையச் செய்தது. அமெரிக்கப் பெண்ணிய எழுத்தாளரும், சீர்திருத்தவாதியுமான கரோலின் வெல்ஸ் ஹீலிடால் (*Caroline Wells Healy Dall*) கீழ்த்திசையின் குமுறல்களுடன் கூடிய விரிவான வாழ்க்கை வரலாற்றை 1888இல் எழுதினார். ஆனந்திபாயைச் சிலர் அவரது கணவர் கோபால்ராவ் ஜோஷியின் கைப்பாவையாகப் பார்த்தனர். வேறு சிலர் தனக்கான பாதையைத் தானே வடிவமைத்துக்கொண்ட நுண்ணறிவுமிக்க புத்திசாலிப் பெண்ணாக அவரது கடிதங்களின் மூலம் கண்டு கொண்டனர். உண்மை இவ்விரண்டுக்கும் இடையில் எங்கோ ஓரிடத்தில் இருந்தது.

'எனது நெஞ்சத்தின் மகிழ்ச்சி'

1865 மார்ச் 31 அன்று ஆனந்திபாய் பிறந்தார். ஒன்பது பிள்ளைகள் பிறந்திருந்த குடும்பத்தில் இவர் ஐந்தாவது பிள்ளை. புனேயின் பகுதியாக முன்பு இருந்த கல்யாணில் பிராமணக் குடும்பத்தில் பிறந்த இவருக்கு வைக்கப்பட்ட பெயர் யமுனா. 'குழந்தையின் எதிர்காலம் பற்றி யாருமே சந்தேகித்திராத பொன்னிறமான குட்டிக் குழந்தை' என்று ஹீலி டால் இவரை வர்ணித்திருந்தார்.[37]

ஆனந்திபாய்க்கு மகிழ்ச்சியான குழந்தைப் பருவம் அமையவில்லை. அவருடைய தாயார் கங்காபாய் பழிச்சொல் பேசுகிற சர்வாதிகாரி போன்ற பெண்ணாக இருந்தார். 'என்னுடைய அம்மா என்னிடம் ஒருபோதும் அன்பாகப் பேசியதே இல்லை; என்னைத் தண்டிக்கும் போதெல்லாம் சிறு கயிற்றையோ சிறிய வாரையோ பயன்படுத்தியதில்லை, எப்போதும் கற்கள், குச்சிகள், எரியும் அடுப்புக்கரி போன்றவற்றையே பயன்படுத்துவார். உண்மையாகவே அவர் ஒரு தாயின் கடமைகளைப் புரிந்திருக்கவில்லை, ஒரு

குழந்தை தனது தாயிடம் இயற்கையாக உணரும் அன்பையும் கூட நான் அனுபவித்ததில்லை. இந்த நினைவுகள் என்னைப் பெரிதும் பாதித்திருந்தன' என்று ஆனந்திபாய் எழுதியிருக்கிறார்.[38]

இத்தகைய கொடுமையான குழந்தைப் பருவத்தை அனுபவித்திருந்த யமுனா தனது கணவனிடமிருந்து அன்பை, ஆதரவை, வழிகாட்டுதலை எதிர்பார்த்தது இயல்பானதுதான். யமுனாவுக்கு ஒன்பது வயதில் மண முடிக்கப்பட்டது. மனைவியை இழந்த 26 வயதுடைய ஆடவன் தான் கணவன். 'எனது நெஞ்சத்தின் மகிழ்ச்சி' என்று பொருள்படும் வகையில் ஆனந்திபாய் என்று அவரது பெயர் மாற்றப்பட்டது. மணப் பெண்ணுக்கும் மாப்பிள்ளைக்கும் இடையில் வயதில் மிக அதிகமான இடைவெளி இருப்பது அந்தக் காலத்தில் பொதுவான ஒன்றுதான். முழுவதுமாக வளர்ந்து நிற்கும் ஒருவனிடம் – ஏற்கனவே ஒரு மனைவி இருக்கும் ஒருவனிடம்கூட மணமுடித்து வைப்பது முற்றிலும் ஏற்றுக்கொள்ளக்கூடிய வழக்கமாக அப்போது இருந்துவந்தது. அது அதிர்ஷ்டம் நிறைந்ததாகவும் கருதப்பட்டது.

இவருடைய வாழ்க்கையில் ஆதிக்கம் செலுத்தி அதை வடிவமைக்க வந்த மனிதரின் பெயர் கோபால் விநாயக் ஜோஷி. இவர் அஞ்சல் துறையில் எழுத்தராக இருந்தார். பெண்கள் கல்வி கற்க வேண்டும் என்பதில் இவருக்கு ஆர்வம் இருந்தது – இதில் அவர் பேரார்வம் உடையவராக இருந்தார் என்று இவரை அறிந்த எவரும் கூறுவர். முயற்சிகள் செய்தும் தோல்வி கண்டு தன்னால் எதையும் சாதிக்க இயலாது போன நிலையில் இருந்த இவர், ஆனந்திபாயை கல்வி கற்க வைத்து, அவரைப் பயன்படுத்தி, அதன் மூலம் மதிப்பையும் புகழையும் பெறவேண்டும் என்று நினைத்தார்.

ஆனந்திபாய் அமெரிக்காவில் இருந்த போது, கணவர் கோபால் ராவுக்கு எண்ணற்ற கடிதங்களை எழுதியிருந்தார். ஆனந்தி பாயைப் பற்றித் தெரிந்து கொள்வதற்கு அந்தக் கடிதங்கள் தான் துணை செய்கின்றன. அந்தக் காலத்தில் பெண்கள் இப்படிக் கடிதம் எழுதுவதும்கூட மிகவும் விநோதமானதுதான். எழுத்தாளர், வரலாற்றாசிரியர் என்ற வகையில் மீரா கோசம்பி, 'கடிதம் எழுதுவது இந்தியாவின் தினசரி பழக்கவழக்கங்களில் ஒரு பகுதியாக இல்லாத ஒன்று. அதோடு கூட பெண் கல்வியும், பெண் எழுத்தறிவு பெறுவதும் கூட கடுகடுப்பையும், முகச்சுழிப்பையும் ஏற்படுத்திய காலத்தில் கடிதம் எழுதுவது கிட்டத்தட்ட சாத்தியமற்றதாகவே இருந்தது' என்று குறிப்பிடுகிறார். இவருடைய கடிதங்கள் பெரும்பாலும் மராத்தியும்

ஆங்கிலமும் கலந்த கலவையாக இருந்தன. இவருடைய காலத்தில் வாழ்ந்தவர்கள் அந்தக் கடிதங்களைப் பாதுகாத்து வைத்திருந்தனர். பெண் கல்வியின் மிகப் பெரிய ஆதரவாளரான மராத்திய எழுத்தாளர் காஷிபாய் கனிட்கர், எழுதவும் படிக்கவும் முற்பட்ட பெண்கள் எப்படியெல்லாம் அவமதிக்கப்பட்டனர் என்று தன்னுடைய சொந்த அனுபவத்திலிருந்து தெளிவாக விவரிக்கிறார். ஒரு பெண் காகிதத்தை எடுத்தால், ஏதோ தீங்கு செய்துவிட்டதைப் போல மூத்தவர்கள் உணர்வார்கள். மிகவும் வெட்கக் கேடான ஒன்றைச் செய்து விட்டதைப் போல நினைப்பார்கள். ஒரு பெண்ணுக்கு உறவினர்களிடமிருந்து கடிதம் வந்தால் குடும்பத்தினர் அனைவரும் அவமதிக்கப்பட்டதைப் போல உணர்வார்கள். ஒரு பெண்ணின் பெயர் பத்திரிகையில் வெளியானால், அவள் எழுதிய கட்டுரை பிரசுரமானால், பெண்கள் கூடியிருக்கும் இடத்தில் அவள் ஒரு சில வார்த்தைகளைத் தட்டுத்தடுமாறிப் பேசிவிட்டால், குடும்பத்தின் கௌரவத்தைக் கெடுத்துவிட்டதாக மாபெரும் குற்றச்சாட்டு அவள் மீது சுமத்தப்படுவது நிச்சயம்.[39]

இந்தியா முழுவதும் பெண்கள் உடமைப் பொருளாக நடத்தப் பட்ட போது, ஒரு மாற்றம் நிகழத் தொடங்கியது. மிகப்பரந்த அளவிலான ஒரு சீர்திருத்த இயக்கம் தொடங்கியது. தொடக்கத்தில் இந்தியாவில் பரவிவந்த மேற்கத்தியக் கல்வியினால் அது ஊக்கம்பெற்றது, ஆனால், இந்தியச் சீர்த்திருத்தவாதிகள் விரைவில் தங்களின் பாரம்பரியத்தைப் பற்றிய கேள்விகளை எழுப்பவும், அவற்றைப் பகுத்தாராயவும் தொடங்கிவிட்டனர். சீர்த்திருத்த இயக்கம் குறிப்பாக மகாராஷ்டிராவில் வலிமையுடன் இருந்தது. எம். ஜி. ராணடே, ஆர்.ஜி. பந்தார்கர், ஜி.ஜி. அகர்கர் போன்ற முற்போக்கான சிந்தனை உடையவர்கள் விதவைத் திருமணம், பெண் கல்வி ஆகியவற்றுக்கு ஆதரவாகப் பேசத் தொடங்கியிருந்தனர். 1848 வாக்கில் சாதி மறுப்புத் திருமணம் செய்திருந்த தம்பதியினரான ஜோதிராவும், சாவித்திரி புலேயும் பழமைவாத பிராமணர்களின் வலுவான எதிர்ப்புகள், வசவுகளையும் மீறி புனேயில் ஒரு பள்ளியை ஆரம்பித்திருந்தனர்.

மேற்கத்திய நாடுகளின் தொடர்புகள் இங்கு ஏற்படுத்தியிருந்த செல்வாக்கினால், பல சீர்த்திருத்தவாதிகள் தங்கள் மனைவியர் கல்வி கற்க வேண்டும் என்று விரும்பினர். இதன் காரணமாக மகாராஷ்டிராவில் முற்போக்கான தம்பதியர் பலர் உருவாயினர். மனைவியரிடம் தயக்கம் தென்பட்ட போது கணவன்மார்கள்

இனிமையாகப் பேசி அவர்களை ஒப்புக்கொள்ள வைத்தனர். சீர்த்திருத்தக்காரரான எம்.ஜி. ராணடேவின் முதல் மனைவி இறந்த பிறகு, அவர் ஒரு விதவையை மறுமணம் செய்துகொள்ள விரும்பினார். ஆனால் 11 வ்யது ரமாபாயைத் திருமணம் செய்து கொள்ளுமாறு குடும்பத்தினரால் கட்டாயப்படுத்தப்பட்டார். ஜோதிராவ் புலே சாவித்திரிபாயைப் படிக்க வைத்ததைப் போல - அந்த குழந்தைப் பெண்ணைக் கல்விகற்க வைக்க ராணடே முற்பட்டார். ரமாபாய் வளர்ச்சி கண்டு தன் திறமையினால் வல்லமை மிகுந்த கல்வியாளராக வெளிப்பட்டார். இருவரும் சேர்ந்து ஹுசுர்பகா (*Huzurpaga*) பெண்கள் உயர்நிலைப் பள்ளியை உருவாக்கினர். அந்தப் பள்ளி இன்றும்கூட செயல்பட்டுவருகிறது.

இந்தச் சீர்த்திருத்தத் தம்பதியரின் செல்வாக்கு கோபால்ராவுக்கும் இருந்திருக்க வேண்டும். ஆனந்திபாயைப் படிக்க வைக்க வேண்டும் என்ற அவரது பெருவிருப்பத்தின் மூலம் அது வெளிப்படுகிறது. ஆனால் மனைவிக்குக் கல்வி அளிப்பது இரு பக்கமும் கூர்மையுடன் இருக்கும் கத்தியைப் போன்றது. சீர்த்திருத்தக்காரர்கள் பலரும் தங்களது மனைவியர் தங்களின் திறமையால் எதிர்பாராத வெற்றிகளைக் கண்டபோது அதிர்ச்சியடைந்தனர். எழுத்தாளரும், மொழிபெயர்ப்பாளருமான அபன் முகர்ஜி குறிப்பிடுவதைப் போல, சீர்த்திருத்தம் என்பது ஆண்கள் ஆதிக்கம் செலுத்தும் செயல்திட்டமாகும், இதில் பெண்களின் பேச்சுக்கான மதிப்பு மிகக் குறைவாகவே இருக்கும். ‘சீர்த்திருத்தக்காரர்கள் பலரும் தாங்கள் எடுத்துரைத்த சீர்த்திருத்தத்தின் வெளிப்பாடு பற்றி மிகவும் அதிகமான முரண்பட்ட மனப்பான்மை உடையவர்களாகவே இருந்தனர். ஆழப் பதிந்துவிட்ட இத்தகைய பாதுகாப்பற்ற உணர்வும் பதற்றமும் ஆனந்திபாயின் கணவர் கோபால்ராவ் ஜோஷி போன்ற பல சீர்த்திருத்தக்காரர்களை வழிநடத்தி வந்திருக்கிறது. சீர்த்திருத்தத்திலிருந்து பின்வாங்கியோ அல்லது பழமைக்கும் சீர்த்திருத்தங்களுக்கும் இடையே ஊசலாடியோதான் பெண் கல்வி, விதவைத்திருமணம் ஆகியவற்றை ஒரு சமயத்தில் பிரச்சாரம் செய்தும், அதன்பிறகு குழந்தைத் திருமணத்தைப் போற்றியும்தான் சீர்த்திருத்தக்காரர்கள் செயல்பட்டு வந்திருக்கின்றனர்.[40]

கிழக்கு நாடுகளிலும் மேற்கு நாடுகளிலும் உள்ள மிகச் சிறந்த வற்றை ஒன்றுகலக்கும் முயற்சி கோபால்ராவ், ஆனந்திபாய் இருவருக்குமே கடினமாகத்தான் இருந்திருக்கிறது. கோபால்ராவ் பழிச்சொல் பேசித் தகாத வகையில் நடந்துகொள்ளக்கூடியவராக

இருந்தார். குழந்தை ஆனந்திபாயை அடிக்கடி அவர் மிகவும் கடுமையாக அடித்திருக்கிறார். உடலெங்கும் சிராய்ப்பு ஏற்படும் அளவுக்கு அடித்திருக்கிறார். ஆனந்திபாய் பிறகு இதயத்தைப் பிழியும் கடிதங்களை அவருக்கு எழுதியிருக்கிறார். இந்து பழக்கங்களையும், பெண் விடுதலையையும் சமன்செய்வது எவ்வளவு கடினமானது என்பதை அவை வெளிப்படுத்துகின்றன.

நீங்கள் என்னை நடத்தியவிதம் நல்லதா கெட்டதா என்று முடிவுசெய்வது கடினமானதாக இருக்கிறது. என்னைக் கேட்டால், இரண்டுமே தான் என்று சொல்வேன். இறுதியில் அடைய வேண்டிய இலக்கு என்ற பார்வையில் பார்த்தால் நான் நடத்தப்படும் விதம் சரியானதுதான் என்று தோன்றுகிறது. ஆனால், குழந்தையின் மனதில் ஏற்படக்கூடிய விளைவுகளை அறிந்து நடுநிலையாக நியாயத்தின் பக்கம் நின்று பார்க்கும்போது, இது தவறானது என்று ஒப்புக்கொள்ளும் நிர்ப்பந்தம் உருவாகிறது. பத்து வயதுப் பெண்ணாக இருந்த என்னை உடைந்த விறகுக்கட்டைகளை எடுத்து அடித்தபோது, நாற்காலியைத் தூக்கி என்மீது வீசிய போது, புத்தகங்களை என்மீது விசிறியடித்து உன்னை விட்டு விட்டுப் போய்விடுவேன் என்று மிரட்டிய போது, எனக்கு 14 வயதாக இருந்த போது எனக்கு விநோதமான மற்ற பிற தண்டனைகளைக் கொடுத்த போது – இவை அனைத்துமே ஒவ்வொரு வழியிலும் உடலுக்கும் மனதுக்கும் மிகவும் கடுமையானதாகத் தான் இருந்தது.

ஆனந்திபாய் ஒரு இந்து மனைவியாகத் தனக்கிருந்த மிகவும் குறைவான வாய்ப்புகளை அமைதியாக வெளிப்படுத்தினார்.

நீங்கள் சொல்வதைப் போல முதிர்ச்சி பெறாத இந்தச் சிறு வயதில் நான் உங்களை கைவிட்டுச் சென்றிருந்தால் என்ன நடந்திருக்கும்? (மாமியார் கொடுமையாலும், கணவன் கொடுமையாலும் பல பெண்கள் இப்படி வீட்டை விட்டு வெளியேறியிருந்தனர்.) நான் அப்படிச் செய்யவில்லை அதற்குக் காரணம் என்னுடைய அத்தகைய செயல் தவறானதாகக் கருதப்பட்டு எனது தந்தையின் கௌரவத்தைச் சிதைப்பதாக ஆகிவிடும்... என்னை உயிரோடு விட்டுவிட வேண்டாம், கொன்றுவிடுங்கள் என்று உங்களை நான் கேட்டுக்கொண்டேன். நம்முடைய சமூகத்தில் பற்பல

> நூற்றாண்டுகளாகக் கணவர்களுக்கும் மனைவியருக்கும் இடையே எந்தவிதமான சட்டப்பூர்வமான கட்டுப்பாடும் கிடையாது. அப்படியே இருந்தாலும் அது பெண்களுக்கு எதிராகத்தான் வேலை பார்க்கும். நிலைமை இப்படி இருக்கும்போது, நாற்காலியால் என்னைத் தாக்குவதற்கு உங்களை அனுமதிப்பதைத் தவிர, அதைச் சாந்தமாக ஏற்றுக்கொள்வதைத் தவிர எனக்கு வேறு வழியெதுவும் கிடையாது.
>
> ஓர் இந்துப் பெண்ணுக்கு ஒரு வார்த்தை பேசுவதற்குக்கூட உரிமையில்லை. தனது கணவனுக்கு ஆலோசனை கூறவும் அவளால் முடியாது. அதற்கு மாறாக, கணவன் செய்ய விரும்புவதையெல்லாம், செய்வதற்கு அனுமதித்து விட்டு அமைதியாக இருப்பதற்கான உரிமை தான் இருக்கிறது. ஒவ்வொரு இந்துக் கணவனும் தன் மனைவியிடமிருந்து பொறுமையைக் கற்றுக்கொள்ளமுடியும். அந்த அனுகூலம் இருக்கிறது. நீங்கள் இல்லாமல், நாம் இப்போதிருக்கும் நிலையை ஒரு போதும் அடைந்திருக்க இயலாது என்பதை நான் புரிந்து கொள்கிறேன். உங்களுக்கு நான் மிகவும் நன்றிக்கடன்பட்டவள், ஆனால், நான் எப்போதும் அமைதியானவளாகவே இருந்து வந்திருக்கிறேன் என்பதை உங்களால் மறுக்க முடியாது.[41]

1878இல் இவருக்கு 13 வயது இருக்கும் போது, ஒரு மகன் பிறந்தான். ஆனால் அந்தக் குழந்தை சரியான மருத்துவ வசதி கிடைக்காமல் இளம் பிராயத்திலேயே, பிறந்த 10 நாளில் இறந்து போனது. மருத்துவம் பயில்வதற்கான ஆனந்திபாயின் எஃகு போன்ற உறுதிக்கான காரணமாக இந்த நிகழ்வைப் பலரும் தெரிவிக்கின்றனர். நிச்சயமாக, அதன் பிறகு அவளுடைய உடல் நலம் சீர்கெட்டுப் போனது. எப்போதும் நோய்வாய்ப்படுபவளாக அவள் இருந்தாள். குழந்தை இறந்ததை கோபால்ராவ் அதன் போக்கில் எற்றுக்கொண்டுவிட்டார். ஆனால் குழந்தையாக இருந்த போதே மணப்பெண்ணாக ஆகியிருந்த இவளுக்கு, குழந்தையின் மரணம் ஆழமான தழும்பை ஏற்படுத்தியிருந்தது. ‘ஒரு குழந்தையின் மரணம் தகப்பனுக்குத் துன்பத்தைத் தருவதில்லை’ என்று அவள் கூறியதாகச் சொல்லப்படுகிறது. ஆனால் குழந்தையின் தாயோ குழந்தை இறப்பதை விரும்புவதில்லை.[42]

வெகுமதியும் தண்டனையும்

1875 வாக்கில் பிரிட்டனின் முதல் பெண் பட்டதாரிகள் பற்றிய செய்தி இந்தியாவிலும் பரவத் தொடங்கியது. இந்தச் செய்தி ஏற்படுத்திய தாக்கத்தின் காரணமாக ஆனந்திபாயைப் படிக்க வைப்பதென கோபால்ராவ் முடிவு செய்தார். அந்தச் சமயத்தில் அவர் மருத்துவராக வருவது பற்றிய பேச்சு எதுவும் இல்லை. சாதாரணமாக அடிப்படைக் கல்வியைப் பெறுவதும்கூட அவளுக்குக் கடினமானதாக இருந்தது.

கோபால்ராவ் கடைபிடித்த முறைகள் வெகுமதி அல்லது தண்டனை என்பதாகவே இருந்தன. தண்டனைதான் அதிகமாக வழங்கப்பட்டது. படிப்பதை விட்டுவிட்டு வீட்டு வேலையில் ஈடுபட்டால் ஆனந்திபாயைத் தாக்கும் அளவுக்கு கோபால்ராவ் ஆனந்திபாயின் கல்வியில் 'பேரார்வம்' கொண்டவராக இருந்தார். அன்றைக்கான பாடத்தைப் படித்து முடிக்காவிட்டால் அவருக்கு உணவும்கூட அவ்வப்போது மறுக்கப்பட்டது.

கோபால்ராவின் புரட்சிகரமான கருத்துகள் அவர் சார்ந்திருந்த சமூகத்திலும், இரண்டு குடும்பங்களிலும் திகைப்பை ஏற்படுத்தின. அந்தக் காலத்தில் கணவனும் மனைவியும் சேர்ந்து ஒன்றாக நேரத்தைக் கழிப்பது அடாத செயல். பகல் பொழுதுகளில் இருவரும் பேசிக்கொள்வதும்கூட ஆதரிக்கப்படுவதில்லை. கணவன் வேலை நிமித்தமாக வெளியில் சென்றிருக்கும் போது, மனைவி வீட்டில் மாமியாருடன் இருப்பார். அந்த வீட்டின் முழுக் கட்டுப்பாடும் கோபால்ராவிடம் இருந்ததால் அவர் ஆனந்திபாயைத் துணைக்கு அழைத்துக்கொள்வார். 'அலிபாக்கில்' இருவரும் நீண்டதூரம் நடந்து சென்று வருவார்கள். அக்கம்பக்கத்தில் இது பற்றி மிகப் பெரிய அவதூறு பேசப்படும். கோபால்ராவின் தந்தையும் இதனை எதிர்த்தார். கோபால்ராவ் எப்போதும் மரபு ஒழுக்கங்களுக்கு இணங்காதவராக நடந்து கொள்வதால் அவர் இதையெல்லாம் பொருட்படுத்துவதில்லை.

கோபால்ராவ் எப்போது என்ன பேசுவார் என்று யாருக்கும் தெரியாது. எதையாவது கடுமையாகச் சொல்லிவிடுவார். அவரது சொல்லை மீறி நடந்துகொள்வது ஆபத்தானதாக இருந்தது. பெண்களைப் படிக்க வைப்பது வெளிநபர்களுக்குக் கடிதம் எழுதவும், வேறொரு நபருடன் ஓடிப்போகவுமே வழிவகுக்கும் என்று ஆனந்திபாயின் தந்தையார் கண்பத்ராவ் கோபால்ராவை

எச்சரித்திருந்தார். என்ன பாடுபட்டாலும் பெண்களைப் பாதுகாத்து வரவேண்டிய தேவை இருக்கிறது என்று அவர் கூறினார். அதற்கு கோபால்ராவ், அப்படி எதுவும் நடந்தால் மனைவியை ஆதரிக்க வேண்டிய சுமையிலிருந்து எல்லா வழியிலும் எனக்கு விடுதலை கிடைத்துவிடும் என்று கடுமையாகப் பதிலளித்தார்.[43]

ஆனந்திபாய் பம்பாயில் மிஷனரி பள்ளியில் படித்தார். அந்தக் காலத்தில் பெண்களுக்கு ஊக்கமளித்து ஆதரவு கொடுத்த ஒரே பள்ளி அதுதான். ஆனந்திபாய்க்கு பைபிளைப் படிப்பதில் நாட்டமில்லை. ஆனால் கோபால்ராவ் கல்வி பெறுவதற்கான ஒரே வழி இதுதான் என்று சமாதானப்படுத்தி வந்தார். கோபால்ராவும் சமயப் பரப்புரை செய்யும் அமைப்புகளை வெறுத்தவர்தான். ஆனாலும் அவர் ஒரு யதார்த்தவாதி, அதனால் அவர்களுக்கு உகந்தவராக இருந்துகொண்டு மேலும் வாய்ப்புகளைப் பெறவே அவர் விரும்பினார்.

இந்துப் பெண்ணாக இருந்துகொண்டு பள்ளிக்கும் போகத் துணிந்ததற்காக ஆனந்திபாய் துன்புறுத்தப்பட்டார். தாராளவாதத் தலைநகராக இருக்கக்கூடிய வாய்ப்பிருந்த பம்பாயிலும்கூட இந்த நிலைமைதான் இருந்தது. அவரைக் கண்டு சிரிப்பதும், கிண்டல் செய்வதுமாகப் பலர் இருந்ததைப் பற்றிப் பின்னாளில் அவர் விவரித்திருந்தார். “சிலர் அதையும் தாண்டிச்சென்று வராந்தாவில் பெருமிதமாக அமர்ந்துகொண்டு கேலியான வார்த்தைகளைப் பேசினர், என்மீது கூழாங்கற்களை வீசினர், தங்களின் செயலுக்காக அவர்கள் நாணப்படவில்லை. கடைக்காரர்களும், வியாபாரிகளும் என் மீது காரி உமிழ்ந்தனர், விவரிக்க முடியாத அளவுக்கு அநாகரி கமான சைகைகளைக் காட்டினர்.”[44]

ஆனால் இத்தகைய சோதனைகள் ஆனந்திபாயை அவர் வயதுடைய பிற பிராமணப் பெண்களைக் காட்டிலும் உரம் வாய்ந்தவராக ஆக்கியிருந்தன. அவர் ஆங்கிலத்தில் சரளமாகப் பேசினார், சுதந்திரமாகச் செயல்பட்டு அந்தக் காலத்தில் பெண்களும் செய்யக்கூடும் என்று கனவிலும் கண்டிராத காரியங்களைச் செய்யக் கற்றுக்கொண்டார். தனியாகப் பயணம் செய்து பிறந்த வீட்டிற்குப் போய் வருவதற்கு கோபால்ராவ் அடிக்கடி அனுமதித்தார். பெண் களுக்குப் பாதுகாவலாக ஆண்கள் எங்கெங்கும் கூடவே சென்று வந்துகொண்டிருந்த அந்தக் காலத்தில் இது கேள்விப்பட்டிராத ஒரு விஷயமாக இருந்தது.

பிரிட்டிஷ் பெண்களும், ஆங்கிலோ - இந்தியப் பெண்களும் மருத்துவர்களாக வருவது பற்றிய செய்திகள் விரைவில் அவரது காது களை எட்டி வந்தன. ஆனந்திபாயும் அப்படியொரு மருத்துவராக வரவேண்டும் என்ற எண்ணத்தை அவர் உருவாக்கிக்கொண்டார். ஆனந்திபாயின் படிப்பிற்கான உதவிகளைப் பெறக்கூடிய ஒரே வழி, அவற்றை என்னதான் வெறுத்தாலும் மிஷனரிகளை அணுகுவதுதான் என்று அவர் புரிந்துகொண்டார். தான் அமெரிக்காவுக்கு வந்து தங்கிக் கொண்டு ஆனந்தியின் கல்விக்காக வேலை பார்க்க விரும்புவதாகவும், அதற்காக ஆதரவைக் கேட்டும் டாக்டர் ராயல் வில்டர் என்ற பிரபலமான அமெரிக்க மிஷனரிக்கு 1878இல் கடிதம் எழுதினார். 'ஒழுக்க நிலையிலும், ஆன்மீக நிலையிலும் நம்முடைய உயர்வுக்கு உதவுவதற்குப் பெண் கல்வியை விடவும் முக்கியமான வேறொன்றும் இல்லை' என்று கோபால்ராவ் வைராக் கியத்துடன் கூடிய கடிதத்தை எழுதினார். இந்தக் கடிதம் 'த மிஷனரி ரெவ்யூ' இதழில் வெளியானது. இந்தியப் பெண்கள் கல்வி கற்க வேண்டுமென்ற மிகப்பெரிய விவாதத்தை அது எழுப்பியது. இரு வரும் கிறிஸ்தவ மதத்திற்கு மாறினால் மட்டுமே தன்னால் உதவ முடியும் என்று வில்டர் கூறிவிட்டார்.

அதைச் செய்வதற்கு அவர்கள் முழுமையாக மறுத்துவிட்டனர். திறமை வாய்ந்த, ஒப்பீட்டு அளவில் முற்போக்கு எண்ணம் கொண்டவராக இருந்த ஜோஷிக்கும்கூட இது மிகவும் அதீதமான செயலாகப்பட்டது.

அந்தச் சமயத்தில் பெரும்பாலான மிஷனரிகள் கிறிஸ்தவ மதத்திற்கு மாறிய இந்துக்களுக்குக் கல்வி வழங்குவதில் மட்டுமே ஆர்வம் கொண்டிருந்தன. கரோலின் வெல்ஸ் ஹீலிடால் வறட்டுத் தனமாக எழுதினார், 'ஓரளவு விரிவான அனுபவம் பெற்றிருக்கும் இந்து ஆண்கள் மேற்கு நாடுகளுக்கு வருவதனால் அவர்களுக்கு ஆதாயமிருப்பதாகவோ, அதனால் மற்றவர்களுக்கும் ஆதாயமிருப் பதாகவோ நான் கருதவில்லை'.[45] 'டால்' ஒருவர் மட்டும் இத்தகைய பார்வையைக் கொண்டிருக்கவில்லை. இந்து மதம் தாழ்வான மதமாகக் கருதப்பட்டு வந்ததால், கிறிஸ்தவராக மதம் மாறாமல் இந்துவாகவே வெளிநாட்டிற்குப் பயணம் செய்வது மிகவும் அரிதானதாகவே இருந்தது. 'ஹீலிடால்' மேற்கொண்டும் ஏளனமாகப் பேசுகிறார்: 'கல்வி கற்பது, அறிவாற்றல், நுண்ணறிவு, கற்பனை வளம் ஆகியவை சராசரி இந்துவிடம் குறைவாக இருக்கின்றன; அதோடு மட்டுமின்றித் தூய்மை, நம்பிக்கை, நேர்மையும்கூட அவர்களிடம் குறைவுதான்'.

பிந்தைய ஆண்டுகளில் மத போதனை, கிறிஸ்தவம் ஆகியன பற்றிய தனது மாறாத விமர்சனத்தை முன்வைத்துப் பேசி ஹீலிடாலுக்கும் மற்ற பிறருக்கும் எரிச்சலூட்டி கோபால்ராவ் பேசியிருந்தார். இவை யாவும் பின்னாளில் நடந்தவை. ஜோஷி தம்பதியினர் தங்களது திட்டங்களை நிறுத்தி வைக்க வேண்டி இருந்தது. ஆனால் பிறகு நம்ப முடியாத, கிட்டத்தட்ட கற்பனை செய்துகூடப் பார்க்க இயலாத அதிர்ஷ்டம் ஒன்று அவர்களுக்கு வாய்த்தது. இரண்டு ஆண்டுகளுக்குப் பிறகு, ‘மிஷனரி ரெவ்யூ’ இதழின் பழைய பிரதி நியூஜெர்சியில் ஒரு பல் மருத்துவமனையில் கிடந்தது. தியோடிசியா கார்பெண்டர் (*Theodicia Carpenter*) அதனை எடுத்துப் படித்தார். அவ்வளவாகத் தீவிரத்தன்மை இல்லாத மதபோதகர் அவர். மதத்தைக் காரணம் காட்டி கோபால்ராவைக் கண்மூடித்தனமாக நிராகரித்திருப்பது கார்பெண்டர் மனதைப் பாதித்தது. வில்டருக்கு கோபால்ராவ் கடிதம் எழுதிய இரண்டு ஆண்டுகளுக்கு பிறகு, 1830 மார்ச் மாதத்தில் வெளிப்பட்ட தற்செயலான இரக்க உணர்வு அவர்களின் வாழ்க்கை முழுவதையும் என்றென்றைக்குமாக மாற்றியமைத்துவிட்டது.

‘என் இனிய அத்தையே’: ஆனந்திபாய்க்கு ஒரு நண்பர் கிடைத்துவிட்டார்.

ஆனந்திபாயும் திருமதி கார்பெண்டரும் அன்பு கனிந்த கடிதத் தொடர்புகளைத் தொடங்கியிருந்தனர். தமது பண்பாடுகளை ஒருவர் இன்னொருவருக்குக் கற்பிக்க முயற்சித்து வந்தனர். கார்பெண்டரை ‘என் இனிய அத்தை’ என்று ஆனந்திபாய் அழைத்தார். கார்பெண்டரின் மனதில் ஆனந்திபாய் ஒரு போதும் சந்தித்திராத அன்புநிறைந்த, கனிவான, தாயுருவமாக நிறைந்திருந்தார்.

இந்துக்களின் நடத்தை பற்றியும், பழக்கவழக்கங்கள் (ஒழுகலாறுகள்), சடங்குகள் பற்றியும் ஆனந்திபாய் எழுதுவார். படங்கள், சஞ்சிகைகள், பூக்கள், விதைகள் போன்றவற்றைத் தனது புதிய நண்பருக்கு அனுப்பி வைப்பார். அவருடைய நாகரிகமான, சற்றே பழமைப் பாணியிலான ஆங்கிலம் கார்பெண்டரை பெரிதும் ஈர்த்தது. ஒரு சமயம், ஆனந்திபாய் இனிப்பான தின்பண்டங்களைச் செய்வதற்காக எள்ளு விதைகளைப் பரிசாக அனுப்பிவைத்தார். அதன் பிறகு தினை, சிறுதானியங்கள், பட்டாணி, பீன்ஸ் இவை யாவும் அனுப்பி வைக்கப்பட்டன.

இருவரும் யாருடைய பண்பாடு உயர்ந்தது என்பது பற்றிய உற்சாகமான விவாதங்களில் மூழ்கிவிடுவார்கள் சுவையான

தனது கடிதங்களில் ஆணாதிக்க இந்து ஒழுகலாறுகளுக்கு எதிராக ஆனந்திபாய் ஆக்ரோஷத்துடன் எழுதியிருப்பார். அதோடு கூடவே சமயப் பரப்புரையாளர்களிடம் ஆணவத்தையும், அருள் பாலிக்கும் குணத்தையுமே தான் பார்ப்பதாகவும், இந்துப் பெண்களைப் பற்றி நன்றாகத் தெரியும் என்பதைப் போல அவர்கள் செயல் படுவதாகவும் தனது வெறுப்பை ஆனந்திபாய் வெளிப்படுத்திக் கொண்டிருப்பார்.

இந்தச் சமயத்தில் தான் கோபால்ராவ் கல்கத்தாவுக்கு மாறுதல் கோர முடிவு செய்திருந்தார். அங்கு அஞ்சல் துறையில் பெண்களுக்கும் வேலை தரப்படுவதாக அவர் கேள்விப்பட்டிருந்தார். ஆனால் அவர்கள் அங்கு சென்று சேர்ந்தபோது, புனேயைக் காட்டிலும் கல்கத்தா பழமைவாதத்தில் அதிகமாக ஊறி இருப்பதை அறிந்துகொண்டனர். பெண்கள் பர்தா அணிந்து முகத்தை மறைத்துக் கொள்ளும் முறை அங்கு வெகுவாகப் பழக்கத்தில் இருந்தது. மக்கள் இவர்கள் இருவரையும் வெறித்துப் பார்த்துக் கேலி செய்வார்கள். மனமுடைந்த ஆனந்திபாய் கார்பென்டருக்கு எழுதினார். "பெண்கள் தங்களின் உறவினர்களுக்கு முன்பாக அரிதாகவும், கணவனின் முன்பு குறைவாகவுமே நிற்க முடியும். மகளிர் வசிப்பதற்கென்று தனி இடத்தை ஒதுக்கித்தரும் முறை மிகவும் அதிகமான அளவில் இங்குப் பழக்கத்தில் இருக்கிறது. பெண்ணின் முகம் எப்போதும் முக்காடிட்டு மறைக்கப்பட்டே இருக்கிறது. ஆண்களுடன் பேசு வதற்கு இவர்கள் அனுமதிக்கப்படுவதில்லை. ஆண்களுடன் சேர்ந்து இவர்கள் சிரிக்கவே கூடாது."[46]

ஆனந்திபாய் விரிவாக, ஏராளமாகப் படிக்கத் தொடங்கினார். அந்தக் காலத்துப் பெண்களிடம் அரிதாகவே காணப்பட்ட வகையில், தான் படித்தவற்றைப் பகுப்பாய்வு செய்தார். ஒரு மிஷனரி நடத்தி வந்த பள்ளியில் பைபிளைப் படிக்கும்படி தன்னை எவ்வாறு கட்டாயப்படுத்தினார்கள் என்பதைப் பற்றி அவர் எழுதியிருக்கிறார். "விசுவாசிக்கிறவன் இரட்சிக்கப்படுவான், விசுவாசிக்கிறவன் கைவிடப்படமாட்டான் என்று வலியுறுத்திச் சொல்லப்பட்டிருக்கும் ஒரு கருத்தைத் தவிர, பைபிளுக்கு எதிராகக் கூறுவதற்கு என்னிடம் எந்தவிதமான எதிர்க் கருத்தும் இல்லை. மற்றவர்களின் நம்பிக்கைகளுக்கு எதிராகக் கடுமை காட்டுபவர்களாக, அவமதிப்பு செய்பவர்களாக சமயப் பரப்புரையாளர்கள் இருப்பதை நான் தொடர்ச்சியாகக் கண்டு வந்திருக்கிறேன். நீங்கள் நம்புகிற அத்தனையும் முட்டாள்தனமானது. நான் நம்புவது மட்டும்தான்

நியாயமானது, முறையானது என்று நான் கூறினால் அது எவ்வளவு நியாயமற்றதாக இருக்கும்?"

கடிதத்தில், ஆனந்திபாய் அந்தக் காலகட்டத்திற்கான குறிப்பிடத் தகுந்த தாராளவாத உணர்வை வெளிப்படுத்தியிருந்தார். 'என் இனிய நண்பர்களே, நான் இகழ்வதற்கு ஏதுமில்லை. இந்த ஒட்டுமொத்த பிரபஞ்சமும் எனக்கு ஒரு பாடமாக அமைந்திருக்கிறது. ஒவ்வொரு இனத்தையும், ஒவ்வொரு பிரிவினரையும், அவர்களின் மதங்களையும் மதிப்பது எனது கடமை என்று கருதுகிறேன். எனவே, என்னுடைய மதநூல்களைப் படிப்பது போன்ற அதே பெருவிருப்பத்துடன் தான் பைபிளையும் நான் படிக்கிறேன்.'⁴⁷

இந்து ஒழுகலாறுகளின் உள்ளார்ந்த நியாயமற்ற தன்மைகள் பற்றிய விழிப்புணர்வு ஆனந்திபாய்க்கு அதிகரித்துவந்தது. அதிலும் குறிப்பாக பிராமணியத்தின் கடுமையான ஒழுகலாறுகளைப்பற்றிய அவரது கருத்தில், அதிக சுதந்திரம் வேண்டும் என்ற அவரது ஏக்கம் வெளிப்படையாகத் தெரிந்தது. கார்பென்டருக்கு ஆரம்ப காலங்களில் அவர் எழுதிய கடிதங்களில் ஒன்றில், இப்படிக் குறிப்பிட்டிருந்தார்: 'பெண்களாகிய நாம் அனைத்துப் பருவ நிலைகளின் போதும் ஒரே விதமான உடையைத்தான் அணிந்து வருகிறோம். கதகதப்பான ஆடைகளை அணிவது அநாகரிகமானதாகக் கருதப்படுவதால் அதை நாம் ஒரு போதும் அணிவதே இல்லை. நாம் வெளியில் செல்வதே இல்லை என்பதால் கால்களை மூடும் காலணி வகைகளை அணிவதில்லை. சுருங்கச் சொன்னால், இத்தகைய சொகுசுகள் யாவும் ஆண்களுக்கே உரியவை. குளிரும், வெப்பமும், இலையுதிர்காலப் பருவங்களும் அவர்களை மட்டும்தான் பாதிக்கும். இத்தகைய பருவ நிலை மாற்றங்களினால் பாதிக்கப்படாத தன்மை கொண்டிருப்பவர்களா பெண்கள்? பிறகு ஏன் நாங்கள் உங்கள்மீது பொறாமை கொள்ளக்கூடாது?' இன்னொரு கடிதத்தில், 'இந்தியாவில் உள்ள பெண்களுக்கு எழுதுவதற்குக் கடிதங்களே இல்லை அல்லது படிப்பதற்குப் புத்தகங்களே இல்லை' என்று கோபத்துடன் குறிப்பிட்டிருந்தார். அவர்களுக்குத் தொலைபேசி அழைப்புகள் வரக்கூடாது, தொலைபேசியில் அவர்கள் பேசவும் கூடாது. அப்படியே பேசினாலும் உறவுக்காரப் பெண்களைத் தவிர வேறு யாருடனும் பேசக் கூடாது."⁴⁸ அமெரிக்கப் பெண்கள் அனுபவித்து வந்த சுதந்திரங்களைப் பற்றிப் படித்தும், ஆராய்ந்தும், சுவைத்தும் இருக்கிற ஆனந்திபாய் தடைகளற்ற சுதந்திரமான அத்தகையதொரு

தடாகம் | 69

வாழ்க்கைக்கு ஏங்கியிருந்தார் என்பது வெளிப்படையாகத் தெரியவருகிறது.

தன்காலில் நிற்றல்

கடிதங்கள் பரிமாறிக் கொள்ளப்பட்ட இரண்டு ஆண்டுகளுக்குப் பிறகு, ஆனந்திபாய் அமெரிக்காவுக்கு வரவேண்டும் என்று திருமதி கார்பென்டர் யோசனை தெரிவித்திருந்தார். ஆனந்திபாய் அதற்கு ஆர்வத்துடன் பதில் அனுப்பிருந்தார். கோபால்ராவை முழுமையாகச் சார்ந்து இருக்க வேண்டிய தேவை ஆனந்திபாய்க்கு இல்லாதிருந்தது. அமெரிக்காவுக்குத் தான் தனியாகச் செல்ல விரும்புவதாக அவர் தெரிவித்தார். காரணம் அவரது கணவருக்கு வயதான தாயாரும், அவர் கவனித்துக்கொள்ள வேண்டிய சகோதரர்களும் இருந்தனர். அதைத் தவிரவும், இருவரும் அமெரிக்கா செல்வதற்குச் செலவழிக்கும் நிலையில் இல்லை. 'ஒரு மருத்துவராக என்னுடைய வாழ்க்கையில் எதிர்கால வாய்ப்புகளை மனதில் கொண்டு பார்க்கும்போது, கணவரைப் பிரிந்து செல்வதற்கு என் மனதை நான் ஆயத்தப்படுத்திக் கொண்டாக வேண்டும்.' அவருடைய கடிதம் தனித்து ஒதுங்கிய நிலையில் வாழ்ந்துவரும் உயர் சாதி இந்துப் பெண் எழுதிய குறிப்பிடத்தகுந்த புரட்சிகரமான கடிதமாகப் பல செய்திகளைக் குறிப்பிட்டுக் கொண்டே சென்றது. 'ரோஜாப்பூ மலர்வதைப் போன்று இந்த வாழ்க்கை கொஞ்ச காலத்திற்கு இருந்து தோன்றி மறைவது என்பதாக இருந்தால், ஒருவர் ஏன் இன்னொருவரைச் சார்ந்து இருக்க வேண்டும்? ஒருவரின் தோள்மீது இன்னொருவர் சவாரி செய்ய வேண்டியதில்லை, தங்களின் சொந்தக்கால்களைக் கொண்டே நடக்கலாம்."[49]

அடுத்த சில மாதங்களுக்கு, ஆனந்திபாய் கணிசமான எதிர்ப்புகளை இந்தியாவிலிருந்தும், வெளிநாடுகளிலிருந்தும் எதிர் கொண்டார். செரம்பூர் கல்லூரி அரங்கில், ஒரு குழுவைச் சேர்ந்தவர்களின் எதிர்ப்பை அடக்கும் விதத்தில் தங்களின் திட்டங்களைப் பற்றி கோபால்ராவ் வெளிப்படையாக அறிவித்தார். இவருக்கு எதிரான கூக்குரல் அங்கு அதிகமாக எழுந்தது. ஆனால் கடைசி நிமிடத்தில், வீட்டை விட்டு வெளியில் வராத இந்தியப் பெண்கள், அதிலும் குறிப்பாகப் பிராமணப் பெண்கள் பொது இடங்களில் தோன்றுவது மரபல்ல என்பதையும் மீறி ஆண்கள் கூடியிருக்கும் இடத்தில் ஆனந்திபாய் அந்தத் திட்டத்தைப் பற்றித் தானே தெரிவிப்பதற்கு முடிவு செய்தார், இவர் வந்து பேசியதன் முக்கியத்துவத்தை மிகைப்படுத்திக் கூற முடியாது. இது அரிதான நம்ப இயலாத வகையைச் சேர்ந்த ஒரு வகையான தைரியமாகும்.

1883 பிப்ரவரி 24 அன்று இந்தியாவையும், அமெரிக்காவையும் சேர்ந்த பலதரப்பட்ட குழுவினரிடம் இவர் பேசினார். இவருடைய பேச்சு பிறகு ஒரு சிறிய கையேடாக வெளியானது. 'என்னுடைய வருங்கால அமெரிக்கப் பயணமும் அது தொடர்பான பொதுமக்களின் வினாக்களும்' என்ற பெயரில் ஆனந்திபாய் ஆங்கிலத்தில் உரையாற்றினார். 'இந்தியாவிலேயே படிப்பதற்கான வழிவகைகள் இல்லையா?' 'அமெரிக்காவுக்கு ஏன் செல்ல வேண்டும்,' 'என் பாலினத்தைச் சேர்ந்த மற்றவர்கள் செய்யாத ஒன்றை நான் ஏன் செய்ய வேண்டும்', 'நான் ஏன் தனியாகச் செல்கிறேன்?' என்பன போன்ற பல கேள்விகளுக்கு அவர் பதிலளித்திருந்தார்.

'மருத்துவம் பயில வேண்டும் என்பதற்காக நான் அமெரிக்காவுக்குச் செல்கிறேன். ஐரோப்பா, அமெரிக்க நாடுகளைச் சேர்ந்த பெண் மருத்துவர்கள் சிலர் இந்தியாவில் இருக்கின்றனர். அவர்கள் வெளிநாடுகளைச் சேர்ந்தவர்களாக இருப்பதால் எங்கள் நாட்டுப் பெண்களுக்குத் தேவையான அளவுக்குப் பயனுடயவர்களாக இல்லை. தங்களுடைய நாட்டையும் மக்களையும் நேசிக்கும் இந்துப் பெண்கள் மற்ற நாட்டவர்களிடம் கடுமை தணிந்தவளாகவும், மகிழ்ச்சியாகவும் உணர முடியாது என்பது மிகவும் இயற்கையானது தான்."[50] கிறிஸ்தவர் அல்லாதவர்களுக்கும், பிராமணர் அல்லாத பெண்களுக்கும் அனுமதிக்கப்பட்டிருக்கும் அளவுக்குட்பட்ட சுதந்திரமும், அவர்களுக்கு எதிரான சமூகக் கண்டிப்புகளும் அவர்கள் சந்திக்கும் தொல்லைகளும் இந்தியாவில் அவள் படிப்பதைக் கிட்டத்தட்ட சாத்தியமற்றதாக ஆக்கிவிடுகின்றன என்று ஆனந்திபாய் மேற்கொண்டு. விளக்கிச் செல்கிறார்.

'இந்தியாவுக்குத் திரும்பிய பிறகு என்னை என் சமுதாயத்தினர் ஒதுக்கி வைத்துவிட மாட்டார்களா? இது பற்றி நான் கொஞ்சம்கூட கவலைப்படவில்லை' என்று கூறி தைரியமாக அவர் தொடர்கிறார், 'இங்கே வாழ்வதைப் போலவே அங்கும் வாழ்வதற்கு உறுதி பூணுவேன் என்றால் என்னை ஏன் ஒதுக்கிவைக்க வேண்டும்? என்னுடைய பழக்கவழக்கங்களிலும் நடத்தைப்பாங்குகளிலும், உணவிலும், உடைகளிலும் எந்தவிதமான மாற்றங்களையும் செய்து கொள்வதற்கு நான் உத்தேசம் கொண்டிருக்கவில்லை. நான் ஒரு இந்துவாகவே இங்கிருந்து சென்று, இங்கு திரும்பிவந்த பிறகும் ஒரு இந்துவாகவே வாழ்வேன்."[51] வெளிநாட்டில் தான் தங்கியிருந்த காலம் முழுவதும் புடவை அணிந்துகொண்டு, சைவ உணவுக்காரராக வாழ்ந்திருக்கவே அவர் விரும்பினார். அவர் மதம் மாறுவார்

என்று நம்பிக் கொண்டிருந்த மேற்கத்திய மத போதகர்களுக்குத் திகைப்பூட்டும் வண்ணம் அவர் அங்கு வாழ்ந்திருந்தார்.

அந்தப் பயணத்திலிருக்கும் ஆபத்துகள் பற்றிப் பேசியபோது, ஆனந்திபாய் கூறினார், "வீட்டிற்குள்ளேயே இருப்பவர்கள் மகிழ்ச்சியாக இருக்கின்றனர் என்று சிலர் கூறுகின்றனர். ஆனால் அவர்களின் மகிழ்ச்சி எங்கே குடியிருக்கிறது? வெளிநாடுகளுக்குச் செல்வதன் மூலம், நம்முடைய புரிதலை நாம் விரிவாக்கிக் கொள்ளவும், நம்முடைய அறிவைப் பூரணமாக்கிக் கொள்ளவும் கூடும்." தான் மருத்துவம் படிப்பதற்கான காரணங்களைக் கூறிப் பிறகு அவர் முடிக்கிறார். "என்னுடைய பாலினத்தைச் சேர்ந்தவர்கள் செய்யாத ஒன்றை நான் ஏன் செய்ய வேண்டும் என்று நீங்கள் கேட்கலாம், தனிமனிதர்களாக எங்களின் உழைப்பைப் பெறுவதற்கு இந்தச் சமுதாயத்திற்கு எல்லா விதமான உரிமையும் இருக்கிறது என்று மட்டுமே இதற்கு நான் பதில் கூற முடியும். ஒட்டுமொத்த மனிதகுலத்திற்கும் சிறந்தது என்று ஒன்று இருக்குமானால், அதனைக் கொண்டு வருவதற்கு நாம் ஒவ்வொருவரும் முயற்சி செய்தாக வேண்டும்."[52]

வலிமையான இந்தப் பேச்சு பலரையும் நெகிழச் செய்தது. நலம் விரும்பிகளை நன்கொடை அளித்திடத் தூண்டியது. பயணத்திற்குத் தேவைப்பட்ட பணத்திற்காக மற்ற பல இந்தியப் பெண்கள் செய்வதைப் போலவே பயணத்திற்கு முன்பும் அதற்குப் பிறகும் தனது வளையல்களை அவர் விற்றார். இறுதியில் 1883 ஏப்ரல் 7 அன்று ஆனந்திபாய் 'சிட்டி ஆப் கல்கத்தா' கப்பலில் வெளிநாட்டுக்குப் பயணப்பட்டார். மதபோதர்கள் பலரும் அவருடன் பயணித்தனர். இந்தப் பயணம் கடினமானதாகவும், கொடுமையானதாகவும் இருந்தது. சைவ உணவுகளை மட்டுமே உண்டுவந்தார். 'உலர்ந்த மீன்கள், நீள நீள எலும்புகள், சூப், பழைய காய்கறிகளினால் ஆன உணவுகள், தாவரத்தண்டுகள் பாதி அழுகிய உருளைக்கிழங்கு ஆகியவற்றை ஏற்க அவர் மறுத்தார்.[53]

நியூயார்க் சென்றடைய 60 நாட்கள் ஆயின. அங்கு அவர் திருமதி கார்பென்டரையும் அவரது கணவரையும் சந்தித்தார். தங்களின் 'வளர்ப்பு மகளைச்' சந்திப்பதற்காக நியூஜெர்சியில் உள்ள ரோசெல்லேவிலிருந்து அவர்கள் இருவரும் வந்திருந்தனர்.

சுதந்திரமான தேசமும் துணிவுமிக்கோருக்கான இருப்பிடமும்

நியூயார்க்கில் ஆனந்திபாயின் ஆரம்ப நாட்கள் செய்வதற்கு ஏதுமின்றித் தெளிவற்றதாக இருந்தது. ஆர்வமிக்க அமெரிக்கப்

பெண்களிடம் தனது திறமையைக் காட்டி அவர்களின் நன்மதிப்பைப் பெற முயற்சித்தார். ஆடம்பரப் பொருள்களும், நகைகளும் நிறைந் திருந்த கடைக்குச் சென்றது இவருக்கு மிகப் பெரிய மகிழ்ச்சியை அளித்தது.'[54]

பிறகு நியூஜெர்சியில் உள்ள இவருடைய நண்பர்களுக்காக மிகப்பெரிய விருந்து நடத்தப்பட்டது. இந்தியாவிலிருந்து கொண்டுவரப்பட்ட கோலப் பொடியினால் தரையில் கோலம் வரையப்பட்டிருந்தது. இவை ரங்கோலியாக இருக்கலாம் என்று நாம் யூகித்துக்கொள்ளலாம். ஆனந்திபாயின் துணிமணி அடுக்கிலிருந்து புடவைகளை எடுத்துப் பெண்கள் உடுத்தியிருந்தனர். வெறும் 18 வகை சைவ உணவு மட்டுமே அங்கு இருந்தது. ஹீலி டால் விவரிப்பதைப் போல 'அது தனித்துவமான இந்து சமையல்.'முள் கரண்டி, ஸ்பூன் போன்றவை அங்கு இல்லாதது விருந்தினர்களின் திகைப்புக்கு வழிவகுத்தது. 'ஆனந்திபாய் ஒரு வாயளவுக்கு உணவை எடுத்து, அவருடைய தட்டிலிருந்து சில அங்குல தூரத்திற்கு மேலே உயர்த்தி, விரல்களைத் திறமையாக வளைத்துத் திருப்பி வாய்க்குள் அதனைப் போட்டுக்கொள்வார். கைதவறிப் போனால் அது நாகரிகமற்ற செய்கையாகிவிடும்'[55] என்று ஹீலி டால் எழுதுகிறார். பெரும் கலவரம் நடப்பது போன்ற உணவு உண்ணும் காட்சி தொடர்பான புகைப்படங்கள் ஏதும் கிடைக்கவில்லை.

அவர் அங்கு செலவிட்ட முதல் சில மாதங்கள் மட்டுமீறிய அளவில் தனிமையில் கழிந்தன. தன்னுடைய வாழ்க்கையில் மிக அதிகமான பங்களிப்பைச் செய்திருந்த கோபால்ராவ் அவருக்கருகில் இல்லை. பெரும்பாலான அவரது நேரம் கடிதங்கள் எழுதுவதிலேயே கழிந்தது. 1883 ஆகஸ்டில் கோபால்ராவுக்கு வருத்தம் தோய்ந்த ஒரு கடிதத்தை அவர் எழுதினார்.

"உங்களிடமிருந்து செய்திகளைச் சுமந்துவரும் கடிதங்களைப் பெறும் போது நான் உணரும் மகிழ்ச்சியை விவரித்துக்கூற இயலாது. உங்களுடன் தொடர்புகொள்வதற்கு இந்த ஒரு வழிதான் இருக்கிறது, அதற்காகக் கடவுளுக்கு எப்போதும் நான் நன்றியுடையவளாக இருப்பேன்... பகல் இரவு எந்நேரமும் உங்களுக்குக் கடிதம் எழுதுவது பற்றிச் சிந்தித்தபடியே இருப்பேன். நீங்கள் ஒரு போதும் என் மனதை விட்டு அகல்வதில்லை."[56]

பென்சில்வேனியா பெண்கள் மருத்துவக் கல்லூரியில் ஆனந்தி பாய்க்கு அனுமதி கிடைத்தது. அப்போதைய கல்லூரி முதல்வர்

டாக்டர் ராச்சல் பாட்லி (Dr. Rachel Bodley) என்பவருக்கு ஆனந்திபாய் அனுப்பியிருந்த விண்ணப்பத்தில் இந்தியப் பெண்களுக்கு மருத்துவ உதவி கிடைப்பதில் இருக்கும் குறைபாடுகள் பற்றிப் புத்திசாலித்தனத்துடன் குறிப்பிட்டிருந்தார். உதவியற்று இருக்கும் அவர்களுக்கு உதவி செய்ய வேண்டிய அவசியம் தனக்கு இருக்கிறது என்று அதில் எழுதியிருந்தார்.

"எனது நண்பர்கள், எனது சாதியினரின் ஒன்றுபட்ட எதிர்ப்பையும் மீறி எனது தீர்மானமான முடிவு என்னை உங்கள் நாட்டிற்கு அழைத்து வந்திருக்கிறது. இங்கு நான் வந்திருக்கும் நோக்கம் நிறைவேறுவதற்கு இன்னும் நீண்ட தொலைவு பயணிக்க வேண்டியிருக்கிறது. எனது தேசத்தில் துன்புறும் ஏழைப் பெண்களுக்கு, எனது சேவையின் மூலம் உண்மையான மருத்துவ உதவியை வழங்குவதே எனது நோக்கம். இத்தகைய உதவி தேவைப்படுவதால் அவர்கள் அதற்காகத் துயரத்துடன் ஏங்கிக்கொண்டு காத்திருக்கின்றனர். ஆண் மருத்துவர்களின் கைகளில் மருத்துவம் பார்த்துக் கொள்வதைக் காட்டிலும் இறப்பதற்கு அவர்கள் தயாராக இருக்கின்றனர். தங்களுக்குத் தாங்களே உதவிக்கொள்ள இயலாதவர்களுக்கு உதவுவதற்காக என்னுடைய ஆன்மா ஏங்குகிறது"[57] என்று அவர் எழுதியிருந்தார்.

தன்னிடம் 70 டாலர்கள் இருப்பதாகவும், தன் கணவர் மாதம் 20 டாலர் அனுப்பி வைப்பார் என்றும், தான் ஏழு இந்திய மொழி களைப் படிக்கவும், பேசவும் கற்றுக்கொண்டதாகவும், ஒரு முறை ஆங்கில இலக்கணம் கற்றதாகவும், கணிதத்தில் வகுத்தல் கணக்கு வரையிலும் வந்திருந்ததாகவும் அவர் மேலும் எழுதுகிறார்.[58]

1874ஆம் ஆண்டு கல்லூரியின் முதல்வராக டாக்டர்போட்லி (Dr.Bodley) வந்தார். இவர் ஒரு அசாதாரணமான பெண், இவர் வேதியியல் பேராசிரியர். 1862இல் இவர் மிக அதிகமான தாவரச் சேகரிப்புகளைச் செய்திருந்தார். சின்சினாட்டி பெண்கள் சமய போதனைக் கூடத்தில் (பாடசாலையில்) அவற்றைப் பட்டியலிட்டு வைத்திருந்தார். அவரது இந்த அருஞ்செயல் அவருக்குப் பல அபிமானிகளைப் பெற்றுத்தந்தது. அவர் மிகுந்த மத நம்பிக்கை உடையவர். ஒரு சுவிசேஷ கிறிஸ்துவர். குவாக்கர் (Quaker Family) என அழைக்கப்பட்ட நண்பர் கழக கிறித்துவ மத வழக்கத்தைப் பின்பற்றிய குடும்பத்தைச் சேர்ந்தவர். மருத்துவ உதவிகள் செய்யும் சமயப் பரப்புப்பணி அமைப்பின் ஆதரவாளராக இருந்தார்.

கிறித்துவ மாணவிக்கு முன்னுரிமை கொடுக்க வேண்டும் என்று கருதக்கூடியவர் போட்லி. அல்லது, தான் வளர்த்து வந்த வேர்களை எளிதில் துறந்துவிடக் கூடிய உறுதியற்ற ஒருவரை அவர் விரும்பியிருப்பார். இருந்தபோதிலும், அவர் ஆனந்திபாயினால் ஈர்க்கப்பட்டு அவளைத் தேர்ந்தெடுத்திருந்தார். அவள் ஒரு 'இந்து' என்ற உண்மையை அறிந்துகொண்ட பின்னரும்கூட அவரைச் சேர்த்துக்கொள்ள பெண்கள் மருத்துவக்கல்லூரி இறுதியில் முடிவு செய்தது. டாக்டர் போட்லி அவருக்கு பிரம்மாண்ட வரவேற்பை நடத்தினார். அதில் 500க்கும் மேற்பட்டோர் பங்கேற்றிருந்தனர். ஆனந்திபாய் இதைப்பற்றி கோபால்ராவுக்கு உற்சாகத்துடன் விவரித்திருந்தார். 'சிவப்பு நிற பீதாம்பரி புடவையைத் தான் எப்படி உடுத்தியிருந்தேன்' என்பது பற்றியும் அதில் எழுதியிருந்தார்.[59]

பென்சில்வேனியா பெண்கள் மருத்துவக் கல்லூரி

நேர்த்தியுடன் பகிரப்பட்டு அமைந்திருந்த WMC கட்டடத்திற்குள் நுழைந்த போது ஆனந்திபாய் என்ன பார்த்திருப்பார்? பெரும்பாலும் வெள்ளைக்காரப் பெண்களைக் கொண்டதாக அந்தக் காலத்தில் செயல்பட்டு வந்த மற்ற மருத்துவக் கல்லூரிகளைக் காட்டிலும் இங்குப் பலதரப்பட்ட பெண்கள் இருந்தனர். 1885ஆம் ஆண்டில் ஆசியா, லத்தீன் அமெரிக்கா, மத்திய கிழக்கு நாடுகளிலிருந்து இருபதுக்கும் அதிகமான பெண்கள் இந்தக் கல்லூரியில் சேர்ந்திருந்தனர். இந்த எண்ணிக்கை அடுத்து வந்த ஆண்டுகளில் அதிகரித்தது. பிறருக்கு இவர் தோற்றமளித்ததைப் போலவே, அங்கு இவர் சந்தித்த சில பெண்கள் இவருக்கு அந்நியமாகக் காட்சி தந்தனர். அவர்களும் இவரைப் போலவே உடல் முழுவதையும் மூடியிருக்கும் பழைய பாணியிலான உடைகளையே அணிந்திருந்தனர். தோள்கள், கால்களுக்கருகில் அகலமாகவும் மணிக்கட்டுப் பகுதியில் இறுக்கமாகவும் இருக்கும் உடைகளை அணிந்திருந்தனர். தொடர்ச்சியாகப் பின்னப் பட்ட பின்னல் முடியுடன் இருந்தனர். பாதுகாப்பு அம்சங்கள் ஒரு சிலவே இருந்தன. கண்ணாடிகள், தலைக் கவசம், கையுறைகளை அவர்கள் அணிந்திருக்கவில்லை.[60]

ஆனந்திபாயைப் பொறுத்தவரை அவர் படித்து வந்த பெண்கள் மருத்துவக் கல்லூரி (WMC) அந்தக் காலத்திலேயே முன்னோடியான ஒரு கல்லூரியாகவே இருந்தது. இந்தக் கல்லூரி 1850இல் உருவாக்கப்பட்டது. அமெரிக்காவின் முதலாவது பெண் மருத்துவராக எலிசபெத் பிளாக்வெல் வந்த ஒரு ஆண்டுக்குப் பிறகு – மருத்துவப் பயிற்சியைப் பெண்களுக்கு அளிப்பதற்காக,

பெண்களுக்கு மட்டுமென அந்தக் கல்லூரி உருவாகியிருந்தது. கிறித்துவ நண்பர் கழகத்தைச் (Quackers) சேர்ந்த தாராளவாத குழுவினால் கல்லூரி உருவாக்கப்பட்டிருந்தது. இந்தப் பிரிவினர் தான் பிளாக்வெல்லையும் ஊக்கப்படுத்தியிருந்தனர். பெண் கல்விக்கு ஆதரவளித்த வரலாறு கொண்டதாக இதன் வரலாறு இருந்தது.

பெண்கள் மருத்துவராகப் பணிபுரிவது அந்தச் சமயத்தில், முற்றிலுமாகக் கேலியாகப் பேசப்பட்டு வந்தது, சக பெண்களும் கூட சில சமயங்களில் கேலி செய்து வந்தனர். 'The Boston Journal' இதழில் 1850இல் வெளியான ஒரு கடிதம், 'மெல்லிய தலைக் குல்லாய் அணிந்திருக்கும் எவரிடமும் என் நாடித்துடிப்பை நான் சோதித்துக்கொள்ள மாட்டேன்' என்று முடிக்கப்பட்டிருந்தது. ஒரு பெண் இதனை எழுதியிருந்தார். அவர்தான் புகழ்பெற்ற கட்டுரையாளரும், நகைச்சுவையாளருமான பேன்னிபெர்ன் (Fanny Fern) என்பவர். 'பெண்களின் கைகளில் அறுவைச் சிகிச்சைக்கான கத்திகள் இருப்பதைக்காட்டிலும் ஊசிகள் இருப்பது மிகவும் பொருத்தமானது என்று நாங்கள் கருதுகிறோம்.'⁶¹ என்று அவர் தொடர்ந்து எழுதினார். நகைச்சுவைக்காக அவர் இப்படி எழுதி யிருக்கலாம், ஆனாலும் பெண்கள் மருத்துவராவதற்கு எதிரான வலுவான பாரபட்சம் நிலவிவந்தது என்பதில் சந்தேகமில்லை.

அந்தக் கல்லூரியின் தொடக்கவிழாவில், அதன் நிறுவனர்களில் ஒருவரான டாக்டர் ஜோசப் லாங்ஷோர் அனல் பறக்கும் உரையை வழங்கினார். பெண்களுக்கு மருத்துவக் கல்வி மறுக்கப்படுவது மிகவும் அநியாயமானது என்பதை அந்த உரை வலியுறுத்தியது. "குணமாக்கும் கலையை முற்றிலும் ஆண் மருத்துவர்களுக்கு மட்டுமே ஏகபோக உரிமையாக்கிக் கொள்ள வேண்டும் என்பது மனிதகுலத்தால் அனுமதிக்கப்படவில்லை. அது பகுத்தறிவுக்கு உகந்ததும் இல்லை, ஞானத்தால் ஏற்கப்பட்டதும் இல்லை. பெண்கள் உயர்ந்து வருவதற்கு எதிரான சர்ச்சைகளை பாரபட்சம், மதவெறி, சுயநலம் போன்ற குணங்கள் கிளப்பலாம், ஆனால் சுதந்திரமும், நியாய உணர்வும் ஒரு போதும் இதனை ஆதரிக்காது."⁶²

கல்லூரியின் முதல் இரண்டு முதல்வர்களும் கிறிஸ்தவ நண்பர் கழகத்தைச் சேர்ந்தவர்கள். ஆனால் 1866 முதல் கல்லூரியின் முதல்வர்களாகப் பெண்கள் செயல்பட்டனர். போட்லே (Bodley) தன்னுடைய முயற்சிகளைச் சோர்வின்றி முன்னெடுத்துச் சென்று

பெண் பட்டதாரிகளுக்கு நேர்மறையான நல்ல பெயர் கிடைப்பதற்கு உதவினார். இவர்களை வலுவாகப் பாராட்டிப் பரிந்துரைக்க வேண்டும் என்று கூறினார். 1881இல் ஆனந்திபாய் WMCஇல் சேர்வதற்கு 2 ஆண்டுகளுக்கு முன்பு 'கல்லூரியின் கதை'யை போட்லி முன்வைத்தார். பெண்கள் மருத்துவக் கல்லூரியில் இதற்கு முன்பு படித்த 244 பேரின் முதுநிலைப் படிப்புக் காலம் பற்றிய கணக்கெடுப்பை நடத்தி அதன் முடிவுகளைக் கல்லூரியின் கதையில் அவர் சேர்த்திருந்தார். இந்தக் கணக்கெடுப்பில் கலந்து கொண்ட 189 பெண்களில் 88 விழுக்காட்டினர் மருத்துவராகப் பணிபுரிந்து வருவது தெரியவந்தது. எட்டு பெண்கள் மட்டுமே குடும்பக் காரணங்களைக் கூறி மருத்துவராகத் தொடராமல் இருந்தனர்.[63] திருமணமாகி விட்டால் மருத்துவத் தொழிலைப் பெண்கள் கைவிட்டுவிடுவார்கள் என்று கூறிப் பெண்களின் மருத்துவக் கல்வியை எதிர்த்தவர்களுக்கு இது பொருத்தமான பதிலாக இருந்தது.[64]

இருந்தபோதிலும், இந்தக் கல்லூரி ஆரம்பித்து 20 ஆண்டுகளுக்குப் பிறகும்கூட பெண் மருத்துவர்களுக்கு எதிரான பாரபட்சம் இன்னமும் இருந்து வந்தது. 1869 நவம்பரில் மாணவிகளுக்கு ஒரு திருப்புமுனை ஏற்பட்டது. 'அந்த இகழ்ச்சி' (The Jeering) என்ற பெயரில் வரலாற்றில் இது பதிவானது. இந்தக் கல்லூரியின் 34 மாணவிகள் கேலி பேசப்பட்டுத் துன்புறுத்தலுக்கு ஆளாயினர்; அவர்களைப் பற்றிய அவதூறுகள் பரப்பப்பட்டன. மாணவர்கள் சச்சரவுகளை உருவாக்கினர். பென்சில்வேனியா மருத்துவமனையில் மருத்துவமனை தொடர்பான ஆசிரியரின் விரிவுரையை அவர்கள் கவனித்துக்கொண்டிருந்தபோது, ஆண் மாணவர்கள் ஆசிரியரைப் பேச அனுமதிக்கவில்லை; ஊளையிட்டு, உரக்கச் சத்தமிட்டு, அவமதிக்கும் வகையில் பேசியும் குரல் எழுப்பியும் மாணவிகளை அறையைவிட்டு வெளியேறுமாறு கட்டாயப்படுத்தினர். மாணவிகள் அசையாமல் உறுதியுடன் உட்கார்ந்திருந்தனர். இந்த நிகழ்வு அட்டூழியமானது, அவமானகரமானது என்று உள்ளூர் பத்திரிகைகளால் கண்டித்து எழுதப்பட்டது. ஆண்களுக்கும், பெண்களுக்கும் தனித்தனியாக வகுப்புகள் நடத்தப்பட வேண்டும் என்று அவர்களில் சிலர் ஆலோசனை தெரிவித்தனர்.[65]

அதே மாதத்தின் பிற்பகுதியில் 'The New Republic' இதழில் வெளியான செய்தி மறுபக்கத்தை வெளிப்படுத்துவதாக அமைந்திருந்தது. மாணவிகள் அவமதிக்கப்படவோ, கேலிசெய்யப்படவோ, அவதூறுக்கு உள்ளாக்கப்படவோ இல்லை என்று எழுதியிருந்த

கட்டுரையாளர், தனது வாதத்தைத் தானே மறுதலிக்கும் வகையில், 34 மாணவிகளையும் 'பாலின அடையாளமற்ற, வெட்கம்கெட்ட மந்தைகள்' என்றும், 'பெண்களின் பெருமையைக் குலைக்க வந்தவர்கள்' என்றும் கடும் கோபத்துடன் வசைபாடி இருந்தார். முறைப்படியாகப் பயின்று வரும் மாணவர்களின் உரிமைகளைக் கொஞ்சமும் வெட்கமின்றி ஆக்கிரமித்துக்கொண்டிருக்கும் கூட்டம் இது என்றும் அவர் எழுதியிருந்தார்.[66]

இத்தகைய சர்ச்சைகள் யாவும் பெண்களை மேலும் உறுதி கொண்டவர்களாக மாற்றின. பிறகு, ஷாரா ஹிப்பார்டு (Sharah Hibbard) என்ற உறுதிபடைத்த மாணவி ஒருவர், 'மருத்துவமனை தொடர்பான வகுப்புகளில் நடந்துகொண்ட முறையின் மூலம் இந்த மாணவர்கள் எங்களுக்கு வாழ்நாள் முழுமைக்குமான சாதகத்தைச் செய்துள்ளனர். இதை விடவும் சிறப்பான முறையில் அத்தகைய சாதகத்தை இவர்களால் செய்திருக்க முடியாது' என்று எழுதியிருந்தார்.[67]

கறுப்பரினத்தைச் சேர்ந்த முதலாவது மருத்துவ மாணவி சாரா மாப்ஸ் டக்ளஸ் (Sarah Mopps Douglas) இரண்டு ஆண்டுகளுக்குப் பிறகு பெண்கள் மருத்துவக் கல்லூரியில் (WMC) சேர்ந்தார். ஆனால் அவர் பட்டம் பெறவில்லை. 1867இல் இந்தக் கல்லூரியிலிருந்து ரெபக்கா கோல் (Rebecca Cole) மருத்துவப்பட்டம் பெற்றார். நாட்டில் எம்.டி பட்டம் பெற்ற இரண்டாவது கறுப்பரினப் பெண் இவர். அமெரிக்காவிலேயே வசித்து வந்த சூசன் லா பிளஸ்சே பிக்கோட்டே (Susan La Flesche Picotte) என்பவர் பென்சில்வேனியா பெண்கள் மருத்துவக் கல்லூரியில் 1889இல் பட்டம் பெற்ற உள்ளூர்ப் பெண் ஆவார். இங்குப் பட்டம் பெற்ற பெரும்பாலான பெண்களைப் போலவே, இவரும் தனது மக்களுக்காகச் சேவை புரிவதற்கு சொந்த ஊருக்குத் திரும்பினார். பல ஆண்டு காலம் அங்குப் பணிபுரிந்தார்.

1904 வாக்கில் இந்தியா, சீனா, ஜமாய்க்கா, சுவிட்சர்லாந்து, பிரேசில், ரஷ்யா போன்ற பல உலக நாடுகளிலிருந்து பெண்கள் இந்தக் கல்லூரியில் படித்து வந்தனர். இந்தக் காலகட்டத்திலும்கூட, மருத்துவராவதற்குப் பெண்கள் பொருத்தமில்லாதவர்கள், அவர்கள் எளிதில் மிகை உணர்ச்சிக்கு ஆட்படுபவர்கள், பலவீனமானவர்கள் என்ற கருத்துகள் நிலவியே வந்தன. பெண்களுக்கு அப்போது வாக்களிக்கும் உரிமையும் கிடையாது. கல்வி கற்பதற்காக அவர்கள் முன் வந்தது மிகப் பெரிய முன் மாதிரியாகும்.

வெளிநாட்டு மாணவிகள் இத்தனை பேர் WMCயில் ஏன் படிக்க வேண்டும்? அமெரிக்க மருத்துவக் கல்லூரியில் அந்த சமயத்தில் இடம் கிடைப்பது ஓரளவு எளிதாக இருந்தது ஒரு காரணமாக இருக்கலாம். அமெரிக்க மருத்துவக் கல்லூரியில் சேர்ந்து படிப்பதற்குப் பட்டதாரிகள் மட்டுமே விண்ணப்பிக்க முடியும் என்ற நடைமுறை 1920களில் தான் வந்தது. அதற்கு முன்பே சேர்ந்துவிட்டதால்தான், ஆனந்திபாய் அடிப்படைக் கல்வி மட்டுமே பயின்றிருந்த நிலையிலும் அவருக்கு அங்கு இடம் கிடைத்திருந்தது. இவருக்குப் பிறகு மருத்துவக் கல்லூரியில் சேர வந்தவர்களுக்கு அறிவியலில் பட்டப்படிப்பு கட்டாயமானது.

அமெரிக்க சமயப் பரப்புரையாளர்கள் பல நாடுகளிலும் இருந்தனர் என்பது இன்னொரு காரணமாகும். WMCஇல் படித்து வந்த பல பெண்கள் தேவாலயங்களால் ஆதரவளிக்கப்பட்டவர்கள். படித்து முடித்துத் திரும்பியதும் அந்தந்த நாடுகளிலிருக்கும் சமயப்பரப்புரை மையங்களில் அவர்கள் பணிபுரிய வேண்டும். திருமதி கார்பென்டர் போன்ற களப்பரப்புரையாளர்களின் உதவியோடு பென்சில்வேனியாவுக்கு வந்திருந்த போதிலும், ஆனந்திபாய் துணிச்சலான ஒரு விதிவிலக்கு.⁶⁸

WMC இல் இருந்த வெளிநாட்டுப் பெண்கள் அவர்களின் சாதனைகளுக்காகப் பெரிதும் வரவேற்கப்பட்டனர். டாக்டர் போட்லே இந்தக் கல்லூரி புகழ் பெற இவர்கள் உதவியாக இருப்பார்கள் என்பதைத் திறம்படப் புரிந்து வைத்திருந்தார். வரவேற்புகளையும், கூட்டங்களையும், உரைகளையும் அவர் ஏராளமான அளவில் ஏற்பாடு செய்தார். ஆனந்திபாயின் மிகவும் புகழ்பெற்ற புகைப்படங்களில் ஒன்று, 1885ஆம் ஆண்டு கல்லூரி முதல்வரால் வழங்கப்பட்ட வரவேற்பின் போது எடுக்கப் பட்டதாகும். அந்தப் படத்தில் அவருட ன் ஜப்பானின் இரண்டாவது பெண் மருத்துவரான கெய்கோ ஓகாமி (Keiko Okami), சிரியாவின் முதல் பெண் மருத்துவரான சபத் இஸ்லாம்பூலி (Sabat Islambooly) இருவரும் இருந்தனர். கெய்கோ ஓகாமி ஜப்பானுக்குச் சென்று மகப்பேறியல் துறையின் தலைவராகப் பணிபுரிந்தார். பெண் என்பதால் ஜப்பானிய பேரரசர் இவரைச் சந்திக்க மறுத்தார். அதனால் இவர் அந்தப் பொறுப்பிலிருந்து விலகினார். அதன் பிறகு 20 ஆண்டுகளுக்கு மேல் தனியாக மருத்துவச் சேவை செய்து வந்தார். பென்சில்வேனியா பெண்கள் மருத்துவக் கல்லூரியிலிருந்து (WMC) சென்ற பிறகு இஸ்லாம்பூலியின் தொழில் வாழ்வு பற்றி எதுவும்

தெரியவில்லை. இந்தப் படத்தில் இம்மூவரும் தத்தமது தேசங்களின் உடைகளை அணிந்து காணப்பட்டனர். கெய்கோ ஓகாமி விரிவான தளர்வான கிமேனோ வகை ஆடையணிந்து தனக்கு வலது பக்கத்தில் பார்த்தபடி இருக்கிறார். இஸ்லாம்பூலி எடை மிகுந்த சிரியன் ஆபரணங்களை அணிந்து சிந்தனைவயப்பட்டவராகக் காணப்படுகிறார். ஆனந்திபாய் புடவை அணிந்து காமிராவை அமைதியாகப் பார்த்துக்கொண்டிருக்கிறார். அவருடைய உணர்ச்சி வெளிப்பாடு புனிதமானதாகவும், புரிந்துகொள்ள முடியாததாகவும் இருந்தது.[69]

இந்தச் சமயத்தில் ஆனந்திபாய் இந்தியாவில் இந்து பழமை வாதிகளின் மத்தியிலும் கூட பெருமிதத்தின் சின்னமாக ஆகியிருந்தார். கிறிஸ்தவ மதத்திற்கு மாறக் கூடாது என்ற அவருடைய உறுதியான தீர்மானம் மிகவும் பாராட்டைப் பெற்றது. இந்துப் பெண்மையின் பாரம்பரியத்தோடு வாழ்வது என்ற அவரது உறுதிப்பாடு – சைவ உணவு, பாரம்பரிய உடை, அர்ப்பணிப்பு கொண்ட மனைவியாக இருத்தல் போன்ற பண்புகள் 'சேகரி' இதழிலும் பிற பழமைவாத இதழ்களிலும் ஒன்று போலவே பாராட்டப்பட்டன. இவரது பாதையைப் பின்பற்றி பிறகு வந்த இன்னொரு பெண் இதே பழமைவாதிகளால் காட்டுமிராண்டித்தனமாகத் தூற்றப்பட்டார். ஆனந்திபாய் மராத்திப் பெருமிதத்தின் விசித்திரமான அடையாளமாக இப்போதைக்கு இருந்து வருகிறார். பால கங்காதரதிலகர் நவீன யுகத்தின் மிகவும் உயரிய பெண் என்று குறிப்பிட்டு ஆனந்திபாய்க்கு நூறு ரூபாய் அளிப்பதாகவும் தெரித்தார்.[70]

அவருடைய படிப்பு தொடர்பான தகவல்கள் நமக்கு மிகவும் குறைவாகவே கிடைக்கின்றன. அவை துல்லியத்துடன் இருப்பது தெளிவாகத் தெரிகிறது. அவருடைய முதலாம் ஆண்டுப் பாடங்கள் வேதியியல், உடற்செயலியல், உடற்கூறியல், மருந்தியல், அறுவைச் சிகிச்சை, தசைக்கூறியல் ஆகியவை. இரண்டாம் ஆண்டிலும் இந்தப் பாடங்கள் தொடர்ந்தன. கூடுதலாக நான்கு பாடங்கள் சேர்க்கப்பட்டன. இருப்பினும் ஆனந்திபாய் கடிதங்கள் எழுதுவதில் ஏராளமான நேரத்தைச் செலவிட்டார். ஒரு நாளைக்கு இரண்டு மணிநேரம் வரை இதற்கு ஒதுக்கினார். ஒரு நாளைக்கு ஏழு கடிதங்கள் வரை அவருக்கு வந்தன. கோபால்ராவ், குடும்ப உறுப்பினர்கள், அவருடைய மைத்துனர், நலம் விரும்பிகளிடமிருந்து கடிதங்கள் வரும்.[71] பொதுவாக ஒரு நாளில் 7 முதல் 8 மணிநேரத்திற்கு ஓய்வெடுப்பார். 2 மணி நேரம் கடிதம் எழுதுவார். 1½ மணிநேரம்

உணவு உண்பதில் கழியும். ½ மணிநேரம் சந்திப்புகளிலும், ½ மணிநேரம் குளியலறையிலும் செலவாகும். மீதி நேரம் பாடல்களைக் கேட்பதிலும், படிப்பதிலும் செலவாகும்.[72]

தொடர்ச்சியாக உடல் நலிவுற்று இருந்தபோதிலும், மென்மையான ஆனந்திபாய் தன் தோற்றத்தை மீறிய கடுமையுடன் இருந்தார். ‘கல்லூரி மருத்துவமனையில் மனநலம் குன்றிய ஒரு பெண்ணை முதன்முதலாக நான் சந்தித்தேன்’ என்று கோபால்ராவுக்கு அவர் எழுதியிருந்தார். பேராசிரியருடனும், மூத்த மாணவி ஒருவருடனும் உயிரிழந்த உடலை அறுத்துக் கூறாய்வு செய்த பிறகு அவரைப் பார்த்தேன். கூறாய்வு முடிந்ததும் அறுவைச் சிகிச்சை மேசைக்கருகில் தனியாக அவர் நின்றுகொண்டிருந்தார். உடற்கூறாய்வு செய்யப்பட்ட உடலின் பாகங்கள் வெளித்தெரிந்தபடி இருந்தன. அந்தப் பெண் அங்கு நிற்பதற்கு இவர் எதிர்ப்புத் தெரிவித்தார். ஆனந்திபாய் கூறுகிறார். ‘அந்தப் பெண்ணின் பொதுவான தோற்றத்திலிருந்து, அவர் மனநலம் குன்றியவர் என்பதை ஏற்கனவே நான் யூகித்துவிட்டேன். அவர் என்னைக் காட்டிலும் உறுதியுடையவராக இருந்தார். விரும்பினால் அங்கிருந்த மருத்துவ உபகரணங்களைப் பயன்படுத்தக்கூடிய அளவுக்கு வல்லமை கொண்டவராக அவர் தென்பட்டார். அந்த இடத்தைவிட்டு நான் நகரவே இல்லை.’ பயந்துபோயிருந்த திருமதி ஸ்மித்தின் அறிவுரைக்கு இணங்க ஆனந்திபாய் அந்த இடத்தை விட்டு அப்பால் நகர்ந்த போது மனநலம் குன்றியிருந்த அவரைக் கவனித்து வந்த உதவியாளர் அவரை அப்பால் அழைத்துச் செல்வதற்காக அங்கு வந்தார்.[73]

ஏமாற்றுவித்தை

புதிதாக ஆனந்திபாய் கண்டுகொண்ட சுதந்திரம் கோபால்ராவை மகிழ்ச்சியும் கோபமும் அடையும்படிச் செய்தது. ஒன்பது வயதிலிருந்தே தன்னால் வளர்க்கப்பட்ட இவள் இப்போது சுயமாக முடிவெடுக்கிறாள். சுற்றிலும் இருப்பவர்களால் மிகவும் போற்றப்படுகிறாள். இது கோபால்ராவை அதிகாரமற்றவராகவும், கைவிடப்பட்டவராகவும் உணரச்செய்தது. தன்னைத் தானே சமாதானப்படுத்திக் கொள்வதற்கும், அதே நேரத்தில் தன்னுடைய அடையாளத்தைத் தக்கவைத்துக் கொள்வதற்குமாக. ஆனந்திபாய் இத்தகைய ஏமாற்றுவேலையில் எப்போதும் ஈடுபட்டபடியே இருப்பார்.

ஆனந்திபாயின் உடைதான் ஒவ்வாமையின் முடிவற்ற மூலமாக இருந்தது. *WMC*இல் தன் நாட்டு உடையை மட்டுமே அணிந்து வந்த

முதலாவது வெளிநாட்டுப் பெண்ணாக இவர் இருந்தார். மற்ற பல பெண்கள் அமெரிக்க நாட்டினரைப் போலவே உடையணிவதற்குப் பழகிக் கொண்டுவிட்டனர். இதுவும்கூட கோபால்ராவுக்கு நல்லதாகத் தெரியவில்லை.

பிலடல்பியாவில் நிலவக்கூடிய குளிர்காலம் ஆனந்திபாயின் உடையணியும் பழக்கத்திற்குக் கடுமையான சவாலாக இருந்த போதிலும் உடைப்பழக்கத்தை மாற்றிக் கொள்வதில்லை என்பதில் அவர் உறுதியாக இருந்தார். பாரம்பரிய ஒன்பது கஜ மராட்டியப் புடவை கடுமையான காற்று வீசும் போது கால்களை மறைக்கத் தவறியது. எனவே அவர் குஜராத்தி பாணியில் புடவை கட்ட ஆரம்பித்தார். சாதாரண இந்தச் செயலும்கூட கோபால்ராவுக்கு ஆத்திரமூட்டியது. மராத்தியப் பழக்கங்களை அவள் கைவிடுவதாக கோபால்ராவ் கருதினார். ஆனந்திபாய் இதற்கு எதிராகத் தன்னைத் தற்காத்துக் கொள்வதற்குக் கட்டாயப்படுத்தப்பட்டாள். 'மராட்டிய உடை கோடைக் காலத்தில் மட்டும்தான் வசதியாக இருக்கும். என்னுடைய உடைப் பழக்கத்தை மாற்றிக்கொள்வது, முறையற்ற செயல் என்றே நான் உணர்கிறேன். (பருவகாலத்திற்கு ஏற்ப) தவிரவும் நடிகையைப் போல வெவ்வேறு தோற்றங்களில் தோற்றமளிப் பதைத் தவிர்த்துவிட்டு, எல்லா நேரங்களிலும் ஒரே விதத்தில் உடையணிவது என்று நான் உறுதிபூண்டுவிட்டேன். இந்த நாட்டை விட்டு வெளியேறி வந்தவுடன், நான் மராட்டிய பாணியில் உடையணிவேன், என்னுடைய உறுதியான முடிவு இது' என்று அவர் எழுதினார்.[74]

இன்னொரு சந்தர்ப்பத்தில், அவளுடைய படத்தைப் பார்த்த பிறகு கோபால் ராவ் ஒரு கடிதத்தை எழுதியிருந்தார். அதில் ஆனந்திபாய் தனது தோள்களையும், மார்பையும் சரியாக மறைக்கவில்லை என்று குறிப்பிட்டிருந்தார். எதிர்ப்பின்றி இதனை ஏற்றுக்கொண்ட ஆனந்திபாய் பதில் எழுதினார். ஒரு தாய் தன் குழந்தைக்குச் சிரிப்பு மூட்டுவதுபோல அது இருந்தது. "படத்தில் நான் அணிந்திருந்த எனது ரவிக்கையைப் பற்றி உங்களது கடிதத்தில் குறை கூறியிருந்தீர்கள், அப்படி அணிய வேண்டும் என்று ஒரு போதும் நான் நினைக்கவே இல்லை என்று உங்களுக்கு வாக்குறுதி தருகிறேன். உங்களுக்கு அது பிடிக்கவில்லை என்றால் அதற்காக நான் வருந்துகிறேன்!' இனிய சொற்களால் அவரைப் பணிய வைத்திருந்தாள். 'பீதாம்பர் பார்டர் என் தோள் பட்டையிலிருந்து நழுவுவதுகூட என்னுடைய அஜாக்கிரதையால் நேர்ந்ததல்ல, தற்செயலாக நேர்ந்ததுதான்.

அப்படி நழுவுவதை நானோ, மற்ற எவருமோ அறிந்திருக்கவில்லை. அப்படித்தான் இந்தப் படம் நான் இருந்த விதத்திலேயே எடுக்கப் பட்டுள்ளது. பொதுவில் இருப்பவர்கள் கண்டிக்கும் விதத்தில் நான் ஏதாவது செய்திருந்தால் தவறு என்னுடையதுதான் என்பதை நான் நன்றாக உணர்கிறேன். பொதுவாக முறைப்படியான கவனம் இல்லாமல் நான் செயல்படுவதில்லை. உடலுக்குத் தீங்கு செய்யக் கூடிய உறுப்பை வெட்டி எடுத்துவிடுவதுதான் சிறந்தது என்று நான் கருதுகிறேன். இப்போது நான் அணிந்திருக்கும் இந்த உடையை என்னுடைய ஆரோக்கியத்தைப் பாதுகாத்துக் கொள்வதற்காகவே அணிந்திருக்கிறேன்."[75]

1884-ஆம் ஆண்டில் டிப்தீரியா நோய் கண்டு ஆனந்திபாய் உடல் நலிவுற்றார். இவரை அவதிக்குள்ளாக்கிய பல்வேறு நோய்களுள், முதலாவதாக இவரைப் பிடித்த நோய் இதுவாகும். இறுதியில் அவர் குணமடைந்தார். ஆனால் உடல் நலிவுற்றே இருந்தது. சினங்கொண்ட பெண்ணியவாதி, திருப்தி கொண்டிருக்கும் பழமைவாதி என்ற ஆனந்திபாயின் இருவேறு இயல்புகளில் அந்தக் கோடைக்காலத்தில் பல்வேறு முரண்கள் தென்பட்டன. சமயப்புரப்புரையாளர் பெண்கள் கழகத்தில் அவர் உரையாற்றினார். அப்போது பெண்கள் இளவயதில் திருமணம் செய்துகொள்வதை அவர் ஆதரித்தார். இவருடைய கல்விக்கு கோபால்ராவ் ஆதரவளித்து வருவதும், அவரையே இவர் முற்றிலும் சார்ந்திருந்ததையும் காணும் போது, இதில் ஆச்சரியம் எதுவும் இல்லாமலிருக்கலாம். இருந்த போதிலும், அவருடைய புதிய நண்பர்கள் அதிர்ச்சியடைந்தனர். கரோலின் வெல்ஸ் ஹீலிடால் அவருக்கு ஆதரவாகப் பேசினார், 'அவருடைய வாழ்வின் இன்பங்கள் யாவும், அவரது கணவரின் அறிவுறுத் தலிலிருந்து உருவானவைதான். கணவரிடமிருந்து தாராளமாகக் கிடைத்த பரிவுதான் வெளிநாட்டுக்கு இவர் வருவதற்குத் துணையாக இருந்தது.'[76]

கிழக்கிற்கும் மேற்கிற்கும் இடையே நீடித்து நிலவி வந்த பதற்றம் மற்ற பகுதிகளிலும் எதிரொலித்தது. 1883இல் ஆனந்திபாய் அவருடைய நண்பரான திருமதி கார்பென்டரின் 'உள்ளத்தின் நிழற்படம்' என்று தலைப்பிடப்பட்ட சேகர ஏட்டில் (ஆல்பம்) ஈர்ப்பு தரும் ஒரு பட்டியலை எழுதியிருந்தார். அந்தப் பட்டியல் அவரது குணநலன்களை வெளிப்படுத்துவதாக அமைந்திருக்கிறது. பாரம் பரிய இந்தியச் சிந்தனையும் மேற்கத்திய ஈடேற்ற சிந்தனையும் சேர்ந்த சஞ்சலம் நிறைந்த ஒரு கலவையாக அந்தப் பட்டியல் இருந்தது.

தொடக்கத்தில் காணப்படும் பதிவுகள் பாதிப்பில்லாதவை, வேடிக்கையானவை. தனக்கு விருப்பமான கவிஞர்களாக அலெக் சாண்டர் போப், மனு, காளிதாசர் ஆகியோரையும், விருப்பமான உரைநடை எழுத்தாளர்களாக ஆலிவர் கோல்டுஸ்மித், தாமஸ் மெக்காலே, சாஸ்திரி சிப்லூன்கர் ஆகியோரையும் ஆனந்திபாய் குறிப்பிட்டுள்ளார். வரலாற்றில் தனக்கு விருப்பமான பாத்திரமாக இந்தியர் எவரையும் குறிப்பிடாமல் ரிச்சர்டு கோவர் டிலயன் என்பவரைக் குறிப்பிட்டுள்ளார். இருந்தபோதிலும் மணிக் கணக்கில் தான் படிக்கக்கூடிய விருப்பமான புத்தகமாக பகவத் கீதையைச் சுட்டியுள்ளார். தனது விருப்பத்தை அடைய ஒருவர் செய்யும் முயற்சி களைத் துயரம் என்று கருதுவதாகவும், அடிமைத்தனத்தையும், பிறரது ஆதரவைச் சார்ந்து இருப்பதையும் தான் வெறுப்பதாகவும் அவர் கூறுகிறார். நீங்கள் முன்னிலைப்படுத்த விரும்பும் பண்பு எது என்ற கேள்விக்கு, 'அதனை நான் இன்னமும் கண்டறியவில்லை' என்றும் அவர் பதிவிட்டிருக்கிறார். தன்னை எப்போதும் அடித்து வந்த கணவரை நற்குணம் என்ற சொல்லுக்கு உதாரணமானவ ராகக் குறிப்பிட்டுள்ளார். 'நான் செய்யக்கூடிய காரியங்களுக்குக் கிடைக்கும் வெகுமதிதான் எனக்குக் கிடைக்கக்கூடிய உயரிய மகிழ்ச்சி' என்கிறார்.[77]

இதனிடையே, ஆனந்திபாயும் கோபால்ராவும் தங்களின் எதிர் காலத்தைப் பற்றி வாதிட்டுக் கொண்டனர். தானும் அமெரிக்காவுக்கு வந்துவிடுவதாகவும் அங்கேயே இருந்துவிடலாம் என்றும் கோபால் ராவ் கூறினார். ஆனால், ஆனந்திபாய் இந்தியாவுக்குத் திரும்பிவர விரும்பினார். அமெரிக்காவில் ஏற்கனவே மிதமிஞ்சிய அளவில் பெண் மருத்துவர்கள் இருக்கின்றனர் என்றும், பாகுபாட்டின் காரணமாக அவர்களுக்கு வேலை ஏதும் கிடைப்பதில்லை என்றும் ஆனந்திபாய் கருதினார். 'பெண் மருத்துவர்கள் இல்லாமலிருப்பதே நல்லது என்று இங்கு பலரும் கருதுகின்றனர். ஆண் மருத்துவர்களும் அவர்களை வெறுக்கின்றனர்.' எனவே, ஆனந்திபாய் இந்தியாவுக்குத் திரும்பி வருவதற்காகப் பேரார்வத்துடன் திட்டங்களைப் போட்டிருந்தார். இந்தியப் பெண்களின் உடல்நலத்திற்கு உதவி புரியவும், பெண்களுக்கான மருத்துவக் கல்லூரியை உருவாக்கி அதில் விரிவுரைகளை வழங்கவும் திட்டம் தீட்டியிருந்தார்,' நம்முடைய நாடு இருக்கும் போது, வேறெங்காவது சென்று தட்டேந்தி ஏன் பிச்சை கேட்க வேண்டும்?' என்று அவர் வாதிட்டார்.[78]

கீழ்த்திசைச் சிந்தனைகளுக்கு எதிரான ஆனந்திபாயின் போராட்டம்

அமெரிக்காவில் வாழ்ந்துவரும் ஒரு இந்துப் பெண்ணாக ஆனந்திபாய், அமெரிக்கர்களின் இயல்பான தோழமை உணர்வுக்கும், அருள்பாலிக்கும் அவர்களின் இயல்புக்கும், கீழைநாட்டு நாகரிகம் பற்றிய அவர்களின் உணர்வுக்கும் இடையே எப்போதும் அலைக்கழிக்கப்பட்டு வந்தார். திருமதி கார்பெண்டர், டாக்டர் ராச்செல் போட்லே இருவரும் ஆனந்திபாயிடம் அன்புடன் நடந்துகொண்டனர். இந்தியப் பெண்கள் அனைவருமே மூடத்தனம் கொண்டவர்கள். ஒடுக்கப்பட்டவர்கள் என்ற அதே எண்ணத்துடன் தன்னையும் பார்த்த அமெரிக்கப் பெண்கள் பலரையும் ஆனந்திபாய் சந்தித்திருந்தார்.

அருகிலுள்ள நகரங்களுக்கு ஆனந்திபாய் அழைத்துச் செல்லப் பட்ட போது ஆர்வம் கொண்ட அமெரிக்கர்கள் ஒரு பொம்மையைப் பராமரிப்பதைப் போல அவரிடம் நடந்துகொண்டனர். அவரது மதக் குறியீடுகள், அவரது நெற்றிச்சுட்டி, மூக்குவளையம், உடை, பழக்கவழக்கம் ஆகியவற்றால் கூட்டத்தினர் சம அளவில் வசீகரிக்கப் பட்டனர், கிளர்ச்சி அடைந்தனர்.

ஆனந்திபாயை 1884 டிசம்பரில் முதல் முறையாக டால் சந்தித்தார். அதுவே அவரது இறுதிச் சந்திப்பாகவும் அமைந்துவிட்டது. எளிதில் சினங்கொள்ளக் கூடிய வாஷ்பிஷ் டால் (*Waspish Dall*), இந்துக்களைப் பற்றிய குறைவான மதிப்பீடு கொண்டிருந்தவர். ஆனால் ஆனந்திபாயைப் பற்றி பெருந்தன்மையான எண்ணத்தை அவர் கொண்டிருந்தார். ‘ஆரம்பத்திலிருந்து இறுதிவரை ஒரு வகையில் இனிமை மிக்க உண்மைத்தன்மையுடன் தனித்தன்மையுடன் ஆனந்திபாய் இருந்தார். மனிதர்களிடம் காண்பதற்கு அரிதான மிக முழுமையான கபடமற்ற பேச்சு, இவையெல்லாம் இந்துக்களின் பொதுவான விசேஷக் குணங்கள் அல்ல என்று நான் நம்புவதற்குக் காரணம் இருக்கிறது’ என்று ஆனந்திபாயைப் பற்றிய பெருந் தன்மையான கருத்தினைக் கொண்டவராக டால் இருந்தார்.[79]

ஆனந்திபாய் தனிப்பட்ட முறையில் கலந்துபேசிச் செயலாற்றும் திறமுடையவராக இருந்தார். ஆனாலும், அவரது கடிதங்கள் விரக்தியையே வெளிப்படுத்துகின்றன. விரக்தியடைந்த நிலையில் கோபால்ராவுக்கு அவர் எழுதியிருந்த ஒரு கடிதத்தில், அமெரிக்கப் பெண்கள் பலரும் கேட்கக்கூடிய அற்பத்தனமான, ஒரே மாதிரியான கேள்வி எனத் தான் கருதும் ஒரு கேள்வி பற்றிக் குறிப்பிட்டிருந்தார்.

"இந்தியாவில் பெண்கள் நிறைய பேர் இருக்கிறார்களா? பெண் குழந்தைகளைப் பிறந்த உடன் கொன்றுவிடும் வழக்கம் உங்களுடையது என்று நான் கேள்விப்பட்டிருக்கிறேன். இந்த நாட்டில் (அமெரிக்காவில்) ஆண்களைக் காட்டிலும் பெண்களே அதிகமாக இருக்கின்றனர். இந்தியாவில் பெண் குழந்தைகள் பிறந்த உடன் கொல்லப்படுவார்களாயின் பெண்களின் எண்ணிக்கை ஒப்பீட்டளவில் குறைவாகத்தானே இருக்க வேண்டும்" என்று முட்டாள் தனமான கேள்வியை ஒரு பெண் மருத்துவர் என்னிடம் கேட்டார். "நாம் பெரிதும் போற்றக்கூடிய மேற்கு நாட்டவரின் ஞானமும், முற்போக்கும் இதுதான். அப்படியென்றால், குரங்குகளுக்கும் மனிதர் களுக்குமான இடைத்தொடர்புக் கண்ணி இந்தியர்கள்தான் என்று அவர்கள் கருதிக் கொண்டிருந்தாலும் ஆச்சரியப்பட ஏதுமில்லை. எவ்வளவு மோசமான கருத்து அது. இந்தியா இப்படிப்பட்டதொரு காட்டுமிராண்டித்தனமான கொடூர தேசம் என்பதாக நான் அறிந்திருக்கவில்லை." [80]

தார்மீகக் கொள்கையற்ற புறச் சமயத்தவர் என்று தான் அழைக்கப் படுவதை மிகவும் கடுமையான துன்பம் தரும் ஒன்றாக ஆனந்திபாய் கருதினார். தன்னுடைய மத நம்பிக்கைகளைப் பாதுகாத்துக் கொள்வதற்குப் பல சமயங்களில் அவர் நிர்ப்பந்திக்கப்பட்டார். 'ஒருவரை நேரடியாகச் சுட்டிக்காட்டிக் கூறாமல், அந்தச் சொல்லைப் பெயரளவுக்குப் பயன்படுத்துவார்களானால், அதில் எனக்கு அவமதிப்பு ஏதுமில்லை. மத நம்பிக்கைகளில் எனக்கு நம்பிக்கை யில்லை. அதற்காக நான் பெருமிதப்படுகிறேன்' என்று அப்போது நான் தெரிவித்துவிடுவேன்...'

அமெரிக்கப் பெண்களுக்கு ஒப்பீட்டளவில் கூடுதலாக இருக்கும் சுதந்திரத்தைக் கண்ணுற்ற ஆனந்திபாய், இந்தியப் பெண்களின் நிலை பற்றிக் கூடுதல் கவனத்துடன் சிந்திப்பதற்குத் தூண்டப் பட்டார். எப்போதும்போலவே, அவருடைய நடைமுறைவாதம் அவளுடைய உள்ளார்ந்த நாட்டுப்பற்றுடன் போரிட்டு வந்தது. இந்தியப் பெண்களுக்கு அதிகமான சுதந்திரத்தை அவர் விரும்பினார் – எப்படி அவர் விரும்பாமல் இருக்க முடியும் – ஆனால் இந்தத் தேசத்தைப் பற்றியும் அதன் ஒழுகலாறுகளைப் பற்றியும் எதுவுமே அறிந்திராத அமெரிக்கப் பெண்களின் வறண்ட கருத்துகள் அவரை கோபமடையச் செய்தன. தகுதியற்றவர்களாக இருக்கும் ஆண்களால் உரிமை மறுக்கப்பட்டவர்களாக, எல்லாவிதங்களிலும் பின்தங்கியவர்களாக இருக்கும் இந்தியப் பெண்களாகிய நாங்கள்,

ஆண்களைவிடவும் சிறந்தவர்களாகத்தான் இருக்கிறோம். இந்தியப் பெண்கள் இயல்பாகவே பலவீனமானவர்களாக இருப்பதால் ஒழுக்கம், மதம், அறிவாற்றல் ஆகியவற்றைப் பாதுகாப்பதற்காகக் குறிப்பிடத்தகுந்த வகையில் மனவலிமையை வளர்த்துக்கொள்ள வேண்டியவர்களாக இருந்து வருகிறோம். ஒவ்வொரு தேசத்தவரும் இந்தியப் பெண்களைப் பின்பற்றி அவர்களிடமிருந்து சகிப்புத்தன்மையைப் பழகிக்கொள்ள வேண்டும். இந்தியப் பெண்கள் மூடநம்பிக்கை உடையவர்களாக, அறியாமை நிறைந்தவர்களாக, தவறாக வழி நடத்தப்பட்டவர்களாக அல்லது தவறான நம்பிக்கைகளைக் கொண்டிருப்பவர்களாகக்கூட இருக்கலாம். ஆனால், அவர்கள்மீது ஒருபோதும் குற்றம் சுமத்த முடியாது. எல்லாவிதமான சட்டங்களும், விதிமுறைகளும், ஒழுகலாறுகளும் ஆண்களுக்குச் சாதகமாகவே இருந்து வருகின்றன என்பதால் பெண்கள் இத்தகைய நிலையில் இருக்கிறார்கள் என்பதில் ஆச்சரியமோ, நம்பமுடியாத தன்மையோ இல்லை.[81]

உள்ளுக்குள் ஆனந்திபாய் அமெரிக்கப் பெண்களின் ஆணவத்திற்கு எதிராக வசைபாடிக் கொண்டிருந்தார். அமைதியான அவரது நடத்தையில் பொல்லாத நகைச்சுவை உணர்வு மறைந்திருந்தது. அதனைத் தன் கணவரிடம் மட்டுமே அவர் அடிக்கடி வெளிப்படுத்தி வந்தார். கோபால்ராவுக்கு எழுதிய கடிதத்தில் அவர் கூறுகிறார். "மார்புக் கச்சையை அணிவதில் புதிய பாணி ஒன்று இப்போது வழக்கத்தில் இருக்கிறது. கச்சையை இறுக்கமாக அணியும் பழக்கத்தால் இயல்பாகச் சுவாசிக்க முடியாமல் போகிறது. வளர்ச்சியை நோக்கி முன்னேறுவதற்கான வழி இதுதானா! அறியாமை நிறைந்தவர்களாகவும், சிலைகளை வணங்குபவர்களாகவும் இருந்த காரணத்தினால் தான் இளம் பெண்களின் கால்களை மேலும் வளராதிருக்கும் வண்ணம் இறுகக் கட்டி வைக்கும் 'கால்கட்டுதல்' பழக்கத்தை சீனர்கள் மேற்கொண்டிருந்தார்கள். இதே போன்ற செயல்களை மேற்கு நாட்டவர் செய்தார்களானால் அவர்கள் மிக மிக முன்னேறியவர்களாக இருப்பதன் காரணமாகத்தான் இது போன்று செய்வதாகக் கருதிவிடுவார்கள்!"

ஆனந்திபாய் இந்தியப் பெண்களால் சிறப்பாகச் செயல்பட முடியும் என்ற நம்பிக்கையைக் கொண்டிருந்தார், கடந்தகாலத்தையும் நிகழ்காலத்தையும் ஒப்பிடாதவரையிலும், எதிர்காலத்தைப் பற்றி யூகித்தறிய இயலாது. ஆண்கள் ஏன், எப்போது, எப்படி நமக்கு மதிப்பளித்தார்கள் அல்லது எதிரிகளிடமிருந்து பாதுகாத்தார்கள்,

நம்முடைய உரிமைகளை எப்படி அடக்கினார்கள் என்பதையும் நாம் புரிந்துகொள்ள வேண்டும். நிகழ்காலத்தை நினைத்து வருந்துவதைக் காட்டிலும் மற்றவர்களின் நல்வாய்ப்புகளைப் பார்த்து வெறுப்பதைக் காட்டிலும், அறியாமையிலிருந்து தப்பித்து வருவது எப்படி என்பதில் ஒருவர் கருத்தைச் செலுத்த வேண்டும். கோபால்ராவுக்கு அவர் எழுதிய நீண்ட கடிதத்தை, ஆணின் பெரு மிதம் பற்றிய தந்திரமான குழிபறிப்புடன் அவர் முடிந்திருந்தார்: 'என்னை நீங்கள் தவறாக நினைத்துவிடக் கூடாது என்பதற்காக எத்தனை முறை உங்களிடம் மன்னிப்புக் கேட்டுக் கெஞ்சியிருக் கிறேன் என்பதைத் தயவுசெய்து கவனியுங்கள்!'[82]

ஆனந்திபாய் எழுதிக் கொடுத்த ஆய்வுக் கட்டுரையான 'ஆரிய இந்துக்களிடையே மகப்பேறு' என்ற கட்டுரை இந்தியப் பண் பாட்டின் மீது தொடுக்கப்பட்டு வந்த தாக்குதல்களுக்கு எதிரான விரக்தி கொண்ட எதிர்வினையாகக்கூட இருந்திருக்கலாம். இந்தியாவின் பாரம்பரிய கர்ப்பக்கால வழிமுறைகள், குழந்தைப் பேறு, தாய் நலம் ஆகியவை பற்றி ஆராய்ந்தறிந்து மனு, சுஸ்ருதா போன்ற குருமார்களைப் பற்றிக் குறிப்பிட்டுப் புகழந்துரைப்பதாக இந்தக் கட்டுரை அமைந்திருந்தது. 'ஆரியன்' என்ற சொல்லுக்கு ஆனந்திபாய் அழுத்தம் தந்திருப்பது, ஆனந்திபாயின் விருப்பமான 'பண்பாட்டுத் தேசியம்' என்பதற்கான ஆதாரமாகத் தரப்பட்ட அழுத்தமாகவும், அதிகமாகக் குறை பேசப்பட்ட இந்திய மருத்து வத்திற்கு ஆதரவான ஒரு முயற்சியாகவும் சில வரலாற்றாசிரியர்கள் பார்க்கின்றனர். இந்தியாவின் சுகாதார முயற்சிகள் பற்றிய ஆக்கப் பூர்வமான கருத்துகளை வலியுறுத்துவதில் கவனம் செலுத்துவ தாகவும், பிரசவத்திற்குப் பயன்படுத்தப்பட்டு வந்த சுகாதாரமற்ற இருண்ட அறைகள், கல்வியறிவற்ற ஆயாக்கள், அறிவியலைப் புறந்தள்ளிய மூடநம்பிக்கைகள் ஆகியவை பற்றி எதையும் குறிப் பிடாமல் அந்தக் கட்டுரை கவனமாக எழுதப்பட்டிருந்தது.[83]

ஆனந்திபாயும் ரமாபாயும் : நல்ல மனைவியும் கலகக்கார மனைவியும்

இந்தக் காலகட்டத்தில்தான் ஆனந்திபாய் தனது எதிர் துருவமாக இருந்த பண்டித ரமாபாயைச் சந்தித்தார். பண்டித ரமாபாய் ஒரு எழுத்தாளர், பெண் கல்விக்காகப் போராடியவர். ஒரு போராளியாக இருந்தவர். இந்த இரு பெண்களும் தூரத்து உறவினர்கள். இவர்கள் இந்தியாவிலிருந்து ஒரே சமயத்தில் புறப்பட்டுச் சென்றவர்கள். ரமாபாய் இங்கிலாந்துக்கும், ஆனந்திபாய் அமெரிக்காவிற்கும் ஒரே

மாதத்தில் பயணப்பட்டனர். இருந்த போதிலும் இவ்விருவரும் 1886 மார்ச் 6ஆம் நாள் ஆனந்திபாயின் பட்டமளிப்பு நடைபெறும் வரையிலும் சந்தித்துக் கொள்ளவே இல்லை.

கல்வி கற்ற இரண்டு இந்துப் பெண்கள் அமெரிக்காவில் ஒன்று சேர்ந்து அவர்களின் வாழ்க்கைப் பயணத்தைப் பற்றிப் பேசுவதை விடவும், வேறு எந்தவிதத்திலும் WMCக்கு சிறப்பான விளம்பரம் கிடைக்கப்போவதில்லை, அதற்கு இணையான புரட்சியும் இருக்கப் போவதில்லை என்று டாக்டர் ராச்சல் போட்லி (Dr.Rachel Bodly) கருதினார். எனவே அவர் ரமாபாய்க்குக் கடிதம் எழுதி அட்லாண்டிக் கடலின் மறுபக்கத்திற்கு அவரை வரவழைத்து பட்டமளிப்பு விழாவில் கலந்துகொள்ளச் செய்தார். இந்த இரு பெண்களும் இறுதியில் போட்லியின் வரவேற்பறையில் ஒன்றிணைந்து கொண்டனர்.

இரண்டு பெண்களும் மிகவும் வித்தியாசமானவர்களாக இருந்திருக்க வாய்ப்பில்லை ஆனால் ஆனந்திபாய் குழந்தைத் திருமணத்தை ஆதரித்தவர். மனைவியின் கடமைகளில் நம்பிக்கை கொண்டிருந்த பக்தி சிரத்தையான ஓர் இந்தியப் பெண். ரமாபாய் இந்து மதக் கொள்கைகளை முரட்டுத்தனமாக விமர்சனம் செய்தவர், குழந்தை மணம், கலந்து பழகாத நிலையில் இந்துப் பெண்கள் ஒதுக்கி வைக்கப்படுவது ஆகியவற்றை ஏற்காதவர். 'இந்து மதச்சட்டத்திற்கு முழுமையாக அடிபணியும் பெண்கள், அடிமைத்தனத்தை விரும்பும் கைப்பாவைகளாகத் தங்களைத் தாங்களே மாற்றிக் கொள்கின்றனர்' என்று ரமாபாய் நறுக்கென்று கூறியிருக்கிறார். ஆனந்திபாய் தனது மதத்தில் உறுதியுடன் ஒட்டிக்கொண்டிருந்தவர். ரமாபாய் லண்டனுக்கு வந்த பிறகு கிறித்துவ மதத்திற்கு மாறியவர். இந்தச் செயல் ஆச்சாரமான புனே பிராமணச் சமூகத்தை அதிர்ச்சிக்குள்ளாக்கியிருந்தது.

அனைத்து வழிகளிலும் ரமாபாய் ஒரு கலகக்காரர். அவர் ஒரு தாராளவாத தந்தைக்குப் பிறந்தவர். மகளை சமஸ்கிருதம், ஆங்கில மொழிகளை நன்றாகப் படிக்க வைப்பதில் கவனம் செலுத்தினார். கல்கத்தா பல்கலைக்கழகம் 'பண்டிதர்', 'சரஸ்வதி', ஆகிய பட்டங்களை வழங்கும் அளவுக்கு இவரது சமஸ்கிருதப் படிப்பு சிறந்திருந்தது. வேறொரு சாதியைச் சேர்ந்தவரை ரமாபாய் மணந்துகொண்டார். வெகு விரைவிலேயே கணவர் இறந்துவிட்டார். மனோரமா என்ற பெண் குழந்தை பிறந்திருந்தது.

தங்களைப் போலவே மற்ற பெண்களும் கல்வி பயில வேண்டும் என்பதில் அதீத விருப்பம் உடையவர்களாக இருவரும் இருந்தனர். ஆனால் இருவரும் வெவ்வேறு வழிகளில் இதற்காக முயற்சி செய்தனர். ரமாபாய் உக்கிரமானவர், சமரசம் செய்து கொள்ளாதவர், வெளிப்படையாகப் பேசுபவர். ஆனந்திபாயோ அதிகம் பேசாதவர், கவனத்துடன் அளவாகச் செயல்படுபவர். தனது சமூகத்தினர் புண்படாத வகையில் நடந்து கொள்பவர். ரமாபாய் பெண்களுக்கான பள்ளியை உருவாக்குவதற்காக ஒரு சங்கத்தை உருவாக்கினார். அதன் பிறகு அதற்குக் கிளைகளை அமைப்பதற்காக ஏராளமான பயணங்களை மேற்கொண்டார். பெண்கள் மருத்துவக்கல்வி பயில்வதை வலுவுடன் இவர் ஆதரித்தார். உண்மையில், இவரும் மருத்துவராகவே ஆக விரும்பினார். செவித்திறனில் குறைபாடு இருந்ததால், இங்கிலாந்தில் மருத்துவக் கல்வி பயில அவர் நிராகரிக்கப்பட்டார். அதற்குப் பதிலாக சமஸ்கிருதப் பேராசிரியாகப் பெரும்பாலான உயர்தர பிரிட்டிஷ் கல்வி நிறுவனங்களில் இவர் பணியாற்றினார். அவற்றில் செல்டன்ஹாம் பெண்கள் கல்லூரியும் அடங்கும். மிக முக்கியமாக, ஆடவர்களின் உதவி எதுவுமில்லாமல் இவை அனைத்தையும் அவர் நிறைவேற்றியிருந்தார். அந்தக் காலத்தில் ஒரு இந்துப் பெண் செய்திருக்கக்கூடிய அசாதாரணமான காரியம் இதுவாகும்.

ரமாபாய் அன்புடன் வரவேற்கப்பட்டதில் ஆச்சரியம் ஏதும் இல்லை – அவர் மேற்கத்திய சமயப் பிரச்சார அமைப்புகளால் பெரிதும் போற்றப்பட்டார். அவருடைய அழகை அவர்கள் பெரிதும் போற்றிப் புகழ்ந்தார்கள், அவருடைய பெரிய கண்களின் கூர்மையான இயல்புகள் கல்வி, மேடைப் பேச்சில் அவரது மேதமை ஆகியவையும் பாராட்டப்பட்டன. ரமாபாய் வியக்கத்தக்க வகையில் அழகாக இருந்தார் என்று, மன்னிக்க இயலாத அளவிற்கு இனவெறி கொண்டிருந்த கரோலின் வெல்ஸ் ஹீலிடால் உற்சாகத்துடன் கூறினார். அவர் இந்து என்று தெரிவிப்பதற்கு எந்த அடையாளமும் இல்லை. ரமாபாயின் பெற்றோர்வழி மரபு பற்றித் தெரிந்துகொள்ள வேண்டும் என்று ஹீலி டால் பேரார்வத்துடன் விரும்பினார். 'ஆனந்திபாயை மிகவும் நெருக்கமாக அணுகி இரத்தக்கலப்பு ஏதும் இருக்குமோ என்று தெரிந்துகொள்வதற்காகக் குறுக்குக் கேள்விகளைக் கேட்டேன். மராத்திய ரத்தமும் காஷ்மீரி ரத்தமும் ரமாபாய் மரபில் அடிக்கடி கலந்து வந்திருக்கின்றன என்று ஆனந்திபாய் தெரிவித்தார்.[84]

ஆனந்திபாய் எப்போதும் அவரது 'இந்து' ஆதரவுச் செயல்களுக்காக அமெரிக்காவில் சந்தேகத்துடனே பார்க்கப்பட்டார். மதம் மாறியதற்தாகவும், இந்து ஒழுகலாறுகளை விமர்சித்து வந்ததற்காகவும் ரமாபாய் இங்கே இந்தியாவில் திகிலுடன் பார்க்கப்பட்டார்.

ரமாபாய் மதம் மாறிய பிறகு, இவர்கள் இருவரையும் ஒருவருடன் ஒருவர் ஒப்பிட்டுக் காண இந்தியப் பத்திரிகைகள் முயற்சி செய்தன. மதம் பற்றிய ஆனந்திபாயின் பணிவான சிந்தனையை வலியுறுத்தி அதில் எழுதியிருந்தன. ஒருவரை இன்னொருவருக்கு எதிராக நிறுத்தி மராத்தி வார இதழான கேசரி தலையங்கம் எழுதியிருந்தது: 'திருமதி ஆனந்திபாய் ஜோஷியின் பண்புகள், பண்டித ரமாபாயின் பண்புகளிலிருந்து பெரிதும் வேறுபட்டவை. நன்னடத்தை கொண்ட இந்தப் பணிவான பெண்மணி அவர் திட்டமிட்டபடியே மருத்துவத்தில் சிறந்த பயிற்சியைப் பெறுவார் என்று நாங்கள் வலுவாக நம்புகிறோம். மதத்திலும், நடத்தையிலும் எந்தவிதமான இழுக்கும் ஏற்படாமல், ரமாபாய் செய்வதைப் போல அல்லாமல் இந்த நாட்டிற்குத் திரும்பி, ஆதரவற்று நிற்கும் தனது தேசத்தின் நன்மைக்காகப் பல்வேறு வழிகளிலும் அவர் உழைப்பார். ஆனந்திபாயைத் தனிப்பட்ட முறையில் நேரில் சந்தித்தவர்கள் அவரது சுபாவம் நிலையற்றதாகவோ, பிடிவாதமானதாகவோ, கர்வம் நிறைந்ததாகவோ இருந்ததே இல்லை, மாறாக மிகவும் அடக்கத்துடனும், மரியாதைக்குரியதாகவும் இருந்து வந்திருக்கிறது என்று விவரிக்கின்றனர். ஆனந்திபாயின் கடிதங்கள் அவருடைய கடவுள் பக்திக்கும், பழிபாவத்திற்கு அஞ்சும் இயல்புக்கும், கணவரின் மீதான அன்புக்கும் ஏராளமான ஆதாரங்களை அளிக்கின்றன.[85]

ஆனந்திபாய்க்கு மதம் மாற தீவிரமான அழுத்தம் தரப்பட்டது. ஆசியாவிலிருந்து படிக்க வந்திருந்தவர்கள் உட்பட அவருடன் படித்து வந்த பெரும்பாலான மாணவர்கள் கிறிஸ்துவ மதத்திற்கு மாறியவர்களாக இருந்தனர். திரும்பத் திரும்பத் தன்னைப் பாதுகாத்துக் கொள்ள வேண்டிய நிர்ப்பந்தம் இருப்பது அவருக்குத் தெரியவந்தது. தனது கணவரையும் அவர் பாதுகாக்க வேண்டியிருந்தது. வளையலாம், ஆனால் உடைந்துவிடக் கூடாது என்று ஆனந்திபாய் தீர்மானித்தார். தன்மீது மக்கள் தொடர்ச்சியாக சந்தேகப்பட்டு வருவதால் அவர் விரக்தியடைந்திருந்தார்.

ரமாபாய் மதம் மாறிவிட்டார் என்ற செய்தியைக் கேட்டு ஆனந்தி பாயும்கூட அதிர்ச்சியடைந்திருந்தார். 1883இல் ஆனந்திபாய் கோபால்ராவுக்குக் கடிதம் எழுதினார், 'ரமாபாயின் கூற்று உண்மையாக இருக்குமானால் அது மிகவும் துயரமானது. பெண் கல்வி, மத நம்பிக்கை, சத்தியம் போன்றவற்றிற்கு உண்மையில் அவர் களங்கத்தைச் சேர்த்துவிட்டார். பெண்களின் கல்வியை எந்த அளவுக்கு இது பாதிக்கப்போகிறது என்பதை மதிப்பிடுவது கடினமானதாகும்.'[86] ரமாபாயுடன் ஒப்பிட்டுப் பேசப்பட்டதில் சோர்வடைந்த அவர் விரக்தியுடன் பிறகு எழுதினார் ரமாபாய், ஆனந்திபாய் அல்ல, ஆனந்திபாய், ரமாபாய் அல்ல! இவர்கள் இருவரும் இரு வேறு தனிநபர்கள், இரு வேறு பணிகளுக்காகப் படைக்கப்பட்டிருப்பவர்கள். நான் இறக்க நேரிட்டலும்கூட, என்னுடைய நம்பிக்கைகளுக்கு எதிரான செயல்களில் நான் ஈடுபட மாட்டேன். ரமாபாய் என்னை விடவும் 20 மடங்கு அதிகமாகக் கல்வி கற்றவர்.[87]

இவ்விரு பெண்களும் இறுதியில் சந்தித்துக்கொண்டபோது, ரமாபாயாலும் அவரது மகள் மனோரமாவாலும் ஆனந்திபாய் பெரிதும் கவரப்பட்டார். இருவருக்கும் இடையில் மரியாதைக் குறைவான உறவை உருவாக்க நடத்தப்பட்ட முயற்சிகளுக்குப் பிறகும், இவர் அதற்கெல்லாம் அப்பாற்பட்டு மீண்டுவர முயற்சித்தார். WMCஇல் ரமாபாயின் பேச்சை ஏறத்தாழ 600 பேர் திரண்டிருந்து கேட்டனர். அமெரிக்கா முழுவதும் உரைகளை வழங்குவதற்குத் தொடர்ந்து அதிக அளவில் பயணப்பட்டார். அவரை அது உச்சத்திற்குக் கொண்டு சென்றதில் ஆச்சரியம் ஏதுமில்லை.

ஒரு வருடத்திற்குப் பிறகு ரமாபாய் 'The High Caste Hindu Woman' என்ற துணிச்சலான, அவதூறு கிளப்பும் நூலை எழுதத் தொடங்கினார். குழந்தைத் திருமணங்கள், விதவைகளைப் புறக்கணித்தல், பெண்களை வீட்டில் தனி இடத்தில் வைத்திருத்தல் என இந்து மதம் பெண்களை நடத்தி வரும் விதத்தை அந்த நூலில் அவர் தோலுரித்துக் காட்டினார். இந்துப் பெண்கள் வீட்டில் தனி இடத்தில் அடைந்து கிடப்பதைத் தவிர்க்க உதவுமாறு அமெரிக்கர்களுக்கு வேண்டுகோள் விடுத்திருந்ததால் இந்தப் புத்தகம் அமெரிக்காவில் மிகவும் பிரபலமானதாக மாறியது.

இந்தியப் பெண்கள் உய்வதற்கு ஒரே வழி கிறிஸ்தவ மதத்திற்கு மாறுவதுதான் என்று ரமாபாய் நம்பத் தொடங்கியிருந்தார். அவர்

1889இல் இந்தியாவிற்குத் திரும்பி வந்து 'சாரதாசதன்' என்ற விதவை இல்லத்தை அமைத்தார். ஆரம்பத்தில் அனைவருக்கும் பொதுவாக இருந்த இந்த இல்லம் பின்னர் 'முக்தித் திட்டம்' என்று அழைக்கப்பட்ட சர்ச்சைக்குரிய கிறிஸ்தவ அமைப்பாக மாற்றம் கண்டது. அந்த இல்லம் இன்றளவும் இருந்து வருகிறது. ஆதரவற்ற சிறுமிகள், பெண்கள் ஆகியோர் தங்குவதற்கு இதில் இடமளிக்கப்பட்டது. இங்கு தங்கியிருந்தவர்களில் பெரும் பாலானோர் விதவைகளாகவும், அநாதைகளாகவும் இருந்தனர். 1900 வாக்கில் அங்கு 2000 பெண்கள் வாழ்ந்துவந்தனர். இந்த இல்லம் வெளி உலகிற்குச் சென்று பைபிள் போதனைப் பயிற்சியைப் பெண்களுக்கு அளிக்கும் 'விவிலிய நற்செய்தி' நிறுவனமாக 1908 வாக்கில் மாறிவிட்டது.

மனோரமா மிகுந்த வைராக்கியம் கொண்ட, வழக்கத்திற்கு மாறான ஒரு பெண்ணாக வளர்ந்து வந்தார். அவரும் பெண் கல்விக்கான முயற்சிகளில் இணைந்து கொண்டார். இருவருமே ஒரே ஆண்டில் அடுத்தடுத்து இறந்துவிட்டனர். புத்தகத்தில் காணப்பட்ட இந்துப் பெண்களுக்கான ஒவ்வொரு விதிமுறைகளையும் முறி யடித்த பெண்கள் இவர்கள்.

கோபால்ராவ் தன்முனைப்பு கொண்டவர்

1885இல், ஆனந்திபாயின் படிப்பு முடிவடையக்கூடிய தருணத்தில், கோபால்ராவைச் சந்திக்க வேண்டும் என்ற ஏக்கத்துடன் அவர் இருந்து வந்தார். தன்னுடைய இளம் மனைவிமீது குவிந்திருக்கும் கவனம் பற்றி மனக்கசப்புடன் இருந்த அவர் அந்தக் கவனத்தில் ஒரு பகுதியைத் தான் எப்படிக் கவர்ந்து கொள்ளலாம் என்பதைப் பற்றிச் சிந்தித்துக்கொண்டிருந்தார். மனைவியைச் சந்திக்க ஒரு முறை சென்று வரலாம் என்று கருதியிருந்தார். ஆனால் அதற்கு ஆகக்கூடிய பணச் செலவு அவரைத் தடுத்துவிட்டது. முடிவில், நீண்ட பயணத்திற்கு ஆகும் செலவை இந்த ஜோடி சேமித்து வைத்திருந்தது.

ஆனந்திபாய் இத்தனைக் காலம் அனுபவித்து வந்த சுதந்திரமும், தற்சார்பும் பலூனிலிருந்து காற்று மெல்ல வெளியேறுவதைப் போல மறையத் தொடங்கியது. சரியாகக் கூறவேண்டும் என்றால், பொறாமை கொண்டிருந்த கோபால்ராவ் தன் மனைவிக்கு சங்கடம் ஏற்படுத்தும் எந்த வாய்ப்பையும் இழக்கவில்லை. ஆனந்திபாய் மிகுந்த சிரமப்பட்டு, மிகுந்த கவனத்துடன் மெல்லமெல்ல,

நிதானமான கடின உழைப்பாளி என்று தனக்கென ஒரு மதிப்பை உருவாக்கி வைத்திருந்தார். தன்முனைப்புக் கொண்ட அவரது கணவர் அவை அத்தனையையும் உடனடியாக அழிக்கும் நிலைக்கு நெருக்கமாக வந்திருந்தார்.

சான்பிரான்சிஸ்கோவில் ஆற்றிய உரையோடு அவலமான தனது பயணத்தை கோபால்ராவ் தொடங்குகிறார். பெண்களுக்கு உயர் கல்வி அளிக்கப்படுவதைக் குறைகூறி அதில் பேசினார். மனைவி யாகவும், தாயாகவும் குடும்பக் கடமைகளை ஆற்றுவதற்குத் தகுதி யற்றவர்களாக உயர்கல்வி பெண்களை ஆக்கிவிடுகிறது என்று பேசினார். கூட்டத்தில் இருந்த ஒருவர் 'உங்கள் மனைவி பிலெடல்பியாவில் மருத்துவம் பயில்கிறார் என்று நினைக்கிறேன்' என்று உரக்கக் குரல் கொடுத்தார். கோபால்ராவ் தோள்பட்டையை அசைத்தார். 'பிறகு தனது கரங்களை நீட்டியபடி, அதற்கு நான் என்ன செய்ய முடியும் என்று சொல்வதைப் போல உடல் மொழியை வெளிப்படுத்தினார்'.[88] பிறகு எப்படி நீங்கள் இப்படிப் பேசலாம் என்று கேட்டபோது அவர் பதில் கூறினார். 'அது எதிர்பாராமல் வேடிக்கையாக நிகழ்ந்துவிட்டது. அந்தப் பெண்ணைக் கொஞ்சம் தூண்டிவிட்டு அசைவுறச் செய்யலாம் என்று நினைத்து நான் அதைச் செய்தேன்' என்றார்.

தனக்கு வழிகாட்டியவர்களிடம் தன்னுடைய இயல்பான நன்றி உணர்ச்சியை வெளிப்படுத்துவதற்கும், ஒரு சிறந்த இந்து மனைவி யாக இருப்பதற்குமிடையே இருந்த மெல்லிய கோட்டினை ஆனந்திபாய் மீண்டும் ஒரு முறை கடக்க வேண்டியிருந்தது. அமெரிக்கச் சமய நிறுவனங்களிலிருந்து உதவியை ஏற்றுக்கொண்டது ஒரு புறம் உறுத்திய போதிலும் மறுபுறம் கிறிஸ்துவம் பற்றியும் அமெரிக்கப் பண்பாடு பற்றியுமான தனது சிந்தனையை கோபால்ராவ் உரத்து முன்வைத்தார். சீர்குலைக்கும் தன்மையுடனும், ஏகாதிபத்திய சிந்தனையுடனும் இவை இருப்பதாக அவர் கருதினார். தனது கருத்துகளை மனதிற்குள் புதைத்து வைத்துக்கொள்ள வேண்டிய அவசியமில்லை என்று அவர் நினைத்தார்.

1886 ஜூன் மாதத்தில் மதம் தொடர்பாக நடைபெற்ற விவாதம் ஒன்றைப் பற்றி 'Index' இதழ் செய்தி வெளியிட்டிருந்தது. அதில் கோபால்ராவ் 'பிரம்ம சமாஜத்தின் உறுப்பினரல்லாதவர், இந்து சீர்திருத்த அமைப்பில் அங்கம் வகிக்காதவர், ஆனால் பழங்கால பிராமணியத்தைப் பின்பற்றுபவர் என்று கோபால்ராவ் அறிமுகப்படுத்தப்பட்டிருந்தார். 'கிறிஸ்தவத்தில் என்ன குறை?'

என்ற தலைப்பிலான இவருடைய பேச்சு நீதி, தர்மநெறி, மனித நேயம், நேரிய நோக்கம், அறப்பணி ஆகியவற்றில் கிறிஸ்தவம் பின் தங்கியிருக்கிறது என்ற 'ஆதாரப்பூர்வமான' கூற்றுகள் தாராளமாக விரவியதாக இருந்தது. அந்தக் கட்டுரை இப்படி முடிந்திருந்தது. கிறிஸ்துவ மதத்திற்குப் புனிதமான நல்லொழுக்கப் பண்புக்கூறுகள் *(attributes)* எதுவும் இல்லாது போனாலும், இந்தத் தேசம் மிகுந்த செழிப்புடனும், செல்வவளத்துடனும் இருந்து வருகிறது. நான் முன்னர் கூறியதைப் போல், கிறிஸ்தவ மதம் மிகச்சிறந்த உரமாக இருக்கிறது. ஆனால் பார்ப்பதற்கு அருவருப்பான விதமாக இருக்கிறது.[89]

சமயப் பிரச்சார அமைப்புகளின் உதவியுடன் தனது மனைவி அமெரிக்காவிற்கு வந்து கல்வி கற்றுள்ள நிலையிலும் அதற்கு மேலும் நிந்தனை செய்யும் விதமாக வேறென்ன கூறியிருக்க இயலும்? தனது கணவருடன் இணைந்து சுற்றுப்பயணம் செய்து வந்த டாக்டர் ஆனந்திபாய் ஜோஷியின் வாழ்க்கையில் இதை விடவும் சோதனையான காலம் இருந்திருக்க இயலாது. 'ஒன்றுக்கும் மேற்பட்ட சந்தர்ப்பங்களில் அவருடைய மென்மை யான சொற்களை இடைமறித்துப் பேசிய போது தனி மனுஷியாக அவரை நான் அறிந்திருக்கிறேன். மற்றவர்களின் முன்னிலையில் பேசும் போது இந்து மனைவி எனும் அவருடைய கடமை முந்தி வந்து நின்று அவரைத் தடைப்படுத்திவிடுகிறது' என்று அவரைக் கவனித்து வந்திருக்கும் ஹீலி டால் *(Healey Dall)* எழுதியுள்ளார். கோபால்ராவுடன் சேர்ந்து இருக்கும்போது ஆனந்திபாய் இன்னும் அதிகமாகத் தன் சுயத்தை அழித்துக்கொள்வதை 'டால்' கவனித்தே வந்திருக்கிறார்.[90]

யாரும் கேட்காத போதும்கூட தனது கருத்துகளை வெளிப் படுத்துவதில் மிகவும் உறுதியுடனும், ஆர்வத்துடனும் கோபால்ராவ் இருந்து வந்தார். 1886 மார்ச்சில் *'Index'* இதழுக்கு அவர் ஒரு கடிதம் எழுதினார். ருக்மாபாய் ராவத்தின் நீதிமன்ற வழக்குப் பற்றிய தனது கருத்துகளை அதில் அவர் தெரிவித்திருந்தார் (ருக்மாபாயின் வாழ்க்கை பற்றி இயல் 4இல் விரிவாகக் கூறப்பட்டுள்ளது). ருக்மாபாய் 11 வயதில் அவரைவிட மிகவும் மூத்த ஒருவருக்கு மணமுடித்து வைக்கப்பட்டார். சில ஆண்டுகளுக்குப் பிறகு கணவனுடன் சேர்ந்து வாழ மறுத்து அவர் விவாகரத்து வழக்குத் தொடுத்தார். கணவருக்குச் சிறைத் தண்டனை வழங்கப்பட்டது. இந்த வழக்கு இந்தியாவிலும் கடல்கடந்த நாடுகளிலும் தீவிரமான

சீற்றத்தை உருவாக்கியது. கோபால்ராவ் குழந்தைத் திருமணத்தின் எளிமையையும், வெகுளித்தனத்தையும் உறுதியுடன் ஆதரித்தார். 'உங்கள் திருமண முறையை நாங்கள் விரும்பவில்லை. உங்களது விவாகரத்து முறையை நாங்கள் விரும்பவில்லை. உங்களுடைய போலித்தனத்தையும், ஏமாற்று வித்தைகளையும் நாங்கள் விரும்ப வில்லை. இவை அனைத்தையும் உங்களுடனேயே வைத்துக் கொள்ளுங்கள். உங்கள்மீது நாங்கள் பொறாமை கொள்ளப் போவதில்லை. ஆனால் எங்களுடைய குழந்தைத் திருமண முறையைப் பழித்துரைக்காதீர்கள். எங்களை இழிவான பெயரிட்டு அழைக்காதீர்கள்'.[91] மராட்டிய சீர்த்திருத்தவாதிகளின் இலட்சியங்களாகக் கூறப்படுவனவற்றிற்கும், அவர்கள் கடைப்பிடித்துவரும் வாழ்க்கை முறைகளுக்கும் இடையேயான இடைவெளி இந்தப் போக்கின் மூலம் மீண்டும் ஒரு முறை அம்பலமானது.

ஆனந்திபாயின் நண்பர்களும் அவரை உருவாக்கியவர்களும் கோபால்ராவின் முரட்டுத்தனமான பேச்சினால் திகிலடைந்தனர். சுவிசேஷ கிறித்தவம் பற்றிய இவரது வசைச் சொற்களில் ஒரு குறிப்பிட்ட கசப்பான உண்மை இருந்தது என்பதால் அதிர்ச்சியடைந்தனர். காலனியாதிக்கத்திற்கும், ஏகாதிபத்தியத்திற்கும் உதவி செய்து வந்த வகையில் 'பேராசை மிக்க இந்த கிறிஸ்துவர்கள் தங்களுக்கருகில் இருக்கும் நாடுகளுக்குப் போக மாட்டார்கள். அங்கெல்லாம் மணலும், எரிகல்லும் மட்டுமே இருக்கின்றன. ஆனால் தங்கம், வெள்ளி நிறைந்திருக்கும், கடின உழைப்பே நேரிய நோக்கமாக இருக்கும், சுயநலம் மன்னிக்கமுடியாத குற்றமாகக் கருதப்படும், செய்நன்றி மறத்தல் பெருங்குற்றமாகக் கருதப்படும் நாடுகளுக்குத்தான் இவர்கள் செல்கின்றனர்'. கோபால்ராவ் மேலும் தொடர்கிறார்: 'நான் கிறிஸ்துவுக்கு எதிராகவோ அவரது போதனைகளுக்கு எதிராகவோ பேசவில்லை, ஆனால் அவரைப் பின்பற்றுபவர்கள் அவரது பெயருக்குப் புகழ் சேர்ப்பவர்களாக இல்லை. கடந்த 20 ஆண்டுகளாகச் சமயப் பிரச்சார அமைப்புகளுடன் நான் தொடர்புகொண்டு வந்திருக்கிறேன். அவர்களின் குணநலன்களைப் பார்க்கும்போது அவர்களைக் கறைப்படுத்துகிற சாயம் மிகவும் இருண்டதாக இருக்கிறது. கிறித்தவர்கள் தீயொழுக்கங்கள் அனைத்தையும் உருவாக்கி வைத்திருக்கின்றனர். எளிமையும், அப்பாவித்தனமும் கோலோச்சிவரும் நாடுகளுக்கு அவற்றை ஏற்றுமதி செய்கின்றனர்.[92]

கோபால்ராவின் பார்வைகள் சில உண்மையானவையாக இருந்த போதிலும், ஆனந்திபாய்க்கு அவை கடுமையான துயரத்தை உருவாக்கக் கூடியவையாக இருந்தன. சமயப் பிரச்சார நிறுவனங் களின் உதவியைப் பெற்றுத் தனது இலக்கை அடைவதைத் தவிர அவருக்கு வேறு வழியும் இல்லை. இவை அத்தனைக்கும் மத்தியில் ஆனந்திபாய் எதுவும் பேசாமல் அமைதியாக இருந்தார். தனிப்பட்ட பேச்சிலும், கருத்திலும்கூட எதையும் கூறவில்லை. ஆனந்திபாயின் திண்டாட்ட நிலைமை பற்றி டாக்டர் போட்லே இப்படிக் கூறு கிறார்: 'மேற்குலக நாடுகளில் கிடைத்த வாய்ப்பினைப் பயன் படுத்தித் திறமைகளை வளர்த்துக்கொண்டு, சக மாணவியரிடையே உயர்ந்த நிலையிலிருந்த, நுட்பமான அறிவார்ந்த சீரிய பெண் மணி, மனுவின் நெறிமுறையால் தனக்கு வழங்கப்பட்ட இந்து மனைவி என்ற தகுதிக்கு முதன்மையளித்ததற்கு என்ன காரணம் என்பதை 'இந்துப் பெண்களின் திருமண வாழ்க்கை' பற்றிய ரமாபாயின் நூலில் காணப்படும் பதிவுகள் மேற்கத்திய வாசகர்களுக்கு வெளிப்படுத்துகின்றன.'[93]

ஊர் திரும்பியது வீண் போனது

1886இல் ஆனந்திபாய் பட்டம் பெற்றபோது, அவர் கடினமாக உழைத்துப் பெற்ற அனைத்தும் இறுதியாகத் தனது பிடிக்குள் இருப்பதாகவே தோன்றியது. 'பெண் மருத்துவர்' என்ற பதவியை கோல்ஹாபுர் திவான் ஆனந்திபாய்க்கு வழங்கினார். அவருடைய ஊதியம் மாதம் 300 ரூபாயாக இருந்தது. அந்தக் காலத்தில் அது நல்ல தொகைதான். ஆல்பர்ட் எட்வர்ட் மருத்துவ மனைக்குப் பொறுப்பு வகிப்பதும். மருத்துவத்துறையில் உள்ள பெண்களுக்குப் பாடம் நடத்துவதும்தான் இவருடைய கடமை. ஆனந்திபாயின் கடமைகளை வரையறுப்பதில் திவான் மிகுந்த கவனம் எடுத்துக்கொண்டார். 'நம்முடைய மாணவிகள் செவிலியர் களாகத்தான் இருக்கவேண்டும் என்று நாங்கள் கருதுவதைப் போல திருமதி ஜோஷி நினைத்துவிட்டதாகத் தெரிகிறது. ஆனால், நம்முடைய நோக்கம் மிகவும் உயர்வானது: பெண்களைப் பொது மருத்துவர்களாகும்படிச் செய்வதற்குத்தான் நாம் கருதுகிறோம்'.[94] பெண்கள் மருத்துவர்களாக நியமிக்கப்பட வேண்டுமே தவிர செவிலியர்களாக மட்டும் அல்ல என்பதற்கான முதலாவது நிதர்சன நிலையாக இருப்பது போல ஆனந்திபாயின் நியமனம் தோன்றியது.

இந்தப் பொறுப்பை ஆனந்திபாய் ஏற்றுக்கொண்டார். 'நம்முடைய சாத்திரங்கள் பணம் பெறாமல் மருத்துவம் செய்ய வேண்டும்

என்கின்றன. இந்த நடைமுறையை நான் பின்பற்றுவேன். மருத்துவத் திற்காக யாரிடமாவது கட்டணம் பெற்றுத்தான் ஆகவேண்டும் என்றால், நிச்சயமாக வசதிபடைத்தவர்களிடமிருந்தும், செல்வாக்கு மிக்கவர்களிடமிருந்து மட்டும்தான் பெற்றுக் கொள்வேன். ஏழைகளிடமிருந்தும் ஒடுக்கப்பட்டவர்களிடமிருந்தும் பெற மாட்டேன்"[95] என்று அவர் பதில் எழுதினார்.

உயர்வான இந்தக் கனவு நிறைவேறாமல் போய்விட்டது. தன் மகனை இழந்தது முதற்கொண்டு ஆனந்திபாயின் உடல்நலம் வலுவற்றதாக இருந்து வந்தது. பிலடெல்பியாவின் கடுமையான குளிர்காலம் அவரது உடல்நலத்தை மேலும் மோசமாக்கியிருந்தது. அவருக்குத் தொடர்ச்சியாக இருந்து வந்த இருமலுக்கு மருத்துவர்கள் மாமிசத்தையும், இறைச்சிச் சாறையும் உண்ணும்படிக் கூறினார்கள். ஆனந்திபாய் அதற்கு மறுத்துவிட்டார். அவரது மேற்கத்திய நண்பர்கள் திகைப்படைந்தனர். ஊட்டச்சத்து மிக்க சைவ உணவு எளிதாகக் கிடைக்காது. இந்தியாவுக்குத் திரும்பி வருவதற்கான நீண்ட பயணத்தின்போது அவருடன் கோபால்ராவும் வந்தார். பயணத்தின்போது சைவ உணவு வேண்டி பிரயாசைப்பட்டார், மேலும் வலுவிழந்தவரானார்.

கடல் கடந்து பயணம் சென்று வந்ததற்காக ஆசாரியார்கள் தங்களை விலக்கி வைத்து விடுவார்கள் என்று கோபால்ராவ் அஞ்சினார். ஆனால் நல்ல வேளையாக அவர் அஞ்சியபடி எதுவும் நடக்கவில்லை. ஆனந்திபாய் இந்துப் பெண்களின் ஆதர்ச நாயகி யாக ஆவதை விரும்பியவர்கள் பம்பாயில் அவரை வரவேற்றனர். இவற்றுள் முதன்மையானதாக திலகரின் ஆங்கில இதழ் 'த மராட்டா' இந்த 'துணிச்சலான தம்பதியரை' வரவேற்று ஆனந்திபாயின் மாற்றமில்லாத ஆடை, உணவுப் பழக்கவழக்கங்களையும் பாராட்டி யிருந்தது.

ஆனந்திபாய் வெற்றிகரமாகத் திரும்பி வந்திருப்பதைக் கொண் டாடுவதற்காக எண்ணற்ற மாலை நேர விருந்துகளும் சந்திப்புகளும் நடத்தப்பட்டன. ஆனால் அவரது உடல்நலம் மிகவும் மோச மடைந்துகொண்டே வந்தது. மேற்கத்திய மருத்துவத்தில் முழுமையாகப் பயிற்சி பெற்றிருந்த போதிலும், அவரிடம் விவரம் எதுவும் தெரிவிக்காமல், ஆயுர்வேத மருத்துவர்கள் அவருக்குச் சிகிச்சை அளித்து வந்தனர். கோபால்ராவுக்குப் பதற்றம் தொற்றிக்கொண்டது. அவர் அங்கும் இங்குமாக அலைந்து திரிந்தார். ஒரு மருத்துவத் தீர்வைக் கண்டுவிட வேண்டும் எனும் முயற்சி

ஈடேறவில்லை. இறுதியில் 1887 பிப்ரவரி 26 அன்று 22 வயதேயான ஆனந்திபாய் மரணமடைந்தார். ஹாலி டாலின் கூற்றுப்படி ஆனந்திபாயின் கடைசி வார்த்தைகள் இவைதான். 'என்னால் செய்ய முடிந்த அனைத்தையும் நான் செய்து முடித்துவிட்டேன்'.[96] ஆனந்திபாய் பாலமாக இருந்து இறப்பின் மூலம் இருநாடுகளையும் இணைத்துவிட்டார். அவருடைய அஸ்தியை கார்பெண்டர் தம்பதியர் எடுத்துச் சென்று நியூயார்க்கில் நாணல்கள் சூழ்ந்திருக்கும் பௌகீப்சி பகுதியில் நல்லடக்கம் செய்தனர். சாதாரணமாக எளிதில் சாத்தியப்படாத ஒன்றாகும் இது. அவருடைய கல்லறைக்கல்லில் 'கல்வி கற்பதற்காக இந்தியாவிலிருந்து புறப்பட்டு வந்த முதல் பிராமணப் பெண்'[97] என்று எழுதப்பட்டது.

மரபுரிமை: முன்மாதிரியாகத் திகழ்ந்தவராயினும் முழு நிறை மனைவி

அகால மரணத்திற்குப் பிறகு, கோபால்ராவ் உருவாக்கிய ஒருவராகவே ஆனந்திபாய் பெரும்பாலும் சித்தரிக்கப்பட்டார். ஒவ்வொரு நிலையிலும் நற்குணமுள்ள கணவரால் வழிகாட்டப் பட்டவராக, மனைவி என்ற நிலையில் அவர் காட்டிவந்த அர்ப்பணிப்பும், இந்து மத ஒழுகலாறுகளைப் பின்பற்றி வந்ததும் மிகவும் போற்றப்பட்டது. 'ஆனந்திபாய் மிக இளையவராக இருந்த போதிலும், அவருடைய விடாமுயற்சி, அச்சம் அறியாத தைரியம், கணவனிடம் அர்ப்பணிப்பு ஆகிய பண்புகள் ஒப்பற்றவை' என்று 'தியான சாக்ஷு' *(Dnyana Chakshu)* இதழ் எழுதியது.[98] அவர் பிறந்த மேல்சாதி பற்றிய மிக உயர்வான குறிப்புகளும் அதில் இருந்தன. இதனிடையே 'கேசரி' தன்னுடைய தலையங்கத்தில்,தொழில்களில் ஈடுபட்டிருக்கும் பெண்களுக்கு இதுவரை இல்லாத அளவில் சலுகைகள் தரப்பட்டது போல எழுதியிருந்தது. 'ஒரு பிராமணப் பெண் விடாமுயற்சி, சுயநலமின்மை, அச்சமற்ற தன்மை, தாய்நாட்டுக்குச் சேவை புரிதல் போன்ற தன்னுடைய உயரிய இயல்புகளை உலகிற்கு நிருபித்துக்காட்டியிருப்பது உண்மையி லேயே அற்புதமான செயல். நலிந்த பாலினம் எனக் கருதப்படும் பெண் இனத்திடம் இத்தகைய பண்புகள் காணப்பட்டது மிகவும் சிறப்புமிக்கது.'[99] ஆனந்திபாயின் நினைவு பாதுகாக்கப்பட வேண்டும். மருத்துவம் பயிலும் பெண்களுக்கு அவரது பெயரில் நிதி உதவி வழங்கப்பட வேண்டும் என்று 'கேசரி' வலியுறுத்தியது. பழமைவாத செய்தித்தாளின் மிகப் பெரிய முன்னெடுப்பாகும் இது.

இருப்பினும், அவரது அமெரிக்கப் பயணத்தைப் பற்றிக் கேலி பேசியவர்களும் இருந்தனர். *'The Native Opinion'* இதழ் இப்படி

வாதிட்டது: 'விநோதமான நபர்களிடம் சென்று, விசித்திரமான தேசங்களில் தங்கிப் பயிலும்படி நம்முடைய பெண்களின் கல்வியை அந்நிய நாடுகளிடம் ஒப்படைப்பதை நாம் ஆதரிக்கவில்லை. அந்நிய தேசத்தில் தங்கியிருந்ததால் ஏற்பட்ட ஆபத்தான விளைவாகவும், அதனால் ஏற்பட்ட அசௌகரியங்கள், கடினமான படிப்பு ஆகியவற்றால் உருவான துயர நிகழ்வாகவும், தனிப்பட்ட விருப்பத்திற்குத் தரப்பட்ட விலையாகவும் ஆனந்திபாயின் இழப்பைப் பார்ப்பதில் தவறேதும் இல்லை.'[100] இதனிடையே பிலடெல்பியாவில் அதிர்ச்சி அடைந்திருந்த அவரது நண்பர்கள், அவரது இறப்புக்கு கோபால்ராவ்தான் காரணம் என்றும் மனு கூறும் சிறந்த மனைவியாக இருப்பதற்காகப் போராடியே அவர் உயிர்விட்டார் என்றும் குற்றம் சொல்வதற்குத் தயாராக இருந்தார்கள்.

தனக்குப் பிறகு வரக்கூடிய இந்தியப் பெண்களுக்குத் தான் ஒரு முன்னுதாரணமாக இருக்கப் போவதாக ஆனந்திபாய் தெரிந்து வைத்திருந்தார் என்றால், அவர்கள் பின்பற்றக்கூடிய முன்னுதாரணமாக அவர் வாழ்ந்திருக்க வேண்டும். 1892இல் குருபாய் கர்மேக்கர் WMC இல் மருத்துவப் பட்டம் பெற்ற இரண்டாவது இந்தியப் பெண்மணியாவார். சமய நிறுவனங்கள் ஆதரித்த ஒரு கிறித்தவர் குருபாய். அவர் இறுதியில் இந்தியாவுக்குத் திரும்பி வந்து பம்பாயில் அமெரிக்கன் மராத்தி மிஷனில் தொழுநோயாளிகள் குணமடைவதற்காகப் பணிபுரிந்தார்.

ஆனால் ஒரு சிறந்த இந்து மனைவியாக இருக்கவேண்டும் என்ற ஆனந்திபாயின் உறுதி அவரைப் பின்பற்ற விரும்பியவர்களுக்கு அதிலும் குறிப்பாக மேல்சாதி அல்லாதவர்களுக்கு எதிரான ஆயுதமாகப் பயன்படுத்தப்படும். திலகரும் மற்ற இந்துப் பழமைவாதிகளும் ஆனந்திபாய் உருவாக்கியிருந்த தர நிலைகளுக்குத் தகுந்தாற் போல் ருக்மணிபாய் ராவத் வாழவில்லை என்று கண் மூடித்தனமாக விமர்சித்தனர். ஆனந்திபாய் அளவுக்குச் சிறப்பானவராக யாருமே மதிப்பிடப்படவில்லை. அவர் தியாகியாகிப் போனார்.

கோபால்ராவ்: மனைவியை இழந்த மகிழ்ச்சியான மனிதர்

ஆனந்திபாயின் மறைவுக்குப் பிறகு, கோபால்ராவ் தன்னுடைய நடத்தைகளுக்காகச் சில காலம் முழுமையாக வருந்தியிருந்தார். அவரது நடத்தைகள் ஆனந்திபாயின் மன அழுத்தத்திற்கும், மன அதிர்ச்சிக்கும் காரணமாக இருந்திருக்கின்றன. இயல்புக்கு மாறான இந்தச் சுயபரிசோதனை நீண்டகாலத்திற்கு நீடிக்கவில்லை. 'நான்

அவளுடன் அமெரிக்காவிற்குப் போயிருந்தால் அவள் இன்னமும் உயிரோடு இருந்திருப்பாளோ என்று நினைக்கிறேன்'[101] என்று நண்பருக்கு எழுதிய கடிதத்தில் ஆழ்ந்த நினைவுகளுடன் அவர் குறிப்பிட்டிருக்கிறார். ஆனாலும் அவர் அந்த இழப்பிலிருந்து விரைவாக மீண்டு வந்துவிட்டார். மிகவும் மகிழ்ச்சியானவராக அவர் மாறிவிட்டார். இயற்கைக்கு மாறான தனது அணுகுமுறையை எப்படி மீண்டும் புதுப்பித்துக்கொள்வது என்று சிந்திக்க ஆரம்பித்தார். 1890 அக்டோபரில் புனேயில் சர்ச்சைக்குரிய தேநீர் விருந்தினை கோபால்ராவ் ஆரம்பித்தார். பாஸ்டன் தேநீர் விருந்துக்கு வந்திருந்த பிரபலமான விருந்தினர்களைப் போல இங்கு வந்திருந்தவர்கள் தேநீரைத் துறைமுகத்தில் வீசியெறியவில்லை. ஆனால் மிகவும் இக்கட்டான சூழலில் சிக்கிக்கொண்டனர். தேநீர் விருந்து நடைபெற்ற இடம் புனேயில் உள்ள பாஞ்ச் ஹாடு (Panch Haud) ரோமானிய தேவாலயம். அங்கு உணவுப் பட்டியலில் பிஸ்கெட்களும் தேநீரும் இருந்தன. சமய நிறுவனங்கள் அளித்த கிறிஸ்தவ விருந்து அது. விருந்தினர் பட்டியலில் திலகர், பி.கே. கோகலே போன்றோரும் விதவைத் திருமணம், சாதி ஒழிப்பு பற்றி பேசி வந்த முற்போக்குச் சீர்த்திருத்தவாதிகளான பி.ஜி. ராணடே, ஜி.வி. கனிட்கர் போன்றோரும் இடம்பெற்றிருந்தனர். அந்தச் சமயத்தில், பிராமணர்களின் கோட்டையாக புனே இருந்து வந்தது. கிறிஸ்தவ மத அமைப்புகள் கொடுக்கும் தேநீரை பிராமணர்கள் அருந்துவது பாவமாகக் கருதப்பட்டது. சாதியிலிருந்து ஒதுக்கி வைக்கப்படுவதற்கு அதுவும் ஒரு காரணமாக இருந்துவிடவும் கூடும்.

கோபால்ராவ் ஏன் தேநீர் விருந்தை ஏற்பாடு செய்து நடத்தினார்? சண்டையிட்டுக் கொண்டிருந்த பிரிவினரை ஒன்றிணைக்கவும், சீர்த்திருத்தவாதி என்ற தன்னுடைய தோற்றத்தை வலுப்படுத்திக் கொள்ளவும் ஒருவேளை அவர் இதை நடத்தியிருக்கலாம். அவர் நினைத்த மாதிரி அது நடக்கவில்லை. தூண்டிவிட வேண்டும் என்ற எண்ணத்தில், சீர்த்திருத்தக்காரர்கள் பழமைவாதிகளைத் தங்கள் பக்கத்திற்குக் கொண்டுவந்து வெற்றி கண்டுவிட்டார்கள் என்று குறிப்பால் உணர்த்தும் நோக்கத்துடன் கோபால்ராவ் பழமைவாத பத்திரிகையான 'புனே வைபவ் 'இதழில் விருந்தினர்களின் பட்டியலை வெளியிட்டிருந்தார்.

தேநீர் விருந்து நடைபெற்ற இடத்தையும், அதன் உணவுப் பட்டியலையும் பார்த்துவிட்டு, பழமைவாதிகள் பிரிவிலிருந்து

பலத்த எதிர்ப்பு எழுந்தது. திலகர், கோகலே இருவரும் தாங்கள் அதில் கலந்துகொண்டதில் தவறேதும் இல்லை என்று தற்காத்துக் கொள்ளவேண்டி வந்தது. பழமைவாதிகள் இந்தப் பிரச்சினையை வலிந்து சங்கராச்சாரியாரிடம் கொண்டு சென்றனர். அவர் பழமைவாத சாஸ்திரிகள் 10 பேர் கொண்ட ஒரு குழுவை அமைத்து விசாரிக்கச் செய்தார். தான் வாரணாசிக்குச் சென்று வந்து விட்டதாகக் கூறி திலகர் எந்தவிதமான தண்டனையையும் ஏற்க பிடிகொடுக்காமல் தப்பித்துவிட்டார். ராணடே எந்தவிதமான பரிகாரமும் செய்ய மறுத்தார். ஆனால் இறுதியில் பணிந்துவிட்டார். சீர்த்திருத்தவாதிகள், பழமைவாதிகள் ஆகிய இரு குழுவினரும் ஒன்று சேர்ந்து அந்த நிகழ்வில் பங்கேற்றதற்காக விமர்சிக்கப்பட்டனர். இதனை ஏற்பாடு செய்ததற்காக கோபால்ராவ், புனே பிராமணச் சமூகத்தில் தீண்டத்தகாதவரைப் போல ஆனார்.[102]

கோபால்ராவ் தன்னைத்தானே பல வழிகளில் சங்கடத்தில் ஆழ்த்திக் கொண்டுவந்தார். 1891இல் இளம் பெண்கள் வயதானவர்களைத் திருமணம் செய்துகொள்வதை விமர்சிக்கும் விதமாக ஆண் கழுதைக்கும் பெண் கழுதைக்கும் திருமணம் செய்து வைக்கும் விழாவிற்கு ஏற்பாடு செய்திருந்தார். முன்பு தனக்கு உதவியவர்களை அவர் தாக்கிப் பேசினார்.

ஆனால் கவனத்தை ஈர்க்கும் தந்திர முயற்சியாக அவர் கிறிஸ்தவ மதத்துக்கு மாறிய பிறகு அடுத்த 40 நாட்களில், மீண்டும் இந்துவாக மாறிவந்து விட்டார். '1891 ஜூன் 29 அன்று இவருக்கு ஞானஸ்நானம் அளிக்கப்பட்டு கிறிஸ்தவ மதத்தில் சேர்த்துக்கொள்ளப்பட்டார்' புனேயில் இரண்டு ஆறுகள் ஒன்றுகூடும் சங்கமம் என்ற இடத்தில் நடைபெற்ற பொது விழாவில் மறைதிரு. டெய்லர் இவரை கிறிஸ்தவ மதத்தில் சேர்த்துக்கொண்டார் என்று 1891 ஜூலை 5ஆம் தேதி 'த மராட்டா' இதழில் செய்தி வெளியாகியிருந்தது. மதம் மாறிய பிறகும்கூட கோபால்ராவ் மிகவும் தந்திரமாக இந்து பிராமண முகாமிலும் ஒரு காலை வைத்திருந்தார். பூணூலைக் கழற்றாமல் அணிந்து கொண்டிருந்தார். முன்நெற்றியில் சந்தனப்பொட்டைத் தொடர்ந்து பூசிக்கொண்டும் வந்தார். 40 நாளில் மீண்டும் இந்துவாக அவர் மாறியது ஓரளவு எதிர்பார்க்கப்பட்ட முடிவாகவே அமைந்திருந்தது. இதற்கும் நல்ல விளம்பரம் கிடைத்தது. இந்த ஒட்டுமொத்த காட்சியினூடே 'த மராட்டா' இதழும் (ரமாபாய் மதம் மாறிய போது கடும் தாக்குதலைத் தொடுத்திருந்த இதழ்),

புனே பிராமணர்களும் கோபால்ராவுக்குச் சாதகமாகவே நடந்து கொண்டதாக மீரா கோசாம்பி எழுதுகிறார்.[103]

கோபால்ராவ் நாசிக்கில் 1922இல் இறந்தார். இவருடைய தன்முனைப்பான வழிமுறைகளின் காரணமாக நண்பர்களாலும் குடும்பத்தினராலும் பெரும்பாலும் கைவிடப்பட்டு ஏழ்மையில் உழன்றார். முன்னோடியான அவரது இளம் மனைவி இறந்து அப்போது 35 ஆண்டுகள் முடிந்திருந்தன. ஹீலி டால் போன்ற சிலர் அவருடைய அகந்தை நிறைந்த செயல்பாடுகளைப் பற்றிக் கடுமையான விமர்சனத்தை முன்வைக்கின்றனர். மிகைப்படுத் தப்பட்ட உற்சாகத்துடன் எழுதும் மராத்தி பத்திரிகைகள் போன்ற மற்றவர்கள் ஆனந்திபாயின் சாதனைகள் முழுவதுக்குமான பெருமையை அவரைக் கட்டுப்படுத்தி வந்த அவரது கணவருக்கே அளித்து வந்தனர். அவருடைய மனைவியைப் போலவே கோபால்ராவும் குழப்பம் நிறைந்தவராக, பெரும்பாலும் புரிந்து கொள்ள இயலாதவராக இருந்தார். ஆனந்திபாயைப் போலன்றி இவரது பெயர் விரைவில் மறக்கப்பட்டுவிட்டது. எதிர்பார்த்த அளவுக்கான கவனம் அவருக்குக் கிடைக்கவில்லை.

இயல் – 3

பணிபுரியும் தாயார்
காதம்பினி கங்குலி

'முக்கியமான மிகப் பெரிய மருத்துவமனைகளைப் பொறுப்பேற்றுக் கொண்டு எங்களாலும் நடத்த முடியும் என்று நிரூபிப்பதற்கு இந்தியப் பெண் மருத்துவர்களுக்கு இதுவரையிலும் வாய்ப்புகள் வழங்கப்படவில்லை. இத்தகைய வாய்ப்புகளை வழங்காமல் மிக உயரிய பொறுப்புகளை ஏற்பதற்கு அவர்கள் பொருத்தமற்றவர்கள் என்று பேசுவது நியாயமல்ல.'

பழமைவாத 'பங்காபாசி' (Bangabasi) இதழ் தன்னுடைய வழக்கமான செயல்பாடுகளிலிருந்து விலகிச்சென்று, மருத்துவ ஏற்பாடுகளுக்குப் பொறுப்பு வகித்த காதம்பினி கங்குலி என்ற பெண் மருத்துவரை வேசி என்று குறிப்பிட்டு 1891இல் எழுதியது.

காதம்பினிக்கு எட்டு குழந்தைகள். வயதான கணவரைப் பரா மரிப்பதும், பின்னல் வேலைகள் செய்வதும் இவரது பணிகளாக இருந்தன. மருத்துவராகப் பயிற்சி செய்த முதலாவது இந்தியப் பெண் இவர் என்பது மிகவும் முக்கியமான விஷயமாகும், இது இவரைப் பழமைவாதிகளுக்குப் பொருத்தமான இலக்காக ஆக்கியது.

ஆனந்திபாய் மருத்துவத்தில் பட்டம் பெற்ற முதலாவது இந்தியப் பெண்மணி ஆவார். ஆனால் அவரது இளவயது மரணம் மருத்துவப் பயிற்சி மேற்கொண்ட முதலாவது இந்தியப் பெண் மருத்துவர் என்ற தகுதியைப் பறித்துக்கொண்டுவிட்டது. திரைப்படத் தயாரிப்பாளரான ஆனந்த் மகாதேவன் உணர்ச்சிப் படபடப்புடைய ருக்மாபாய் ராவத் பற்றிய திரைப்படத்தை 2016இல் எடுத்தார். இந்தியாவில் மருத்துவராகப் பணிபுரிந்த முதலாவது பெண்ணைப் பற்றிய திரைப்படம் என்று இதனை அவர் குறிப்பிட்டிருந்தார். வங்காளி சமூகத்தைச் சேர்ந்த சிலரின் மத்தியிலிருந்து இதற்குக் கடும் சீற்றம் வெளிப்பட்டது. என்ன காரணம்? வெளியில் தெரியாத வகையில் இருக்கும், கொண்டாடப்படாத வங்காளி மருத்துவர்

காதம்பினி கங்குலிக்குத்தான் இந்தப் பெருமை சேரவேண்டும் என்பதுதான். இவரைப் பற்றி வங்காள மொழியில் பல புத்தங்கள் எழுதப்பட்டுள்ளன. ஆனால், வங்க மாநிலத்திற்கு அப்பால் வெளிமாநிலங்களில் இவர் பிரபலமாகவில்லை.

ஆனந்திபாயைப் போல விசித்திரமான இறப்பை காதம்பினி சந்திக்கவில்லை அல்லது ருக்மாபாயைப் போல வியத்தகு கதையைக் கொண்டவராகவும் இருக்கவில்லை. ஆயினும், அவருக்கே உரித்தான விவேகமான வழியில் கடினமாக உழைத்து ஒரு முன்னோடியாக இருந்தார். இவர் இந்தியாவின் முதலாவது பெண் பட்டதாரி. இவருடன் சந்திரமுகிபோசும் பட்டம் பெற்றிருந்தார். கல்கத்தா மருத்துவக் கல்லூரியில் மருத்துவம் பயில்வதற்குப் பெண்களையும் அனுமதிக்க வேண்டும் என்று வற்புறுத்தி வந்தவர் இவர். இந்தியப் பெண் மருத்துவர்களைப் பற்றி வேரூன்றியிருந்த பிரிட்டிஷாரின் முன்முடிவுக்கு எதிராகச் சவால் விட்டு, பிரிட்டிஷ் காலனியாதிக்கத்துடன் நேருக்குநேர் மோதி வெற்றிகண்டவர் இவர். புளோரன்ஸ் நைட்டிங்கேலும் இவரது பக்கம் நின்றிருந்தார்.

எட்டு குழந்தைகளையும் பராமரித்துக்கொண்டே இவை அனைத்தையும் அவர் செய்திருந்தார் – தீர்மானமான குறிக்கோளுடன் பணிபுரியும் தாயாக அவர் இருந்தார்.

வங்காள மறுமலர்ச்சி

ஆனந்திபாயைப் போல அல்லாமல், காதம்பினிக்கு அவருடைய பிறப்பு, திருமணம் ஆகிய சூழ்நிலைகள் உதவியாக இருந்தன. வங்காள மறுமலர்ச்சியின் போது பிறக்கும் நற்பேறு அவருக்குக் கிடைத்திருந்தது. புரட்சிகரச் சீர்த்திருத்த இயக்கமான பிரம்மசமாஜம் தலைமை தாங்கி திருமணம், கல்வி, வரதட்சணை, பெண்களின் செயல்பாடுகளில் மரபுகளைத் தகர்த்தெறிந்திருந்த நேரம் அது. சீர்த்திருத்தவாதி ராஜாராம் மோகன் ராய் பிரம்மசமாஜத்தை நிறுவினார். அவரைத் தொடர்ந்து தாகூர் குடும்பத்தின் ஆடவர் மரபில் வந்த தேவேந்திரநாத் தாகூர் பொறுப்பேற்றிருந்தார். இந்தியாவின் மிகப் பிரபலமான விஞ்ஞானிகள், எழுத்தாளர்கள், கவிஞர்கள், சீர்த்திருத்தக்காரர்கள், அரசியல்வாதிகள் சிலரின் முன்னேற்றத்துக்கு இது ஊக்கமளித்தது. பெரும்பாலான பிரம்ம சமாஜிகள் வசதி படைத்தவர்கள், ஆங்கிலமயமானவர்கள், பிரிட்டிஷ் காரர்களோடு சேர்ந்து பேராசிரியர்களாக, நீதிபதிகளாக, குடிமைப் பணியாளர்களாக, ஆளுநர்களாகப் பணிபுரிந்தவர்கள். பிரபலமான

பிரம்மசமாஜிகளுள் ஜகதீஷ் சந்திரபோஸ், ரவீந்திரநாத் தாகூர், முதலாவது திட்டக்குழுவின் தலைவர் பி.சி. மோகன்தாஸ் ஆகியோரும் அடங்குவர்.

காதம்பினி 1862இல் பீகார் பகல்பூரில் பிறந்தார். இவரது தந்தையார் பிரஜ்கிஷோர் பாசு தலைமை ஆசிரியராகவும், பிரம்ம சமாஜ் இயக்கத்தில் வல்லமைமிக்க ஒருவராகவும் பணிபுரிந்தவர். பிரம்மசமாஜத்தினர் முற்போக்கானவர்கள். இருந்த போதிலும், பெண்களுக்கு எந்த வகையான கல்வி வழங்கப்பட வேண்டும் என்பதில் கருத்துவேறுபாடு உடையவர்கள்.

கேசவ் சந்திரசென், பிரம்மசமாஜ இயக்கத்தின் நெடுங்கால உறுப்பினர். உள்ளூர்ப் பெண்களுக்கான பொதுநிலை மற்றும் வயது வந்தோர் பள்ளியை 1871இல் ஆரம்பித்தார். சென், அந்தக் காலத்தில் வாழ்ந்திருந்த மற்றவர்களைப் போலவே பெண்களுக்குக் கணிதத்தையும் அறிவியல் போன்ற .பாடங்களையும் கற்பிப்பதில் நம்பிக்கை இல்லாதவராக இருந்தார். சென் எழுதுகிறார்: ‘பெண்களைச் சமூகத்தில் ஒரு இடத்தில் பொருத்துவதற்கு ஏற்ற வகையிலும், இந்துப் பெண்ணின் உண்மையான குணநலன்களை வளர்த்தெடுப்பதற்கும், ஒரே சமயத்தில் இயற்கையையும், தேசியத்தையும் முதன்மைப் பாடமாகக் கொண்ட கற்பித்தல் திட்டத்தின் அடிப்படையில் பெண்களின் அறிவிற்கேற்றாற் போல கல்வி முறையை ஒழுங்கமைப்பதுதான் நம்முடைய முதன்மையான நோக்கமாகும். இவைதான் செய்யப்பட வேண்டிய வேலையாகும்.’[104] இப்படி பிரம்மசமாஜத்தினரின் மத்தியிலும் இந்துப் பெண்ணிற்குப் பொருத்தமான இயல்புகள் என்று அவர்கள் கருதியவற்றை வளர்த்தெடுப்பதற்கு முக்கியத்துவம் தரப்பட்டது. தங்களுக்கு விருப்பமான எதையும் கற்பதற்கு ஆண்கள் அனுமதிக்கப் பட்டனர்.

வங்காளப் பெண்களுக்கான கல்வி:

அதிர்ஷ்டவசமாக, வேறுவிதமாகச் சிந்திக்கும் மதில்மேல் பூனையாக இருந்த பிரம்மசமாஜிகளும் இருக்கவே செய்தனர். இவர்களில் காதம்பினியின் தந்தையாரும் அவரது நெருங்கிய நண்பர் துர்கா மோகன் தாசும் இருந்தனர். அனெட் அக்ரோய்டு (*Annette Ackroyd*) என்ற பிரிட்டிஷ் பெண்ணுடன் சேர்ந்து இருபாலாரும் சமம் என்று போதிக்கும் பள்ளியை 1873இல் இவர்கள் ஆரம்பித்தனர். ஹிந்து மகாவித்யாலயா என்று இது

அழைக்கப்பட்டது. வங்காளிப் பெண்களின் ஒரு தலைமுறையின் முழு போக்கையும் மாற்றியமைக்கும் விதத்தில் இந்தப் பள்ளி செயல்பட்டது. இந்தப் பள்ளியில்தான் காதம்பினி படித்தார். அறிவியல், ஆங்கிலம், வரலாறு, இசை, பின்னல் வேலை, கணிதம் ஆகியவை கற்றுத்தரப்பட்டன. பள்ளி நேரங்களில் ஆங்கிலத்தில் பேசுவதற்குப் பயிற்சியளிக்கப்பட்டது. இந்தப் பள்ளி காதம்பினியின் எதிர்காலத்தை வடிவமைத்தது.

பெண்களின் கல்விக்காகத் தன்னை வலிந்து அர்ப்பணித்துக் கொண்டிருந்த துவர்காநாத் கங்குலி என்ற வாலிபர் இதே பள்ளியில் ஆசிரியராக இருந்தார். இந்த விஷயத்தில் அவருக்குப் புரட்சிகரமான எண்ணங்கள் இருந்தன. இவர்கள் இருவரின் பாதையும் எதிர்காலத்தில் சந்திக்கவிருந்தன. ஆனால் இப்பாதைக்கு அவர் அவளுடைய ஆசிரியர் மட்டுமே.

1876இல் பள்ளியை விட்டு அக்ரோய்டு விலகினார். ஆனால், பங்கா மகிளா வித்யாலயா என்ற பெயரில் பள்ளி தொடர்ந்து நடைபெற்று வந்தது.

பட்டப்படிப்பு வரை படிக்கவேண்டும் என்ற பெருவிருப்பம் உடையவராக காதம்பினி இருந்தார். இதைச் செய்வதற்குப் புதிய தொடக்கம் ஒன்றை ஏற்படுத்துபவராக அவர் ஆகவேண்டியிருந்தது, அப்படி ஆவதற்கான விருப்பம் இருந்தாலும் இல்லாவிட்டாலும், ஆரம்பத்தில் இவரும் இவரது வயதுடைய சரளாதாஸ் எனும் மற்றொரு பெண்ணும் அனுமதிக்கான நுழைவுத் தேர்வு எழுது வதற்கு கல்கத்தா பல்கலைக்கழகத்திலிருந்து சிறப்பு அனு மதியைப் பெறவேண்டியிருந்தது. நுழைவுத் தேர்வு எழுதுவதற்கு ஆண்களோடு சேர்ந்து பெண்களும் முதல்முறையாக அனுமதிக்கப் பட்டிருந்தனர். இருந்தாலும் பெண்கள் தனி அறையில்தான் தேர்வு எழுத வேண்டும்.

காதம்பினியின் முற்போக்கு எண்ணம் கொண்ட பெற்றோர் அவருக்கு ஆதரவு தந்தனர். பிரம்மசமாஜக்காரர்கள் மத்தியில் இது மிகவும் அரிதானதாகும். குழந்தைத் திருமணத்துக்கு எதிராக உபதேசிப்பது ஒன்று. பெண் குழந்தைகளைப் படிக்க வைப்பது வேறொன்று. திருமணம் செய்து வைப்பதற்காகப் பெற்றோர் தமது குழந்தைகளைப் பள்ளியில் இருந்து நிறுத்திவிடுவார்கள். உண்மையில், கேசவ் சந்திரசென் தனது சொந்த மகள் சுனிதியையே திருமணம் செய்து கொண்டார். சுனிதிக்கு அப்போது 14 வயது. இவரது ஆதரவாளர்களின் கடுமையான விமர்சனத்துக்கு ஆளானார்.

காதம்பினி நுழைவுத் தேர்வில் சிறப்பான முறையில் தகுதி பெற்றார். ஒரு மதிப்பெண் குறைந்துவிட்டதால் முதல் வகுப்பு கிடைக்கவில்லை. அறிவியலில் அதிக மதிப்பெண் பெற்றவர்களில் இரண்டாவதாக வந்து பல்கலைக்கழகத்தைத் திகைக்கச் செய்தார். பெண்கள் அறிவியலிலும், கணிதத்திலும் மட்டுமீறிய திறமையுடன் இருப்பார்கள் என்று யூகித்துத்தான் சமையல், கைப்பின்னல் வேலைகளுக்கே அவர்கள் பொருத்தமானவர்கள் என்று அந்தக் காலத்தில் பெண்களை முடக்கி வைத்திருந்தார்கள். அலெக்சாண்டர் அர்புத்நாட் எனும் கல்கத்தா பல்கலைக்கழகத் துணைவேந்தர் பட்டமளிப்பு விழா உரை நிகழ்த்தியபோது, இந்த உண்மையைப் பற்றிக் கருத்துக் கூறினார். 'பெண்களின் அறிவாற்றலுக்கு முற்றிலும் இணக்கமானது அல்ல என்று கருதப் பட்ட அறிவியல் பாடப்பிரிவுகளான கணிதம், வேதியியல், வானியல் போன்றவற்றில் இந்த இளம் பெண் மிகவும் நம்பகமான வகையில் சாதித்திருக்கிறார்'[105] என்று கூறினார். ஆனாலும் பெண்களின் உயர்கல்விக்கான ஏற்பாடுகள் இல்லாமலேயே இருந்துவந்தன. இந்த இடத்தில்தான் புகழ்பெற்ற பெத்துன் பள்ளி காதம்பினிக்கான மிக முக்கியமான பங்களிப்பைச் செய்திருந்தது.

ஆரம்பகாலத்தில் கல்கத்தா பெண்கள் பள்ளியாகச் செயல்பட்டு வந்த பெத்துன் பள்ளி 1849இல் நிறுவப்பட்டது. கவர்னர் – ஜெனரலின் குழுவில் இருந்த ஜான் டிரிங்க் வாட்டர் பெத்துன் (John Drinkwater Bethune) என்ற உறுப்பினர் 21 பெண் குழந்தைகளுடன் இதனைத் தொடங்கியிருந்தார். இதற்கு முன்பும்கூட வங்காளப் பெண்களுக்குக் கல்வி அளிக்கும் முயற்சிகள் நடந்திருக்கின்றன. இத்தகைய முயற்சிகளைச் சமய அமைப்புகளும், ராதாகாந்ததேவ், ராஜாராம் மோகன் ராய் போன்ற உள்ளூர் வங்காளிகளும் செய்து வந்தனர். இருப்பினும், மாணவியருக்கு பைபிள் உபதேசங்கள் அதிகமாகக் கற்பிக்கப்படுகின்றன என்பதால் இந்து உயர்குடி வகுப்பினரால் இந்தப் பள்ளிகள் சந்தேகத்துடன் பார்க்கப்பட்டன. பெத்துன் வித்தியாசமான யோசனைகளைக் கொண்டவராக இருந்தார். பள்ளியின் தொடக்க விழாவில், மாணவியரின் பெற்றோருக்கும் குழந்தை சார்ந்திருக்கும் மதத்திற்கும் இடையூறு எதுவும் இருக்காது என்று அவர் உறுதியளித்திருந்தார். குழந்தைகளுக்கு வங்காளி மொழியில் கற்பிக்கப்படும், ஆங்கிலத்தில் அரிதாகவே கற்பிக்கப்படும். இந்தப் பள்ளி கல்கத்தா பெண்கள் பள்ளி என்று அழைக்கப்பட்டது. அப்படிப் பெயர் வைத்தால் இந்து பெற்றோரை அது தடுத்து நிறுத்திவிடும் என்ற காரணத்தினால், விக்டோரியா

மகாராணியின் பெயரைப் பள்ளிக்கு வைப்பது என்ற பேச்சு விரைவாகக் கைவிடப்பட்டது.

பெத்துன் 1851ஆம் ஆண்டு அகால மரணம் அடைந்துவிட்டார். நிர்வாகத்தில் இந்துக்களின் ஈடுபாடு தேவை என்று நிர்வாகக்குழு முடிவு செய்தது. நிர்வாகத்திற்கு அவர்கள் கொண்டுவரக் கருதியவர் ஏற்கனவே பெண்கல்வியிலும் சமூகச் சீர்திருத்தத்திலும் தனிச்சிறப்புடன் விளங்கிவந்தவராவார். அவர்தான் ஈஸ்வர் சந்திர வித்யாசாகர். இவர் நிர்வாகக் குழுவின் செயலாளராக ஆனார். 1856 வாக்கில் பெண்களுக்குப் படிக்கவும் எழுதவும் கற்பிக்கப்பட்ட தோடு கணிதம், இயற்கை அறிவியல், புவியியல் பாடங்களைத் தவிர தவறாமல் எப்போதும் இடம்பெறும் ஊசித்தையல் வேலையும் கற்றுத் தரப்பட்டன. பெண் கல்விக்குப் பொறுப்பேற்க அரசாங்கம் முடிவு செய்தபோது, வங்காள மகிளா வித்யாலயாவுடன் 1870களில் இந்தப்பள்ளி இணைக்கப்பட்டது.

காதம்பினியின் இக்கட்டான நிலையைக் கண்ட பெத்துன் பள்ளி, கல்லூரி அளவிலான வகுப்புகளை நடத்துவதற்குப் புதிய ஆசிரியர்களை நியமிக்க முடிவெடுத்தது. இதன் காரணமாக அது பெத்துன் கல்லூரியாக மாறியது.

காதம்பினிக்கு மாதம் 15 ரூபாய் உதவித்தொகை தரப்பட்டது. அந்த நாளில் இது பெரிய பணம். எதிர்பாராத அவரது வெற்றியின் காரணமாக அரசாங்கம் இத்தகைய உதவித்தொகையை ஆண்டு தோறும் மூன்று மாணவிகளுக்கு வழங்குவது என முடிவெடுத்தது.

காதம்பினி பெரிய விஷயங்களைச் சாதிக்க ஆரம்பித்தார். பெத்துனில் இருந்து 1880இல் கலைக் கல்வியில் நடைபெற்ற முதலாவது தேர்வில் வெற்றி பெற்றார். அது ஒரு பட்டமல்ல, ஆனாலும் இதற்கு முன்பு வேறு எந்தப் பெண்ணும் தொட்டிராத எல்லையாக அது இருந்தது. இந்த நிலையில், மருத்துவம் படிக்க வேண்டும் என்ற சிந்தனையை அவர் பின்தொடர்ந்து வந்தார். இந்த யோசனை அவருக்கு எப்போது, எப்படி உருவானது என்பது பற்றிய பதிவுகள் ஏதும் இல்லை. கல்கத்தா மருத்துவக்கல்லூரி (CMC) பெண்களைச் சேர்த்துக் கொள்வதில்லை. ஆகவே காதம்பினி ஒரு தீர்வுகாண முயற்சி செய்தார். நுண்கலைப் படிப்பை விடவும் மிகவும் மேம்பட்ட படிப்பான பி.ஏ. படிப்பில் சேர்வது என முடிவெடுத்தார். இந்தப் படிப்பை முடித்துவிட்டால் மருத்துவக் கல்லூரியில் சேர்க்கை கிடைக்கும் என்ற உத்திரவாதம் இருந்தது.

இதுவும்கூட அவ்வளவு எளிதானதாக இல்லை. தேவையான கட்டமைப்பை உருவாக்கவும், ஆசிரியர்களை நியமிக்கவும், செலவை அதிகரிக்கவும் அரசாங்கம் மறுபடியும் தடுமாறியது. பெத்துன் கல்லூரியிலிருந்து பி.ஏ. படிப்பில் 1882இல் காதம்பினி வெற்றி பெற்றார். சந்திரமுகி போசுடன் சேர்ந்து வங்காளத்தின் முதல் பெண் பட்டதாரிகளில் ஒருவராக இவரும் ஆகியிருந்தார். இவர்களின் வெற்றி பெரிதும் கொண்டாடப்பட்டது. இவ்விரு பெண்களுக்கும் பெத்துன் பள்ளி அளித்திருந்த ஆதரவு குறிப் பிடத்தகுந்தது. ஆக்ஸ்போர்டில் பெண்கள் பட்டம் பெறுவதற்கு 1920இல் தான் அனுமதிக்கப்பட்டனர் (ஆனால் வகுப்பறைக்குச் சென்று பெண்களும் பாடங்களைக் கேட்டுவரலாம்).

பொதுமக்களின் கண்டனம் இன்னமும் இருந்து வந்தது. பழமைவாதக் கவிஞர் ஈஸ்வர் சந்திர குப்தா, புதிய வகையைச் சேர்ந்த படித்த வங்காளிப் பெண்களை இழிவுபடுத்தும் வண்ணம் இப்படிக் கவிதை எழுதியிருந்தார். இவருடைய கருத்தைப் பலரும் ஆதரித்தனர். அந்தக் கவிதையின் தோராயமான மொழிபெயர்ப்பு இதோ :

> நம்முடைய இளம் பெண்கள் அனைவரும் கைகளில் புத்தகங்களை ஏந்தியபடி விரல் சூப்புகிறார்கள், பழியை நோக்கி இறங்கிச் செல்கிறார்கள்.
>
> ‘ஆங்கில மொழியை அறிந்துகொண்டு ஐரோப்பியப் பெண்களைப் போல உடையணிகிறார்கள்.
>
> அந்நிய மொழியில் ஐயமின்றி முணுமுணுக்கிறார்கள்;
>
> இன்னும் சில நாள்கள் காத்திருங்கள் சகோதரரே, இதனை நீங்கள் பார்க்கத் தவறமாட்டீர்கள்;
>
> கட்டுப்பாடு ஏதுமில்லாத வேடிக்கைகளையும். உல்லாசத்தையும் அனுபவிப்பதற்கு, கல்கத்தா மைதானத்துக்கு அவர்கள் காரை ஓட்டிக் கொண்டு வருவார்கள்.[106]

ஆனால் பிரம்மசமாஜிகள் இத்தகைய முணுமுணுப்புகளைப் புறந்தள்ளிவிட்டு மேலும் அதிகமான பெண்களுக்குத் தொடர்ச்சியாகக் கல்வி கற்பித்து வந்தனர். 1888இல் பெத்துன் பள்ளியில் 136 மாணவர்கள் இருந்தனர். இவர்களில் 87 பேர் பிரம்மசமாஜிகள், 44 பேர் இந்துக்கள், ஐந்து பேர் கிறித்தவர்கள்.[107]

அதன் பிறகு இந்த இடையூறு ஏற்பட்டது: காதம்பினியின் B.A. பட்டத்தால் CMC இல் மருத்துவம் பயில அனுமதி

கிட்டவில்லை. வங்காளப் பத்திரிகைகள் அவருக்கு ஆதரவாக எழுதின. காதம்பினியின் வருகைக்கு முன்பாகவே 'பிரம்மசமாஜிகள் இயக்கத்தின் *Brahmo Public Opinion*' என்ற செய்தித்தாள் மருத்துவக் கல்லூரிகளில் பெண்கள் சேர்வதற்கு வெளிப்படையாக ஆதரவு தெரிவித்து எழுதிவந்தது. 'மிகச் சிறந்த பெண் மருத்துவர்களுக்கான தேவை வங்காளத்தில் ஆர்வத்துடன் உணரப்பட்டுள்ளது, இந்தியாவின் மற்ற பகுதிகளிலும் பெண் மருத்துவர்களுக்கான தேவை இருப்பதாக நாங்கள் யூகிக்கிறோம்...' என்று அது எழுதியது. 1878ஆம் ஆண்டில் வெளியான ஒரு தலையங்கத்தில், 'ஆசாரமான பழமைவாத இந்துக்களும், வங்காளிப் பெண்களும் மிகவும் சிக்கலான நோய்களால் பாதிக்கப்பட நேர்ந்திருக்கும் நிகழ்வுகளை நாங்கள் அறிவோம். இத்தகைய நிலையிலும், ஆண் மருத்துவர்கள் வைத்தியம் பார்ப்பதை அவர்கள் அனுமதிப்ப தில்லை. இதன் விளைவாக, கல்வியறிவற்ற போலி மருத்துவர்கள், உள்ளூரில் இருக்கும் ஆயாக்களின் உதவியுடன் இரண்டாந்தரமான மருத்துவ உதவியைப் பெற்று வருகின்றனர். 100க்கு 99 நோயாளிகள் ஒரு போதும் குணமடைவதே இல்லை'.[108] என்று குறிப்பிடப்பட்டிருந்தது. பெண்களுக்கு வீட்டில் தனியாக இடம் ஒதுக்கப்படுவதை ஆதரித்து எழுதிவரும் பத்திரிகைகளைக் கடுமையாக ஆட்சேபித்தும், சமூக விதிமுறைகளைத் தகர்த்தாக வேண்டும் என்றும் இந்தச் செய்தித்தாள் எழுதியது.

மருத்துவக் கல்லூரி பிரச்சினையை காதம்பினி கையில் எடுப்பதற்கு முன்பாக, கல்கத்தா முழுவதும் ஆவலுடன் எதிர்நோக்கி வந்த, படித்த ஒரு இளம் பெண் இப்படியும் செய்வாள் என்று ஒரு சிலர் யூகித்திருந்த ஒன்றை அவள் செய்தாள்.

தனது வழிகாட்டியை மணந்தாள்.

1883 ஜனவரி 12 அன்று காதம்பினி, தனது நண்பரும் அறிவார்ந்தவரும், வழிகாட்டியுமான துவர்காநாத் கங்குலியை மணந்து கொண்டார். அப்போது காதம்பினியின் வயது 21, அவரது கணவர் மனைவியை இழந்தவர். அவருக்கு ஏற்கனவே வயது 39, அவருக்கு மூன்று குழந்தைகள் இருந்தனர்.

இந்தத் திருமணம் பற்றி அறிந்த பிரம்மோ இயக்கத்தினர் பலரும் அதிர்ச்சி அடைந்தனர். இவரைத் திருமணம் செய்து கொண்டது காதம்பினிக்குத் தடைகளை ஏற்படுத்தும் என்று நம்பியதாலும், மிகவும் அதிகமான வயது வேறுபாடு இருக்கிறது என்று

கருதியதாலும் ஒரு வேளை இந்த அதிர்ச்சி ஏற்பட்டிருக்கலாம். இன்னொரு வங்காளிப் பெண்ணான அபலா தாஸ், உயிரியலாளர் ஜகதீஷ் சந்திர போசுடன் திருமணமான பிறகு சென்னை மருத்துவக் கல்லூரியில் தனது மருத்துவப் படிப்பைக் கைவிட்டு விட்டார். குடும்பப் பொறுப்புகள் காதம்பினியை விழுங்கிவிடும் என்று அவரது நலம் விரும்பிகள் அச்சப்பட்டனர். துவர்காநாத்தின் நண்பர்கள் பலரும் திருமணத்திற்கு வர மறுத்துவிட்டனர்.

திருமணத்தின் போது, இருவருக்கும் இடையேயான வயது வித்தியாசம் இன்னும் அதிகமாக வெளிப்படையாகத் தெரிந்தது. உள்ளூர் பிரம்மோ பத்திரிகையின் ஆசிரியர், இளம் காதம்பினியின் பனிபோன்ற அழகினால் கவரப்பட்டு வேர்ட்ஸ் வொர்த்திடமிருந்து இரவல் பெற்று மலர்ச்சரம் போன்ற ஒரு கவிதையை எழுதியிருந்தார்.

இனிமையின் புனைவு அவள்
எந்தன் பார்வையில் முதலில் பட்டபோது
அழகிய மாயத்தோற்றம் ஒரு கணப்பொழுதின்
அலங்காரமாகத் தோன்றியது
அவளின் கண்கள் நட்சத்திரங்களைப் போன்று மின்னின.[109]

துவர்காநாத், பிரம்மோ இயக்கத்திலிருந்த மற்றவர்களைப் போலவே இந்தியப் பெண்கள் பொதுவாக உயர்கல்வியை, குறிப்பாக மருத்துவக்கல்வியைப் பெறுவதற்கு ஆதரவாக இருந்தார். மற்ற வகைகளில் எல்லாம் முன்னேற்றமானதாக இருந்த பிரம்மோ இயக்கத்தில் வலுவான தூய்மைவாதக் காற்றும் வீசி வந்தது. பரத்தையை நாடுவது, குடிப்பது, புகைப்பது போன்ற வாழ்வின் தீமைகளுக்குக் கணவன்மார்கள் ஆட்படாமல் தடுப்பதற்காகப் பெண்களைச் சிறப்பான மனைவியராகவும், தாய்மார்களாகவும் மாற்றுவது என்பது அதன் நோக்கமாக இருந்தது.

கணவன் மனைவி இருவருக்கும் பொதுவான ஒரு நோக்கம் இருக்க வேண்டும் என்று பிரம்மசமாஜிகள் நம்பினர் – 'இந்தியப் பெண்கள் எந்த அளவுக்குக் கல்வியறிவற்றவர்களாக இருந்தார்கள் என்பதை அடிப்படையாக வைத்துப் பார்க்கும்போது, அந்தக் காலத்தில் இது கிட்டத்தட்ட சாத்தியமற்ற ஒன்று. 'அர்தங்கினி' என்று தலைப்பிடப்பட்டு வெளியான 'பாமாபோதினி' பத்திரிகையில் சூரியனுக்கும் மற்ற நட்சத்திரக் கூட்டங்களுக்கும் இடையே இருக்கும் தூரத்தைக் கணவன் கணக்கிட்டுக் கொண்டிருக்கும் போது, தலையணை உறைகளின் நீள அகலங்களை அளப்பதில்

மனைவி சுறுசுறுப்புடன் ஈடுபட்டிருப்பார். நட்சத்திரங்களையும், கோள்களையும் பற்றி கணவன் சிந்தித்துக்கொண்டிருக்கும் வேளையில், மனைவி சமையலறையில் சமைப்பதில் வேகமாகத் தன்னிச்சையாக ஈடுபட்டுக் கொண்டிருப்பார்' என்று எழுதியிருந்தது.[110]

பெண்கள் தங்களின் நன்மைக்காகக் கல்வி கற்க வேண்டுமே தவிர, கணவன் விரும்பக்கூடிய ஒரு நல்ல மனைவியாக அமைவதற்காக அல்ல என்ற கருத்து தீவிரமாக யோசிப்பதற்கும் பின்பற்றுவதற்கும் மிகவும் பொருத்தமானது. இருந்தாலும், வங்காளப்பகுதியில் அந்தக் காலத்தில் வாழ்ந்த பெண்களின் இயல்பான எதிர்பார்ப்பைக் காட்டிலும் அளவுக்கு அதிகமான முற்போக்குச் செயலாக இது இருந்தது. இந்தியாவின் பிற பகுதிகளிலும் அப்படியேதான் உணரப்பட்டது.

காதம்பினி - துவர்காநாத் ஆகியோரின் திருமணம் வழக்கத்துக்கு மாறானதாக, ஒருவருக்கொருவர் ஆதரவளித்த திருமணமாக மிகவும் போற்றப்பட்டது. அமெரிக்க வரலாற்றாசிரியர் டேவிட் கோப் (David Kopf) இந்தத் தம்பதியரைப் பற்றி எழுதினார். 'கங்குலியின் மனைவி காதம்பினி, பொருத்தமான அளவுக்கு பண்புநலன்கள் நிரம்பப் பெற்ற, விடுதலை உணர்வுடைய அந்தக் காலத்து பிரம்மோ பெண். அனைத்து வகைகளிலும் பரஸ்பர அன்பு, நுட்பமான உணர்வு, அறிவாற்றல் ஆகிய அடிப்படைகளில் அவர்களின் உறவு மிகவும் வழக்கத்திற்கு மாறானதாக இருந்தது. திருமதி கங்குலியின் திருமணம் போன்ற நிகழ்வுகள் அப்போது மிகவும் அரிதானதாகவே நிகழ்ந்தன. காலச் சூழ்நிலையை மீறி உயரக்கூடிய அவளது திறமை, வங்காளப் பெண்களின் விடுதலைக்குக் கருத்தியல் ரீதியாகத் தங்களை அர்ப்பணித்துக் கொண்டவர்களான சாதாரண பிரம்ம சமாஜிகளுக்கு காதம்பினியை வசீகரமானவராகக் காட்டியது.[111]

காதம்பினி தனது திருமணத்தைப் பற்றி ஒருபோதும் எழுதவில்லை. வேறு எதைப் பற்றியும் எழுதவில்லை. எனவே அவர் என்ன நினைத்தார் என்பதைத் தெரிந்துகொள்வது கடினச்மானதாக இருக்கிறது. ஆனால் காதம்பினியை அவரது பல்வேறு நடவடிக்கைகளிலும் துவர்காநாத் உறுதியாக ஆதரித்தார். 'இவருடைய வாழ்க்கை ருக்மாபாய் அல்லது ஆனந்திபாயின் வாழ்க்கையைக் காட்டிலும் மிகவும் வேறுபட்டதாக இருந்தது. இவர் தனது

தடாகம் | 113

குழந்தைப் பருவம் முதற்கொண்டு தனது தந்தையின் ஆதரவைப் பெற்றுவந்தார். பிற்காலத்தில் அவரது கணவர் துவர்காநாத் அவருக்கு வழிகாட்டியாக நண்பராக, நல்ஆசானாக அமைந்தார் என்று வரலாற்றாசிரியரும் எழுத்தாளருமான மௌஸ்மி பந்தோபாத்யாய் மஜூம்தார் (*Mousumi Bandyopadhyay Majumdar*) ஒப்புக்கொள்கிறார்.[112]

அவருடைய சம வயதினருக்கு நேர்ந்திருந்த அவமதிப்புகள் மிகுந்த, கொடூரமான மணவாழ்க்கையைக் காட்டிலும் காதம்பினியின் மணவாழ்வு நம்பவியலாத அளவுக்கு அதிர்ஷ்டவசமானதாக இருந்தது. 'அவர்களின் மண வாழ்க்கை பற்றிய குறிப்புகள் அனைத்தும் அவர்களின் இணக்கமான வாழ்வைப் பற்றிய சித்திரத்தையே வழங்குகின்றன. அவர்கள் இருவரும் மிகவும் முழுமையான புரிதலை உடையவர்களாகவே இருந்தனர். இருவருக்கும் இடையில் சமநிலை நிலவியது. இருவரும் ஒருவருக்கு ஒருவர் மதிப்பளித்து வந்தனர்' என்கிறார் மஜூம்தார்.[113]

காதம்பினியும் கல்கத்தா மருத்துவக் கல்லூரியும்

திருமணம் முடிந்த உடன் காதம்பினி CMC உடனான தனது போரைத் தொடங்கியிருந்தார். இவரது முயற்சி வரும் ஆண்டுகளில் பற்பல மாணவியர் மருத்துவ மாணவிகளாவதற்கு வழி வகுத்துத்தந்தது.

லார்டு வில்லியம் பென்டிங்க் (*Lord William Bentinck*) என்பவரால் 1835இல் CMC நிறுவப்பட்டது. மரபுகளைத் தகர்த்த வரலாறு உடையது. கிழக்கிந்திய கம்பெனி அமைத்த குழுவின் பரிந்துரையினால் இது உருவாக்கப்பட்டது. கல்கத்தாவில் மருத்துவத் தொழிலில் ஈடுபட்டிருப்பவர்களுக்கான பயிற்சிகளை அளிப்பதில், அதிலும் குறிப்பாக இந்தியர்களுக்குப் பயிற்சியளிப்பதில் போதுமானதாக அது இல்லை.

CMC உருவாவதற்கு முக்கியமான காரணமாக இருந்தவர் மதுசூதன் குப்தா. இவர் ஒரு ஆயுர்வேத மருத்துவராகவும் சமஸ்கிருத அறிஞராகவும் வாழ்க்கையைத் தொடங்கியவர். அந்தச் சமயத்தில் இந்து ஒழுகலாறுகளும் மதம் விதித்திருந்த தடைகளும் இறந்த உடல்களைத் தொடக் கூடாது என்று தடை செய்திருந்தன. இதற்கெல்லாம் அசராத குப்தா சமஸ்கிருதம், ஆயுர்வேத இலக்கியங்களிலிருந்து ஆதரவைத் திரட்டினார். பழங்கால மருத்துவரான சுஸ்ருதாவிடமிருந்து மேற்கோள்காட்டி

உடற்கூறாய்வு பற்றி அதில் பேசப்பட்டிருப்பதைச் சுட்டிக்காட்டினார். உடற்கூறாய்வுக்கு உடல்களைப் பெறுவது சவாலானதாக இருந்துவந்தது. இந்து சாமியார்கள் கல்லூரிக்கு வெளியில் கவனமாகக் காவல் காத்து மனித உடல்கள் எடுத்து வரப்படுவதைத் தடுத்து வந்தனர். 1836இல் குப்தா ஒரு பிணத்தைத் தாமாகவே உடற்கூறாய்வு செய்தார். மேற்கத்திய மருத்துவமுறையில் பயிற்று விக்கப்பட்ட ஒரு இந்திய மருத்துவர் செய்த முதல் உடற்கூறாய்வு இதுதான். இதனை ஆதரித்தவர் ஜான் டிரிங்க் வாட்டர் பெத்துன் ஆவார்.

காதம்பினி நுழைய விரும்பிய புதுமையான பாதைக்கான களமாக அமைந்த கல்வி நிறுவனம் இதுவாகும். முன்னோடி நிறுவனமாக இருந்தபோதிலும் பெண்கள் நுழைவதற்கான வாய்ப்பு அங்கும் மறுக்கப்பட்டே வந்தது.

வங்காளத்தில் குறிப்பாக பெண்களும், பிரம்மோ இயக்கத்தினரும் செய்தித்தாள்களில் தலையங்கங்களை எழுதி வந்த போதிலும் காதம்பினிக்குப் பெரிதாக ஆதரவு கிடைக்கவில்லை. அவரது பாதையில் கணிசமான தடைகள் குறுக்கே நின்றன. CMCஇன் தற்காலிக முதல்வர் ஆர். ஹார்வே (*Harvey*) பல்வேறு காரணங் களினால் மாணவிகளுக்கு எதிரானவராகவே இருந்தார். ஜூன் 1882இல் ஹார்வே ஒரு கடிதம் எழுதினார். அதில் ‘இருபாலரும் சேர்ந்து அமர்ந்து பயிலும் வகுப்புகள் ஆட்சேபனைக்குரியவை. இருபால் மாணவர்களின் மீதும் ஒழுக்கச் சிதைவுக்கான செல் வாக்கைச் செயல்படுத்தக்கூடிய வாய்புள்ளதாக அவை இருந்து விடும்’ என்று குறிப்பிட்டிருந்தார். இருபாலருக்கும் தனித்தனி வகுப்புகள் அமைக்கப்பட வேண்டும் என்று யோசனை தெரிவித்தார். ஹார்வேயும்கூட அதனை நம்பினார். ‘பெண் மருத்துவர்கள், பெண் செவிலியர்கள் தேவை என்ற ஒரு பொதுவான கோரிக்கை உள்ளூர் சமூகத்தினர் மத்தியிலும் இல்லை, பேறுகால மருத்துவம் பார்க்கும் மருத்துவச்சிகளுக்கு இன்னும் விரிவான பயிற்சியை அளித்தாலே போதுமானது என்ற எண்ணமே நிலவி வந்தது.[114]

இந்திய மருத்துவக் குழுமத்தின் மற்ற உறுப்பினர்களும்கூட இந்தியப் பெண்கள் மருத்துவம் பயில்வதற்கு மிகவும் பொருத்த மற்றவர்கள் என்று ஒப்புக்கொண்டிருந்தனர். அப்படியே பொருத்த மானவர்களாக இருந்தாலும்கூட இந்தியச் சமுதாயம் எப்போதும், ஒருபோதும் பெண் மருத்துவர்களை அனுமதிக்காது என்று அவர்கள் திருப்தியடைந்திருந்தனர்.

'Brahmo Public opinion' இதழ் மீண்டும் ஒரு முறை பெண் மருத்துவர்களுக்கு ஆதரவாகப் பேசியது. மருத்துவக் கல்வியைப் பெறுவதற்காகச் சென்னைக்குப் பயணப்பட்ட அபலா போஸ் (Abala Bose) என்பவரைப் பற்றிச் சுட்டிக்காட்டி எழுதப்பட்டிருந்தது. பொதுமக்களும் அரசின் மீது அழுத்தம் செலுத்தினர். இறுதியில், வங்காளத்தின் லெப்டினன்ட் ஜெனரல் அகஸ்டஸ் ரிவர்ஸ் தாம்சன் (Augustus Rivers Thompson) தலையிட்டார்.

தாம்சன் தான் வாழ்ந்த காலத்தின் நிலைமைகளை மீறிச் செயல் பட்டவர். ஐரோப்பாவிலும், சென்னையிலும் வேலை செய்யக் கூடியது இந்தியாவின் மற்ற பகுதிகளிலும் வேலை செய்யும் தானே. 'மருத்துவம் பயில்வதற்கான பெண்களின் பொருத்தப் பாடு இன்னமும் விவாதிக்கப்பட வேண்டியதல்ல, சந்தேகத்திற் குரியதுமல்ல' என்று அவர் உறுதிபட எழுதினார். 'லெப்டினன்ட் ஜெனரல் அவருடைய பங்கிற்கு கல்கத்தா மருத்துவமனைகளில் பெண் மருத்துவர்களும் இருக்கும் காலம் வெகுதூரத்தில் இல்லை என்று எதிர்பார்க்கிறார்' என்ற செய்தி பத்திரிகைகளாலும், பொது மக்களாலும் பெரிதும் வரவேற்கப்பட்டது. ஆனாலும், காதம்பினி சிறப்பாகச் செயல்பட வேண்டும் என்ற அழுத்தம் தீவிரமாக இருந்தது.

காதம்பினி 1883இல் கல்லூரியில் நுழைந்தார். அவருடைய கல்லூரிக் காலங்களைப் பற்றிய எந்தவிதமான பதிவுகளும் கிடைக்கவில்லை. ஆடவர் நிரம்பிய வகுப்பறையில் அவர் எப்படி சமாளித்தார் என்பதும் தெரியவில்லை. இது மிகவும் கடினமாகத்தான் இருந்திருக்கும் என்று நம்மால் யூகிக்க மட்டுமே முடியும். புரட்டிப் போடக்கூடிய ஒரு தாக்குதல் நேர இருந்தது. 1886 இல் இறுதித் தேர்வுகளை அவர் எழுதினார், ஆனால் உடற்கூறியல், மருந்தியல் ஆகிய பாடங்களில் மட்டும் ஒரே ஒரு மதிப்பெண் குறைந்து போனதால் பட்டம் பெற அவரால் தகுதி பெறமுடியவில்லை. அவரால் மருத்துவத்தில் இளநிலைப் பட்டம் (Bachelor of Medicine - MB) பெற இயலவில்லை. 1000 மைல்களுக்கு அப்பால் ஆனந்திபாய் ஜோஷி அப்போதுதான் பென்சில்வேனியா பெண்கள் மருத்துவக் கல்லூரியில் தகுதி பெற்றிருந்தார்.

தேர்வாளர் டாக்டர் ஆர்.சி. சந்திரா அவரை வேண்டுமென்றே தோல்வியடையச் செய்துவிட்டார். அவர் வெற்றி பெறுவதில் அவருக்கு விருப்பமில்லை என்று காதம்பினியின் மகன் பிரபாத்

சந்திர கங்கோபாத்யாய் பிறகு குற்றம் சுமத்தினார். காதம்பினி அந்தத் தேர்வுகளை மறுபடியும் எழுதியிருக்கலாம். ஆனால் எழுதவில்லை. என்ன காரணம் என்பது அவருக்குத்தான் தெரியும்.

பதிலாக அவருக்கு வங்காள மருத்துவக் கல்லூரிப் பட்டதாரி (Graduate of Bengal Medical College –GBMC) என்ற தகுதிக் குறைவான சான்றிதழ் வழங்கப்பட்டது. இருப்பினும் இதைக் கொண்டு அவரால் மருத்துவராகப் பயிற்சி செய்ய முடியும். மாதம் 300 ரூபாய் சம்பளத்தில் லேடி டப்பரின் பெண்கள் மருத்துவமனையில் இவர் மருத்துவராகப் பணியமர்த்தப்பட்டார். அந்த நேரத்தில் இது சிறப்பான ஊதியம்தான்.[115] முழுமையானதொரு மருத்துவத்தகுதி அவரிடம் இல்லாத போதிலும்கூட இந்தியாவில் 'மருத்துவராகப் பணிபுரிந்த முதல் பெண் மருத்துவர்' எனும் இடத்தை அவர் பெறுகிறார்.

காதம்பினி பட்டம் பெற்றபோது சாத்தியமில்லாத வகையில் ஓர் ஆதரவாளரைப் பெற்றிருந்தார். அவர்தான் பிளாரன்ஸ் நைட்டிங்கேல். எலிசபெத் பிளாக்வெல்லின் காலத்தில் பெண் மருத்துவர்கள் பற்றித் தான் கொண்டிருந்த எண்ணத்தை நைட்டிங்கேல் மாற்றிக் கொண்டுவிட்டார். 1888 பிப்ரவரியில், அவர் ஒரு முறை ஒரு நண்பருக்கு எழுதினார், 'திருமதி கங்குலியை உங்களுக்குத் தெரியுமா? அல்லது அவரைப் பற்றி ஏதேனும் கூற இயலுமா? அல்லது எனக்கு ஆலோசனை எதுவும் சொல்ல முடியுமா? மருத்துவராக வேண்டும் என்று முடிவெடுத்த பிறகு இந்த இளம் பெண் திருமணம் செய்து கொண்டார். ஒன்று அல்லது இரண்டு குழந்தைகளை அவர் பெற்றிருக்கலாம். ஆனால் படிக்கும் போது அவர் 13 நாட்கள் மட்டுமே விடுப்பில் இருந்திருக்கிறார். கல்லூரிக்கு வந்த நாள்களில் ஒரே ஒரு வகுப்பையும்கூட அவர் தவறவிட்டதில்லை.'[116] காதம்பினியை கல்கத்தாவில் உள்ள பணிகளுக்குப் பரிந்துரைக்குமாறு தான் கேட்டுக்கொள்ளப்பட்டிருப்பதாக நைட்டிங்கேல் எழுதியிருந்தார்.

இருப்பினும் மருத்துவராகப் பயிற்சி செய்வது என்பது ஒன்று. நோயாளிகளைக் கவர்வது என்பது வேறொன்று. 1888இல் காதம்பினி 'தி இந்து', 'பேட்ரியட்', 'த பெங்காளி' இதழ்களில் விளம்பரங்களை வெளியிட்டிருந்தார். அவற்றில்,

ஓர் அறிவிப்பு

திருமதி கங்குலி பி.ஏ.
45 – 5 பெனியடோலா சந்து,
கல்லூரிச் சதுக்க வட கிழக்கு மூலை,
கல்கத்தா

மருத்துவக் கல்லூரியில் ஐந்து ஆண்டுகள் அறுவைச் சிகிச்சை, பேறுகால உதவி ஆகியவற்றைப் பயின்று மருத்துவத்தில் பட்டயத்தைப் பெற்று, மருத்துவப் பயிற்சி மேற்கொள்ளவும், பெண்கள் குழந்தைக்குச் சிகிச்சையளிக்கவும் தகுதி பெற்ற இவர், ஏழை நோயாளிகளுக்கு இலவச மருத்துவ ஆலோசனையை இவரது இல்லத்தில் பிற்பகல் 2 முதல் 3 மணி வரை தினமும் வழங்கி வருகிறார்.[117]

பெண் மருத்துவர்களிடம் சிகிச்சை செய்து கொள்வதற்கு நோயாளிகள் காட்டிவந்த தயக்கத்தைத் தவிரவும் வேறொரு தடையும் காதம்பினிக்கு ஏற்பட்டது. இந்த முறை வந்த விரோதம் வல்லமை மிக்கது: பிரிட்டிஷ் காலனியாதிக்கமும், பாரபட்சமும் தான் அது. உதவிக்கு வர வேண்டிய முக்கியமான ஒரு இடத்தி லிருந்து இடையூறு வந்துசேர்ந்தது.

டப்பரின் நிதி: கடவுளின் பரிசா அல்லது காலனிய மரபா?

லேடி ஹாரியட் டப்பரின் (*Lady Harriet Dufferin*) அப்போதைய வைஸ்ராயின் மனைவியாவார். 1884இல் இந்தியாவுக்கு அவர் வந்தார். பெண்களின் மருத்துவக் கல்விக்காக ஒரு திட்டத்தைச் செயல்படுத்துமாறு விக்டோரியா மகாராணி, டப்பரினைக் கேட்டுக் கொண்டிருந்தார். இப்படித்தான் டப்பரின் சீமாட்டி நிதியம் 1885இல் உருவாக்கப்பட்டது. அதன் தொடக்கவிழாவில், லார்டு டப்பரின் கூறினார்: 'ஒவ்வொரு மாவட்டத்திற்கும் அது எவ்வளவு உள்ளடங்கி இருந்தாலும் சரி, அங்கு நன்கு பயிற்சி பெற்ற செவிலியர், தாதியர், பெண் மருத்துவ உதவியாளர்களுடன் பெண் மருத்துவர்களும் அனுப்பப்பட வேண்டும் என்பதுதான் நம்முடைய லட்சியம்.' டப்பரின் நிதியம், நல்ல நோக்கத்திற்காகத் தொடங்கப்பட்டதுதான் என்றாலும், அதில் ஒரு மிகப் பெரிய குறை இருந்தது; அந்தந்த நாடுகளைச் சேர்ந்த பெண் மருத்துவர்களை ஆதரிப்பதைக் காட்டிலும் ஐரோப்பிய பெண் மருத்துவர்களுக்கே அது சாதகமாக இருந்தது. 1885இல் ஐரோப்பிய பெண்கள் இங்கிலாந்தில் அதிகமான அளவில் மருத்துவம் பயிலத் தொடங்கினர். பட்டம்

பெற்ற பிறகு, அவர்களுக்கு வேலை தருவதற்கு யாருமே இல்லை, ஆண் மருத்துவர்களே பணிக்கு அமர்த்தப்பட்டனர். அதிகப் பணத்தை செலவிட்டுப் படித்துவிட்டு மூர்க்கத்தனமாக வேலை தேடிக்கொண்டிருந்த பிரிட்டிஷ் பெண் மருத்துவர்களுக்கான மிகப் பரந்த சந்தையாக இந்தியா உருவானது.

அதிக ஊதியமும், கூடுதல் பொறுப்பும் தரப்பட்டு முதல் தரநிலையில் பணியாற்றி வந்த அனைத்துப் பெண் மருத்துவர்களும் ஐரோப்பியர்கள் தான். இந்தியர்கள் மருத்துவமனை உதவியாளர் களாக அவர்களுக்குக் கீழ் பணிபுரிந்தனர். மலிவான உழைப்பை அவர்கள் வழங்கிவந்தனர். டப்பரின் நிதியம் ஏற்றுக்கொண்டதைப் போல, ஐரோப்பியப் பெண்கள் புத்திசாலிகள். ஆனால் உள்ளூர் வழிமுறைகள், ஒழுகலாறுகள் பற்றிய புரிதல் அற்றவர்கள். 'The Bengalee' இதழ் இப்படி எழுதியது: 'இத்தகைய நியமனங்கள் ஐரோப்பிய, ஆசிய பெண் மருத்துவர்களுக்கு அணுக்கமான பாதுகாப்பை அளித்தன. இந்தியப் பெண்கள் திட்டமிட்டுத் தவிர்க்கப்பட்டனர்'.[118] 1887 வாக்கில், டப்பரின் நிதியத்தில் 150 இந்தியப் பெண்கள் மருத்துவத் திட்டத்தில் பதிவுசெய்து கொண் டிருந்தனர். ஆனால் இங்கிலாந்தில் படித்த மருத்துவர்களுக்கு மாதம் 450 ரூபாய் ஊதியம் வழங்கப்பட்டது. மருத்துவமனை உதவியாளர்களாக நியமிக்கப்பட்ட உள்ளூர்ப் பெண்களுக்கு மாதம் 50 ரூபாய் மட்டுமே ஊதியமாகக் கிடைத்தது.[119]

டப்பரின் நிதியத்தின் குறைபாடு உடைய மற்றொரு கொள்கை பெண்களைத் தனியறைகளில் வசிக்கச் செய்யும் இந்திய முறை பற்றிய காலனியாதிக்க சிந்தனையின் அடிப்படையில் உருவானது. இந்தியப் பெண்கள் ஆண் மருத்துவரிடம் செல்ல மாட்டார்கள். வீட்டைவிட்டு வெளியில்கூட வர மாட்டார்கள் என்ற கருத்து தொடக்கத்திலிருந்தே வேர் பிடித்திருந்தது. இந்தியப் பெண்கள். தனி இடங்களில் ஒதுக்கிவைக்கப்பட்டு வாழ்பவர்கள் என்ற புரிதல்தான் இதற்குக் காரணமாக இருந்தது. டப்பரின் நிதியம் இந்தியப் பெண்கள் பலரையும் பெரும்பாலும் கீழ்ச்சாதியினரையும், ஏழைப் பெண்களையும் புறக்கணித்தே வந்தது. இத்தகைய பெண்கள் வீடுகளை விட்டு வெளியில் வந்துதான் ஆக வேண்டும். அவர்களுக்கு வேறு வழியில்லை. 1880 வாக்கில் லண்டன் பெண்கள் மருத்துவப் பள்ளியிலிருந்து ஏராளமான பெண்கள் மருத்துவப் படிப்பை முடித்து வெளியில் வரத் தொடங்கினர். அப்போது இந்தியப் பெண்களைப் பற்றிய கருத்தாக்கம் வலுவானதாக

இருந்து வந்தது. எடின்பர்க் பல்கலைக்கழகத்தின் வயதில் மூத்த, அனுபவமுள்ள, மரியாதைக்குரிய சோபியா ஜெக்ஸ்-பிளேக்கும்கூட இந்தியப் பெண்களுக்கு அவர்களின் தனிப்பட்ட வசிப்பிடத்தில் சென்று மருத்துவம் பார்க்க வேண்டிய தேவையை இந்தியாவில் மருத்துவத்துறையில் பணிபுரியும் பெண்களிடம் வலியுறுத்தியிருந்தார்.

பெண்களின் வசிப்பிடத்திற்குச் சென்று மருத்துவம் செய்வதற்குத் தரப்பட்ட முக்கியத்துவம் பிரச்சினையானது ஏன்? இதற்கு முதன்மையான காரணம், இந்தியப் பெண்கள் இவ்வளவு கட்டுப்பாடுகளுக்கு ஆளாகியிருக்கும்போது அவர்களுக்கு மருத்துவர்களாகப் பயிற்சியளிப்பது இயலாத காரியம் என்று கருதி, மருத்துவர்களாக வேண்டும் என்ற ஆர்வத்துடன் இருந்த இந்தியப் பெண்களை, அதிலும் குறிப்பாகத் தடுமாற்றமில்லாத ஓட்டத்துடன் இருந்த வங்காளப் பெண்களைப் புறக்கணித்துவிட்டனர். உதாரணமாக, ஆனந்திபாயோ அல்லது காதம்பினியோ டப்பரின் நிதியத்தால் ஆதரிக்கப்பட்டு மருத்துவக் கல்வி பயிலவில்லை.

இதனிடையே, டப்பரின் நிதியம் தொடர்ந்து வந்த சமயத்தில் அது அதிகமான வகையில் சுவிசேஷ சாயலைப் பெற ஆரம்பித்தது. நிதியத்தால் பணியமர்த்தப்பட்டவர்கள் பெரும்பாலும் சமயப் பரப்புரையாளர்களாக இருந்தனர். கிறித்தவ மார்க்க உபதேசங்களைப் பரப்புவதற்கான ஒரு வழியாக மருத்துவத்தைப் பயன்படுத்தினர். இவர்களில் மேரி ஸ்கார்லிப் (Mary Scharlieb) சென்னை மருத்துவக் கல்லூரியில் படித்த முதல் பெண் மருத்துவர்களில் ஒருவர். ஸ்கார்லிப் லண்டன் மருத்துவப் பள்ளியில் மேற்படிப்புக்காகச் சென்றார். படிப்பு முடிந்து திரும்பிவந்து சென்னை மருத்துவக் கல்லூரியில் மகப்பேறியல் துறையில் ஆசிரியராக இருந்தார். எலிசபெத் கேரட் ஆண்டர்சனுடன் பணியாற்றினார். ஸ்கார்லிப் சிறப்பான மனஉறுதி கொண்ட பெண்ணாவார். இவர் பல பெண் மருத்துவர்களுக்கு வழியமைத்துக் கொடுத்தார். ஆனால் அவரும் சுவிசேஷ கிறித்தவ மார்க்கத்தைச் சேர்ந்தவர் தான்.

'மருத்துவத் திட்டத்தின் பணி ஒரு சிறந்த மருத்துவரின் பணிகளையும், அவரது நோக்கங்களின் வெளிப்பாடுகளையும் உள்ளடக்கியதாகும் – அதே சமயத்தில் இது பழமைவாத ஆன்மிக எண்ணம் கொண்ட இந்தியாவையும், பொருள் முதல்வாத நவீன மேற்குலகையும் ஒன்றாக வைத்துப் பார்ப்பதாக இருந்தது.

உண்மையில் இது மிகவும் தாழ்மையான ஒரு பணியாகும். ஆனால், அதன் குறுகலான வழிமுறைகளும், இந்த இடத்திற்குரிய மனித வாழ்வின் கௌரவம் போற்றப்படாததும், ஆரம்பகால கிறிஸ்தவ தேவாலயத்தின் ஆன்மீகத் தேட்டத்திற்கு மிக நெருக்கமாக அது அமைந்திருப்பதாக நம்மை உணர வைத்துவிட்டது' என்று ஸ்கார்லிப் எழுதினார்.[120]

நம்பவியலாத அளவுக்குப் பொருத்தமான கருத்துடையவராக ஸ்கார்லிப் இருந்தபோது, மற்ற பல பெண் சமயப்பரப்புரையாளர்கள் அத்தகையவர்களாக இல்லாமல் இருந்தனர். தகுதியற்ற பெண்கள் இந்தியாவுக்கு ஒட்டுமொத்தமாக அனுப்பிவைக்கப்பட்டதற்கு எதிராக எலிசபெத் கேரட் ஆண்டர்சனும், சோபியா ஜெக்ஸ்-பிளேக் போன்ற இந்த இயக்கத்தில் உறுதிமிக்கவர்களும் வாதாடி, பத்திரிகைகளில் எழுதும் அளவுக்கான சூழல் ஏற்பட்டது. இந்தியப் பெண் சமூகத்தினருக்கான இங்கிலாந்து சுவிசேஷ சபையின் குழு 'தொழில்சார்ந்த திறன்களில் பாராமுகமாக இருந்தது குறிப்பானதொரு தவறாகும். ஐரோப்பிய சுவிசேஷ சபையின் பெண் மருத்துவர்கள் முதலில் சமயப் பிரசாரகர்களாகவும், அடுத்த நிலையில் தான் மருத்துவர்களாகவும் செயல்பட்டு வந்தனர்' என்று சோபியா கருதினார். நோயைக் குணமாக்குவதற்குப் பதிலாகச் சமயப்பரப்புரை செய்து வந்தனர் என்ற விமர்சனமும்கூட அப்போது எழுந்திருந்தது.

இப்படி ஏமாற்றி வஞ்சிக்கப்பட்ட இந்திய மருத்துவர்களில் காதம்பினியும் ஒருவர். டப்பரின் நிதியத்தால் மருத்துவரின் சார்பாகப் பணிபுரிவதற்கு அவர் நியமிக்கப்பட்டார். மருத்துவமனையின் படுக்கைப் பகுதிகளுக்கான பொறுப்பு அவருக்கு அளிக்கப்படவில்லை. அதன் மூலமாகத்தான் திறமையைக் கையகப்படுத்திக் கொள்ள முடியும். விரக்தியடைந்து, புண்பட்டுப் போயிருந்த அவர் உள்ளூர்ப் பத்திரிகைக்கு வெளிப்படையான கடிதத்தை எழுதினார். காதம்பினி எழுதிய கடிதங்களில் நமக்குக் கிடைக்கக்கூடிய ஒரு சிலவற்றில் இதுவும் ஒன்றாகும். அநீதியின் மீதான அவரது கோபம் வெளிப்படையாக அதில் தெரிந்தது. அவர் எழுதியிருந்தார், 'தற்போதைய ஏற்பாடுகளின் மூலம், ஆங்கிலேய நாட்டின் மருத்துவப் பெண்கள், இந்தியாவிலிருக்கும் தங்களின் சகோதரிகளைக் காட்டிலும் உயர்வான தகுதிகளைப் பெற்றிராத போதிலும் மருத்துவமனைப் பணியில் விரைவில் மிகவும் சிறப்பான திறன்களை வசப்படுத்திக்கொள்வார்கள். இந்தியாவைச் சேர்ந்த

மருத்துவப் பெண்களுக்குத் தங்களின் திறமையை வெளிப்படுத்த எந்தவிதமான வாய்ப்பும் அளிக்கப்படவில்லை. மிகப்பெரிய முக்கியமான மருத்துவமனைகளில் முதல் நிலைப் பணிகளை ஏற்பதற்கும், பொறுப்புமிக்க கடமைகளை ஏற்றுக்கொள்வதற்கும் இந்தியப் பெண்களுக்கு வாய்ப்பளிக்கப்படவில்லை. தகுதியை நிரூபிப்பதற்கான வாய்ப்புகளை வழங்காமலேயே, உயரிய பொறுப்புகளை வகிப்பதற்கான தகுதி இந்தியப் பெண்களுக்கு இல்லை என்று கூறுவது நியாயமற்ற செயலாகும்.[121]

ஒழுக்கம் தவறிய பெண் மருத்துவர்

பழமைவாத இந்துக்களின் அதீதமான பாரபட்சத்தையும் காதம்பினி கையாள வேண்டியிருந்தது. டப்பரினில் நாள் முழுவதும் உழைத்து பணிமுடித்து மாலை நேரங்களில் தனது பெரிய குடும்பத்தைக் கவனித்து வந்த தாயான இவர், குறிப்பாகப் பழமைவாத பிரம்மோஸ்களுக்கும், பொதுவாக எங்கெங்கும் உள்ள பழமைவாத ஆண்களுக்கும் ஓர் அச்சுறுத்தலாகக் கருதப்பட்டார். 1891இல் 'பங்காபாசி' இவரை வேசி என்று அழைத்தது.[122] அதன் பிறகு குறுகிய கால இடைவெளியில் 'Indian Messenger' இதழ் பெண்கள் கல்வி கற்பதற்கு வாய்ப்புகளை வழங்குவது அவர்களை ஒழுக்க மற்றவர்களாகவும், வழி தவறியவர்களாகவும் ஆக்கிவிடும் என்று கட்டுரை எழுதியது. 'பெண்களுக்கான ஒழுக்கங்களையும், பெருமிதத்தையும் போற்றிப் பாதுகாப்பதும்; சுதந்திரமான செயல்பாடுகளும் ஒன்றுக்கொன்று பொருந்தாதவை' என்று அந்த இதழ் எழுதியது.[123]

கேலிக்குரிய குற்றச்சாட்டுகளை இந்தப் பத்திரிகைகள் முன்வைத்தது ஏன்? வரலாற்றாசிரியர் மாளவிகா கர்லேகர் விளக்குகிறார்: காதம்பினியை வேசி என்று அழைத்ததின் மூலம், போட்டிக்கு வரும் திறன் படைத்த பெண்களைப் பற்றி ஆண்களுக்கு ஏற்பட்டிருக்கும் அச்சத்தை 'பங்காபாசி' காட்சிப்படுத்திக் காட்டுகிறது. தொழில்வாழ்வும், வீட்டுக்கு வெளியில் உள்ள வாழ்வும், கற்பு, பெண்மை ஆகியவற்றிக்கு அச்சுறுத்தலாக இருக்கும் என்ற பாரம்பரியமான கருத்துகளுக்கு எதிரான பாதுகாப்பை மனைவியாக, தாயாக இருக்கும் பெண்களுக்கு அளிப்பதில்லை.[124]

துவர்காநாத் உடனடியாக காதம்பினிக்கு ஆதரவாகச் செயல் பட்டார். 'பங்காபாசி' ஆசிரியர் மகேஷ் சந்திரா பாலுக்கு எதிராக

அவதூறு வழக்கு தொடர்ந்தார். அவர் குற்றம் இழைத்தவராகக் கருதப்பட்டு 100 ரூபாய் அபராதமும், 6 மாத சிறைத் தண்டனையும் விதிக்கப்பட்டது. இதற்குப் பிறகு 'Indian Messenger' தனது போக்கை மாற்றிக்கொண்டது. காதம்பினியை 'மருத்துவத் தொழிலில் உள்ள தகைசால் உறுப்பினர்' என்று குறிப்பிட்டு எழுதியது. திருமணம் செய்துகொண்டு, குழந்தைகளை வளர்த்து வந்தாலும்கூட, பாலின ரீதியிலான அவதூறுகளுக்கு எதிரான எந்தவிதமான பாதுகாப்பும் பெண்களுக்கு இல்லை என்பதை இந்த நிகழ்வு காட்டியது.

சமமான மதிப்பு வேண்டுமா பிரிட்டிஷ் பட்டம் வேண்டும்.

பிரிட்டிஷ் மருத்துவர்களைக் காட்டிலும் மதிப்புக் குறைவாகச் நடத்தப்பட்டுவந்த சில ஆண்டுகளுக்குப் பிறகு, பிரிட்டிஷ் பட்டம் மட்டுமே சமமான மதிப்பைத் தேடித்தரும் என்பதை காதம்பினி உணர்ந்துகொண்டார். 1893 பிப்ரவரியில் அவர் எடின்பர்க் சென்றார். அங்கு மருத்துவர்களுக்கான ராயல் கல்லூரியில் சேர்வதற்கான தேர்வை எழுதுவதற்காக, தனது குழந்தைகளைத் தனது சகோதரியிடம் விட்டுவிட்டுச் சென்றார். தனியாகப் பயணித்த இந்தப் பயணத்தின் போது சந்தித்த சங்கடங்கள் பற்றியோ அல்லது அவர் ஏன் எடின்பர்க்கைத் தேர்ந்தெடுத்தார் என்பது பற்றியோ எதையுமே அவர் எழுதவில்லை இவை பற்றி நாம் யூகித்துக் கொள்வது எளிது.

எடின்பர்க் எழுவரைத் தவிரவும், எடின்பர்க் பல்கலைக்கழக மருத்துவப் பள்ளியில் புகழ்பெற்ற ஆண் பட்டதாரிகளும் இருந்தனர். சார்ல்ஸ் டார்வின் (Charles Darwin) இந்தப் பள்ளியில் சேர்ந்தார். ஆனால் உயிரியலில் பட்டம் பெற்றுச் சென்றார். ஷெர்லாக் ஹோம்ஸ் (Sherlock Holmes) என்ற கதைமாந்தனை உருவாக்கியளித்த படைப்பாளி சர் ஆர்தர் கோனன் டோயல் (Arthur Conan Doyle) என்பவர் இங்கு படித்த மிகவும் புகழ் பெற்றவர்களில் ஒருவராவார். இவர் 1876 முதல் 1881 வரை இங்கு மருத்துவம் பயின்றார். காதம்பினி படிப்பதற்கு 10 ஆண்டுகளுக்கு முற்பட்ட காலத்தில் தான் அவர் பயின்றார். ஷெர்லாக் ஹோம்ஸ் என்ற கதாபாத்திரம் பற்றிய அகத்தூண்டுதலை ஜோசப்பெல் (Joseph Bell) என்பவரிடமிருந்து டோயல் பெற்றிருந்தார். துயர் மிகுந்த தோற்றம் கொண்ட ஜோசப்பெல் ஒரு ஸ்காட்டிஷ் அறுவைச் சிகிச்சை மருத்துவர், அவர் இவரது ஆசிரியருங்கூட. இவர் தான் பல்கலைக்கழகத்தில் டோயலின் வழிகாட்டியாகவும் திகழ்ந்தவர்.

காதம்பினி எடின்பர்கில் சில மாதங்களே இருந்தார். பல்வேறு பட்டயங்களைப் பெறுவதற்கு அதுவே அவருக்குப் போதுமானதாக இருந்தது. 1893 ஜூலை 18இல் முத்தகுதித் தேர்வில் அவர் தேர்ச்சிகண்டார். அந்த ஆண்டு இத்தேர்வில் தேர்ச்சிபெற்ற 14 பேரில் ஒரே ஒரு பெண் இவர்தான். இவருக்கு மூன்று பட்டயங்கள் வழங்கப்பட்டன: ராயல் மருத்துவக் கல்லூரியின் தகுதிச்சான்று, ராயல் அறுவைச் சிகிச்சை மருத்துவர் கல்லூரியின் தகுதிச்சான்று, மருத்துவ ஆசிரியர்கள் அறுவைச் சிகிச்சை மருத்துவர்களின் தகுதிச் சான்று. 1893 நவம்பரில் இவர் கல்கத்தா திரும்பினார்.

இந்த முறை அவருக்கானது கிடைத்தது. வெளிநாட்டுத் தகுதிகளால் வலுவூட்டப்பட்டு லேடி டப்பரின் மருத்துவமனையில் அவர் விரும்பிய அந்தப் பதவியிலேயே அமர்த்தப்பட்டார். மருத்துவமனையின் கண்காணிப்பாளர் ஆனார். இந்தச் சமயத்தில் பெண் மருத்துவர்களைப் பற்றிய பொதுமக்களின் சிந்தனை, வங்காளிகளின் சிந்தனையும்கூட மாறியிருந்தது. காதம்பினிக்குப் பெரும் பாராட்டுகள் நிறைந்த கடிதம் ஒன்றை லேடி டப்பரின் எழுதினார். அதில் அவருக்குத் தனது ஆதரவைத் தெரிவித்து, தகுதியுள்ள இந்தியப்பெண் மருத்துவர்கள் இனி சாதகமாகப் பரிசீலிக்கப்படுவார்கள் என்ற உத்தரவாதத்தையும் அளித்திருந்தார்.[125]

பணிபுரியும் தாயின் தனியார் பயிற்சி

அடுத்த சில ஆண்டுகளில் காதம்பினி சொந்தமாகத் தனிப்பட்ட மருத்துவத் தொழிலைத் தொடங்கினார். காதம்பினியின் அன்றாட வாழ்க்கை பற்றிய வெகு சில தகவல்கள் மட்டுமே கிடைத்திருக் கின்றன. அவர் நாட்குறிப்பு எழுதுவதில்லை. சில கடிதங்களை எழுதியிருப்பதாகத் தோன்றுகிறது. பொதுவாக மற்றவர்களின் கவனத்தில் படாமல் இருப்பார். அவருடைய சமூகச்சூழலில் பெரும்பாலும் தொழிலில் ஈடுபட்டு வந்த முதலாவது பணிபுரியும் தாய்மாராக இவர்தான் இருந்திருப்பார். செழிப்பான மருத்துவத்தொழில், எட்டு குழந்தைகளையும் கவனித்துக்கொள்ள வேண்டும். அவருடைய வாழ்க்கை மிகவும் பரபரப்பாகச் சென்று கொண்டிருந்தது. சுமை குறைவாக இருந்த தன்னுடைய சமகாலத்தவர்களைப் போல் அல்லாமல், தனது பாரம்பரியத்தைப் பற்றிச் சிந்திக்கவோ, தனது புகழின் நிழலை அனுபவிக்கவே முடியாத அளவுக்கு அவரது வாழ்க்கை இருந்து வந்தது.

‘பணிபுரிந்து வந்த தாயார் இவர்... எட்டு குழந்தைகளின் தாயார். அவர்களில் ஒருவர் மனநலம் குன்றியவர். உண்மையில் அவருக்கு மிகவும் அதிகமான வேலைகள் இருக்கும். ஒரு மருத்துவராகப் பொறுப்புகளைக் கவனிப்பதுடன் பரோபகாரச் செயல்களிலும், சமகால அரசியலிலும் அவர் ஈடுபட்டிருந்தார்’ என்று பந்தோபாத்யாய் மஜூம்தார் கூறுகிறார். ‘உண்மையில் எந்த விதமான நாட்குறிப்புகளோ, நினைவுக் குறிப்புகளோ இல்லாமல் அவருடைய வாழ்க்கையைப் பற்றிய முழுமையான சித்திரத்தை வரைந்துவிட இயலாது என்பது மிகவும் ஏமாற்றமளிப்பதாக இருக்கிறது.’[126]

ஆரம்பத்தில் பணக்காரர்களாலும், பிரபலமானவர்களாலும் நாடப்படுபவராக அவர் இருந்தார். ஆனால் இப்போது ஒரே ஒரு புகைப்படம் மட்டும் தான் நம்மிடம் இருக்கிறது. 1895இல் நேபாள அரசக் குடும்பத்தின் தாயாரான அரசிக்கு மருத்துவம் செய்தார் காதம்பினி. அவரது உயிரை இவர் காப்பாற்றியிருந்தார். அதற்காகப் பணமும் நகைகளும் இவருக்குப் பரிசளிக்கப்பட்டன. சிறுகுதிரை ஒன்றும் அவருக்குத் தரப்பட்டது. தன்னுடைய குழந்தைகள், *(Pony)* பேரக் குழந்தைகளுடன் சேர்ந்து சிறுகுதிரையோடு விளையாடி மகிழ்ந்தார். இருப்பினும், காதம்பினி மெல்லமெல்ல தனது சமூகப் பொறுப்புணர்வை உணர்ந்து வந்தார். முகம் காட்ட விரும்பாத தனித்து வாழ்ந்து வந்த ஒரு பெண்ணுக்கு அவர் மருத்துவம் பார்த்தார். பிறகு அரசியலில் சேர்ந்தார்.

இவ்வளவு புகழ் இருந்தபோதிலும் கூட, காதம்பினி ஒரு பேறு கால மருத்துவச்சியைப் போலவே அடிக்கடி நடத்தப்பட்டார். ஒரு பணக்காரக் குடும்பத்தில் பிரசவம் பார்ப்பதற்காக இவர் அழைக்கப் பட்டபோது நடந்த ஒரு நிகழ்வு காதம்பினியை முற்றிலுமாக அதிருப்தியடையச் செய்துவிட்டது. அந்தக் குழந்தைப்பேறு கடின மானதாக இருந்தது. இவருடைய அனுபவத்தின் காரணமாகத்தான் தாயும் சேயும் பிழைத்தார்கள். அதன் பிறகு காதம்பினி, பணிப் பெண்ணுடன் சேர்ந்து உணவருந்தும்படி செய்யப்பட்டார். பிரசவம் நடந்த இடத்தைத் தூய்மைப்படுத்துமாறும் அவரிடம் சொல்லப் பட்டது. இது அவருக்கு மிகுந்த ஆத்திரத்தைக் கிளப்பியது. காதம்பினியின் மகள் கண்ணீர் சிந்தினார். தாயார் படித்திருந்த படிப்பு, ஒரு மருத்துவப் பணிப்பெண்ணாக அவர் நடத்தப்படுவதைத் தடுக்கவில்லையே என்று மகள் வருந்தினாள்.[127]

அரசியல் நுழைவு

1890களின் பிற்பகுதியில் காதம்பினிக்கு அரசியலில் ஆர்வம் ஏற்பட்டது. தேசிய இயக்கத்தில் அவர் இணைந்தார். அது வரையிலும் தேசிய விடுதலைப் போராட்டத்தில் பெண்கள் பங்கு கொண்டதில்லை. அமைதியான தோற்றமளிக்கும் நாகரிகப் பெண்கள் அரசியலில் திறமையற்றவர்களாக, அரசியலைப் புரிந்து கொள்வதில் ஆர்வமில்லாதவர்களாக இருப்பார்கள் என்று மேல்சாதி, இடைசாதிகளைச் சேர்ந்த ஆண்கள் நம்பினர்.

பத்தாண்டுகளுக்குப் பிறகு மகாத்மா காந்தி ஒத்துழையாமை இயக்கத்தைத் தொடங்கிய போது, அதில் சேருமாறு பெண்களை அழைத்தார். ஆண்களோடு சேர்ந்து நடந்து வருமாறு பெண்களைப் பணித்தார். 'இந்தியாவில் வாழும் பெண்களுக்கு சுயராஜ்யப் போராட்டத்தில் ஆண்களைப் போன்ற அதே விதமான பங்கு இருக்கவேண்டும். அமைதியான இந்தப் போராட்டத்தில் பெண்கள் ஆண்களைக் காட்டிலும் பல படிகள் முன்னே செல்லலாம்' என்று காந்தி கூறினார். ஜவஹர்லால் நேருவும் இதற்கு ஒப்புக் கொண்டார். 1928இல் அலகாபாத்தில் மாணவிகள் மத்தியில் பேசிய நேரு, 'பொம்மைகளும், விளையாட்டுச் சாமான்களும் கொண்டதாக இந்தியாவின் எதிர்காலம் இருக்க முடியாது. தேசத்தின் சரிபாதி மக்கள்தொகையை இன்னொருபாதி மனிதர்களின் விளையாட்டுப் பொருள்களாகக் கருதினால். பிறர் மீதான சுமை என்று கருதினால், நீங்கள் எப்படி முன்னேற்றத்தைக் காணமுடியும்?'[128] என்று குறிப்பிட்டிருந்தார்.

அந்தச் சமயத்தில் காதம்பினி அரசியலில் ஆர்வம் கொண்டிருந்தார். அரசியலில் பெண்கள் சேர்த்துக் கொள்ளப்படுவதற்கு இன்னும் நீண்டகாலம் ஆகும் என்ற நிலை இருந்தது. ஆனால், பிரம்மசமாஜிகள் தாங்கள் வாழ்ந்த காலத்தை விடவும் பல்வேறு தளங்களில் முன்னணியில் இருந்தார்கள். ஆரம்பத்தில் பல்வேறு பெண்களின் சங்கங்கள் இருந்தன. அவை சமூகச் சந்திப்புக் கூட்டங்களில், இரு பாலினத்தவரையும் சேர்ந்தாற் போல பங்கேற்கச் செய்தன. இது வைதீக இந்துக்களின் பழக்கத்திற்கு மாறானது. பெண்களுக்கு மேலும் நம்பிக்கை ஏற்பட இது உதவியது. இத்தகைய நடவடிக்கைகளில் கலந்து கொள்ளும் பழக்கத்தை காதம்பினி முயன்று ஏற்படுத்திக் கொண்டு பொதுமேடையில் எப்படிப் பேசுவது, நிகழ்ச்சிகளை எப்படி ஒழுங்கு செய்வது, ஆடவருடன் எப்படிப் பழகுவது என்பனவற்றைக் கற்றுக்கொண்டார்.

அரசியலில் நுழையவும் துர்க்காநாத் தான் மீண்டும் ஒரு முறை இவருக்கு உதவினார். காங்கிரஸ் மாநாடுகளில் பெண்களும் பங்கேற்க வேண்டும் என்று இவர் பிரச்சாரம் செய்து வந்தார். 1889ஆம் ஆண்டு பம்பாயில் நடைபெற்ற இந்திய தேசிய காங்கிரஸ் மாநாட்டில் 10 பெண்கள் பங்கேற்றனர். ஆனால் இந்த மாநாட்டில் இவர்கள் வெறுமனே பங்கேற்றார்களே தவிர, பேசுவதற்கு அனுமதிக்கப்படவில்லை. எதிர்ப்புகள் உருவான பிறகு, இந்திய தேசிய காங்கிரஸின் ஆறாவது மாநாட்டில் இது சரி செய்யப்பட்டது. இந்த மாநாட்டின் அறிக்கையில், 'அன்பு கெழுமிய பெண்கள் எதிர்ப்புத் தெரிவித்திருந்தனர். அவர்களுக்குப் பேச வாய்ப்பளிக்காமல் விட்டது பற்றி நியாயமாகச் சிந்தித்துப் பார்த்தோம். மேடையில் அமர்ந்திருப்பதன் மூலமாக, அழகிய வசீகரத்தினால் எந்த விதமான நடைமுறை மதிப்பும் இருப்பதாக ஏற்றுக்கொள்ள முடியாது என்று தெரிவிக்கப்பட்டிருந்தது. இதற்குப் பதிலாக நீங்கள் நன்கு உடையணிந்த சில மெழுகு பொம்மைகளை மேடையில் வைக்கலாம். உங்கள் நோக்கத்திற்கு அவை பெருமளவில் உதவும் என்றும் அவர்கள் கூறினர்.'[129]

இதன் பிறகுதான், 1890இல் நடைபெற்ற ஆறாவது மாநாட்டில் பேச ஒரு பெண்ணுக்கு அனுமதி கிடைத்தது. அந்தப் பெண் காதம்பினிதான். அந்தப் பேச்சில் குறிப்பிடத்தகுந்ததாக எதுவுமில்லை. பெரோஸ் ஷா மேத்தாவை தலைவர் பதவிக்கு அவர் முன்மொழிந்தார். ஆனால் காங்கிரஸ் மேடையில் பேசிய முதலாவது பெண் என்ற முற்றிலும் வித்தியாசமான புதிய அடிப்படையை அவர் உருவாக்கியிருந்தார்.

துவர்காநாத் 1898இல் இறந்தார். எப்போதும் தனக்கு ஆதரவாக நின்ற கணவரை இழந்த துயரம் மேலிட்டதால் தனது நடவடிக்கைகளை காதம்பினி சில காலம் குறைத்துக் கொண்டிருந்தார்.

1907இல் தென்ஆப்ரிக்காவில் காந்தி சிறை வைக்கப்பட்டார். டிரான்ஸ்வால் இந்தியக் கழகத்தின் பொறுப்பை காதம்பினி ஏற்றுக்கொண்டார். அந்தப் பகுதிவாழ் இந்தியர்களுக்கு அது உதவியாக இருந்தது. 1922இல் இவர் பிகார், ஒரிசா பகுதிகளுக்கு அரசாங்கம் நியமித்திருந்த விசாரணைக் குழுவின் சார்பாகப் பயணம் செய்து அங்குள்ள நிலக்கரிச் சுரங்கங்களில் பணிபுரியும் பெண்களின் நிலை பற்றி ஆராய்ந்தார்.

பணியின் போதே மரணம்

காதம்பினிக்கு மரணம் திடீரென சம்பவித்தது. 1923 அக்டோபர் 3 அன்று ஒரு நோயாளியை சோதித்துக்கொண்டிருந்த போதே அவர் உயிரிழந்தார். அந்த நோயாளி கொடுத்த 50 ரூபாய் பணத்தைக் கொண்டே இவரது இறுதிச்சடங்குகள் நிறைவேற்றப்பட்டன. இறுதிக்காலம் வரையிலும் தன் சொந்தக் காலிலேயே சோர்வின்றிச் சுதந்திரமாக இவர் நின்றிருந்தார்.

மருத்துவராகப் பணியாற்றிய முதலாவது இந்தியப் பெண் இவர் என்பது பலருக்கும் தெரியாமல் மறைந்து போனது. அவருடைய பெயர் பல ஆண்டு காலமாகப் பெரும்பாலும் மறக்கப்பட்டுவிட்டது. ஆனால் தேர்ந்தாராய்ந்து எடுத்திருந்திருந்த அவரது தெரிவுகள் ஏற்படுத்திய தாக்கம் நீடித்து நிலவியபடி இருக்கும். காதம்பினியின் விடாப்பிடியான, மற்றவர்களின் கவனத்தை அவ்வளவாக ஈர்த்திராத வெற்றி பல்வேறு வங்காளப் பெண்களுக்கு மருத்துவம் பயில்வதற்கான உத்வேகத்தைக் கொடுத்திருந்தது. பெண்களுக்கு மருத்துவக்கல்வி கிடைப்பதற்கான ஏற்பாடுகளைச் செய்வதற்குக் கல்லூரிகளைத் தூண்டியிருந்தது. 1889இல் பிதுமுகி போஸ் (Bidhumukhi Bose), விர்ஜினியா மேரி மிட்டர் (Virginia Mary Mitter) இருவரும் கல்கத்தா மருத்துவக் கல்லூரியிலிருந்து பட்டம் பெற்றிருந்தனர். இவர்களுக்கு மாதம் 20 ரூபாய் உதவித்தொகை வழங்கப்பட்டது. அதிகரித்து வந்த மாணவிகளின் தேவை கருதி, மாணவியர் தங்கும் விடுதி கட்டப்பட்டது. பெண்களுக்குக் கல்வியில் இடம் ஒதுக்கப்பட்டது. பெண் மருத்துவர்கள் உருவானது எல்லோருக்குமான நன்மைக்கும் வழிவகுக்கும் என்பது மெதுவாக ஏற்றுக்கொள்ளப்பட்டது.

காதம்பினி படித்த பெத்துன் கல்லூரி பொது வாழ்க்கையில் தீவிரமாக ஈடுபட்ட பல பெண்களை உருவாக்கி அளித்தது. இவர்களில் பிரிதிலதா வதேதர் (Pritilata Wadedar) ஒருவர். 1928இல் மெய்யியலில் பட்டம் பெற்ற இவர் மிகவும் தீவிரமான புரட்சிக்காரராகவும், தேசியவாதியாகவும் மாறினார்.

காதம்பினியின் வளர்ப்பு மகள் ஜோதிர்மயி கங்குலி ஆசிரியராகவும், கல்கத்தா நகராட்சியின் முதலாவது பெண் கவுன்சிலராகவும் ஆனார். காதம்பினியால் ஊக்கம் பெற்றுத் தீவிர அரசியலிலும், சத்தியாகிரக இயக்கத்திலும் ஜோதிர்மயி ஈடுபட்டார். இரண்டு முறை சிறைப்பட்டார். வீதிப் போராட்டத்தில்

ஈடுபட்டிருந்தபோது காவல் துறையினர் நடத்திய துப்பாக்கிச் சூட்டில் 1945 நவம்பர் 22 அன்று அகால மரணம் அடைந்தார்.

கடைசி சில ஆண்டுகளில், காதம்பினியின் பெயர் மிகவும் பிரபலமாகி இருந்தது. புதிதாகப் பிறந்திருக்கும் குழந்தைகளுக்கான கல்கத்தா மருத்துவக் கல்லூரியின் வார்டுக்கு இவரது பெயர் சூட்டப்பட்டது. 2020 பிப்ரவரியில் காதம்பினியின் வாழ்க்கையை அடிப்படையாகக் கொண்ட இரண்டு தொலைக்காட்சித் தொடர்கள் பற்றிய அறிவிப்பு வெளியிடப்பட்டது. ஒரு தொடரின் பெயர் பிரதம காதம்பினி. இதில் உஷாஷிராய் நடித்திருந்தார். இன்னொரு தொடர் 'காதம்பினி'. இதில் காதம்பினியாக சோலங்கிராய் நடித்திருந்தார்.

ஒரு காட்சியில் அகன்ற கண்களுடைய காதம்பினி கவலையுடன் ஒரு வீட்டிற்குள் நுழைகிறார். 'யார் இந்தப் பெண்? டாக்டர் எங்கே, வரவில்லையா?' என்று அதிர்ச்சியுடன் அந்த வீட்டிலிருந்த ஒரு பெண் உரக்கக் குரல் எழுப்புகிறார். காதம்பினி கலக்கம் ஏதுமின்றி அமைதியாக வீட்டின் ஊடாக மருத்துவரின் பையை சுமந்தபடி நடந்து செல்கிறார். 'நோயாளி எங்கே?' என்று அவர் அமைதியாக வினவுகிறார். அந்த வீட்டிலிருந்தவர் திகைத்துப் போனவராக வாயைப் பிளந்து கொண்டு நோயாளியைக் காட்டுகிறார். 150 ஆண்டுகளுக்கு முன்பு கிடைத்த அங்கீகாரத்தின் அந்தச் சிறிய சைகையிலிருந்து, பெண் மருத்துவர்களும், பணிபுரியும் தாய்மார்களும் அங்கீகாரத்தின் தொடக்க நிலையைக் கடந்து வந்து, இப்போது சமூகத்திற்கு சிறப்பான பங்களிப்பைச் செய்துகொண்டு வருகின்றனர்.

இயல் – 4

விதிமுறைகளைத் தகர்த்தவர்

ருக்மாபாய் ராவத்

'இந்துப் பெண்களாகிய நாங்கள் என்னவிதமான வேதனைகளை அனுபவித்து வருகிறோம் என்பதை ஆண்களால் துளியும்கூட புரிந்துகொள்ள முடியாது. எங்களுடைய உணர்ச்சிகளை உங்களால் அறிந்துகொள்ள முடியாது. வாழ்வில் அனுபவித்து வரும் சலிப்புத் தரும் கடினமான உழைப்பில் நாங்கள் திருப்தி கண்டு இருந்து வருகிறோம் என்று கருதிவிட வேண்டாம். உயரிய வாழ்க்கைக்கான லட்சியம் எங்களுக்கு இல்லை என்று நினைத்துவிட வேண்டாம்.

1887 மார்ச் மாதத்தில், மும்பை நீதிமன்ற அறையில், அவள் இழிவாகக் கருதும் தனது கணவனை எதிர்கொள்ளும் விதத்தில் ஓர் இளம் பெண் நின்றுகொண்டிருந்தார். இந்து மனைவி ஒருத்தி குழந்தைத் திருமணத்தின் புனிதத்தைச் சிதைக்கலாமா? என்பது பற்றிய வழக்கில், ஒரு நீதிபதி விரைவில் தீர்ப்பு கூறவிருந்தார். அவளுக்கு வயது 22, கணவனுடன் அவள் இதுவரை வாழவில்லை. இனிமேலும் ஒரு போதும் அவனுடன் வாழப் போவதும் இல்லை.

இந்தப் பெண் கணவனுடன் சேர்ந்து வாழ வேண்டும் அல்லது ஆறு மாதக் காலம் சிறையில் இருக்க வேண்டும் என்று நீதிபதி தீர்ப்பளித்தார். அத்தோடு முடிந்துவிடவில்லை. விருப்பமில்லாத ஒரு மனைவியாக வாழ்வதைக் காட்டிலும், பெருமிதமிக்க மருத்துவராக ஆவதற்காகப் படிக்க வேண்டும் என்று விரும்பியிருந்த அந்தப் பெண்ணுக்கு நீண்டநெடிய கசப்பான போராட்டத்தின் தொடக்கமாக இது அமைந்தது. கணவனை விட்டு விலகி வந்து விவாகரத்துக் கோரிய முதல் இந்துப் பெண்ணான அந்தப் பெண் இவ்வளவு துணிச்சலுடன் செயல்படுவது நினைத்துப் பார்க்கக்கூட முடியாத ஒன்று.

அந்தப் பெண் ருக்மாபாய் ராவத் (சில சமயங்களில் ருக்மா பாய் என்றும் அழைக்கப்பட்டார்). காலகாலமாக ஒடுக்கப்பட்டிருந்த சாதியைச் சேர்ந்த ஒரு பெண் இந்து சமுதாயத்தின் விதிமுறைகள் அனைத்தையும் சிதைக்கவிருந்தார். ஆனந்திபாய் இந்தியப் பெண்களின் ஒரு முகம் என்றால் - பாரம்பரியத்திற்கு ஆறுதலாக இருந்த முகம் என்றால், புரட்சிகரமான ருக்மாபாய் ராவத் நேர் எதிர் துருவத்தைச் சேர்ந்தவராக இருந்தார். ஆனந்திபாயும், காதம்பினியும் தத்தமது கணவர்களால் ஆதரவு பெற்று வந்த அதே காலத்தில், ருக்மாபாய் கணவனைக் கைவிட்டு வெளியேற விரும்பியிருந்தார்.

பெண் கல்வியை ஆதரித்த தாராளவாத சிந்தனைவாதிகள், அதைக் கடுமையாக எதிர்த்து வந்த இந்து பழமைவாதிகள் இருவருக்கும் இடையிலிருந்த இடைவெளியை இட்டு நிரப்பு பவராக இருந்தார். குழந்தைத் திருமணங்களுக்கான குறைந்தபட்ச வயதை அதிகரித்துச் சட்டம் இயற்றப்படுவதற்கு இவர் காரணமாக இருந்தார். சுயராஜ்யத்தை விரும்பிய, ஆனால் பெண்களின் விடுதலையை, குறிப்பாகக் கீழ்ச்சாதிப் பெண்களின் விடுதலையை விரும்பாத பாலகங்காதர திலகர் போன்ற மேல்சாதி இந்து பழமைவாதிகள் இவரைக் கடுமையாகத் தாக்கி அவமானப்படுத்தி வந்தனர்.

ருக்மாபாய் சுயசரிதை எதனையும் எழுதவில்லை. தனது ஆதர வாளர்கள், நலன்விரும்பிகள் போன்றவர்களிடமிருந்து தனக்கு வந்திருக்கும் கடிதங்களை ஒவ்வொரு மாதத்தின் இறுதியிலும் அவர் எரித்து அழித்துவிடுவார். கஷ்டமான நினைவுகளை அழித்துவிடும் நோக்கத்தில் அவர் இப்படி செய்திருக்கக் கூடும்.[130] எனவே நமக்கு அவரைப் பற்றிய உருக்குலைந்த பார்வைதான் கிடைக்கிறது. மற்ற எந்தப் பெண் மருத்துவர்களையும் சுற்றிவரும் கதைகளைவிடவும், இவரைப் பற்றி நம்மிடம் இருக்கும் கருத்துப்பதிவுகள் மிகவும் தெளிவானவை, அறியப்படாதவற்றை வெளிப்படுத்துபவை.

டாக்டர் சகாராம் அர்ஜூன்: தந்தையார், ஆசிரியர், தொலைநோக்குப் பார்வை கொண்டவர்

ருக்மாபாய் 1864இல் பம்பாயில் பிறந்தார். ஜெயந்திபாய் இவரது தாயார். ஜனார்தன் பாண்டுரங் இவரது தந்தையார். இவருக்கு இரண்டு வயது இருக்கும் போது, தந்தையார் இறந்துவிட்டார். அந்தச் சமயத்தில் இவரது தாயாருக்கு வயது 17 மட்டுமே. ஜெயந்திபாய், சுதர் அல்லது தச்சுத் தொழிலாளிக் குடும்பத்தைச்

சேர்ந்தவர். மேல்சாதிக்காரர்களைப் போல் அல்லாமல் சூதர்கள் விதவை மறுமணத்தை அனுமதித்தார்கள். ஆறு ஆண்டுகளுக்குப் பிறகு, இவருடைய தாயார் டாக்டர் சகாராம் அர்ஜுன் என்ற பிரபலமான மருத்துவரை மணம் புரிந்து கொண்டார். தாவரங்களில் ஆர்வம் கொண்டவராக இருந்த இவர் சீர்திருத்தவாதியும்கூட. இவரும் மனைவியை இழந்தவர். ஜெயந்திபாய் முதல் கணவரின் வழியாகச் சொத்துகள் சிலவற்றை அடைந்திருந்தார். இந்த உண்மை பிறகு முக்கியத்துவம் பெறுவதாக ஆனது.

டாக்டர் சகாராம் ஒரு புதிரான மனிதர். கிராண்ட் மருத்துவக் கல்லூரியில் ஆசிரியராக இவர் பணிபுரிந்தார். பம்பாய் இயற்கை அறிவியல் கழகத்தின் இரண்டு ஆரம்பகால நிறுவனர்களில் இவரும் ஒருவர். தாவரங்களின் பயன்களைப் பற்றிய பல ஆராய்ச்சிகளை இவர் செய்துள்ளார். பின்னாளில் இந்திய மருத்துவத் தாவரங்களைப் பற்றிய பட்டியலை இவர் தயாரித்தார். ருக்மாபாய் தனது வளர்ப்புத் தந்தையின் தாராளவாத சிந்தனையால் பெரிதும் செல்வாக்கு செலுத்தப் பெற்றார்.

இருந்த போதிலும், இந்துமத ஒழுகலாறுகளை மீறுகிற அளவுக்கோ அல்லது மகள் ருக்மாபாயின் பால்ய விவாகத்தை நிறுத்தக்கூடிய அளவுக்கோ சகாராம் சக்திமிக்கவராக இல்லை. தாதாஜி பிகாஜி என்பவருடன் ருக்மாயாய்க்கு 17 வயதில் திருமணமானது. டாக்டர் சகாராமின் ஏழை உறவினரான இவருக்கு வயது 19. பருவம் எய்திய பிறகு ருக்மாபாய் கணவருடன் சேர்ந்து வாழ்வார் என்று ஒப்புக் கொள்ளப்பட்டது. டாக்டர் சகாராமுக்கு இந்தத் திருமணத்தில் அசௌகரியம் இருந்தது. இந்து மதச் சடங்குகளைச் சீர்திருத்துவதற்கான முயற்சியில் பிறகு இவர் ஈடுபட்டார். இந்து மத ஒழுகலாறுகளிலிருந்து இந்து சட்டத்தைப் பிரிப்பதற்கு ஆதரவாக இவர் பேசினார். திருமணம் நிச்சயிக்கப் படும் சிறுமிகள் வயதுக்கு வந்த பிறகு, அந்தத் திருமணத்திற்கு அவர்களிடம் ஒப்புதல் பெற்றுக்கொள்வதற்கான வாய்ப்பு இருக்கவேண்டும் என்று சகாராம் பரிந்துரைத்து வந்தார். அந்தக் காலத்தில் இது ஒரு புரட்சிகரமான சிந்தனை. வழக்கத்திற்கு மாறான, ஈர்ப்புடைய இந்த மனிதரை ருக்மாபாய் எப்படி வழிபட்டுவந்தார் என்பதைக் காண வேண்டும்.

11 வயதில் ருக்மாபாய் ஏற்கனவே பருவம் எய்தியிருந்தார், அதன் பிறகு அவரைக் கணவர் வீட்டுக்கு அனுப்பித் திருமணத்தை

முழு நிறைவாக்குவது பாரம்பரிய வழக்கம். ஆனால் டாக்டர் சகாராம் ருக்மாபாயை அனுப்ப மறுத்துவிட்டார். அந்தப் பெண் இன்னமும் சிறுமிதான் என்று அவர் கூறினார். பிறகு அவருக்கு மேற்கொண்டு பல சந்தேகங்கள் எழுந்தன. தாதாஜி ஒரு குடிகாரனாக, ஒழுக்கக்கேடான பழக்கங்கள் உடையவனாக, ஏராளமான கடன் வைத்திருக்கும் கடன்காரனாக ஆகியிருந்தார். அவருடைய மாமா நாராயண் துர்மாஜியின் செல்வாக்கு தாதாஜியிடம் அதிகமாக ஏற்பட்டிருந்தது. அவருடன் தான் இவர் வாழ்ந்து வந்தார். துர்மாஜி ஓர் ஒழுக்கம்கெட்ட மனிதர். பல பெண்களுடன் அவர் தொடர்புவைத்திருந்தார். இவர்கள் இருவர் மீதும் ருக்மாபாய்க்கும் கடுமையான வெறுப்பு ஏற்பட்டிருந்தது. அடுத்த சில ஆண்டுகளில் கணவருடனான தொடர்புகளை அவர் தவிர்த்துக்கொண்டார். அனுதாபம் நிறைந்த வளர்ப்புத் தந்தையின் உதவி அவருக்குக் கிடைத்து வந்தது.

ருக்மாபாய் எழுதுகிறார், 'அவருக்குத் தேவையான அனைத்தையும் நாங்கள் தான் தரவேண்டும் என்ற நிபந்தனையின் பேரில்தான் திருமணம் நடந்தது. அவர் படித்துத் தேறி நல்ல மனிதராக வந்திருக்க வேண்டும். ஆனால் திருமணத்துக்குப் பிறகு ஒரு சில மாதங்களில் தனது கடமைகளை அவர் புறக்கணிக்கத் தொடங்கினார். பள்ளியைவிட்டு நின்றுவிட்டார். என்னுடைய தந்தை, தாத்தா ஆகியோரின் பேச்சைக் கேட்க மறுத்துவிட்டார். மோசமான நபர்களுடன் சேர்ந்துவிட்டார்.[131]

டாக்டர் சகாராம் இளம் ருக்மாபாயின் வாழ்க்கையில் ஒரு முக்கியமான நபராக மாறினார். இந்திய, ஐரோப்பிய சீர்திருத்தவாதிகளுடன் அவர் கலந்து பழகினார். அவர்களிடமிருந்து ருக்மாபாய் நிறைய கற்றுக்கொண்டார். ஆங்கிலமும் கற்றுக் கொண்டார். அங்கு அடிக்கடி வரக்கூடியவர்களில் ஒருவர் விஷ்ணு சாஸ்திரி பண்டிட், பெண் கல்விக்குத் தீவிரமான ஆதாரவாளராக இருந்தவர். இத்தகையோர் சூழ்ந்திருந்ததால் அந்தக் காலத்தில் பெண்கள் செய்வதற்குத் துணிந்திராத மிகவும் ஆபத்தான காரியங்களைச் செய்ய ருக்மாபாய் துணிந்தார் என்பதில் ஆச்சரியம் எதுவுமில்லை. அவராகவே சிந்தித்துச் செயல்பட்டார். 'படிக்க வேண்டும் என்பதில் எனக்குப் பேரார்வம் இருந்தது, திருமண வாழ்வில் அருவெறுப்பும் உருவாகியிருந்தது. பள்ளிப்படிப்பைத் தொடரும் வாய்ப்பு அமைந்திராத போதிலும், 11 வயதுக்குப் பிறகு வீட்டிலிருந்தபடியே ஆங்கிலம் கற்றுக்கொண்டேன். பல்வேறு

ஆங்கில வார்த்தைகளின் உச்சரிப்பு, அர்த்தம் ஆகியவற்றை ஐரோப்பிய பெண் நண்பர்கள் வீட்டுக்கு வரும் போதெல்லாம் கேட்டுத் தெரிந்துகொள்வேன். இந்துப் பெண்களின் முந்தைய நிலையையும், தற்போதைய நிலையையும் பற்றி அக்கறையுடன் யோசித்துப் பார்த்தேன். அவர்களின் துயரங்களைத் தணிப்பதற்கு நம்முடைய சக்திக்கு ஏற்ற அளவில் ஏதேனும் செய்திட வேண்டும் என்று விரும்பினேன்!என்று ருக்மாபாய் எழுதுகிறார்.[132]

ருக்மாபாய் ஒரு சிறந்த இந்து மனையாட்டி அல்ல. அவர் மரபுகளை மீறியவர், விதிமுறைகளைத் தகர்த்தவர், காரணத்துடன் கிளர்ச்சி செய்தவர். தான் விரும்பிய எதையும் சாதிப்பதை பால்ய விவாகம்தான் தடுத்துவிட்டது என்று குழந்தைப்பருவம் முதற்கொண்டு உறுதியாக நம்பியவர்.

வழக்கு

இறுதியில் 1884 மார்ச் மாதத்தில் ருக்மாபாய்க்கு 20 வயது இருக்கும் போது தாதாஜி காத்திருந்து, காத்திருந்து வெறுப்படைந்திருந்தார். ருக்மாபாயைத் தன்னுடன் சேர்ந்து வாழ அனுமதிக்க வேண்டும் என்று கேட்டு வக்கீல் நோட்டீஸ் அனுப்பியிருந்தார். ருக்மாபாயிடம் இருக்கும் பணம் தாதாஜிக்கு ஊக்கம் கொடுத்திருக்கக்கூடும். அவருக்குக் கணிசமான சொத்து இருந்தது. அதன் மதிப்பு பற்றிச் சரியாகத் தெரியவில்லை (இவர் ரூ.25000 மதிப்பு இருக்கும் என்று கூறினார் – அந்தக் காலத்தில் இது அதிகமான பணம். இதில் பாதி மதிப்பையே ருக்மாபாய் கூறுகிறார்)

டாக்டர் சகாராம் தடுமாற்றம் அடைந்தார். தாதாஜிக்கு ஏகப்பட்ட கடன் இருப்பதன் காரணமாகத்தான், ருக்மாபாயை அனுப்பாமல் வைத்திருக்கிறோம் என்று பதில் அனுப்பினார். கூடவே கேலியாக ஒரு குறிப்பையும் தெரிவித்திருந்தார். 'அவளை இங்கே வைத்திருக்க வேண்டும் என்ற விருப்பம் எனக்கு ஒரு சிறிதும் இல்லை. உங்களுடைய கட்சிகாரர் அவள் வசிப்பதற்கு ஏதுவான வீடு ஒன்றுக்கு ஏற்பாடு செய்து கொண்டு அவளை அழைத்துச் சென்றால் எனக்கு மகிழ்ச்சிதான். வீட்டை ஏற்பாடு செய்யும் பொறுப்பு அவருடையது தான்.'[133]

வெளிப்படையாகச் சொல்லப்படாவிட்டாலும் டாக்டர் சகாராம் கயிற்றின் மீது நடந்துகொண்டிருப்பது போல உணர்ந்தார் என்பதை யூகிக்க முடிகிறது. தன் வளர்ப்பு மகளுக்கும் கணவன் மீது வெறுப்பு இருக்கிறது என்பது தெரிந்திருந்ததால், அவளைத் தன்னுடன்

வைத்துக் கொள்வது என அவர் உறுதிகொண்டார். அடுத்த நகர்வைப் பற்றி யோசிக்கும் போது, நம்பத்தகுந்த சாக்குப்போக்குகளையும் கண்டறிந்தாக வேண்டியிருந்தது. அவர் எதிர்பார்த்ததைக் காட்டிலும் குறைவான காலமே அவருக்கு இருந்தது.[134]

நாராயண் துர்மாஜி, தாதாஜியின் மூத்த சகோதரர், வழக்கறிஞரிடம் எழுத்தராக இருந்த ஒருவர் ஆகியோருடன் ஒரு குழுவினர், விருப்பமில்லாத ருக்மாபாயை தாதாஜியிடம் அழைத்துப் போவதற்காக மார்ச் 25 அன்று வந்திருந்தனர். ருக்மாபாய் போவதற்கு மறுத்துவிட்டார். ஆரம்பத்தில் அவர் கூறிய ஆட்சேபங்கள் சாதாரணமானவையாக இருந்தன. தாதாஜிக்குத் தனக்கென வீடு இல்லை. அவர் வாடகைக்கு வீடு பார்த்தாக வேண்டும் என்று ருக்மாபாய் வாதிட்டார். பிறகு தனது வழக்கறிஞரின் வாயிலாகத் தனது உடல் நலம் மோசமாக இருப்பதாகத் தெரிவித்தார். உண்மை என்ன என்பது இரு தரப்பினருக்கும் தெரிந்த விஷயம்தான்.

அவமானப்பட்ட தாதாஜி வழக்குத் தொடுத்தார். ருக்மாபாய்க்கு எதிரான குற்றச்சாட்டுகளை அதில் தெரிவித்திருந்தார். ருக்மாபாய் தன்னுடன் வந்து வாழ மறுப்பதற்கு முக்கியமான காரணம் அவரது தாயாரும், தாய்வழித் தாத்தாவும் அவருக்குக் கொடுத்து வரும் அழுத்தங்கள்தான். சொத்து வெளியில் சென்றுவிடாமல் குடும்பத்திற்குள்ளேயே இருக்க வேண்டும் என்று அவர்கள் விரும்புகின்றனர் என்பது தாதாஜியின் வாதம். ருக்மாபாய் இந்தக் குற்றச்சாட்டுகளை மறுத்து, தனது சொத்துகளின் மதிப்பு தாதாஜி குறிப்பிட்டிருக்கும் மதிப்பில் பாதிதான் இருக்கும் என்றும், தன்னுடைய தாயாரோ, தாத்தாவோ பேராசை பிடித்தவர்களோ, கைப்பற்றும் எண்ணம் கொண்டவர்கள் அல்ல என்று கூறியிருந்தார்.

ருக்மாபாய் இந்த அற்பமான குற்றச்சாட்டுகளுக்குப் பதிலளித்துக் கொண்டிருந்த போது, திடமாகவும், தவிர்க்க முடியாத வகையிலும் ஒரு புரட்சிகரமான நிலைப்பாட்டை நோக்கிச் சென்று கொண்டிருந்தார். அது அவருக்கே அச்சமூட்டக்கூடியதாகவும் இருந்தது. தாதாஜியின் முறையீட்டிற்கு அளித்த பதிலில், தான் திருமணத்திற்கு சம்மதம் தெரிவிக்கும் வயதில் அப்போது இல்லை என்றும், தன்னை இந்தத் திருமணம் கட்டுப்படுத்தாது என்றும் வாதிட்டிருந்தார். திருமணம் என்பது புனிதமான பந்தம் என்று கருதும் இந்துக் குடும்பமுறைகள் மீதான தாக்குதலாக இது அமைந்துவிட்டது. வலிமைமிக்க இந்துப் புனிதத்துவத்திற்கு எதிராக ஒற்றைப் பெண்ணாக இவர் நின்றிருந்தார்.

கடுகடுப்பு மிக்க தன்னுடைய வளர்ப்பு மகளின் பக்கம் நிற்பதா இல்லையா என்பதை முடிவு செய்யவேண்டிய தருணமாக டாக்டர் சகாராமுக்கு அந்தத் தருணம் அமைந்து இருந்தது. அது அவ்வளவு எளிதாக எடுக்கக்கூடிய முடிவல்ல. ருக்மாபாய் பழகியிருக்கும் வாழ்க்கை வசதிகளை தாதாஜியால் தொடர்ந்து அளித்துவர இயலாது என்று வாதிடுவது ஒரு பக்கம். இந்துப் பழக்கவழக்கங்களை முற்றிலுமாக ஏற்றுக்கொள்வது இன்னொரு பக்கம். தனது சாதியைச் சேர்ந்த பெரியவர்களின் விமர்சனங்களையும் பொருட்படுத்தாமல் ருக்மாபாயின் பக்கம் டாக்டர் சகாராம் நின்றது பெரிதும் போற்றத்தகுந்தது. இருப்பினும் இறுதியில் ருக்மாபாய் இந்தப் போராட்டத்தைத் தனியாக நின்று போராட வேண்டிவந்துவிட்டது. வழக்கு நீதிமன்றத்திற்கு வருவதற்குச் சில மாதங்களுக்கு முன்பாக டாக்டர் சகாராம் இறந்துவிட்டார்.

அந்தக் கடிதங்கள்

'ஒரு ஹிண்டு லேடி' என்ற புனைபெயரில் டைம்ஸ் ஆப் இந்தியா நாளேட்டிற்கு ருக்மாபாய் எழுதிய இரண்டு கடிதங்களின் மூலம் வழக்கிற்கான தனது பதில்வினையை வெளிப்படுத்தியிருந்தார். இந்தக் கடிதங்கள் அந்தக் காலத்தில் மிகுந்த அதிர்ச்சி அளிப்பவையாக இருந்தன. மிகுந்த பரபரப்பைக் கிளப்பிவிட்டன.

ருக்மாபாய்க்கு அதிர்ஷ்டம் இருந்தது. அந்தச் சமயத்தில் டைம்ஸ் ஆப் இந்தியாவின் ஆசிரியராக ஹென்றி கர்வென் *(Hendry Curwen)* எனும் பிரிட்டிஷ்காரர் இருந்தார்.

மிகச் சிறந்த செய்தியாக இது இருக்கும் என்று கருதிய கர்வன் அந்தக் கடிதங்கள் எதைப்பற்றியவை என்பதை அறிந்துகொண்டார். 19ஆம் நூற்றாண்டின் கவனத்தைக் கவரக்கூடிய செய்தி வடிவமாக இது இருக்கும். வாசகர்களை நிச்சயமாகக் கவரவும், அவர்களுக்குக் கோபமூட்டவும் செய்திடும் என்று அவர் கருதினார். அநீதிக்கு எதிரான ஒரு இந்துப் பெண்ணின் இந்தக் கடிதங்களை உண்மையான நம்பத்தகுந்த எதிர்ப்பாகப் பார்க்குமாறு வாசகர்களுக்குப் பரிந்து ரைத்து ஒரு தலையங்கத்தையும் அவர் எழுதியிருந்தார்.

இந்தக் கடிதம் குழந்தைத் திருமணத்தை மூர்க்கத்தனமாக விமர்சித் திருந்தது. முதல் கடிதத்தில் ருக்மாபாய் இப்படி எழுதியிருந்தார். 'ஆண்களின் படிப்பில் தவிர்க்க முடியாத தடை எதையும் திருமணம் ஏற்படுத்துவதில்லை... இளவயதிலேயே திருமணமாகி விட்டாலும்கூட அவர்களை இன்னொரு வீட்டுக்கு அனுப்பி,

அங்கிருக்கும் மாமியாரின் கனிவான கருணையை வேண்டிப் பணிந்து நிற்கும்படி செய்வதில்லை. ஆண்களின் செயல்பாடுகள் எதிலும் திருமணத்தால் எந்தவிதமான தடையும் ஏற்படுவதில்லை.[135]

பெண்களின் மிகவும் வித்தியாசமான அவல நிலைமைகளை அவர் மேற்கொண்டு விவரித்தார். பெண்களைப் பொறுத்தவரை இந்த நிலைமை மிகவும் தலைகீழானது. பெண்ணுக்கு எட்டுவயதில் திருமணம் செய்து வைத்துவிடுகிறார்கள் என்றால் (பெரும்பாலும் அப்படித்தான் நடக்கிறது) அந்தப் பெண்ணுக்கு 10 வயது ஆகும் வரையிலும் அவளைப் பள்ளிக்கு அனுப்பும் சுதந்திரம் மட்டுமே அவளுடைய பெற்றோருக்கு இருக்கிறது. அவளுடைய படிப்பை அதற்கு மேலும் தொடர விரும்பினால், அந்தப் பெண்ணின் மாமியாரிடமிருந்து வெளிப்படையான அனுமதியைப் பெற்றாக வேண்டும்.[136]

'ஆசிரியர் அவர்களே! படிப்பை விரும்பிப் படிக்க ஆரம்பிக்கிற நேரத்திலேயே பள்ளியிலிருந்து இப்படி நாங்கள் அப்புறப்படுத்தப்பட்டு விடுகிறோம். மிகவும் தாராள மனப்பான்மை உள்ள பெற்றோர் வாய்த்திருக்கும் ஆசிர்வதிக்கப்பட்ட பெண்ணுக்குக்கூட தன்னுடைய படிப்பை அதிக பட்சமாக 3 அல்லது 4 ஆண்டுகளுக்கு மட்டுமே நீடித்துக்கொள்ள முடியும் பொதுவாக 14 வயதுக்குள் அவள் தாயாகிவிட வேண்டும். இந்தக் கட்டாயத் தேவையின் பொருட்டு அறிவை வளர்த்துக்கொள்ளும் விருப்பத்தைக் கைவிட வேண்டி நேரிடுகிறது. வாழ்க்கையின் கடினமான எதார்த்த நிலையைச் சந்திக்க வேண்டிவருகிறது.'[137]

படிக்க வேண்டும், உலகத்தைப் புரிந்து கொள்ள வேண்டும் என்ற தனது கனவைப் பற்றி ருக்மாபாய் எழுதுகிறார். 'ஐயா, குழந்தைத் திருமணம் என்ற பழக்கத்தின் காரணமாகச் சொல்ல முடியாத துயரங்களுக்கு ஆட்பட வேண்டியிருக்கும் துரதிர்ஷ்டவசமான இந்துப் பெண்களில் நானும் ஒருத்தி. இந்தக் கொடுமையான நடைமுறை என் வாழ்க்கையின் மகிழ்ச்சியை அழித்துவிட்டது. எனக்கும், மற்ற அனைத்தையும் விட மேலானதாக நான் மதிக்கும் ஒன்றுக்கும் (படித்தல், அறிவை வளர்த்தல்) இடையில் திருமணம் குறுக்கிடுகிறது.' தீங்கு விளைவிக்கக் கூடிய இந்தப் பழக்கத்தை ஒழிப்பதற்கு அரசாங்கத்தின் தலையீடு தேவை என்று கடிதத்தில் அவர் துணிந்து வேண்டியிருந்தார். பெண்ணின் திருமண வயது 15 ஆகவும், ஆணின் திருமண வயது 20 ஆகவும் அதிகரிக்கப்பட வேண்டும் என்ற யோசனையையும் அவர் தெரிவித்திருந்தார்.[138]

உணர்ச்சிமிக்க இந்தக் கடிதத்தின் தாக்கம் பற்றி மிகைப்படுத்திக் கூறுவது இயலாத ஒன்று. இறுக்கம் மிகுந்த, கடுமையான நம்பிக்கைகளும் பழக்கவழக்கங்களும் கொண்டுள்ள இந்து சமுதாயத்தின் அடிவேரில் ருக்மாபாய் வெடி மருந்தைப் பற்ற வைத்துவிட்டார். குழந்தைத் திருமணத்தை எதிர்த்து நிற்பதற்கு மரபை மீறும் தைரியம் கொண்டிருந்த பண்டித ரமாபாயைத் தவிர வேறெந்தப் பெண்ணும் முன்வந்திருக்கவில்லை. இவரது கருத்துகளின் ஏற்பு, அதற்கான ஆதரவு ஆகியவை பற்றி இரண்டாம் இயலில் விவரிக்கப்பட்டுள்ளது.

அந்தக் காலத்தில் 11 அல்லது 12 வயது அல்லது பூப்படையும் வயதைத் தாண்டி பெண் வீட்டில் இருப்பது வீட்டிற்குத் துரதிர்ஷ்டத்தைக் கொண்டுவரும் என்று நம்பப்பட்டு வந்தது. இந்து சாத்திரங்கள் புனிதமானவை என்றும் மாற்றவியலாதவை என்றும் கருதப்பட்டு வந்தது. பொது அமைதியைக் கருத்தில் கொண்டு பிரிட்டிஷ் ஆட்சியாளர்களும்கூட இதில் தலையிடவில்லை. இந்து சீர்திருத்தவாதிகளான ராஜாராம் மோகன் ராய், ஈஸ்வர சந்திர வித்யாசாகர் போன்றோர் சாத்திரங்களை விமர்சிக்க ஆரம்பித்திருந்தனர். ஒரு இந்துப் பெண் இதனைச் செய்வது, அதிலும் குறிப்பாக தாழ்ந்த சாதிப்பெண் செய்வது என்பது அந்தக் காலத்தில் நினைத்தும்கூட பார்க்க இயலாததாகும்.

வரலாற்றாசிரியரும், நூலாசிரியரும் ஆன சுதிர்சந்திரா, ‘குழந்தை மணத்தின் மீதான ருக்மாபாயின் தாக்குதல் அந்தக் காலத்தில் புரட்சிகரமானது. குழந்தைத் திருமணத்தைக் கண்டித்த பலரும் அப்போது இருந்தனர். ஆனால் அவர்களும் கூட சீக்கிரமாகத் திருமணம் செய்து கொள்வது சாத்திரப்படியானது, இந்துக் குடும்பங்களின் பொருளாதாரத்திற்கு அவசியமானது என்று கருதினர். இதற்கு மாறாகப் பெண்ணுக்கு 15 வயதும், ஆணுக்கு 20 வயதும் ஆகும் முன்பாக நடத்தப்படும் திருமணங்கள் சட்டப்படி செல்லத்தக்கதல்ல என்பதாக இருக்க வேண்டும் என்று ருக்மாபாய் விரும்பினார்.[139]

தேவையின் போது உதவிய நண்பன் : பெஹ்ரம்ஜி மலபாரி

ருக்மாபாய்க்கு எதிர்பாராத ஓரிடத்திலிருந்து மிகப்பெரும் ஆதரவு கிடைத்தது. பாரசீகக் கவிஞரும். நூலாசிரியரும், சீர்திருத்தவாதியுமான பெஹ்ரம்ஜி மலபாரி (*Behramji Malabari*), மறுமலர்ச்சியை விரும்பிய மனிதர். அந்தச் சமயத்தில் வாழ்ந்த

அனைவரையும் மிகவும் ஈர்த்த மனிதர். இவர் குஜராத்தியிலும், ஆங்கிலத்திலும் எழுதியிருக்கிறார். 'The Indian Muse' என்ற இவரது கவிதைப் படைப்பை வில்லியம் வேர்ட்ஸ்வெர்த், பிளாரன்ஸ் நைட்டிங்கேல், சமஸ்கிருத அறிஞர் மேக்ஸ்முல்லர் போன்றோர் அதிகமாகப் பாராட்டியுள்ளனர்.

1880 இல் 'Indian Spectator' இதழின் ஆசிரியராக அவர் ஆனார். ஒரு சிறிய பத்திரிகையான இது மிகவும் போராடியே நடத்தப்பட்டு வந்தது. இந்தப் பத்திரிகையை 25 ரூபாய் கொடுத்து அவர் வாங்கியிருந்தார். 'இந்திய மக்களுக்கு உரிய பத்திரிகையாக இதனை மாற்ற வேண்டும்' என்பது அவரது இலக்காக இருந்தது. இந்தச் சமயத்தில் உள்ளூர்ப் பத்திரிகைகள் பல இந்தியாவில் உள்ள பால்ய விவாக விதவைகளின் துயரங்களைப் பற்றித் தெரிவிக்கத் தொடங்கியிருந்தன. அவற்றை அறிந்த மலபாரி மிகவும் பாதிப்புக்குள்ளானார். ஆனால் ஒரு பார்சியான அவர், இந்து சமூகத்தின் மிகவும் பழமையான மரபுகளை விமர்சிப்பதில் எச்சரிக்கையுடன் கூடிய மனநிலை உடையவராக இருந்தார்.

அரசின் ஆதரவைப் பெறாமல் சமூகக் கொடுமைகளைப் பற்றி வெறுமனே விவாதிப்பதில் பயனில்லை என்று மலபாரி நம்பினார். ஆகவே. 1884 ஆகஸ்டில் 'குழந்தைத் திருமணம் பற்றிய குறிப்புகளும், வலிந்து உருவாக்கப்படும் கைம்மை நிலையும்' என்று அழைக்கப்பட்ட துண்டறிக்கைகளை முன்னணியிலிருந்த 4000 ஆங்கிலேயர்களுக்கும், இந்துக்களுக்கும் அனுப்பிவைத்தார். இந்தத் துண்டறிக்கை பல்வேறு வட்டார மொழிகளிலும் மொழிபெயர்க்கப்பட்டுப் பரவலாக விநியோகிக்கப்பட்டது. பிறகு வைஸ்ராய் லார்டு ரிப்பன் பிரபு, மலபாரியைச் சந்தித்தார். அவருடைய கருத்துகளைப் பரிசீலிப்பதாக உறுதியளித்தார்.

துண்டறிக்கையில் குழந்தைத் திருமணத்தினால் உருவாகும் சமூகக் கொடுமையை மலபாரி சாடியிருந்தார். இதைத் தடுப்பதற்கான சட்டங்கள் தேவை என்று கூறியிருந்தார். குறைந்தபட்ச திருமண வயது 15 ஆக இருக்க வேண்டும் என்று ருக்மாபாய் கேட்ட அளவுக்கு இவர் தீவிரமாகச் செல்லவில்லை. குழந்தைத் திருமணங்களுக்கு எதிரானவராக இருந்த இவர் குறைந்தபட்ச திருமண வயது 12 ஆக நிர்ணயம் செய்யப்படுவதையும் ஆதரித்தார்.

இருந்தபோதிலும், ருக்மாபாய் இந்தத் துண்டறிக்கையினால் மகிழ்ச்சிகொண்டார். ருக்மாபாய்க்கு முதல் முறையாக செல்வாக்கு

மிக்க, சக்தி படைத்த மனிதர்களிலிருந்து ஆதரவு கிடைத்திருந்தது. 'இந்தியாவில் மகிழ்ச்சியிழந்திருக்கும் குழந்தைகளுக்கு நல்வாய்ப்பு அமையவிருக்கிறது என்று நான் உணர்ந்தேன்' என்று தனது முதலாவது கடிதத்தில் அவர் எழுதினார்.

ருக்மாபாய் டைம்ஸ் ஆப் இந்தியாவுக்கு இரண்டாவது கடிதத்தையும் எழுதினார். இந்த முறை, அந்தக் கடிதத்திற்கு முக்கியத்துவம் கொடுத்து கேனி கர்வென் பிரசுரித்திருந்தார். 'வீரம் செறிந்த பெண் என்றும், கலாச்சார நேர்த்தி, பண்பாடு, மேன்மையான அறிவாற்றல் உடைய... ஐரோப்பாவில் வாழும் சகோதரிகளின் நிலைப்பாடுகளுடன் நெருக்கமான அறிமுகம் கொண்டிருப்பவர்'[140] என்றும் ருக்மாபாயைப் பாராட்டி டைம்ஸ் ஆப் இந்தியா ஒரு தலையங்கம் எழுதியிருந்தது.

கடிதங்களை எந்த நேரத்தில் வெளியிட வேண்டும் என்பதில் கர்வென் திறமைசாலியாக இருந்தார். ருக்மாபாயின் வழக்கு விசாரணைக்குச் சில மாதங்களுக்கு முன்பாக முதல் கடிதம் ஜூன் 1885இல் வெளியானது. இரண்டாவது கடிதம் 1885 செப்டம்பர் 19 அன்று பம்பாய் உயர்நீதிமன்றத்தில் இவரது வழக்கு விசாரணைக்கு வந்த அதே தினத்தில் வெளியிடப்பட்டது.

இரண்டாவது கடிதம் மேலும் அதிக துணிச்சலானதாகவும், கடுமையானதாகவும் இருந்தது. சாத்திரச் சட்டங்களை அளித்தவர்கள் ஆண்களாக இருந்ததால். தங்களைத் தாங்களே புனிதமானவர்களாகவும், தூய்மையானவர்களாகவும் அவர்கள் சாயம்பூசிக் காட்டிக்கொண்டார்கள். பாவம் என்று மனதில் படக் கூடிய ஒவ்வொன்றையும், தூய்மையற்றது எனத் தோன்றும் அனைத்தையும் பெண்களாகிய எங்கள்மீது சுமத்திவிட்டார்கள். தகுதியாகக் கூறப்பட்ட இத்தகைய அம்சங்களை நம்புவதாக இருந்தால் நாங்கள் தூய்மையற்ற ஒரு வகை விலங்குகளாகவும், ஆடவர்களுக்குச் சிறப்பான சேவைகளைச் செய்யக்கூடியவர் களாகவும், அவர்களுக்கு மகிழ்ச்சியையும் திருப்தியையும் அளிப்பதற்காகக் கடவுளால் படைக்கப்பட்டவர்களாகவுமே இருப் போம். கடவுள் அளித்திருக்கும் உரிமையாகக் கருதித் தங்களின் விருப்பத்திற்கேற்ப எங்களை அவர்கள் நடத்துவார்கள், தவறாகவும் நடத்துவார்கள்.[141]

திருமணம் செய்து கொள்ளுமாறு வற்புறுத்தப்படும் இளம் ஆடவர்களின் பிரச்சினைகளைப் பற்றி அலட்சியம் காட்டுபவராக

ருக்மாபாய் இருக்கவில்லை. 'பதின்பருவ வயதிலிருக்கும் பரிதாபத்திற்குரிய இவர்கள் மனைவி, குடும்பத்தார், இரண்டு மூன்று குழந்தைகளுடன் சேணம்பூட்டிய குதிரையைப் போல வாழ்கின்றனர்...'[142] இள வயதுத் திருமணம் ஆண் பெண் இரு வருக்குமே தீங்கானது தான் என்று அவர் வாதிட்டார்.

சக்தி மிக்க எதிரி: பாலகங்காதர திலகரை ருக்மாபாய் பகைத்துக்கொண்டார்

இந்த சமயத்தில் ருக்மாபாய் வலிமைமிக்க ஒரு எதிரியை உருவாக்கிக்கொண்டார். அதிகம் தற்பெருமை பேசுகிற, தீவிரமான தேசியவாதி என்ற பெயரை பாலகங்காதர திலகர் 1880களில் பெற்றிருந்தார். பெண்கள், தாழ்ந்த சாதியினர் என்று வரும் போது அசைக்கவியலாத பழமைவாதியாகவும் அவர் இருந்தார்.

சித்பவன் பிராமணக் குடும்பத்தில் ரத்தினகிரியில் பிறந்தவர் திலகர். புனேயில் ஆச்சாரமான ஒரு குடும்பத்தில் வளர்ந்தவர். இவர்கள் பூஷ்வாக்களின் பழமைவாதச் சடங்குகளைத் தக்கவைத்துக் கொண்டிருந்தவர்கள். பிராமண ஆண்களுக்குக் கடுமையான விதிமுறைகளையும், பெண்களுக்கு மேலும் கடுமையான விதிமுறைகளையும் அது வரையறுத்து வைத்திருந்தது.

அனைவருக்கும் பள்ளிக்கல்வி அளிப்பதை திலகர் ஆதரித்து வந்தார். ஆனால், பெரும்பாலான தேசியவாதிகளைப் போலவே இவரும் உயர்கல்வி, அதிலும் குறிப்பாக அறிவியல் கல்வி மேல்சாதி ஆண்களுக்கு மட்டுமே ஒதுக்கப்படவேண்டும் என்று நம்பினார். 1884இல் தக்காண கல்விக் கழகத்தின் இணை நிறுவனராகத் திலகர் இருந்தார். இந்த நிறுவனம் இந்தியப் பண்பாடு, தேசிய சிந்தனைகள் மீது கவனம் செலுத்தியது. தற்போது புகழ்பெற்று விளங்கிவரும் பெர்கூசன் கல்லூரியை (Fergusson College) 1885இல் இந்த நிறுவனம் ஆரம்பித்தது.

1881இல் திலகர் இரண்டு பத்திரிகைகளைத் தொடங்கினார். 'த மராத்தா' இது வாரந்திர ஆங்கில இதழ். இதன் மராத்திப் பதிப்பு 'கேசரி'. இரண்டு இதழ்களும் பிரிட்டிஷ் ஆட்சிக்கு எதிரான வலிமை மிகுந்த ஆயுதங்களாகச் செயல்பட்டு வந்தன. கூடவே, திலகராலும் அவரோடு சேர்ந்த பழமைவாதிகளாலும் பெண் கல்விக்கு எதிரான ஊதுகுழலாகவும் அவை செயல்பட்டுவந்தன.

1882 வாக்கில் பண்டித ரமாபாய் களத்தில் குதிக்கிறார். அச்சம் என்பதையே அறியாத அவர், முன்பு குறிப்பிட்டதைப் போல

திலகரைப் பற்றியும், பெஷாவர் நடத்தை விதிமுறைகள் பற்றியும் கொஞ்சமும் கவலைப்படாதவர். திலகர் இவரை கிறிஸ்தவ மதத்திற்கு மாறிய 'சூனியக்காரி'[143] என்று பேசினார்.

ரமாபாய் தர்மசாத்திரங்களை அஞ்சாமல் தாக்கிப் பேசினார். இந்துப் பெண்களுக்குக் கல்வி அறிவு குறைவாக இருப்பது அவர்களையும் அவர்களின் குழந்தைகளையும் வலிமையற்றவர் களாகவும், நோயுற்றவர்களாகவும் ஆக்கிவிடுகிறது என்று அவர் கூறினார். 1882இல் இவர் 'ஆரிய மகிளா சமாஜ்' என்ற அமைப்பை நிறுவினார். இந்துப் பெண்களுக்குக் கல்வி அளிக்கும் அமைப்பாக இது இருந்தது. 1884இல் சமாஜின் ஒரு கூட்டத்தில் 100க்கும் அதிகமான பெண்கள் பங்கேற்றனர். பெண்களுக்கான பள்ளிகள் இன்னும் அதிகமாக வர வேண்டும் என்று இந்தக் கூட்டம் அழைப்பு விடுத்தது.

நாம் முன்பு பார்த்ததைப் போல, சீர்திருத்தவாதியான ஜோதிராவ் புலே, அவரது மனைவி சாவித்திரிபாய் புலே உடன் இணைந்து அனைத்துச் சாதிகளையும் சேர்ந்த பெண்களுக்கான பள்ளியை 1848இலேயே அமைத்திருந்தார். 1884இல் மிதவாதிகளான ஜி.கே.கோகலே, ஆர்.ஜி.பந்தார்கர், வாமன் மோடக், திலகரின் நெருக்கமான கூட்டாளி ஜி.ஜி.அகர்கர் ஆகியோருடன் சேர்ந்து புனேயில் ஹூசுர்பகா பெண்கள் பள்ளியை (Huzurpaga Girls School) எம்.ஜி. ரானடே உருவாக்கியிருந்தார். மகாராஷ்டிரா முழுவதிலுமிருந்து அனைத்துப் பெண்களும் இதனை வரவேற்றனர்.

திலகரும் அவருடன் சேர்ந்த பழமைவாத பிராமணர்களும் தொடர்ச்சியாக இதனை ஆட்சேபித்து வந்தனர். மனைவியராகவும், தாய்மார்களாகவும் இருந்து ஆற்ற வேண்டிய முதன்மையான கடமைகளுக்குப் பெண் கல்வி இடையூறாக அமைந்துவிடும் என்று திலகர் நம்பினார். அப்படியே பெண்களுக்குக் கல்வி தரப்பட வேண்டுமென்றால், அந்தக் கல்வி மதபோதனையையும், வீட்டை நிர்வகிக்கும் திறன்களையும் பற்றியதாகவே இருக்க வேண்டும் என்று அவர் வாதிட்டார். ஆங்கிலம், வரலாறு, கணிதம், அறிவியல் ஆகியவற்றைப் புரிந்துகொள்ளும் திறன் பெண்களுக்கு இல்லை. பெண்களின் இயல்பான வாழ்க்கையில் அவை குறுக்கிடக் கூடியவை. ஆகவே பெண்களுக்கு சமஸ்கிருதம், தூய்மையாக இருத்தல், பின்னல் வேலை இவை பற்றி மட்டுமே அதிகமாகப் போதிக்க வேண்டும். இந்துப் பெண்களுக்கு ஆங்கிலத்தைக் கற்பித்தால் நமது பாரம்பரியப் பெருமைகளை அது அழித்துவிடும்.

அவர்களை ஒழுக்கமற்றவர்களாகவும், கீழ்ப்படியாதவர்களாகவும் ஆக்கிவிடும்' என்று திலகர் 'மராத்தா'வில் எழுதினார்.[144]

கீழ்ப்படிதலின்மை என்பது மிக முக்கியமான வார்த்தையாகும். அதிகம் படித்த கீழ்ச்சாதிப் பெண்கள் திலகருக்கும் அவரைச் சேர்ந்தவர்களுக்கும் அச்சமூட்டுபவர்களாகத் தெரிந்தனர். ருக்மாபாயும் ஓர் அச்சுறுத்தல்தான். படிக்க வேண்டும் என்று பிராமணப் பெண்களும் போர்க்கொடி தூக்குவதற்குத் தைரியத்தைக் கொடுக்கும் துடிப்புமிக்க மின்கம்பியைப் போன்றவர் அவர். அதிர்ஷ்டவசமாக, ராணடே, அகர்கர், மற்ற பிற சீர்திருத்தக்காரர்கள் பாடத்திட்டம் தொடர்பான திலகரின் யோசனையைப் புறந் தள்ளிவிட்டனர். ஆண்களைப் போலவே பெண்களுக்கும் அதே விதமான கல்வியே தரப்படவேண்டும் என்று அவர்கள் விரும்பினர். மேலும் ஒரு படி மேலே சென்று அனைத்து மதங்கள், சாதிகளைச் சேர்ந்த பெண் குழந்தைகளுக்கான பள்ளி ஒன்றையும் அவர்கள் ஆரம்பித்துவிட்டனர். பள்ளி தொடங்கப்பட்ட நாள் முதல் ஆங்கிலம், கணிதம், அறிவியல் பாடங்கள் பயிற்றுவிக்கப்பட்டன. திலகர் 'தமராட்டாவின்' பக்கங்களில் வசைபாடிக் கொண்டிருந்தார். 'நம்முடைய பெண்கள் வரும் நூற்றாண்டுகளில் அறிவுத்துறைகளில் அசலான பங்களிப்பைச் செய்வார்கள் என்று தீவிரமாக நீங்கள் நம்புகிறீர்களா? மனித அறிவாற்றல் சேகரிப்புக்குக் கண்கூடான பங்களிப்பைச் செய்திருக்கக்கூடிய மிகச் சில பெண்களை மட்டுமே நான் அறிந்திருக்கிறேன்.'[145]

ஹுசுர் பாகா பெண்கள் பள்ளியைச் சேர்ந்த மாணவிகள் இன்றளவும்கூட தொடர்ந்து சாதித்து வருகிறார்கள். இந்தப் பள்ளியில் படித்தவர்களில் தொடக்ககால செயற்பாட்டாளர்களும், எழுத்தாளர்களும், விஞ்ஞானிகளும் கல்வியாளர்களும் இருந்தனர். இவர்களில் மானிடவியலாளர் ஐராவதி கார்வே, உயிரியலாளர் கமல் ரணதிவே, திரைப்பட இயக்குநர் சாய் பரஞ்பி ஆகியோர் முதன்மையானவர்கள்.

ஆனால் திலகர் பெண் கல்வியைப் பற்றிப் பொதுவாகவும், ருக்மாபாயைப் பற்றிக் குறிப்பாகவும் தாக்குதல் தொடுப்பதைக் கைவிடவே இல்லை. பெண் கல்வி பெண்களைச் சிறந்த மனைவி யராகவும், தாயாகவும் ஆக்குவதற்கு ஏற்ற அளவில் தான் இருக்க வேண்டும், அவர்களின் தகுதிக்குப் பொருத்தமில்லாத உயர்வான சமூக அந்தஸ்தை வழங்கக் கூடாது என்று 'த மராத்தா' இதழ் இன்னமும்கூட வாதிட்டுவந்தது. பெண் கல்வியின் நோக்கம்

குடும்ப அமைதியையும், வசதியான சூழலையும் மேம்படுத்துவதாக இருக்க வேண்டுமே தவிர அதனைக் கெடுப்பதாக இருக்கக் கூடாது. இதை நாம் அடிக்கடிக் கூற வேண்டியதில்லை. படிப்பவர்களுக்கு அவசியமாகத் தேவைப்படுவதைத் தவிர வேறுவிதத்திலான மற்ற அம்சங்கள், பெண்களிடம் வீண் ரசனைகளை வளர்த்து, தாங்கள் பெற்றோருக்கும் மேலானவர்கள் என்ற உணர்வை அவர்களிடம் ஏற்படுத்துவதற்கு உதவக்கூடியதாக இருக்கும். இத்தகைய சில விஷயங்கள் உயர்நிலைப் படிப்பில் இருக்கின்றன என்பதை நாம் ஒப்புக்கொள்ள வேண்டும். பெண்களிடம் இவை வளர்வதற்கு நாம் அனுமதித்தால் சரஸ்வதிபாய்களும், ரதிசுந்தரி களும் தயாராவதைக்கண்டு நம்மால் ஆச்சரியப்படாமல் இருக்க முடியாது.'[146]

ருக்மாபாய் தனது முதலாவது கடிதத்தை டைம்ஸ் ஆப் இந்தியாவுக்கு எழுதியபோது, அந்தக் கடிதத்தை எழுதிய முகம் தெரியாத அந்த நபரை திலகர், 'இந்து சமூகத்தில் பாதியாக இருக்கும் ஒடுக்கப்பட்ட, நசுக்கப்பட்ட மக்களின் சார்பாக ஆண்மகனைப் போல தடியை எடுத்துக்கொண்டு முன்னால் நிற்பதற்கு முற்படும் இந்துப் பெண்' என்று கேலி பேசினார்.[147] ருக்மாபாய் மனுசாத்திரத்தை விமர்சித்த போது, திலகர் எச்சரிக்கை அடைந்தார். 'த மராத்தா' வின் தலையங்கங்கள் மிகுந்த வெறித்தனத்துடன் எழுதப்பட்டன. 'இந்து பழக்கவழக்கங்களை ஒழிக்க முற்படும் யாரோ ஒருவரால் இந்தக் கடிதங்கள் எழுதப்படுகின்றன' என்று அவர் குற்றம் சுமத்தினார்.[148] அந்தச் சமயத்தில், ருக்மாபாயின் வயது 21. பெரும்பாலும் ஒரு பள்ளி மாணவி போலத்தான் அவர் இருந்தார். மாற்றம் அடையாதிருக்கும் மிகப்பழமையான இந்தியப் மனப்பாங்கினைப் பற்றிச் சிந்திக்கத்தூண்டிய அவர், திருமண வயதை அடைந்திருந்தார்.

பழமைவாதிகள் காலத்தின் தேவை என்று திலகர் வாதிடுவது ஆவலைத் தூண்டுவதாக இருக்கும். ஆனால் அவருடைய நண்பர்கள் பலரும், அவர் காலத்தில் வாழ்ந்த அகர்கர், கோகலே போன்றவர்களும் பெண் கல்விக்கு ஆதரவாகத் தைரியமாகப் பேசினர். புலேயும் அப்படிப்பட்டவர்தான். பெண்களைக் கட்டுப்படுத்தி வைத்திருக்க வேண்டும் என்பதற்காக இந்து வேதங்களின் துணையோடு ஆண்கள் அவர்களுக்குக் கல்வி அளிக்காமல் இருக்கின்றனர் என்று அவர் பேசினார். 'புனிதமான பெண் ஒருத்தி வேதத்தை இயற்றியிருந்தால், பெண்களுக்கு உரித்தான உரிமைகளை வழங்காமல் ஆண்களால் புறக்கணித்திருக்க இயலாது' என்று அவர் கூறினார்.[149]

மகராஷ்டிராவில் பெண்களுக்கான பள்ளிகள் அதிகமாக உருவாகி வந்த நிலையிலும் பெண் கல்வி பற்றி திலகரின் கருத்துகள் மாற்றம் காணாமலேயே இருந்துவந்தன. மிகவும் தாமதமாக 1916ஆம் ஆண்டில்தான், சீர்த்திருத்தவாதி டி.கே. கர்வே என்பவரால் பெண்களுக்கான பல்கலைக்கழகம் அமைக்கப்பட்டது. குடும்பக் கடமைகளை நிறைவேற்றுவதற்காக மட்டுமே இந்துப் பெண் களுக்குப் படிப்பு தர வேண்டும் என்று திலகர் தொடர்ந்து வற்புறுத்தி வந்தார்.

பெண் என்பவள் எருதும் அல்ல, பசுவும் அல்ல

இதனிடையே, ருக்மாபாய்க்கு எதிராக தாதாஜி பிகாஜி தொடுத் திருந்த வழக்கு விசாரணைக்கு வந்தது. முதல் விசாரணையை 1885 செப்டம்பர் 17 அன்று நீதிபதி ராபர்ட் பின்ஹே (*Robert Pinhey*) என்ற முற்போக்கான நீதிபதி நடத்தினார். அவர் ஓய்வு பெறுவதற்கு மூன்று வாரங்களே இருந்தன.

ருக்மாபாய் மூன்று வழக்கறிஞர்களை அமர்த்தியிருந்தார். எப்.எல்.லதம் (*F.L.Latham*), ஜே.டி. இன்வெரார்ரிட்டி (*J.D.Inverarity*), கே.டி. தெலங் (*K.T.Teleng*) ஆகிய மூவரில் தெலங் ஒருவர் மட்டுமே இந்தியர். இந்துச் சட்டத்தில் வல்லுநர். மாறிவரும் காலத்திற்கேற்ப சாத்திரங்களும் பொருந்தி வர வேண்டும் என்று நம்பியவர்.

தாதாஜியின் வழக்குரைஞர் இந்துத் திருமணம் புனிதமானது என்ற கோட்பாட்டைப் பெரிதும் பற்றிக் கொண்டிருந்தார். ‘திருமணம் நடந்த கணத்திலிருந்து, இந்து கணவர் அவரது மனைவியின் சட்டப்பூர்வமான பாதுகாவலன் ஆகிறார். குழந்தை யாக இருந்தாலும், அவள் பருவம் அடைந்த உடன் கணவனுடன் ஒரே வீட்டில் வாழும்படிக் கோருவதற்கான உரிமை கணவனுக்கு இருக்கிறது’ என்று அவர் வாதிட்டார்.

ஆனால் இந்த வாதம் நீதிபதி பின்ஹேயிடம் எடுபடவில்லை. அவரது தீர்ப்பு ஒரு சில பத்திகளில் அமைந்திருந்தது, முற்றிலும் தெளிவானதாக அது இருந்தது. சுருக்கமாகவும், தெளிவாகவும் தனது தீர்ப்பில் அவர் இப்படிக் கூறியிருந்தார்: ‘ஒரு பெண்ணை அவர் விரும்பாத ஓர் ஆடவனுடன், அவளுடைய விருப்பத்திற்கு மாறாகச் சேர்ந்து வாழ்ந்தாக வேண்டும் என்று நிர்ப்பந்திப்பது காட்டுமிராண்டித்தனமாக, கொடூரமானதாக, கலகம் விளைவிப்பதைப் போன்றதாக எனக்குப் படுகிறது.’[150]

மணவாழ்க்கை உரிமையைச் சீரமைப்பதற்கான பரிகாரத்தை இந்தியச் சட்டம் அடிப்படையாகக் கொண்டிருக்கவில்லை. இங்கிலாந்திலிருந்து இந்தியாவுக்குக் கொண்டுவரப்பட்ட சட்டம் இது என்று அவர் குறிப்பிட்டார். எனவே வாதி கோரும் நிவாரணத்தை வழங்குவதற்கு நான் கடமைப்பட்டிருக்கவில்லை, தன்னால் எதுவும் செய்ய இயலாத குழந்தைப் பருவத்தில் இந்தப் பெண்ணுடன் நடைபெற்ற திருமணத்தை உடலுறவின் மூலம் நிறைவு செய்துகொள்வதற்காக, 22 வயதான இந்தப் பெண்ணைக் கட்டாயப்படுத்தி இவருடன் அனுப்பிவைக்க அனுமதியளிப்பதற்கு நான் தயாராக இல்லை.[151]

வழக்கு நடத்துவதற்குச் செலவிடப்பட்ட செலவுத் தொகையைத் தங்களுக்குத் திரும்பக் கொடுக்குமாறு தாதாஜியின் வழக்குரைஞர் கேட்ட போது, விரும்பமில்லாத ஒரு இளம் பெண்ணை 'ஒரு பசுவைப் போலக் கருதி' பிடித்துச் செல்லும் மனுதாரரின் முயற்சிக்குத் தண்டனை அளிக்கும் விதத்தில் நீதிபதி பின்ஹே, நீதிமன்ற அறையிலிருந்து வெளியே சென்றுவிட்டார்.[152]

பின்ஹேயின் தீர்ப்பு பம்பாய் சமூகத்தில் மிகப்பெரும் ஆரவாரத்தைக் கிளப்பியிருந்தது. இந்தத் தீர்ப்பு முற்போக்கு வாதிகளால் வரவேற்கப்பட்டது. பழமைவாதிகளால் மிக மோசமாக விமர்சிக்கப்பட்டது. பழமைவாதிகள் இந்துத் திருமணத்தின் மீதான ஒரு தாக்குதலாக இதனைப் பார்த்தனர். 'த மராத்தா' இதழ் ஆத்திரம் கொண்டு எழுதியது 'திருவாளர் நீதிபதி பின்ஹே இந்து சட்டங்களின் ஆன்மாவைப் புரிந்துகொள்ளவில்லை. வன்முறை வழியில் சீர்த்திருத்தத்தை அறிமுகப்படுத்த முயற்சி செய்திருக்கிறார்' என்று தலையங்கம் எழுதப்பட்டிருந்தது. இந்துத் திருமணங்களின் ஆதாரமான இயல்புகளை பின்ஹே புறக் கணித்துவிட்டதாகத் தொடர்ந்து அது குற்றம் சுமத்தியது. இந்துத் திருமணங்கள் பெற்றோராலும், குடும்பத்துப் பெரியவர்களாலும் குடும்பத்தை ஒன்றுபடுத்துவதற்காக ஏற்பாடு செய்யப்படுகின்றன. அதனால் குடும்ப உறுப்பினர்களின் சுதந்திரத்தில் குறிப்பிட்ட சில கட்டுப்பாடுகளை விதிப்பதற்கான கடமை அவர்களுக்கு இருக்கிறது. இந்துத் திருமணம் 'ஓர் ஒப்பந்தம்' என்று 'த மராத்தா' வாதிட்டது; இந்தத் திருமணத்தில் தாதாஜிக்குக் கடுமையான இழப்பு ஏற்பட்டிருக்கிறது; திருமணம் செய்து கொண்ட பெண்ணுடன் உறவுகொள்ளும் உரிமையை மீட்டுத் தராதது அவருக்கு மிகப் பெரிய இழப்பாகும். 'அவர் சந்தித்த பொருளாதார இழப்புக்கு யார் ஈடு செய்யப்போகிறார்கள்' என்று 'த மராத்தா' வினவியிருந்தது.[153]

‘த மராத்தா’, ‘கேசரி’ ஆகிய இரண்டு இதழ்கள் மட்டுமே பின்ஹேயின் தீர்ப்பைக் கிழித்துத் தொங்கவிட்டிருந்தன. மிகவும் முரட்டுத்தனமான விமர்சனங்களின் ஒன்று ‘Native Opinion’ இதழில் வெளியானது. பம்பாயிலிருந்து வெளிவந்த இந்த இதழின் ஆசிரியராக இருந்தவர், இந்து சட்டத்தில் நிபுணத்துவம் பெற்றிருந்த விஸ்வநாத் நாராயண் மாண்ட்லிக் என்பவர். மாண்ட்லிக், திலகரைப் போல சமூக சீர்த்திருத்தத்திற்கு எதிரானவரல்ல. மாறாக, முதலில் வரவேண்டியது அரசியல் சீர்திருத்தம்தான் என்று அவர் நம்பிக்கை கொண்டிருந்தார்.

மேல்சாதி ஆண்கள் பலரின் மீது அதிருப்தி கொண்டிருக்கும் மனைவியர், திருமண பந்தத்திலிருந்து வெளியேறும் வாய்ப்புகள் அவர்களைப் பெரிதும் அச்சுறுத்தின. குழந்தைப் பருவத்தில் மண முடித்து வைக்கப்பட்ட பல லட்சம் பெண்கள் தண்டனை எதுவும் இல்லாத இந்த நிலையைப் பயன்படுத்திக் கொண்டு, புனிதமான திருமண பந்தத்தை முறித்துக்கொண்டு வெளியேறுவார்கள்’ என்று மும்பையிலிருந்து வெளியான குஜராத்தி வாராந்திர இதழ் ‘கெய்சர் – இ – ஹிந்த்’ (*Keiser-i-Hind*) எழுதியது. குழந்தைத் திருமணம் முடித்த பெண்கள் வேறு வழியில்லாமல்தான் தங்களுடன் வாழ்ந்து வருகிறார்கள் என்ற ஆண்களின் ரகசிய அச்சத்தை வெளிப்படுத்தும் வகையில் இது அமைந்திருந்தது.

இந்தத் தீர்ப்புக்கு ஆதரவானவர்களும் இருந்தனர். டைம்ஸ் ஆப் இந்தியா இந்தியச் சட்டங்களுக்கு இணங்கிய போதிலும், அதே சமயத்தில் உரத்த நிலையில் தற்காப்பை முன்வைத்தது. ‘நீதிபதி திரு. பின்ஹே சற்றே உறுதியையும், பொது அறிவையும் பயன்படுத்தி தன்னுடைய ஒரு நாளின் காலைப்பொழுது பணியின் ஊடாக, இந்தியப் பெண்களின் பரிதாபகரமான நிலையைக் கலைந்து அவர்களை மேம்படுத்துவதற்கு இதுவரையிலும் நிறைவேற்றப்பட்டதை விடவும் அதிகமான ஒன்றைச் செய் திருக்கிறார்.’[154] திருமண உரிமைகளைச் சீரமைப்பதற்கான உரிமை கோரி தொடரப்பட்ட வழக்கு இந்து சட்டத்திற்கு அந்நியமானது என்று நீதிபதி பின்ஹே கருத்துத் தெரிவித்திருக்கிறார். நீதிபதியின் தீர்ப்பை அடுத்து, டைம்ஸ் ஆப் இந்தியா நாளிதழ் தன்னுடைய காலனி ஆதிக்க மனோபாவத்தினால் இந்து சட்டத்தைக் காட்டுமிராண்டித்தனமானது, பழம்பாணியிலானது என்று கண்டனம் தெரிவித்து எழுதியிருந்தது. பிரிட்டிஷ் சட்டமும் கூட முற்போக்கானதாக இல்லை என்பதைப் புரிந்துகொள்ளத்

தவறி மற்ற பல ஆங்கிலோ – இந்திய செய்தித்தாள்களும் இதே நிலைப்பாட்டைத்தான் மேற்கொண்டிருந்தன.

இதனிடையே, ருக்மாபாயின் நண்பரான பெஹ்ரம்ஜி மலபாரி, ஏமாற்றத்தைத் தந்துவிடவில்லை. ஒருபோதும் மழுப்பலாகப் பேசாத அவர் தாதாஜிக்கும், ருக்மாபாய்க்கும் இடையேயான உறவு அடிமைக்கும், அடிமையின் உரிமையாளருக்குமான உறவு போன்றது என வர்ணித்தார். ‘கிளர்ச்சியாளரான சின்னஞ்சிறு பெண்ணை தாதாஜி பிகாஜி, அவரது மாமன்கள், அத்தைகள், சகோதரிகள், உறவினர்களின் கைகளில் ஒப்படைப்பது வெறும் வேடிக்கைச் செயல்தான். இவர்களின் சீற்றத்தைக் காணும் போது ரத்தம்கூட உறைந்துபோய்விடும். இத்தகைய இக்கட்டான நிலையில் என்னுடைய குழந்தை இருக்குமானால், என் கண் முன்னாலேயே அவள் இறப்பதையே நான் வெகுவாக விரும்புவேன்.’[155]

திருமணமா? சிறையா? ஒரு தெரிவு

பின்ஹேயின் புரட்சிகரமான தீர்ப்பு நிலைக்கவில்லை. பம்பாய் உயர்நீதிமன்றத்தின் மேல் முறையீட்டு அமர்வுக்கு வழக்கு சென்றது. அந்த அமர்வில் தலைமை நீதிபதி சார்ல்ஸ் சார்ஜென்ட் *(Chales Sargent)*, சர் லிட்டிடன் பேலே *(Sir Lytteton Bayley)* என்ற இரண்டு பிரிட்டிஷ் நீதிபதிகள் இருந்தனர். மனைவியின் கடமை பற்றிய நீண்ட விவாதங்களுக்குப் பிறகு பின்ஹேயின் தீர்ப்பு மாற்றியமைக்கப்பட்டது. கணவன், மனைவி இருவருமே இந்துச் சட்டத்தைக் கடைப்பிடிக்கக் கடமைப்பட்டவர்கள். இந்துச் சட்டம் மகளுக்குத் திருமணம் செய்து வைப்பதைப் பெற்றோரின் கடமையாகக் கருதுகிறது. இந்துத் திருமணம் இருதரப்பினருக்கு இடையேயான ஒப்பந்தம் அல்ல. வேறுவிதமாகக் கூறுவதானால், இந்துத் திருமணங்களைக் கலைத்துப் பிரித்துவிட முடியாது என்பது இந்த நீதிபதிகளின் தீர்ப்புக்கு அடிப்படைக் காரணமாக அமைந்திருந்தது.

தண்டனையை நிர்ணயம் செய்வதற்காக இந்த வழக்கு நீதிபதி பர்ரான் *(Farran)* என்பவரிடம் சென்றது. அதற்குள் மூன்று ஆண்டு காலம் கடந்து விட்டிருந்தது. அதன் பிறகு ஒரு அதிரடித் தாக்குதல் வந்தது. ருக்மாபாய் ஒரு மாதத்திற்குள் தாதாஜியுடன் சேர்ந்து வாழ வேண்டும் என்றும் இல்லாவிட்டால் ஆறுமாத சிறைத் தண்டனையை எதிர்கொள்ள வேண்டும் என்றும் நீதிபதி பர்ரான் தீர்ப்பளித்திருந்தார்.

அந்த வேளையில் ருக்மாபாய் முன்னுதாரணமே இல்லாத அபூர்வமான ஒரு செயலை மேற்கொள்ள முடிவெடுத்திருந்தார். தாதாஜியுடன் வாழ்வதைக் காட்டிலும் சிறைக்குச் செல்வதே மேல் என்று அவர் நீதிமன்றத்தில் கூறினார். கொஞ்சமும் அசைந்து கொடுக்காத நீதிபதி பெர்ரான் தாதாஜிக்கு ஆதரவாகத் தீர்ப்பளித்தார். திரும்ப ஒப்படைப்பதை இந்துச் சட்டம் அனுமதிப்பதில்லை அதே சமயத்தில் அதை மறுக்கவுமில்லை என்று நீதிபதி கூறியிருந்தார்.

அதிகாரத்தை மறுத்து எதிர்த்து நிற்பதால் ஏற்படக்கூடிய விளைவுகளைப் பற்றி ருக்மாபாய் அறிந்திருந்தார். அதே நேரத்தில் கணவர் வீட்டினருக்கு வேதனை தரும் விருப்பத்துடனும் இருந்தார். இதன் முக்கியத்துவத்தைப் பற்றி சுதிர்சந்திரா விளக்குகிறார்: 'எந்தக் கணக்கின்படி பார்த்தாலும், ருக்மாபாயின் எதிர்ப்பு மேலதிக ஈர்ப்பு கொண்டதாக இருந்தது. இதற்குக் காரணம், அரசியல் கோட்பாட்டையோ, பொதுமக்களின் கற்பனையையோ கவரும் முன்பாகவே அமைதியாக இந்த எதிர்ப்பு செய்யப்பட்டதுதான். இதற்கு மேலும் ஒரு சிறப்பு என்ன வென்றால் ஒரு பெண் இதனைச் செய்திருக்கிறார் என்பது – உடல் அளவிலும், மனரீதியிலும் மதிக்கத்தகுந்த பெண்கள் தன்னந்தனியான இடங்களில் ஒதுக்கி வைக்கப்பட்டிருக்கின்றனர். இந்தியாவில் மட்டுமல்லாமல் மேற்கத்திய தேசங்களிலும்கூட பெண்கள் குழுக்கள் பாலின ஆய்வுகளின் அடிப்படையிலான விமர்சனங்களை எதிர்கொண்டு வந்தார்கள். குறிப்பிட்ட சில வழிகளின் மூலம் மாற்றத்தை நாட முடியுமா'[156] என்ற நிச்சயமற்ற தன்மையுடன் பெண்கள் இருந்து வந்தனர்.

பழமைவாதிகளின் பின்னடைவு

ருக்மாபாயின் முடிவு இந்துப் பழமைவாதிகளைச் சீற்றம் கொள்ளச் செய்தது. அவர்கள் உடனடியாக எதிர்வினை புரிந்தார்கள். குற்றம் கூறுவதில் எப்போதும் போலவே திலகரே முன்னணியில் இருந்தார். 'கேசரி இதழில் அவர் எழுதினார். இவர் ஆசிரியராக இருந்த இந்த இதழ் ருக்மாபாய்க்கு எதிராகக் கடுமையான தாக்குதல்களை முன்வைத்தது. லட்சக்கணக்கான இந்தியப் பெண்களுக்குக் கூறப்படும் அறிவுரையைப் போலவே கணவரிடம் திரும்பிவந்து அவரைத் திருத்துவதற்கு முயற்சிக்குமாறு ருக்மாபாய்க்கும் அறிவுறுத்தப்பட்டது. 'கணவனைத் திருத்தி அவனுடன் மகிழ்ச்சியாக வாழலாம்' என்ற அடிப்படையில் நீதிமன்ற உத்தரவை அவர் இன்னமும் ஏற்றுக்கொள்ள முடியும்.

இப்படிச் செய்வதில் தான் அவளுடைய உண்மையான சாதனை அடங்கியிருக்கிறது என்று 'கேசரி' அறிவுரை கூறியது.[162]

ருக்மாபாயின் மீது கேசரி இதழுக்கு இருந்த அக்கறை வெறித் தனமானது. அந்த இதழ் 'ருக்மாபாயின் நாடகத்தில் இறுதிக்காட்சி' என்ற தலைப்பிட்டுச் சுரீரெனத் தாக்கி மன வேதனையூட்டுகிற ஏளனத் தொனியில் எழுதப்பட்ட கட்டுரையை வெளியிட்டது. துறவியைப் போல வாழ்ந்திருந்த ஆனந்திபாய் ஜோஷியுடன் ருக்மாபாயைச் சாதகமற்ற வகையில் ஒப்பிட்டு எழுதியிருந்தது. ஆனந்திபாயை 'கேசரி' பெரிதும் பாராட்டி அவர் இறைச்சி உண்ண மறுத்ததையும், வெளிநாடுகளில் வாழ்ந்த வேளையிலும் ஆடை வகைகளை மாற்றிக்கொள்ள மறுத்ததையும் சிலாகித்து எழுதி இருந்தது. ஒரு மராத்திப் பெண் எப்படி இருக்க வேண்டுமோ அதே விதத்தில் தனது கணவரிடம் அர்ப்பணிப்பு கொண்டவராக ஆனந்திபாய் இருந்தார் என்று எழுதியிருந்தது. ஆனந்திபாய் பிராமணப் பெண்ணாக இருந்தது ஒரு வேளை இப்படி எழுதி யதற்கான காரணமாக இருக்கலாம்.[157]

சந்தேகத்திற்கிடமான நடத்தை கொண்டிருந்த வீழ்ச்சி கண்ட ஒரு பெண்ணாக ருக்மாபாய்க்கு சாயம் பூசப்பட்டது. 'இந்துக்கள் இந்துத்துவத்தைக் கடைப்பிடித்து வரும் காலம் வரையிலும் உத்வேகமளிப்பதாக இருக்கக் கூடிய புகழ்மிக்க ஒருவரின் காவியத்துடன், ஒழுக்கம் கெட்ட ஒருவரை ஒப்பிடுவது மாபெரும் பாவச்செயலாகும்'[158] என்று கேசரி ஆத்திரத்தைக் கக்கியது. பெண்ணின் முறையான நடத்தையிலும், நமது ஒழுகலாறுகளிலும், மரபுகளிலும் 'ஆனந்திபாய் தான் சார்ந்திருந்த மதத்தை எள் முனையளவும்கூடக் கைவிட்டுவிடவில்லை. அப்படி நடக்காமல் போனால் தன்னை 'தர்மபிரஸ்டா' – மதத்திலிருந்து விலகி நடந்தவர் – என்று மக்கள் தூற்றுவார்கள். தனது சமூகத்தைச் சேர்ந்த பெண்கள் தனக்கு மதிப்பளிக்க மாட்டார்கள். அதன் விளைவாகத் தனது சகோதரிகளுக்கு நல்லது செய்யவோ, வழிப்படுத்தவோ முடியாது என்று ஆனந்திபாய் கருதினார்.[159]

திலகர் மேலும் ஒரு படி மேற்சென்று சமஸ்கிருதம், இந்து புராணங்கள் பற்றிய தனது அறிவைப் பயன்படுத்தினார். 'இவரது தலையங்கங்கள் முள் வேலி போன்று கரடுமுரடான முட்கள் விரவியதாக இருப்பதோடு மட்டுமின்றிக் குத்தல் பேச்சும், கேலியும் நிறைந்ததாக இருக்கும். அவை அவருக்கு நன்கு தெரிந்திருந்த சமஸ்கிருதம், புராணக்கதைகள் ஆகியவற்றின்

வளமான களஞ்சியத்திலிருந்து எடுக்கப்பட்டவையாக இருக்கும். பாரம்பரியத்திற்குக் கட்டுப்பட்டிருப்பவர்களுக்கு மிகவும் பிடித்தமான விதத்தில் இருக்கக்கூடிய வாதங்களை திலகர் முன் வைத்துவந்தார்' என்று 1962ஆம் ஆண்டு வெளியான தனது நூலில் வரலாற்றாசிரியர் ஸ்டான்லி ஒல்பெர்ட் *(Stanley Wolpert)* குறிப்பிட்டுள்ளார்.

மகாபாரதக் காப்பியத்தில் பாண்டவர்களுக்குக் கவசம் போல பயன்படுத்தப்பட்ட சிக்கந்தி என்ற அலியுடன் ருக்மாபாயை திலகர் ஒப்பிட்டார். 'பாண்டவர்கள் தங்களது வயது முதிர்ந்த தாத்தாவை வெற்றி கொள்வதற்கு சிக்கந்தியை முன்னால் கொண்டு வந்து நிறுத்தினர். அதைப் போலவே, சீர்த்திருத்தக்காரர்களும் ருக்மாபாயின் போர்வையில் மறைந்து கொண்டு பழமையான நம்முடைய மதத்திற்கு எதிராகத் தாக்குதல் தொடுக்கும் தகாத நடத்தை கொண்டவர்களாக இருக்கிறார்கள். நினைவுக்கு எட்டாத காலம் முதற்கொண்டு நம்முடைய சமூகத்தில் கடைப்பிடிக்கப்பட்டு வரும் ஒழுகலாறுகளில் அரசாங்கம் ஒரு போதும் தலையிடக் கூடாது என்ற பொதுமக்களின் கருத்துடன் நாங்கள் உடன்படுகிறோம்.'[160]

திலகரும் தேசியவாதிகளும் 1887 ஜூன் 5 இல் ஹிராபாக்கில் *(Hirabaug)* ஒரு கூட்டத்திற்கு ஏற்பாடு செய்திருந்தனர். அதில் பேசியவர்கள் ஒவ்வொருவரும் மனு முதற்கொண்டு யஜ்னவால்க்யா வரையிலுமான இந்துச் சட்டங்களின் வல்லுநர்களைப் பற்றிக் குறிப்பிட்டு, பெண்கள் சுதந்திரமாகத் தனித்து வாழத் திறனற்றவர்கள் என்பதால் அவர்களை அருகிலிருந்து பாதுகாக்க வேண்டிய தேவை ஏற்படுகிறது என்று பிரகடனம் செய்தனர். திருடர்களுக்கும், வேசியருக்கும், கொலைகாரர்களுக்கும் தண்டனை தரப்படுவதைப் போன்ற அதே காரணத்திற்காக ருக்மாபாய், பண்டித ரமாபாய் இருவருக்குமே தண்டனை வழங்கப்பட வேண்டும்' என்று பேச்சாளர்கள் வலியுறுத்தினர்.[161]

மனமுறிவினால் உடல் சுகத்தை இழந்திருந்த 22 வயதே ஆகியிருந்த அமைதியான ஓர் இளம் பெண், புகழ்மிக்க பத்திரிகையாளரும், செயற்பாட்டாளருமான திலகர் போன்ற மூர்க்கமானவர்களால் தாக்குதலுக்கு உள்ளாகியபோது அவரது மன உணர்வு எப்படி இருந்திருக்கும் என்பதை நம்மால் ஒருபோதும் அறிய இயலாது. ருக்மாபாய், திலகருக்குப் பதிலளிக்கவில்லை. பெருந்தன்மையுடன் அமைதியாக இருந்தார். அது ஒன்றும் அவ்வளவு எளிதான காரிய மல்ல. ஆனந்திபாய்க்குச் செய்ததைப் போலவே இந்துப்

பெண்களுக்கு ஒழுக்கத்தைக் கற்பிப்பதில் 'சீர்த்திருத்தக்காரர்கள்' மகிழ்ச்சி கொண்டார்கள் என்பது வெளிப்படை. ஆனால் கல்வியின் பயன்களைப் பெண்கள் அறுவடை செய்ய வேண்டும் என்பதில் அவர்களுக்கு அக்கறையில்லை. சுயமாக முடிவெடுக்கும் திறனை அவர்கள் பெற வேண்டும்

இதனிடையே ருக்மாபாய்க்கு பிரிட்டனிலிருந்தும், ஐரோப்பாவின் பிற பகுதிகளிலிருந்தும் ஆதரவாளர்கள் திரண்டனர். புகழ்பெற்ற ஜெர்மானிய சமஸ்கிருதப் பேராசிரியரான மேக்ஸ் முல்லர் ஏற்கனவே திலகரின் தேசியவாதிகள் முகாமின் மீது கோபத்துடன் இருந்தார். பண்டித ரமாபாய் கிறிஸ்தவராக மதம் மாறிய சமயத்தில் இங்கிலாந்தில் தனது வீட்டில் அவரைத் தங்கச் செய்திருந்தார். அவருக்கு ஆதரவு தெரிவித்து 'The Times' இதழில் எழுதியிருந்தார். சமஸ்கிருதத்தில் தனக்கிருக்கும் அறிவாற்றலைப் பயன்படுத்தி, இந்து வேதங்கள் குழந்தைத் திருமணத்தைப் பரிந்துரைக்கவில்லை என்று கூறினார். 'இயற்கைக்குப் புறம்பான கொடுஞ் செயல்' என்று குழந்தை மணத்தை அவர் வர்ணித்திருந்தார். பிரிட்டிஷ் நாடாளுமன்றம் இதில் தலையிட வேண்டும் என்றும் அவர் கோரிக்கை விடுத்திருந்தார்.[162]

இந்தியாவில், சளைக்காமல் செயல்பட்டுவந்த மலபாரியும், ருக்மாபாயின் எஞ்சிய தாராளவாத ஆதரவாளர்களும் ருக்மாபாய் பாதுகாப்புக் குழுவை அமைத்தனர். அவரது போராட்டத்திற்கு நிதியுதவி அளிப்பதற்காக இந்தக் குழுவின் மூலம் நிதியைத் திரட்டிவந்தனர்.

சாதியும் ருக்மாபாயும்

ருக்மாபாய் மீதான எதிர்ப்பில் சாதியின் பங்கு எவ்வளவு இருந்தது? தன்னுடைய கடிதத்தில் அவர், திருமணங்கள் வெற்றிகரமாக அமைவதற்கான வாய்ப்பு குறைவாக இருந்த காரணத்தால், துணை சாதிக்குள்ளேயே மிகவும் குறுகிய வட்டத்தில் திருமணத்தை முடிக்கும் பழக்கத்தின் மீது ருக்மாபாய் குற்றம் சுமத்தினார். ஆனால், இவருடைய வரலாற்றை எழுதியிருப்பவரும், இவரது உறவினருமான மோகினி வார்தே (Mohini Varde), ருக்மாபாயின் போராட்டத்தில் சாதி பங்கு வகிக்கவில்லை என்று கருதுகிறார். மாறாக அவரது உண்மையான போராட்டம் ஆணாதிக்கத்திற்கு எதிரானதாகவும், பெண்கள் வீட்டிற்குள்ளேயே அடைந்து கிடக்கவேண்டும் என்பதற்கு எதிரானதாகவும் இருந்ததாக அவர்

நம்புகிறார். இருந்தபோதிலும் திலகராலும், அவரது பழமைவாத இதழாலும் ருக்மாபாய் இழிவுபடுத்தப்பட்டதில் சாதியின் பங்கு எதுவுமில்லை என்ற முடிவுக்கு நம்மால் வந்துவிட முடியாது. வங்காள மொழி வார இதழான 'பிரசார்', ருக்மாபாய் ஒரு கீழ்ச் சாதிப் பெண் என்று எழுதியது. நினைத்த எதனையும் சாதிக்கக் கூடிய ஆற்றலை உடையவராக அவர் இருந்தார் என்பதைக் குறிப்பிடும் வகையில் 'நிலவையும்கூட அவர் கைவசம் வைத் திருந்தார்' என்று எழுதியிருந்தது. அவர் தனது தற்போதைய திருமண வாழ்வை முறித்துக்கொண்டு ஒரு 'சாகப்'பைத் திருமணம் செய்து கொண்டார். கீழினும் கீழானவர்களின் திருமண விவரங்களை அறிந்து கொள்ளக் கடமைப்பட்டவர்களாக இந்துக்கள் இப்போது இருக்கின்றனர் என்று 'பிரசார்' தொடர்ந்து கிண்டலாக எழுதியது.'¹⁶³

ருக்மாபாயின் எதிர்ப்புக் கலகம் பத்தாண்டுகளுக்குப் பிறகு மறைமுகமாகச் சுட்டிக்காட்டப்பட்டது. 1895இல் பாபா கெம்சிங் (Baba Khem Singh) எனும் பிரதான சீக்கியத் தலைவர் கூறினார். 'விவாகரத்து அனுமதிக்கப்படுவதில்லை, கணவன் இறந்தால் தவிர மறுமணமும் ஏற்கப்படுவதில்லை. இவை யாவும் கீழ்நிலையி லுள்ள இந்துக்களிடமும் கூட அனுமதிக்கப்படுவதில்லை. மேல்சாதி இந்து இதனை இகழ்ச்சியாகவும் அருவருப்பானதாகவும் பார்க்கிறார். இதனை நடைமுறைப்படுத்தும் எவரும் சமூக விலக்கைச் சந்திக்க வேண்டியிருக்கிறது.' கெம்சிங் மேலும் எழுது கிறார் 'இந்த நாட்டிலுள்ள பெண்கள் ஒரு போதும் சுதந்திரமாக இருந்ததில்லை. திருமணத்துக்கு முன்பு பெற்றோரின் பாதுகாப் பிலும், திருமணத்திற்குப் பிறகு கணவனின் பாதுகாப்பிலும், கணவன் இறந்த பிறகு பிள்ளைகளின் பாதுகாப்பிலுமே வாழ்ந்து கொண்டிருக்கின்றனர். கணவன் உயிரோடு இருக்கும் வரை அவனை விட்டு விலகிச் செல்வதற்கான உரிமை பெண்களுக்கு இல்லை.'¹⁶⁴

கிப்ளிங்கும் ஏகாதிபத்தியமும்

ருக்மாபாயின் ஆதரவாளர்கள் அனைவருமே தூய நோக்கத்துடன் செயல்படவில்லை. இவரது ஆதரவாளர்களில் மிகவும் பலருடைய கவனத்தையும் ஈர்த்த ஒருவர் பத்திரிகையாளரும் நூலாசிரியருமான ருத்யார்டு கிப்ளிங்கும் (Rudyard Kipling). ருக்மாபாயின் பிரிட்டன் நாட்டுப் பல்வேறு ஆதரவாளர்களும் பிரிட்டிஷ் ஆட்சியை நியாயப்படுத்திப் பேசுவதற்கும், பூமியில் கடவுளின் சாம்ராஜ்யத்தை ஆள்வதற்கு ஆங்கிலேயர்களுக்குக் கடவுள் தந்திருக்கும் பாரம் என்பதற்குமான ஒன்றாக ருக்மாபாயின் நேர்வைக்கண்டனர்.

1887 ஏப்ரல் 16 அன்று சிவில் மற்றும் மிலிட்டரி கெசட்டில் தலையங்கத்திற்கு எதிரே உள்ள கருத்துரைப் பக்கத்தில் கிப்ளிங் எழுதினார். அதில் பழமைவாத இந்து ஒழுகலாறுகளை அவர் விமர்சித்திருந்தார். இவை பெண்களை மட்டுமின்றி ஆண்களையும் முடக்கியிருக்கின்றன என்று அவர் எழுதினார். எனவே இந்தியர்களுக்கு அரசியல் பிரதிநிதித்துவத்தைத் தரக்கூடாது என்று குறிப்பிட்டார். எங்களுடைய பாரம்பரியத்திற்கு நாங்கள் கட்டுப்பட்டவர்கள் என்று சாக்குபோக்குச் சொல்லிக்கொண்டு, பொறுப்புகளைத் தட்டிக்கழிக்கும் இந்துக்கள் மேற்கத்திய நாகரிகத்தினால் கிடைக்கக்கூடிய ஆதாயங்களைக் கோரக்கூடாது என்று எழுதினார்.

ஒரு வரலாற்றாசிரியர் குறிப்பிடுவதைப் போல ருக்மாபாயின் நேர்வு ஒரு 'கருத்தியல் உதைபந்து'[165] என்று ஆனது. படிப்பதற்குத் தன்னை அனுமதிக்க வேண்டும் என்பதுதான் அவர் விரும்பிய அத்தனையுமாகும். ஆனால் ஆற்றல்மிக்க பல்வேறு சக்திகளிடம் அவர் அடமானமாகிப் போனார். சுவிசேஷகர்களும், காலனியாதிக்க ஆதரவாளர்களும் ஒரு புறம் நின்று கொண்டு இந்துயிசத்தைத் தாக்குவதற்கும், ஏகாதிபத்தியத்தை ஆதரிப்பதற்குமான ஒன்றாக அவருடைய பிரச்சினையைப் பயன்படுத்திக் கொண்டனர். மறுபுறம் இந்துப் பழமைவாதிகள் இவர் மீது சேறை வாரி இறைக்கும் பிரச்சாரத்தைத் தொடங்கி, அவருடைய தனிப்பட்ட வாழ்க்கையைப் பற்றிச் செய்தித்தாள்களில் ஆபாசப் பிரச்சாரத்தைச் செய்து வந்தனர்.

விட்டு விடுதலையாதல்

கிப்ளிங் கருத்துரை எழுதிய சில மாதங்களுக்கு முன்பாக 1887 பிப்ரவரியில் அவநம்பிக்கையும், சோர்வும் அடைந்திருந்த ருக்மாபாய், ராணி விக்டோரியாவுக்கு உணர்ச்சி மிகுந்த கடிதம் ஒன்றை எழுதினார். இந்தக் கடிதம் பிரிட்டனில் அவருக்கான ஆதரவைப் பெறுவதற்கு முக்கியமானதாக இருந்தது. அந்த ஆண்டு விக்டோரியா மகாராணி பதவியேற்ற 50 வது ஆண்டு – பெருவிழாக் கொண்டாட்ட ஆண்டு – அவரை ஒரு தாயாகக் கருதி விசித்திரமான ஒரு வேண்டுகோளை அரசியிடம் ருக்மாபாய் முன்வைத்தார். அந்தக் கடிதம் 'The Times' இதழில் வெளியாகிக் கணிசமான விவாதத்தைக் கிளப்பி இருந்தது. இவருடைய மற்ற கடிதங்களைப் போலன்றி இந்தக் கடிதம் இவரது பெயரிலேயே வெளிவந்திருந்தது.

எதிர்ப்பு ஏதுமில்லாமல் நீண்ட நெடுங்காலமாக தொடர்ந்து கொண்டிருந்த சமூகப் பழக்க வழக்கங்களை முரட்டுத்தனமாகக்

கேள்விக்கு உட்படுத்தியிருந்த முறையில் அவருடைய கடிதம் குறிப்பிடத்தகுந்ததாக இருந்தது. இந்து ஆண்களுக்கு வழங்கப்பட்டிருக்கும் தனி சுதந்திரத்தை ருக்மாபாய் வெகுவாகக் கண்டித்தார். குடும்பம் நடத்துகிறார்களோ இல்லையோ எத்தனை பெண்களை வேண்டுமானாலும் ஆண்களால் திருமணம் செய்துகொள்ள முடியும். மறுமணம் செய்துகொள்ளவோ, கணவன் எவ்வளவுதான் தவறான நடத்தை கொண்டவனாக இருந்தாலும் அவனுடன் வாழ மறுக்கவோ பெண்களால் இயலாது. 'இந்து ஆண்களுக்கு எல்லாவிதமான சுதந்திரங்களும் இருக்க வேண்டும், அதே சமயத்தில் பெண்கள் அவர்களுக்கு எப்போதும் கட்டப்பட்டே இருக்க வேண்டும் என்பது மனிதாபிமானமற்ற செயல் இல்லையா? என்று அவர் எழுதினார்.

அவர் அரசியிடம் கோரிக்கை எழுப்பி இதில் தலையிடுமாறு அவரிடம் வேண்டிக் கொண்டார். 'வழக்கத்திற்கு மாறான இத்தகையதொரு நிலையின் போது லட்சக்கணக்கான தனது இந்திய மகள்களிடமிருந்து வரக்கூடிய தீவிரமான வேண்டுகோளைத் தாயைப் போன்றிருக்கும் ராணியார் செவிமடுத்து இந்துச் சட்டப் புத்தகத்தில் சில எளிய பதங்களை மாற்றித்தர மாட்டாரா?'[166]

ஆனால் தன்னுடைய தீவிரமான கடிதங்களை ருக்மாபாய் பொது வெளியில் வைத்திருந்த போதிலும் நீண்ட நெடிய போராட்டத்தினால் தனிப்பட்ட முறையில் சோர்வுற்றுக் களைத்துப் போனவராக அவர் இருந்தார். 1888, ஜூலை மாதத்தில் அவர் தாதாஜியுடன் இறுதியாக ஓர் உடன்பாட்டிற்கு வந்திருந்தார். அதன்படி ருக்மாபாய் 2000 ரூபாய் கொடுத்து விட வேண்டியது. அதைப் பெற்றுக்கொண்ட பிறகு தனக்கு மனைவியாக இருக்க வேண்டும் என்று தாதாஜி அவரைக் கட்டாயப்படுத்தக் கூடாது. நீண்ட நெடிய சட்டப்போராட்டத்திற்கான வலு ருக்மாபாயிடம் இல்லை.

இப்போது அவருக்கு 24 வயது ஆகியிருந்தது. அவருடைய காலத்தில் வாழ்ந்தவர்களான ஆனந்திபாய் ஜோஷியும், காதம்பினி கங்குலியும் மேல்சாதியைச் சேர்ந்தவர்கள் என்ற உரிமையினாலும், ஆதரவு தரக்கூடிய கணவர் இருந்த காரணத்தினாலும் ஏற்கனவே இவரை முந்திக்கொண்டு சென்றிந்தனர். இவரோ நீதிமன்றத்தில் வழக்கு நடத்துவதில் பல ஆண்டுகளைச் செலவிட்டுவிட்டார். இப்போது இவருக்குத் தேவைப்படுவதெல்லாம் படிப்பை ஆரம்பிப்பது தானே தவிர, பெண் கல்விக்காகத் தியாகம் செய்த

ஒருவராக இருப்பது இல்லை என்பது புரிந்து கொள்ளக்கூடியதாக இருந்தது. தீர்வு ஏற்பட்ட உடனேயே இருதரப்பிலும் தனித்துவமான மாற்றங்கள் தென்பட்டன. ருக்மாபாய் இங்கிலாந்துக்கு மருத்துவம் பயில்வதற்காக உடனடியாகப் பயணப்பட்டார். இவருக்கு முன்பும் பின்பும் இருந்த தலைமுறைகளைச் சேர்ந்த ஆடவரைப் போலவே தாதாஜியும் உடனடியாக இன்னொரு மனைவியைத் தேடிக் கண்டடைந்துவிட்டார்; மிகவும் ஒத்துப்போகக் கூடிய ஒருவரை அவர் மணந்துகொண்டார்.

திருமண வயது சம்மதச் சட்டத்தை ருக்மாபாய் எப்படிக் கொண்டு வந்தார்?

இந்தியாவுக்குத் திரும்பிய பிறகு ருக்மாபாயின் சக்திமிக்க கடிதங்கள் மாற்றத்திற்கான முயற்சிகளைத் தூண்டின. திருமணத்திற்கான சம்மதம் தொடர்பான சட்டங்களில் மாற்றங்களைக் கொண்டு வர வேண்டும் என்ற ஆர்வமில்லாமல் இருந்த அரசாங்கத்திற்குச் சீர்திருத்தவாதிகள் அழுத்தம் கொடுத்தனர். சோர்வறியாத மலபாரி, திருமண வயதை உயர்த்துவதற்கான கையெழுத்து இயக்கத்தைத் தொடங்கினார்.

திலகரிடமிருந்தும் மற்ற இந்துப் பழமைவாதிகளிடமிருந்தும் பெருத்த எதிர்ப்பு எழுந்தது. திலகர் சமூகச் சீர்திருத்தத்தில் நம்பிக்கை வைத்திருந்தார். அதே சமயத்தில் சமூகச் சீர்திருத்தம் இந்து சமுதாயத்திற்குள்ளிருந்து தான் வரவேண்டும் என்றும் நம்பினார். பிரிட்டிஷ் ஆட்சியாளர்கள் சட்டமியற்றி அதனைத் திணிக்கக் கூடாது என்று கருதினார். சமூகச் சீர்த்திருத்தங்களுக்கு முன்பாகவே சுயராஜ்யம் கிடைக்க வேண்டும் என்றும், சீர்த்திருத்தக்காரர்கள் மாற்றவர்களை மாற்றுவதற்கு முன்பாக முதலில் தங்களைத் தாங்களே மாற்றிக் கொள்ள வேண்டும் என்றும் கருதினார்.[167] நாணயமாக நடந்துகொள்ள வேண்டும் என்பதற்காக தான் போதித்தவற்றை திலகர் நடைமுறைப்படுத்தினார். தனது மகள்களுக்கு 16 வயது ஆகும் வரை திலகர் அவர்களுக்கு மணமுடித்துத் தரவில்லை. இந்த வயது அந்தக் காலத்தில் அதிகமான வயதாக இருந்தது. தீவிரமாகச் சீர்திருத்தம் பேசியவர்களும்கூட தங்கள் பெண் குழந்தைகளை எட்டு அல்லது ஒன்பது வயதில் மணமுடித்துக் கொடுத்திருந்தனர்.

ஆனால் 1889இல் கொடூரமான, திகிலூட்டும் வழக்கு ஒன்று வந்தது. இதில் சட்டம் உடனடியாகத் தலையிட வேண்டிவந்தது. திலகரின் வாதங்கள் அர்த்தமற்றதாயின. 35 வயது கணவர் ஹரி மோகன் மெய்ட்டி (*Hari Mohan Maitee*) என்பவர் உடலுறவு

கொண்டதால் புல்மோனி தாசி (*Phulmoni Dasi*) எனும் 10 வயது பெண் ஒருத்தி உயிரிழந்திருந்தார். இவருடைய கண்மூடித்தன மான, அலட்சியமான நடவடிக்கையினால்தான் மரணம் சம்பவித்தது என்று குற்றம் நிரூபிக்கப்பட்டது. ஆனால் அவர் கற்பழிப்புக் குற்றத்திலிருந்து விடுவிக்கப்பட்டார்.

திலகர் மறுபடியும் இந்துப் பழக்கவழக்கங்களுக்கு ஆதரவு தெரிவித்துப் பேசினார். தன்னுடைய செய்கையால் இறப்பு நேரிட்டுவிடும் என்று கணவருக்குத் தெரிந்திருக்காது என்று அவர் வாதிட்டார். வரலாற்றாசிரியர் பரிமளா ராவ் குறிப்படுவதைப் போல, 'திலகர் இந்த விஷயத்தைப் பற்றி அருவருப்பு தரும் வகையில் விவரமாகப் பேசியிருந்தார். முரட்டுத்தனமான நடத்தை என்பது புறந்தள்ளப்பட்டு, அதீதமான ஆவல் நிறைந்திருந்த கணவரின் முரட்டுத்தனமான நடத்தை இதில் பிரச்சினையில்லை என்று பேசப்பட்டது.'[168] 'த மராத்தா' இதழில் மெய்ட்டியின் செயலுக்குச் சாக்குப்போக்குகளை திலகர் கூறியிருந்தார். அந்தக் குறிப்பிட்ட இரவில், அவருடைய மனைவி உடல் நலமில்லாமலோ அல்லது உடல் வேதனையுடனோ இருந்திருக்கக்கூடிய சாத்தியம் உள்ளது; அத்தகைய வலுவற்ற ஒரு நிலையில் இவரின் செய்கை திகைப்பையும், துயரத்தையும் ஏற்படுத்தும் வகையில் அவலமான விளைவை உருவாக்கிவிட்டது.'[169] ஆனால்,திலகரின் வாதங்கள் கொடூரமான வகையில் இரக்கமற்றதாக இருப்பதாகத் தோன்றும் விதத்தில், புல்மோனியின் வழக்கு தேசத்தை அதிர்ச்சிக்குள்ளாக்கியிருந்தது.

அரசாங்கத்தின் தலையீட்டை வேண்டி எழுப்பப்பட்ட குரல் மிகவும் வலுவானதாக மாறியது. மலபாரியும், ருக்மாபாயின் வழக்கறிஞர் தெலாங் உட்பட மற்ற பிற சீர்த்திருத்தக்காரர்களும் நாடெங்கும் கூட்டங்களை நடத்தினர்; சட்டசபையின் தலையீட்டை வேண்டி – வழக்கறிஞர்கள், மத நிபுணர்கள், எழுத்தாளர்கள், மற்ற பிற கருத்துருவாக்க நபர்களும் இதில் இணைந்துகொண்டனர்.

இது ஒரு தீவிரமான பிரச்சினையாக ஆனது. இந்துச் சட்டங்கள் புனிதமானவை, அவற்றைத் தொடக்கூட முடியாது என்று பழமைவாதிகள் தொடர்ச்சியாக வாதிட்டு வந்தனர். இறுதியில், திருமணத்திற்குச் சம்மதம் தெரிவிக்கும் வயது வரம்பு 1891இல் அறிமுகம் செய்யப்பட்டது. திருமணத்திற்குச் சம்மதம் தெரிவிப்பதற்கான வயது அனைத்துப் பெண்களுக்கும் 10லிருந்து 12ஆக உயர்த்தப்பட்டது. சம்மதம் தெரிவிக்கும் வயதை 16ஆக உயர்த்த வேண்டும் என்று சீர்த்திருத்தவாதிகள் வேண்டினர். திலகர்,

அவரது ஆதரவாளர்கள் ஆகியோரின் எதிர்ப்பின் காரணமாக இந்த வயதை இரண்டு ஆண்டுகள் உயர்த்துவதும் கூட கடினமானதாகப் போய்விட்டது.

சமூகச் சீர்திருத்தத்தைச் சட்டத்தின் மூலமாகக் கொண்டு வருவதற்கு திலகர் தனது இறுதி நாள்களில் மிகவும் எதிரானவராக இருந்தார். குழந்தைத் திருமணம், விதவைகளை நடத்திய முறை, பெண்களுக்குக் கல்வி மறுக்கப்பட்டது ஆகியவை ஒரு பொருட்டல்ல என்றும், பிரிட்டிஷ் இந்தியாவின் துயரங்களுக்கு ஆட்சியாளர்களே காரணம் என்று அவர் எப்போதும் நம்பிவந்தார்.[170]

லண்டன் மருத்துவப்பள்ளிக்குத் தப்பித்துச் செல்லுதல்

இதனிடையே, பெண்களுக்கு ஏற்ற திருமண வயதினைப் பற்றிய கடுமையான விவாதம் இந்தியாவை ஆக்கிரமித்திருந்தது. மிகவும் கடினமாக இருந்த படிப்புடன் ருக்மாபாய் போராடிக் கொண்டிருந்தார். பிரிட்டனுக்குப் பயணிப்பதற்கு எடித் பீச்சே *(Dr. Edith Pechey)* உதவி செய்திருந்தார். எடின்பெர்க் எழுவரில் இவரும் ஒருவராவார். அந்தச் சமயத்தில் டாக்டர் பீச்சே – பிப்சென் *(Dr. Pechey-Phipson)*, பம்பாயில் மேடம் காமா மருத்துவமனையில் மூத்த மருத்துவ அதிகாரியாக ஆகியிருந்தார்.

இந்தியாவில், பர்தா அணிந்திருக்கும் பெண்களுக்கு மருத்துவம் பார்ப்பதற்காக, உள்ளூரைச் சேர்ந்த பெண் மருத்துவர்களுக்கான தேவை கணிசமாக இருந்து வந்தது. ஆனாலும், இங்கிலாந்து செல்வதற்குத் தன்னை அனுமதிக்குமாறு தாயாரையும், தாத்தாவையும் இணங்க வைப்பது ருக்மாபாய்க்கு நம்பமுடியாத அளவுக்குக் கடினமானதாக இருந்தது. தன்னுடைய ஆர்வத்தை நிறைவேற்றிக் கொள்வதற்காக உடல்நலத்தைத் தியாகம் செய்த ஆனந்திபாயின் துயரமான விதி அடிக்கடி சுட்டிக்காட்டப்பட்டது. இறுதியில், அவரது தாத்தா ஒப்புக்கொண்டார். மூன்று நிபந்தனைகளை அவர் விதித்திருந்தார். ருக்மாபாய் மாட்டு இறைச்சி உணவு உண்ணக் கூடாது, ஆங்கிலேயரை மணந்துகொள்ளக் கூடாது, கிறிஸ்தவ மதத்திற்கு மாறிவிடக் கூடாது, கடைசி இரு நிபந்தனைகளை நிறைவேற்றுவது ருக்மாபாய்க்குக் கடினமானதாகத் தோன்றவில்லை. இருப்பினும், மாட்டிறைச்சி உண்பது ஒரு பாவச்செயல் என்று அவர் கருதவில்லை. இவருக்கு முன்பு வெளிநாடு சென்றிருந்த பெண்கள் இறைச்சியைத் தவிர்த்திருந்தனர்.[171]

ருக்மாபாய் 1889 மார்ச் 24 அன்று இந்தியாவிலிருந்து புறப்பட்டார். மிக நீண்ட காலமாகத் தான் ஆசைப்பட்டுக்கொண்டிருந்த ஒன்றை நிறைவேற்றுவதற்காக அவர் பயணப்பட்டிருந்தார்.

இந்தப் பயணம் மிக நீண்ட பயணமாக நான்கு மாதங்களுக்குச் சென்றது. ருக்மாபாய் சென்று இறங்கியபோது லண்டன் அடர்த்தி யான பனித்திரையால் எப்போதும்போல மறைக்கப்பட்டிருந்தது. மிகவும் அடர்த்தியான பனிப்பொழிவு அதிகமாக இருக்கும் காலத்தின் மத்தியில் அவர் அங்கு சென்று இறங்கினார். எப்போதும் பளபளப்பான சூரிய வெளிச்சத்தை மட்டுமே கண்டு வந்திருக்கிற ஒரு பெண்ணுக்கு இது அச்சமூட்டுவதாக இருந்தது. அவர் தனது நாட்குறிப்பில் எழுதினார், 'அது மூடுபனி நிறைந்திருந்த ஒரு நாள்; மதியப் பொழுதிலும் கூட தெருவிளக்குகள் அனைத்தும் எரிந்து கொண்டிருந்தன. இதனை மதியப்பொழுது என்று எப்படி நாம் அழைக்க முடியும்? எனக்கு அது ஒரு சோர்வளிக்கும் காட்சியாக இருந்தது.[172]

பின்னாளில் பனியினால் அவர் பரவசமடைந்தார், 'மெல்லிய பருத்தி இழைகளினால் அனைத்தையும் மூடி வைத்திருப்பதைப் போல மூடுபனி இருக்கிறது. தங்கியிருந்த இடத்திலிருந்த பணிப்பெண்ணிடம் இந்த அற்புதம் எப்படி நிகழ்கிறது என்று அப்பாவித்தனமாகக் கேட்டேன். பனிப் பொழிவை உன்னால் இனங்காண முடியாதா என்று அப்போது அவர் என்னை கேலி செய்தார்.[173]

லண்டனில் ருக்மாபாய் முற்போக்கான வசதி படைத்த மெக்லாரன்ஸ் (McLarens) தம்பதியர் உதவியுடன் தங்குமிடத்தைப் பெற்றார். நாடாளுமன்ற உறுப்பினராக இருந்த வால்டர் மெக்லாரன் (Walter McLaren) பெண் கல்வியை ஆதரித்து வந்தார். அவருடைய மனைவி ஈவா (Eva) மகளிர் வாக்குரிமைக்கான போராளி, எழுத்தாளர், பெண்களில் உரிமைக்காக அவர் பிரச்சாரம் செய்து வந்தார். இவர்கள் இருவரின் மூலமாக முற்போக்குவாதிகள், பிரச்சாரகர்களிடம் ருக்மாபாய் அறிமுகம் செய்து வைக்கப்பட்டார். கவிஞர் லார்டு ஆல்பிரட் டென்னிசனை (Lord Alfred Tennyson) இன்னும் சிலருடன் சேர்த்து ருக்மாபாய் சந்தித்தார்.

மெக்லாரன்ஸ் தம்பதியரின் வாழ்க்கைப் பாங்கு – கலந் துரையாடல்களும் விவாதங்களும் பெண்களின் உரிமைக்கான போராட்டங்களும் நிறைந்ததாக இருந்தது. இது ருக்மாபாயிடம் மிகப்

பெரிய தாக்கத்தை ஏற்படுத்தியது. ஈவாலாரன்ஸ் படிப்பதற்கென்று தனி அறை இருந்தது. அங்கிருந்தபடிதான் அவர் படிக்கவும், எழுதவும், பணிபுரியவும் செய்து வந்தார். அது அவருக்கே உரிய அறை! இத்தகைய கருத்தியல் கூறுகள் ருக்மாபாய் ஒரு போதும் கேட்டிராதவை. போராடிப் பெறத்தகுந்த ஒன்றாக இவை அவருக்குத் தோன்றின.[174]

ருக்மாபாய் தனது இறுதிக் காலங்களில் ஐரோப்பியர்களுடன் சேர்ந்திருப்பதையே விரும்பினார். அவர்களும் இவரை ஒரு பெண் என்று மட்டுமே கருதாமல் சமமாக நடத்தி வந்தனர். மெக்லாரன்ஸ் வட்டத்தில் இவர் இவ்வாறு விவரிக்கப்பட்டார்: எல்லா இந்தியப் பெண்களையும் போலவே தோற்றத்தில் சிறியவராகத் தெரிந்தாலும், கிழக்கத்தியப் பெண்ணினத்தின் மென்மையான ஊக்கம் குறைந்த தனிவகைப்பட்ட பெண்களின் மத்தியில், வீரம் செறிந்த பெண்மணியாக முற்காலக் கடற்கொள்ளை வீரர் போல இவர் காணப்பட்டார்.

1890இல் ருக்மாபாய் லண்டன் பெண்கள் மருத்துவப் பள்ளியில் சேர்ந்தார். அந்தச் சமயத்தில், கல்லூரியின் முதல்வராக இருந்தவர் எலிசபெத் கேரட் ஆண்டர்சன். மருத்துவ அறிவாற்றலில் சிறந்தவர்கள் இங்கு இருந்தனர். ருக்மாபாயும் இங்கு செழித்தோங்கத் தவறவில்லை. இந்தப் பள்ளியில் ஆண், பெண் இருவருக்கும் ஒரே விதமான பாடத்திட்டமே பயிற்றுவிக்கப்பட்டது. பெண் என்பதற்காக சலுகை எதுவும் காட்டப்படவில்லை. பெண்களுக்கும் ஆண் மருத்துவர்களே அடிக்கடி பாடங்களை நடத்திவந்தனர்.

ருக்மாபாயின் மாணவ அனுபவத்தை அறிந்து கொள்வதற்கு உதவக்கூடிய பதிவுகள் எதுவும் கிடைக்கவில்லை. அவர் மதம் மாறியது குறித்தோ ஆசிரியர், மாணவருடன் அவருடைய உரையாடல்கள் பற்றியோ பதிவுகள் எதுவுமில்லை. ஈவா மெக்லாரன்ஸ் ருக்மாபாயின் தாயார் ஜெயந்திபாய்க்கு தெம்பூட்டும் கடிதம் ஒன்றை எழுதியிருந்தார். 'உங்கள் மகளைப் பாராட்டுவதற்கு வார்த்தைகள் போதாது. அவர் எங்களின் இதயங்களையும் எங்கள் நண்பர்களின் இதயங்களையும் வென்றிருக்கிறார்... ஒரு மருத்துவராக இந்தியப் பெண்களுக்குச் சேவை புரிய வேண்டும் என்ற தனது நோக்கத்தை நிறைவேற்றுவதற்காக அவர் கஷ்டப்பட்டுப் படித்துவருகிறார்.'[175] இந்தச் சமயத்தில் ருக்மாபாய் வேல்ஸ் இளவரசியையும் சந்தித்தார். இங்கிலாந்தில் படிப்பது

உங்களுக்கு மகிழ்ச்சி தருகிறதா? என்று ருக்மாபாயிடம் அவர் கேட்டிருக்கிறார். ருக்மாபாய் மிகவும் அகமகிழ்ந்து 'ஆம்' என்று பதில் கூறினார். 'எனது பிரமிப்பு உணர்வை உங்கள் அனைவராலும் எளிதில் கற்பனை செய்து பார்த்திட இயலும்' என்று ருக்மாபாய் பிறகு கூறினார்.[176]

உயர் வகுப்பினர் மத்தியில் ருக்மாபாய்க்குக் கிடைத்திருந்த இடமும் பிரிட்டிஷ் கற்றோர் குழுவினரிடம் இவருக்குக் கிடைத்து வந்த பேரன்பும் இன்னொரு பெண்ணிற்குப் பொறாமையை ஏற்படுத்தியிருந்தது. அந்தப் பெண்ணும் கடுமையான சங்கடங்களைக் கடந்து வந்து தான் இந்த இடத்தைப் பிடித்திருந்தார். முதலாவது இந்தியப் பெண் வழக்கறிஞர் கார்னலியா சொராப்ஜி (Cornelia Sorabji) தான் அவர். கார்னெலியாவுக்கும் ருக்மாபாய்க்கும் விசித்திரமான ஒரு உறவு நிலை நிலவிவந்தது.

கார்னலியாவும் ருக்மாபாயும்

கார்னலியா சொராப்ஜி கவர்ந்திருக்கும் பல திறப்பட்ட பின்புலங்களிலிருந்து வந்திருப்பவர். இவருடைய தந்தை ரெவரண்ட் சொராப்ஜி கர்செத்ஜி (Reverend Sorabji Karsedji) பாரசீகத்தில் பிறந்த கிறிஸ்துவ மதபோதகர். தாயார் பிரான்சின் போர்டு (Francine Ford), பிரிட்டிஷ் தம்பதியர் தத்தெடுத்திருந்த ஒரு பார்சிப் பெண். கார்னலியா பம்பாய் பல்கலைக்கழகத்திலிருந்து பட்டம் பெற்ற முதலாவது பெண்ணாவார். அதன் பிறகு ருக்மாபாயைப் போன்ற நலம் விரும்பிகளிடமிருந்து மிகுந்த உதவிகளைப் பெற்று இங்கிலாந்திற்கு வந்திருப்பவர். இவர் ஆக்ஸ்போர்டில் சோமர்வில்லா கல்லூரியில் (Somerville College) சட்டம் பயின்று வந்தார். ருக்மாபாய் பிரிட்டிஷ் சமூகத்தினரால் விருந்தினராக ஏற்றுக்கொள்ளப்பட்டவர்.

கார்னலியாவும் மருத்துவராகவே விரும்பினார். ஆனால் அவரது வழிகாட்டிகள் ஊக்கமளிக்காத காரணத்தால் சட்டப் படிப்பைத் தேர்ந்தெடுக்க வேண்டிய நிர்ப்பந்தம் இவருக்கு உண்டாகியிருந்தது. இவருடைய சுயசரிதையில், ருக்மாபாயின் புகழைப் பற்றி லேசான பொறாமையும், வெறுப்பும் தென்படுகின்றன. இவர்கள் இருவரும் சில காலம் ஒன்றாகத் தங்கியிருந்த போதிலும், இருவருக்கும் ஒத்துப்போகவில்லை. ருக்மாபாய் சாமர்வில்லா கல்லூரியில் இவரைச் சந்தித்திருக்கிறார். அவரையும் என்னையும் ஒப்பிட்டு மிக நீண்ட நேரம் இருவரும் பேசிக் கொண்டிருந்ததாக கார்னலியா கூறுகிறார்.[177]

‘இந்தியாவில் பெண் கல்விக்குப் போராடிய முதன்மை சான்றவராக மிகவும் வேடிக்கையான விதத்தில் இவர் தன்னை காட்டிக்கொண்டார்’ என்று கார்னலியா தனது பெற்றோருக்கு 1892இல் எழுதியிருந்தார். ‘இங்கு வந்திருப்பதால் நமக்குப் பொறுப்புகள் கூடியிருக்கின்றன. இங்கு நாம் புகழைத் தேடாமல் பயனைத் தேடவேண்டும் என்று நான் யோசனை கூறினேன். அவள் அமைதியாக இருக்கிறாள். தனக்கு முடிவே இல்லை என்று நினைக்கிறாள்.’ என்றும் கார்னலியா எழுதியிருந்தார். ருக்மாபாய் தன்னைப் போலவே உடையணிவதாகப் புகார் கூறியிருந்தார். ‘ருக்மாபாய் தனது பழுப்புநிறச் சேலைகளை ஒதுக்கி வைத்துவிட்டு, என்னைப் போலவே சிவப்பு நிறச் சேலைகளை அணிந்துகொள்கிறார்.’[178]

கல்வியாளரும், எழுத்தாளருமான அன்டோய்னெட்டே பர்ட்டன் (Antoinette Burton) கார்னலியாவின் நட்பில்லாத விநோதமான நடத்தையைப் பற்றி விவரிக்க முற்படுகிறார். சட்டம் பயின்று வரும் ஒரே ஒரு இந்தியப்பெண் என்ற கார்னலியாவின் நிலையை வைத்தும், தனது வழக்கின் காரணமாக ருக்மாபாய்க்கு ஏற்கனவே ‘பொதுமக்களிடம்’ இருந்து வந்த நற்பெயரினை வைத்தும் பார்க்கும் போது, ருக்மாபாய் புடவை அணிவதைக் காரணமாக வைத்து அவரிடமிருந்து தன்னை வேறுபடுத்தி கார்னலியா காட்டிக்கொள்கிறார். தனது அடையாளங்களையும், திட்டங்களையும், தக்க வைத்துக்கொள்வதற்கும் தனக்குத் தனிவிதமான மரியாதை இருக்கிறது என்று காட்டிக்கொள்வதற்கும் கார்னலியாவுக்கு இருக்கும் ஒரே ஒரு வழியாக இது இருக்கலாம்.[179]

1890இல் இருந்த இரண்டு பெண்களும் ஒன்றாக சேர்ந்து லண்டனைச் சுற்றிப்பார்ப்பதற்காகச் சென்றிருந்தனர். அங்கேயும் கூட ‘இழிவான’ பெயர் பெறுவதிலிருந்து ருக்மாபாயால் தப்பிக்க இயலவில்லை. கார்னலியா எழுதுகிறார், ‘நான் இதுவரை பார்த்தவர்களிலேயே மிகவும் வெறுக்கத்தக்க கோலாப்பூரைச் சேர்ந்த, ஒரு பகட்டான ஆடவனை ஈர்க்கும் வகையில் இவள் நடந்துகொண்டாள். அவன் பெயர் முத்காட்கர். அவனும் ருக்மாபாயும் தெருக்களில் ஒன்றாகச் சேர்ந்து திரிவதாக மிஸ் பெய்லி என்னிடம் கூறினாள். இது மிகவும் அவமானகரமானது என்று நான் கூறுவேன். ஏற்கனவே நடைமுறையிலிருக்கும் சட்டங்களை எதிர்ப்பதாலும், முறையான கட்டுப்பாடுகளை மீறி நடப்பதாலும் தான் இப்படி நடக்கிறது.’[180]

இதில் கடைசிவரி ருக்மாபாய் தனது கணவரை விவாகரத்து செய்துவிட்டதைக் சுட்டிக்காட்டுவதாக இருக்கிறது. தாராளவாத, படித்த பெண்கள் பலர் ருக்மாபாயின் மீது இரக்கம் காட்டாதவர்களாக இருந்தனர். இதில் சாதியின் பங்கு எதுவுமில்லை என்று கற்பனை செய்வது கடினமானது – வரலாற்றுப் பூர்வமாக ஒடுக்கப்பட்டு வந்த சாதியைச் சேர்ந்த ஒரு பெண்ணின் அடுக்கடுக்கான வளர்ச்சியும், பிரிட்டிஷ் நிறுவனங்களுக்கும், அமைப்புகளுக்கும் அன்பிற்குரியவராக அவர் இருந்ததும், பாரம்பரியமாக மிகவும் உயரிய நிலையில் இருந்து வந்திருப்பவர்களுக்கு மத்தியில் இவருக்குப் பல எதிரிகளைத் தேடித்தந்தது.

பிறகு கார்னலியா தனது மனதை மாற்றிக்கொண்டதைப் போல அல்லது தந்திரத்துடன் செயல்படும் முடிவுக்கு வந்திருப்பவர் போல தோன்றியது. 1934ஆம் ஆண்டின் 'India Calling' என்ற அவரது நினைவுக் குறிப்பில் கார்னலியா இப்படி எழுதியிருந்தார்: 'ருக்மாபாய் செய்தித்தாள்களை ஒரு போதும் படிப்பதே இல்லை. எதைப் பற்றியும் கவலைப்படுவதும் இல்லை (அவருடைய வழக்கு தொடர்பான சர்ச்சைகள்). தன்னைத்தானே அவள் கண்டு கொண்டிருக்கிறாள். வழக்கத்திற்கு மாறான நல்லியல்பு, அமைதி, எளிதில் கிளர்ச்சியுறாத திடமான தன்மை ஆகியவை அவளிடம் இருந்தன. இவர் தனது தேசத்திற்குத் திறமையாகவும், கண்ணியத்துடனும் தொண்டாற்றினார்'[181] என்று எழுதியுள்ளார்.

ருக்மாபாய் இந்தியாவுக்குத் திரும்பி வந்ததும் வேண்டுமென்றே அதிக கவனத்தை ஈர்க்காமல் இருந்தார் என்ற சுவாரஸ்மான பார்வையை கார்னலியா பகிர்ந்து கொண்டார். தன்னுடைய தீவிரமான தொழில்வாழ்வு முழுவதிலும் அவர் உணர்ச்சிவயப்படாதவராக, அரசியல் வெறி, பெண்ணுரிமை தொடர்பானவற்றைக் கண்டு கொள்ளாதவராக இருந்தார்.[182] அவர் ஏற்கனவே போதுமான அளவுக்குப் புகழ் வெளிச்சத்தை அடைந்திருந்தார்.

இந்தச் சமயத்தில், ருக்மாபாய்க்கு முக்கியமான ஒரு நண்பர் கிடைத்திருந்தார். தத்துவ அறிஞர் பெட்ரண்ட் ரஸ்ஸலின் அப்போதைய மனைவியான அலய்ஸ் ரஸ்ஸல் (Alice Russel) என்பவரே அவர். நன்கு படித்த புத்திசாலிப் பெண்ணான இவர் பெரும்பாலான நேரத்தைப் படிப்பதிலேயே செலவிட்டவர். ஆண்களில் பலருக்கு இது பிடிப்பதில்லை. பெட்ரண்டுடன் மண வாழ்க்கை நடத்துவதை விடவும் படிப்பதையே இவர் பெரிதும் விரும்பினார். பெட்ரண்ட் இவரை விவாகரத்து

செய்துவிட்டார். திருமணத்துக்கு முன்பாக, இவர் 'பீர்சோல் ஸ்மித்ஸ்' (*Peersol Smiths*) குடும்பத்தைச் சேர்ந்தவராக இருந்தார். இந்தக் குடும்பத்தினர் அமெரிக்காவிலிருந்து இங்கிலாந்துக்கு வந்தவர்கள். பீர்சோல் ஸ்மித்கள் 17ஆம் நூற்றாண்டில் கிறிஸ்தவ மதத்திலிருந்து கிளைத்த பிரிவைச் சேர்ந்தவர்கள், ஒழுக்க நெறியைப் பின்பற்றுபவர்கள். உயரிய சிந்தனையுடன் எளிமையான வாழ்வு வாழ்பவர்கள்.[183] ருக்மாபாய் நிறைய நேரத்தை அலய்ஸ் உடன் செலவிட்டார். இருவரும் ஆண்கள் மீதும் திருமணத்தின் மீதும் ஆர்வமில்லாதவர்கள். அலய்ஸின் மத வாழ்க்கைமுறை ருக்மாபாயின் மீது அதிகமான செல்வாக்கினைச் செலுத்தியிருந்தது. சமூகச் சேவை செய்ய வேண்டும் என்று ருக்மாபாய் முடிவு எடுத்திருந்தார். நீதிமன்றத்தில் நடந்த போராட்டம் பாரம்பரிய மதங்களின் மீது இவருக்கு ஆர்வத்தைத் குறைத்திருந்தது. சமூகத்தை மாற்றியமைக்க வேண்டும் என்பதில் அவர் முனைப்பான ஆர்வத்தை உணர்ந்தார்.

பண்டித ரமாபாயும் மற்ற இந்திய முற்போக்காளர்களும் மரபை மீறுவதற்கு ருக்மாபாய்க்குத் தைரியமூட்டினர். அவருடைய பிரிட்டிஷ் கல்வியும், பெண்களின் வாக்குரிமைக்காகப் போராடியவர் களுடன் அவருக்குக் கிடைத்திருந்த தொடர்பும் தனக்கே உரிய தனிவிதமான பாதையைத் தேர்ந்தெடுக்க வேண்டும் என்ற உறுதியைக் கொடுத்திருந்தது; அது பிரிட்டிஷ் பாதையோ இந்தியப் பாதையோ அல்ல. இவை இரண்டின் மகிழ்வான ஒரு கலவை. கல்வியறிவு பெற்ற ஒரு பெண் தனது தாய் நாட்டுப் பெண்களுக்குத் தேவையான உதவிகளைச் செய்துவருதல் என்ற பாதை.

பெண் குழந்தைகளுக்கு ஆங்கில மொழியைக் கற்பிப்பதற்காகப் பணம் திரட்டும் முயற்சியில் ருக்மாபாய் ஈடுபட்டார். பம்பாயில் மாணவர் இலக்கிய அறிவியல் கழகத்தை அமைப்பதற்காகப் பங்களிப்புச் செய்யும்படி பிரிட்டிஷ் பொதுமக்களுக்கு 1895இல் அவர் வேண்டுகோள் விடுத்தார். இந்தக் கழகத்தின் தலைவராக எம்.ஜி. ராணடே இருந்தார். ருக்மாபாயின் பழைய கூட்டாளி பெஹ்ரம்ஜி மலபாரி இதன் உறுப்பினர்களில் ஒருவர். 'பத்துக்கும் மேற்பட்ட இந்தியப் பெண் குழந்தைகள் இங்குக் கல்வி கற்றனர். ஆனால் இவர்களுக்கு இரக்கப்பட்டு உள்ளூர்ப் பணக்காரர்கள் கூட உதவவில்லை' என்று ருக்மாபாய் கூறுகிறார். 'வேறெங்கு சென்று உதவி கேட்பது என்று தெரியாமல் இருந்தார்கள்' என்று அவர் மேலும் தெரிவிக்கிறார்.[184]

ராயல் மருத்துவக் கல்லூரியிடமிருந்து மருத்துவருக்கான உரிமத்தை 1895 செப்டம்பர் 7 அன்று ருக்மாபாய் பெற்றார். இங்கிலாந்தின் மருத்துவப் பதிவேட்டில் இது அங்கீகரிக்கப்பட்டிருந்தது. மேடம் காமா மருத்துவமனைக்குக் கடிதம் எழுதி இந்தியாவில் பணிபுரிய விரும்புவதாகத் தெரிவித்தார்.

இந்த சமயத்தில் ஆனந்திபாய் இறந்து எட்டு ஆண்டுகள் கடந்திருந்தன. வங்காளத்தின் காதம்பினி கங்குலி எடின்பர்க்கில் பட்டம் பெற்ற பிறகு இரண்டு ஆண்டுகள் பயிற்சி மேற்கொண்டிருந்தார். இந்தப் பெண்கள் இருவரும் ருக்மாபாயைப் போல தனியாக இருந்ததில்லை. இவரைப் போல சவால்களை ஏற்கவேண்டி இருந்ததில்லை. இந்த இருவரைக் காட்டிலும் நீண்ட காலத்திற்குத் தடுத்து நிறுத்தப்பட்டிருந்த ருக்மாபாய்க்குத் தெரிந்து கொள்ள வேண்டியது அதிகமாகவே இருந்தது. தன்னுடைய எதிர்ப்பாளர்களிடம் நிரூபிக்க வேண்டியதும் அதிகமாக இருந்தது. திருமண பந்தத்தை உதறியதற்காகப் பாரம்பரிய இந்துக்கள் இன்னமும் அவரை அவமானப்படுத்த முயற்சித்துக் கொண்டிருந்தனர். இது திரும்பிவர வேண்டிய காலம்; தான் யார் என்பதை மெய்ப்பித்தாக வேண்டும்.

சூரத்தில் ஒரு வாழ்க்கையை அமைத்துக்கொண்டார்.

ருக்மாபாய் பொருத்தமான தருணத்தில் இந்தியாவுக்குத் திரும்பி வந்திருந்தார். மேடம் காமா மருத்துவமனையில் பணிபுரிய ஆரம்பித்த பிறகு, அவருக்கு சூரத்தில் ஒரு வாய்ப்பு கிடைத்தது. 'த டப்பரின் நிதியம்' இந்திய நோயாளிகளுக்கு உதவுவதற்காக இந்தியப் பெண் மருத்துவர்களைத் தேடிக் கொண்டிருந்தது. இந்தத் திட்டத்தின் கீழ், ருக்மாபாய்க்கு சூரத்தில் ஷேத் மொரார்ஜி விபுகான்தாஸ் மாலவி *(Sheth Morarji Vibhukandas Malawi)* மருந்தகத்தின் பொறுப்பு தரப்பட்டது. மனமுவந்து நிதி உதவிய ஒரு கொடையாளியின் பெயரில் அந்த மருத்துவமனை செயல்பட்டு வந்தது. இந்த மருத்துவமனை இப்போது ருக்மாபாய் மருத்துவமனை என்று அழைக்கப்படுகிறது. அங்குள்ள சுவரில் இவரது படம் இருக்கிறது. இங்குத் தலைமை மருத்துவ அதிகாரியாக ருக்மாபாய் இருபத்து இரண்டு ஆண்டுகாலம் இருந்தார். அவர் கண்ணியத்துடனும், பெருமிதத்துடனும் வாழ்ந்தார். குடும்பத்தாரின் எல்லாவிதமான கட்டுப்பாடுகளையும் தகர்த்துக் கொண்ட இவர், தனக்கே உரிய ஆதரவை உருவாக்கிக்கொண்டார். உடன்

பணிபுரிந்தவர்களும், சூரத்தில் இருந்த முற்போக்காளர்களும் இதில் இடம் பெற்றிருந்தனர்.

இப்போது போலவே அப்போதும் ஆடை வணிகம், வைர வியாபாரம் ஆகியவற்றால் சூரத் நகரம் ஆதிக்கம் செலுத்தப்பட்டு வந்தது. இங்கு வாழ்ந்தவர்கள் மிகவும் பழமைவாதிகள். பெண்கள் அரைகுறை பர்தா அணிந்திருப்பார்கள். வீட்டை விட்டு வெளியில் செல்வதற்குப் பெரும்பாலும் அவர்களுக்கு அனுமதியில்லை. வீட்டிலேயே உள்ள இருட்டான அழுக்கான அறைகளில் தான் பெரும்பாலும் குழந்தைபேறு நிகழும். ஆனால், ஆனந்திபாய், ரமாபாய், குருபாய் கர்மாக்கர், ருக்மாபாய் போன்றோர் வழி நடத்தி வந்த மராட்டிய முற்போக்கு இயக்கத்தின் செல்வாக்கு காரணமாக மங்கலான முதலாவது விறுவிறுப்பைப் பெண் கல்வியிலும் பெண்களுக்கு அதிக சுதந்திரம் வழங்குவதிலும் குஜராத் பெறத் தொடங்கியது. முற்போக்கு இயக்கத்தின் கலங்கரை விளக்கமாக ருக்மாபாய் மாறினார்.

பெண்களை நம்பிக்கை பெறச் செய்வதும் மருத்துவமனைக்கு வருமாறு அவர்களுக்கு ஊக்கம் தருவதுமாகவே இவருடைய முதலாவது நடவடிக்கை இருந்தது. வழக்கத்துக்கு மாறான சில நடவடிக்கைகளை மேற்கொள்ள அவர் அஞ்சவில்லை. அந்தச் சமயத்தில் பெண்கள் பிரசவத்திற்காக மருத்துவமனைக்குச் செல்வது அபூர்வம். வீட்டில் பிரசவம் பார்த்துக் கொள்ளவே முன்னுரிமை கொடுப்பார்கள், பெரும்பாலும் சுகாதாரமற்ற சூழலாகவே அது அமைந்திருக்கும். ஒரு நாள் ருக்மாபாய் தெருவில் சென்று கொண்டிருந்த சூல்கொண்ட செம்மறி ஆட்டைப் பிடித்து வந்து மருத்துவமனையில் வைத்து குட்டிபோடச் செய்தார்.[185] பெண்களைச் சமாதானப்படுத்தி மருத்துவமனைக்கு வரவழைப்பதற்கு விநோதமான வகையில் இந்தச் செயல் துணை செய்தது. கருவுற்ற பெண்கள் பிறகு தொடர்ச்சியாக மருத்துவமனைக்கு வர ஆரம்பித்தனர்.

தான் அரிதாக எழுதும் நாட்குறிப்பில் ருக்மாபாய் அந்தக் காலத்தில் நடைபெற்று வந்த சுகாதாரமற்ற முற்காலத்திய பிரசவ நடைமுறைகளைப் பற்றி எழுதியிருக்கிறார். 'முதல்முறையாக ஒரு பார்சி குடும்பத்திலிருந்து அழைப்புவந்தது... அவரது வீட்டில் பிரசவம் பார்ப்பது என்பது முதுகையும் கைகளையும் உடைத்துக் கொள்வது போன்ற காரியம். உட்காருவதற்கு அங்கு நாற்காலி இல்லை. அனைத்து வேலைகளையும் கும்மிருட்டில்

யூகத்தின் அடிப்படையிலேயே செய்தாக வேண்டும். கர்ப்பிணிப் பெண்கள் 40 நாட்களுக்கு, மரப்பொருள்களைத் தொடுவதற்கு அனுமதிக்கப்படுவதில்லை. ஸ்டீல் பொருள்கள் மட்டுமே அனுமதிக்கப்படும். என்னுடைய தாதி கர்ப்பிணிப் பெண்களின் அருகில் உட்கார்ந்து கொள்ளவேண்டும். அந்தப் பெண் தரையில் படுத்திருப்பாள். ஒருபோதும் கட்டில் தரப்படமாட்டாது. சிறப்புச் சலுகையாக எனக்கு மட்டும் ஒரு அடி உயர முக்காலி தரப்பட்டது. இதைப் போலவே இரண்டு இரவுகளுக்கு நாங்கள் அமர்ந்திருக்க வேண்டும்.'[186]

விவேகமற்ற பிறப்புச் சடங்குகள் பற்றி ருக்மாபாய் தொடர்ந்து பேசினார். 'ஏராளமான இந்துக் குடும்பங்களில் விநோதமான ஒரு பழக்கம் இருந்து வந்தது. குழந்தையின் தொப்புள் கொடியும் கருப்பையுடன் இணைந்திருக்கும் மற்ற பிற பாகங்களும் மண்பாண்டத்தில் வைக்கப்படும். தாயின் மார்பில் குழந்தை பால் குடிக்கும் போது குழந்தைக்கு மேலாக பானையை உயர்த்திப்பிடிக்க வேண்டும். இந்தப் பானையிலுள்ள அனைத்தும் காய்ந்துபோகும் வரையிலும் பாதுகாக்கப்பட வேண்டும். பசுமாட்டுத் தொழுவத்தில் வைக்கோலின் மீது கர்ப்பிணிப் பெண் உறங்க வேண்டும். இத்தகைய அழுக்கு நிறைந்த சுகாதாரமற்ற சூழலில் கடவுளின் கருணையினால் மட்டுமே குழந்தைகளை என்னால் பிரசவித்து எடுக்க முடிந்தது.[187]

விதிமுறைகளை மீறுவது என்ற தன்னுடைய போக்கின் அடிப் படையில் ருக்மாபாய் பெண்கள் குழு ஒன்றைத் தொடங்கினார். பெண்கள் குழுக்களும், சங்கங்களும் இன்றைய உலகில் விநோதமாகத் தெரிகின்றன. ஆனால் 1890இல் பெண்கள் ஒன்று கூடுவது கடுமையான சந்தேகக்கண் கொண்டு பார்க்கப்பட்டது. ஆண்களைக் கவனித்துக்கொண்டு வீட்டுக்குள் இருக்க வேண்டியவர்களே பெண்கள். அவர்கள் வெளியில் சென்று பணிபுரிய வேண்டியதில்லை.

மதங்கள் தொடர்பான ஒன்றுகூடுதல்களில் பெண்கள் அனுமதிக்கப்படுவதால், அத்தகைய கூட்டங்களுக்கு ஏற்பாடு செய்யலாம் என்று ருக்மாபாய் புரிந்துகொண்டார். மத நூல்களை வாசிப்பதாகக் கூறிப் பெண்களைத் தன்னுடைய வீட்டிலேயே ஒருங்கிணைத்தார். கொஞ்சம் கொஞ்சமாகப் பெண்கள் சேரத் தொடங்கினார்கள். பெண்கள் கூடுதல் வருமானத்திற்காக சட்னி தயாரிக்கவும், கைவினைப் பொருள்களை உருவாக்கவும், வெளிஉலகத்தில் என்ன நடக்கிறது என்பதைத் தெரிந்து கொள்வதற் காகவும் செய்தித்தாள்களைப் படிக்கவும் தொடங்கினர்.

உடன்பிறந்தவர்கள் என்ற உணர்வு பெண்களிடையே வளர ஆரம்பித்தது. அடிக்கடி கூட்டங்களில் கலந்து கொண்டவர்களில் சிவ் கௌரி கஜ்ஜார் என்பவரும் ஒருவர். இவர் 17 வயதான விதவை. வாழ்க்கையில் ஒரு பிடிப்பு ஏற்படட்டுமே என்பதற்காக இவரது சகோதரர் இந்தக் கூட்டங்களுக்குச் செல்ல இவரை அனுமதித்திருந்தார். அந்தக் காலத்தில் குஜராத்தில் விதவைகளுக்குத் தயவற்ற கொடூரமான இடமளிக்கப்பட்டிருந்தது. விதவைகள் அவமதிக்கப்பட்டு ஒதுக்கிவைக்கப்பட்டனர். சமூகம் கட்டுப்பாடுகளைத் திணித்த போதிலும் தனக்கென ஒரு வாழ்க்கையைத் தானே அமைத்துக் கொள்வது சாத்தியமே என்று காட்டிய சிவ் கௌரியும் ருக்மாபாயை ஆதர்சமாகக் கொண்டிருந்தவரே ஆவார்.[188]

சிவ் கௌரி விதவைகளுக்கென வனிதா விஸ்ரம் ஹோம் என்ற தங்குமிடத்தை 1907இல் உருவாக்கினார். இவருடன் பாஜி கௌரி டி. முன்ஷி என்ற இன்னொரு விதவையும் சேர்ந்து கொண்டார். அனைத்து சாதிகள், சமூகங்களைச் சேர்ந்தவர்களுக்கும் இங்கு இடமளிக்கப்பட்டது. பழமைவாதிகளின் எதிர்ப்பையும் மீறி பெண்கள் பள்ளிகள், கல்லூரிகளிலும் தனது செயல்பாடுகளை வனிதா விஸ்ரம் நடத்தியது. இன்று, இந்த வனிதா விஸ்ரம் குஜராத் நெடுகிலும், மும்பையிலும் மையங்களை அமைத்திருக்கிறது. பல ஆயிரக்கணக்கான பெண்களுக்குக் கல்வியளித்திருக்கிறது. இவை அனைத்துமே சூரத்தில் நடைபெற்ற சிறு அளவிலான ஒன்றுகூடலில் இருந்தே தொடங்கியிருக்கின்றன. பஜனைப் பாடல்களைப் பாடுவதற்காகக் கூட்டப்பட்ட இந்தக் கூட்டத்தில் கலந்து கொள்வதற்காக வந்த பெண்களுக்கு, வீட்டைவிட்டு வெளியே வருவதற்கான தைரியம் கிடைத்தது.

ருக்மாபாய் ஆச்சரியங்கள் நிறைந்தவர். 1904இல் தாதாஜி இறந்துவிட்டார். விதவையர் அணியும் வெள்ளை ஆடையை அணிய ருக்மாபாய் எதிர்பாராதவிதமாக முடிவெடுத்தார். தான் இழிவாகக் கருதிய அந்த மனிதர் இறந்த பிறகு சமரசத்தைக் காட்டும் இறுதிச் சைகையாக இதைச் செய்ய அவர் விரும்பினாரா? சமூகத்தின் ஏற்பினைப் பெறுவதற்கு விதவைக் கோலம் தனக்கு உதவிடும் என்று நினைத்தாரா? இதற்குப் பதில் கூறுவது கடினம்தான். எப்படி இருந்தாலும் இறக்கும் வரையிலும் அவர் தொடர்ந்து வெள்ளாடை அணிந்திருந்தார்.[189]

பிளேக்கும் கொள்ளை நோயும்

சூரத்திற்கு வந்த இரண்டே ஆண்டுகளில், 1895இல் ருக்மாபாய் திகிலூட்டும் சவாலைச் சந்தித்தார். அந்த நூற்றாண்டின் மீதான கசையடியைப் போல அது நேர்ந்தது. இந்தியாவுக்குள் பிளேக் நோய் பரவியது. மும்பை, புனே, இறுதியில் சூரத் ஆகிய பகுதிகளில் காட்டுத் தீயைப் போல அது பரவியது.

பிளேக் 1855இல் சீனாவில் ஆரம்பித்த பெருந்தொற்றுப் பரவலின் மூன்றாவது பகுதியாகும். துறைமுக நகரங்களில் அதிவேகமாக இது பரவியது. நீராவிக் கப்பல்களில் இருந்த எலிகளின் மூலம் இந்த நோய் பரவியது. டின், ஒப்பியம் ஆகியவற்றின் வழியாக இந்த நோய் தீவிரமானது. அடுத்த 50 ஆண்டுகளில் இது அவ்வப்போது தோன்றியும், மறைந்தும் பரவிவந்து இறுதியில் 1959இல் மறைந்து போனது. அந்தச் சமயத்தில் இந்தியாவைப் பரவல்மையமாகக் கொண்டிருந்த இந்த நோயினால் 150 பேர் உயிரிழந்தனர்.

பிளேக் நோய்ப் பரவலைக் கட்டுப்படுத்துவதற்குக் கடுமையான, கொடூரமான நடவடிக்கைகளும் கூட தேவைப்பட்டன. புனே இதற்கு முதன்மையான உதாரணம். பிரிட்டிஷ் அரசாங்கம் உக்ரேன் விஞ்ஞானி டாக்டர் வால்டெர் ஹாப்கின் என்பவரை இந்தியாவுக்கு வரவழைத்து பிளேக்கிற்கு ஒரு தடுப்பூசியை உருவாக்குமாறு கேட்டுக் கொண்டது. ஜே ஜே மருத்துவமனையில் பணியாற்றிய அவர் தடுப்பூசியைக் கண்டுபிடித்துத் தனக்குத் தானே அதைச் செலுத்திக்கொண்டு சோதித்துப் பார்த்தார். ஆனால், தடுப்பூசி தயாரிக்கப்படும் வேகத்தைக் காட்டிலும் அதிகமான வேகத்தில் பிளேக் பரவிவந்தது.

1897இல் பிளேக் புனே முழுவதும் கோரதாண்டவமாடியது. வால்டர் சார்ல்ஸ் ரேண்ட் என்ற இந்தியக் குடிமைப்பணி அதிகாரியின் தலைமையில் சிறப்பு பிளேக் குழு ஒன்று அமைக்கப்பட்டது. அவசரப் பணிகளைக் கையாள படைகள் கொண்டு வரப்பட்டன. வீடுகளுக்குள்ளும், கோயில்களிலும் வலுக்கட்டாயமாகப் புகுந்து அங்கிருப்பவர்களைக் கட்டாயப்படுத்திப் பொது இடங்களில் ஆடைகளைக் களையச் செய்து (பெண்கள் உட்பட) தனிமைப்படுத்தல் முகாம்களுக்கு பிரிட்டிஷ் அதிகாரிகளால் அவர்கள் அழைத்துச் செல்லப்பட்டனர். அவர்களின் தனிப்பட்ட உடமைகள் அழிக்கப்பட்டன. எங்கும் நடமாட முடியாமல் அவர்கள் முடக்கப்பட்டனர். ராணி விக்டோரியா தான் பிளேக் நோயை பரப்பி

விட்டிருக்கிறார் என்ற வதந்தி பிளேக்கைக் காட்டிலும் வேகமாகப் பரவிக் கொண்டிருந்தது. பிளேக்கைத் தொடர்ந்து பரவலான பஞ்சம் ஏற்பட்டது.

இத்தகைய பதற்றமான சூழலில் அரசாங்கம் மேற்கொண்ட நடவடிக்கைகள் ஏகாதிபத்தியத் தன்மை உடையதாகவும், அளவுக்கு அதிகமானதாகவும் பலராலும் கருதப்பட்டது. ருக்மாபாயின் பழைய எதிரியான பாலகங்காதர திலகரும் இப்படி நம்பிக்கொண்டு எப்போதும் போல கடுமையான வகையில் இப்போதும் பேசிவந்தார். திலகர் 'கேசரி'யில் தலையங்கங்களை எழுதினார். அவற்றில் பிரிட்டிஷ் அரசாங்கத்தின் நடவடிக்கைகள், பர்தாவிலிருக்கும் இந்துப் பெண்களை அவமதிக்கும் வகையிலான ஆக்கிரமிப்புச் செயல் என்று எழுதினார். புனேயில் வசித்து வந்த மக்களால் அதிகாரி ராண்ட் (Rand) பரவலாக இகழப்பட்டார்.

தாமோதர் சாபேகர், வாசுதேவ் சாபேகர், பாலகிருஷ்ண சாபேகர் ஆகிய மூன்று சகோதரர்கள் இந்த அதிகாரியின் நடவடிக்கைகளால் கோபமடைந்திருந்தனர். 1897 ஜூன் 22இல் ராண்ட், அவரது ராணுவப் பாதுகாவலர் இருவரையும் இவர்கள் துப்பாக்கியால் சுட்டனர். இருவருமே இறந்துவிட்டனர். இந்த சகோதரர்கள் உடனடியாகக் கைது செய்யப்பட்டுக் கொலைக் குற்றத்திற்காகத் தூக்கிலிடப்பட்டனர்.

பிளேக் நோய்ப் பரவலும், அதைக் கட்டுப்படுத்துவதற்காக மேற்கொள்ளப்பட்ட முயற்சிகளும் இப்படி அதீதமான அளவில் சர்ச்சைக்குரியதாகவும், உணர்ச்சிக் கொந்தளிப்புடனும் இருந்து வந்தன. சூரத்தில் இந்த நோயைக் கையாண்ட விதம் பற்றிய குறிப்புகள் எதனையும் ருக்மாபாய் எழுதி வைக்காதது நமக்கு வருத்தத்தைத் தருகிறது. அரசாங்கத்தின் ஆணைக்கிணங்க வலுவான கடுமையான நடவடிக்கைகளை மேற்கொள்வதற்கு அவர் நிர்ப்பந்திக்கப்பட்டிருப்பார் என்று நாம் யூகித்துக் கொள்ளலாம். அரசாங்கம் ருக்மாபாய்க்கு கெய்சர்–இ-ஹிந்த் (Kaiser-i-Hind) என்ற பதக்கத்தை 1898இல் அளித்தது. தன்னாலியன்ற அனைத்தையும் நோய்ப்பரவலால் பாதிக்கப்பட்டவர்களுக்கு இவர் செய்திருக்கிறார் என்பதைக் குறிக்கும் விதமாக அது அமைந்திருந்தது.

ராஜ்கோட்டில் அரசக் குடும்பத்தவர்

1917இல் ருக்மாபாய் சூரத்திலிருந்து புறப்பட்டு ராஜ்கோட் சென்றார். அங்கு 'ராசூல்காஜி ஜனனா பெண்கள் மருத்துவமனை'யில்

அவர் பணிபுரிந்தார். ராஜ்கோட்டில் அவர் ஏழைகளுக்கு உதவினார். பல்வேறு அரசக் குடும்பத்தவர்க்கும் விருப்பமானவராக ஆனார். ராணி ஆடம்பர வாழ்க்கை வாழ்ந்து வந்தார். மேற்கத்திய பாணியிலான உணவை உண்டுவந்தார். தனிவிதமான சீருடை அணிந்த சமையற்காரர்களால் ஒரு நாளைக்கு நான்கு வேளை உணவு பரிமாறப்பட்டது. அரச வம்சத்தினராக இருந்து கிரிக்கெட் வீரராக மாறிய ரஞ்சித் சிங்ஜி, ருக்மாபாய்க்கு அறிமுகம் செய்விக்கப்பட்டார். தரைக்கடியில் சிறப்பாக உருவாக்கப்பட்ட சுரங்கப்பாதைகளைக் கொண்ட அரண்மனையில் ரஞ்சித் சிங்ஜி வசித்து வந்தார். இங்கு தான் இவருடைய புதையல் பதுக்கிவைக்கப்பட்டிருந்தது. அதில் தங்க முள்கரண்டிகளும், ஓவியங்களும், பூந்தொட்டிகளும் இருந்தன.

ராஜ்கோட்டில் ருக்மாபாயின் வாழ்வின் நெகிழ்ச்சியான பகுதி என்பது மருத்துவத் துறையில் பெண்களின் எண்ணிக்கை அதிகரித்து வந்ததுதான். இருந்தபோதிலும். பெண் உதவியாளர்கள் கிடைப்பதில் அவருக்குச் சிரமங்கள் இருந்து வந்தன.[190] ருக்மாபாயிடம் ஐந்து ஆண்டுகளில் 12 உதவியாளர்கள் வந்து போயிருந்தனர். முதலாவதாக இவரிடம் சேர்ந்தவர் விசித்திரமான பார்சி பெண். சவாரி செல்லும் மேலுடையுடனும், கையில் சாட்டை, வேட்டை நாயுடனும் இவர் மருத்துவமனைக்கு வருவார். இவரைக் கண்டதும் நோயாளிகள் மத்தியில் திகைப்பு ஏற்படும். இரண்டாவது பெண் அந்தமானைச் சேர்ந்தவர். இவர் விநோதமான மனநிலை கொண்டவராக இருந்தார். ருக்மாபாய் எழுதுகிறார், ‘அந்தமானில் இருக்கிற தனது எதிரிகள் அனைவரும் ஒன்றுதிரண்டு தன்னை விரட்டிக்கொண்டு இங்கு வந்திருப்பதாகவும், அவர்கள் இவர் மீது எச்சில் துப்புவதாகவும், அவதூறு செய்வதாகவும் அவர் கருதினார். மருத்துவமனையிலிருக்கும் பணியாளர்களை அவர் தாக்குவதும் உண்டு.[191]

மூன்றாவதாக வந்த உதவியாளர் நம்பமுடியாத அளவுக்கு வீண்வேலைகளில் ஈடுபடுவராக இருந்தார். எரிச்சலடைந்த ருக்மாபாய், ஒருநாளைக்கு மூன்று அல்லது நான்கு முறை புடவைகளை எப்படி அவர் மாற்றுகிறார் என்பது பற்றி எழுதியுள்ளார். ஞாயிற்றுக்கிழமைகளில் தங்கம், வெள்ளி விளிம்பு கொண்ட புடவைகளையும் அணிவார். பெரும்பாலும் பிரசவங்கள் நடைபெறும் மருத்துவமனையின் கடுமையான பணிகளுக்குப் பொருத்தமில்லாதவராக அவர் இருந்தார்.

நான்காவதாக வந்த உதவியாளர் பெண்களின் அந்தரங்க உறுப்புகளைப் பார்ப்பதற்கு விருப்பமில்லாதவராக இருந்தார். இதனால் பிரசவம் பார்ப்பதற்குத் தகுதியற்றவராக அவர் இருந்தார். ஐந்தாவதாக வந்தவர், இன்னொரு பார்சிப் பெண். இவர் பங்குச்சந்தையில் பல்வேறு முதலீடுகளைச் செய்திருந்தார். தனது பங்குகளின் முன்னேற்றம் பற்றி செய்தித்தாள்களில் பார்த்து உறுதிசெய்து கொள்வதிலேயே தனது நேரம் முழுவதையும் இவர் செலவிட்டுவந்தார்.[192]

ஓய்வு பெறுதலும் தொடரும் மரபும்

பிறகு, ருக்மாபாய் மும்பையில் ஓய்வு பெற இருந்தார். பர்தா முறைக்கு எதிராகவும், குழந்தைத் திருமணத்துக்கு எதிராகவும், ஒதுக்கப்பட்ட பகுதிகளுக்குள் பெண்கள் இருப்பது ஆகியவற்றுக்கு எதிராகவும் தொடர்ச்சியாக இவர் பேசி வந்தார். பெண்ணுரிமை பற்றி அறியப்படாத சமயத்திலேயே ஒரு முன்னோடிப் பெண்ணுரிமையாளராக, தான் மரணமடையும் வரை அவர் இருந்தார். பர்தா ஒழிப்பிற்கான தேவை என்ற துண்டறிக்கையை வெளியிட்டுப் பரப்பி வந்தார். பெண்களுக்குக் கல்வி அளிப்பது பற்றியும், அவர்களுக்கு வாய்ப்பளிக்க வேண்டும் என்றும் அதில் அவர் குறிப்பிட்டிருந்தார்.

வாழ்நாள் முழுவதும் திருமணம் பற்றி எச்சரிக்கையுடன் அவர் இருந்தார். மற்றவர்களின் திருமணத் திட்டங்களின் துடிப்பை அடக்குபவராகவும் கூட இருந்து வந்தார். திருமணம் தொடர்பான பிரச்சினைகள் என்று வரும் போது இவர் சிரத்தையுடன் கூடிய அமைதியாகத் தொடர்ந்து பேணி வந்தார். இவருடைய கடந்தகால வாழ்க்கை, ஆண் பெண் உறவு நிலை பற்றிய எதிரான கருத்தைக் கொண்டவராக இவரை ஆக்கியிருந்தது' என்று மோகினி வர்தே எழுதினார்.[193]

இருந்தபோதிலும், அவருடைய வாழ்க்கை தனிமையான வாழ்க்கையல்ல. அவரை மதிப்புடன் நேசித்த உறவினர்களும் அண்டை அயலாரின் குழந்தைகளும் அவரைச் சுற்றிலும் சூழ்ந்திருந்தனர். மதத்திலும், தத்துவத்திலும் ஆழ்ந்த ஆர்வம் கொண்டவராக அவர் உருவாகியிருந்தார். 1955 செப்டம்பர் 25ஆம் நாள் இவருக்கு முடிவு நெருங்கியது. அப்போது அவருக்கு வயது 90. இவர் இறந்த சமயத்தில் தாதாஜி இறந்து 51 ஆண்டுகள் ஆகியிருந்தன.

எதிர்த்துப் போராடும் குறிப்பிடத்தகுந்த மரபை ருக்மாபாய் விட்டுச் சென்றுள்ளார். 1884இல் ஒரு பெண் தனது வாழ்க்கையைத் தானே கட்டியெழுப்பிக் கொள்வதற்கான போதிய தைரியம் உடையவராக இருந்தார். தாழ்ந்த சாதியைச் சேர்ந்த ஒரு பெண் வலுமிக்க இந்தச் சமூகத்தின் ஒட்டுமொத்தமான, கடுமையான வசவுகளையும், உறுதியான எதிர்ப்பையும் மீறி எதிர்த்துப் போராடி மன உறுதியை வெளிப்படுத்தினார். தன்னைப் போலவே மற்றவர்களையும் உருவாக்கியளித்த அவரது வழிகாட்டுதல் ஒரு ஒட்டுமொத்த தலைமுறையினைச் சேர்ந்த சுதந்திரமான இந்துப் பெண்களை உருவாக்கியது. பெண் மருத்துவர்கள் பின்பற்ற வேண்டிய உதாரணமாக அவர் திகழ்ந்தார். அவர் இறந்த போது, போராளியான பிரிட்டிஷ் மருத்துவர் லூயிசா மார்ட்டின்டேல் (Louisa Martindale) எழுதினார், 'மற்ற சில முன்னோடிகளைப் போலன்றி ருக்மாபாய் ஒரு போதும் மூர்க்கத்தனமாகவோ அல்லது திறமையற்றோ செயல்பட்டதில்லை. மாறாக அவர் மிகுந்த வசீகரத்துடனும், கூரிய நகைச்சுவை உணர்வுடனும் மென்மையாகச் செயலாற்றியவர். இத்தகைய ஒரு முன்னோடியைப் பற்றி அவரது அன்புக்குரியதாக இருந்த இந்த தேசம் பெருமை கொள்ளத்தான் வேண்டும்.'[194]

இயல் 5

போராளி

- ஹைமாவதி செ‍ன்

'முதலாவதாக வரும் ஒருவருக்குத் தங்கப்பதக்கம் தரப்பட வேண்டுமானால், அது ஹைமாவதி சென்னாகத்தான் இருக்க வேண்டும். ஆனால், ஆண்கள் எதிர்ப்புக் காட்டினர். போராட்டத்தில் ஈடுபட்டனர். "இந்தப் பெண்ணை நாம் ஏன் கொன்றுவிடக் கூடாது?" பெண்களுக்கு அதிக சலுகை காட்டுவது மிகப் பெரிய தவறாகும்' என்று சிலர் பேசினர்.

ஒன்பது வயதில் 45 வயதான ஒருவருக்கு மணமுடித்துத் தரப்பட்டார். 12 வயதில் விதவையானார். கல்வி இவருக்கு மறுக்கப் பட்டது. கடுமையான ஏழ்மையில் உழன்றார். ஹைமாவதி சென்னின் ஆரம்பகால வாழ்க்கை இந்தியப் பெண்கள் பலரின் வாழ்க்கையைப் போலவே அமைந்திருந்தது. மற்ற பெண்களிடமிருந்து இவரை வேறுபடுத்திக் காட்டியது எதுவென்றால் – யாருமே ஊக்கம் அளிக்காத நிலையில் – மருத்துவராக வேண்டும் என்ற சிந்தனையுடன், மூன்றாம் தர மருத்துவக்கல்லூரியில் சேர்ந்து யாருடைய ஆதரவும் இல்லாமல் போராடி, எப்படியோ நீடித்து வந்தவர் என்பதுதான். ஆனந்திபாய், காதம்பினி போல ஆதரவான கணவரை இவர் பெற்றிருக்கவில்லை. ருக்மாபாயைப் போல தாராளமயவாதிகளின் பின்புலத்தை இவர் பெற்றிருக்கவில்லை, மற்ற பெண் மருத்துவர்களின் ஆதரவும் இல்லை. சக்திவாய்ந்த பிரிட்டிஷ் பெண்மணிகளின் துணையும் அமையவில்லை. மற்ற பெண்களைப் போல மதிப்பு மிகுந்த மருத்துவப்பள்ளியில் இவர் சேர்ந்திருக்கவும் இல்லை.

வியக்கவைக்கும் நினைவுக் குறிப்புகளை இவர் எழுதியிருக்கிறார். இதற்கு முன்பு யாரும் எழுதியிராத அளவுக்கு வெளிப்படைத் தன்மையுடன் அது எழுதப்பட்டிருக்கிறது. ஆனால் உலகம் அதை மறந்துவிட்டது. அவருடைய குடும்பமும் அப்படித்தான்

மறந்துவிட்டது. 300க்கும் அதிகமான ஆதரவற்ற குழந்தைகளைத் தத்தெடுத்ததில் மிகுந்த மனநிறைவை அவர் அடைந்திருந்தார். அவர்களுக்கு ஆதரவளிப்பதற்காகத் தனது வாழ்வின் பெரும் பகுதியைப் போராட்டத்திலேயே கழித்து வந்தார். அவர் போராடக் கூடியவர். பெரும்பாலும் தனியாகவே போராடியவர்.

ஹைமாவதி சென்னின் வாழ்க்கையைப் பற்றி வங்காள மொழியில் எழுதப்பட்டிருக்கும் அவரது நினைவுக் குறிப்புகளின் வழியாக நாம் அறிந்து கொள்கிறோம். 'நான் ஒரு பெண் என்பதால்' – என்று தலைப்பிடப்பட்ட நினைவுக் குறிப்புகள் நீண்டகாலம் கிடைக்காமலேயே இருந்து வந்த பொக்கிஷமாகும். இது அண்மையில் தான் கண்டுபிடிக்கப்பட்டு மொழிபெயர்க்கப்பட்டிருக்கிறது. இது கொடுமை நிறைந்த, கபடமற்ற, கசப்பான நினைவுகளின் தொகுப் பாகும். ஆடவர்களின் உலகத்தில் ஒரு பெண்ணின் நிலைமையை இது படம் பிடித்துக் காட்டுகிறது. ஹைமாவதி இந்து மதத்தில் ஆண்களுக்கு ஒன்றாகவும், பெண்களுக்கு வேறாகவும் உள்ள இரட்டை நிலைப்பாடுகளைக் குறித்து, அவர் காலத்தில் வாழ்ந்த மற்ற எந்தப் பெண்ணையும் போலன்றித் திகைப்பூட்டும் வகையில் வெளிப்படையாக எழுதியிருக்கிறார். அவர் தனது கணவருக்கு நேரடியாகச் சவால் விட்டு, குடும்பத்தில் அவர் தகாதவழியில் நடந்துகொண்டதை வெளி உலகிற்கு வெட்கப் படாமல் தெரிவிக்கிறார். தன்னைக் கைவிட்டதற்காக அவரது குடும்பத்தினரையும், விதவைகளை நடத்திவரும் விதத்திற்காக இந்து மத வழக்கங்களையும் தோலுரித்துக் காட்டினார்.

தனது நினைவுக் குறிப்புகளை 1920களில் ஹைமாவதி எழுதினார். நினைவுகளையும், உணர்வுகளையும் பிறர் புரிந்துகொள்வதற்காக இதழ்களில் எழுதுவது இந்தக் காலகட்டத்தில் வாழ்ந்த பிராமணப் பெண்களின் நவநாகரிகச் செயலாக இருந்து வந்தது. இவர் பிராமணர் இல்லை. ஆனால் அவர்களின் சமூக முன்னேற்ற வழிகளைப் பின்பற்றியவர். கையால் கோடுகள் போடப்பட்ட நோட்டுப் புத்தகத்தில் எழுதப்பட்டிருந்த நினைவலைகள், டிரங்க் பெட்டியில் பல பத்தாண்டு காலங்களுக்குக் கேட்பாரின்றிக் கிடந்தன. அவர் இறந்து 80 வருடங்களுக்குப் பிறகு 2011ஆம் ஆண்டில் இவை வெளியிடப்பட்டன. இது வெளியிடுவதற்கு உகந்தது அல்ல என்று அவருடைய உறவினர்கள் கருதினர். இந்த நூலின் மொழிபெயர்ப்பாளர் அவர்களிடம் பேசி ஏற்கத்தகுந்த காரணங்களைக் கூறி, அவர்களை இணங்கச் செய்திருந்தார்.

படிப்பதற்கு இது மிகவும் புதுமையானது, வித்தியாசமானது. அவருடைய புகைப்படம் அவரை உறுதியானவராகவும், திறமை கொண்டவராகவும், அகன்ற தோள்களை உடையவராக, விருப்பு வெறுப்பற்ற வெளிப்பாடுகளைத் தெரிவிப்பவராகவும் காட்டுகிறது. பெரிய குடும்பம் ஒன்றின் கண்டிப்பு மிகுந்த தாய்வழிப் பெண்ணைப் போல இவர் தோற்றம் தருகிறார். எதையும் சமாளிக்கக்கூடிய பெண்ணாகத் தெரிகிறார். அப்படித்தான் அவர் வாழ்ந்திருந்தார்.

சுனிபாபு: ஆணைப் போல இருந்து வந்த பெண்

இந்தியப் பெண்கள் பலரையும் போலவே, இவரும் ஒரு பையனாகப் பிறந்திருக்க வேண்டும் என்பது முதல் நாளிலிருந்தே தெளிவாகத் தெரிந்திருந்தது. 1866இல் வங்காளத்தில் குல்னா மாவட்டத்தில் இவர் பிறந்த போது கண்ணீருடனும், அவநம்பிக்கையுடனும் இந்த உலகிற்கு வரவேற்கப்பட்டார். கவலையையும் அச்சத்தையும் வெகுவாகக் கொண்டு வந்த பெண்ணாக இவர் பிறந்தார். பெண் குழந்தையைப் பெற்றதற்காக இவருடைய தாயார், அப்போதிருந்த வழக்கப்படி பாட்டியால் தூற்றப்பட்டார். முதலாவதாக ஆண் குழந்தைதான் பிறக்கும் என்று பிறக்கப்போகும் குழந்தைக்காக 5000 ரூபாயை வைத்திருந்த அவளுடைய மாமன், அதை வேறு யாருக்கோ கொடுத்துவிடப் போகிறார்.

இவரது தந்தையார் பிரசன்னகுமார் கோஷ், இவர் ஒரு பணக்கார ஜமீன்தார். அந்தக் காலத்தில் வாழ்ந்த வித்தியாசமான மனிதர். அவர் மிகவும் மகிழ்ந்திருந்தார். தனக்கு மகள் பிறந்ததற்காகக் கொண்டாட்டங்களுக்கு ஏற்பாடு செய்து விளக்குகளை ஏற்றிவைத்து ஒளி கூட்டினார். 'என்னுடைய குழந்தையை யாருமே பெண் என்று கூறக்கூடாது. இது எனக்குப் பிறந்திருக்கும் முதல் ஆண் மகன்'[195] என்று தெரிவித்தார்.

ஒரு ஆண் குழந்தைக்குத் தரப்படும் சகல மரியாதையுடனும் தனது தந்தையார் தன்னை எப்படி நடத்தினார் என்பதைப் பற்றி ஹைமாவதி எழுதியிருக்கிறார். 'இந்தப் பெண் குழந்தையை நாம் எப்படி அழைக்க வேண்டும்?' என்று பணியாட்கள் ஒன்றாகச் சேர்ந்து சென்று பிரசன்னகுமாரிடம் கேட்டனர். அதற்கு அவர், 'அவளை நீங்கள் சுனி பாபு என்று அழைக்கவேண்டும் அல்லது திருவாளர் சுனி என்று விளிக்க வேண்டும்'[196] என்றார். உண்மையில் ஐந்து வயது வரையிலும் ஆண்களைப் போலவே உடைதரித்து 'சுனி' என்றே அழைத்து வந்தனர்.

இவர் பிறந்த ஊரான குல்னா இப்போது வங்காள தேசத்தின் பரபரப்பான துறைமுகமாக இயங்கி வருகிறது. கங்கை – பிரம்ம புத்திரா படுகைப் பகுதியில் இந்தத் துறைமுகம் இருக்கிறது. சுந்தரவனக் காடுகளுக்கு நுழைவாயிலாக இந்தப் பகுதி அமைந்துள்ளது. இங்குள்ள சதுப்பு நிலக்காடுகளில் மனிதர்களை சாப்பிடக்கூடிய புலிகள் ஹைமாவதி பிறந்த காலத்தில் இருந்தன.

குல்னாவில் வசித்து வந்த மிகவும் புகழ்பெற்ற ஒரு சூபி துறவி கான் ஜஹான் உன்னதமான ஒரு மனிதர். தைமுர்லேன், 1398இல் டெல்லியைச் சூறையாடிய பிறகு வங்காளத்திற்கு வந்தவர் இவர். இந்தப் பகுதியிலிருந்த காடுகளை அழித்து விவசாயத்திற்கு ஏற்ற நிலமாக இவர் மாற்றினார். பல மசூதிகளையும், சாலைகள், கட்டடங்களையும் கட்டினார். இவற்றுள் மிகவும் புகழ்மிக்கதாக இருப்பது அறுபது குவிமாடங்களைக் கொண்டதாக பாகெர் ஹாட்டில் இருக்கும் கண்கவரும் மசூதியாகும். இப்போது இது சுற்றுலாப் பயணிகளைக் கவரக்கூடிய முக்கியமான இடமாக இருக்கிறது.

ஹைமாவதி பிறந்த ஒரு நூற்றாண்டு காலத்திற்குப் பிறகு, 1971இல் வங்காளதேசப் போரின் போது குல்னா இரத்தம் பெருகி ஓடிய கொலைக்களமாக ஆனது. பாகிஸ்தான் ராணுவம், இந்திய ராணுவத்திடம் சரணடைவதற்கு முன்பாக, இந்த மாவட்டத்தின் பகுதிகளுக்குள் புகுந்து உள்ளூரிலிருந்த மக்களைப் படுகொலை செய்தது. பாகிஸ்தான் நிகழ்த்திய கொடூரங்களை நினைவு படுத்தும் வகையில் குல்னாவில் இன அழிப்புக் காட்சியகம் ஒன்று இப்போது அமைந்திருக்கிறது.

ஹைமாவதியின் காலத்தில், 1872ஆம் ஆண்டு வங்காளப் பஞ்சம் உருவானது. அப்போது இவருக்கு ஆறு வயது. உணவுக் கிடங்குகளுக்குச் சென்று அரிசியை அதிகமான அளவில் திருடிக் கொண்டு வருவார்.[197] அவற்றைக் கிராமத்திலுள்ள ஏழைகளுக்குக் கொடுப்பார். போர்வை, தரைவிரிப்புகளையும் அவர்களுக்கு வழங்குவார். இவரது தந்தை இவருக்கு ஆதரவு அளித்து வந்தார். ஆனால் ஒவ்வொருமுறை சிக்கிக்கொள்ளும் போதும் அவரது தாயார் இவரை அடிப்பார். மிகச்சிறு குழந்தையாக இருந்த போதே ஹைமாவதி ஏழைகளின் கடுந்துயரங்களைக் கண்டு வருந்துவார். அரிசிக்கும், வேகவைத்த சேப்பங்கிழங்கிற்கும் அவர்கள் தடுமாறி நிற்பதை இவர் கண்டுவந்திருக்கிறார். வாழ்நாள் முழுவதும் நீங்காத வடுவாக இவருக்கு அது இருந்து

தடாகம் | 177

வந்தது. 'நோய்களும், பெருந்தொற்றும் ஏற்பட்டன'[198] என்று பஞ்சம் தீர்ந்த பிறகு ஹைமாவதி எழுதுகிறார். இவரது தாயார் அனுபவமிக்க மருத்துவர்களைக் கிராமத்திற்கு அழைத்து வந்தார். போலி மருத்துவர்களின் புழக்கத்தை இது தடுத்து நிறுத்தியது. இவை அனைத்துமே ஹைமாவதியின் மீது செல்வாக்கைச் செலுத்தியிருந்தன.

பெண்களைப் படிக்க வைத்தால், அவர்கள் விதவையாகி விடுவார்கள் என்ற மூடநம்பிக்கை அந்தச் சமயத்தில் பரவலாக இருந்து வந்தது. இது ஆண்களுக்குச் சாதகமானதாக இருந்தது, பெண்களைத் தங்களின் கட்டுப்பாட்டில் வைத்திருப்பதற்கு அது வகை செய்திருந்தது அதுபோலவே ஹைமாவதியும் படிக்கவில்லை. ஆனால் ஆண்களுக்குக் கற்பிக்கப்படும் பள்ளிகளுக்குச் சென்று மறைந்து நின்று வகுப்பில் நடத்தப்படும் பாடங்களைக் செவிமடுத்துவந்தார். இருந்தபோதிலும், அவருக்கு அகரவரிசையில் ஒரு எழுத்துகூட தெரிந்திருக்கவில்லை. 'எல்லா வகையிலும் ஒரு ஆடவனைப் போலவே நான் இருந்து வந்தேன். ஆனால் கல்வி என்று வந்தபோது நான் ஒரு பெண்ணாகக் கருதப்பட்டேன்'[199] என்று அவர் வஞ்சப் புகழ்ச்சியாக எழுதுகிறார்.

ஒரு நாள் பள்ளிக்கு ஆய்வாளர் வந்தார். மாணவர்கள் பலருக்கு விடை தெரிந்திராத கேள்விகளுக்கு ஹைமாவதி விடையளித்தார். ஆய்வாளர் மிகவும் மகிழ்ந்து போனார். நீ ஏன் எழுத்துகளைக் கற்றுக்கொள்ளவில்லை என்று அவர் கேட்டார். 'நான் விதவையாவதற்கு அது வழிவகுத்துவிடாதா?' என்று ஹைமாவதி அப்பாவித்தனமாகக் கேட்டார். 'அப்படி ஆகுமானால் ஆகட்டுமே' என்று ஆய்வாளர் பதில் கூறினார்.[200] அந்த ஆய்வாளர் பிறகு ஹைமாவதியின் தந்தையிடம் பேசி அவரைப் படிக்க வைக்குமாறு வேண்டிக் கொண்டார். அவருடைய தந்தையார், தான் அதற்கு விருப்பமாக இருக்கிறேன். ஆனால் குடும்பத்திலிருக்கும் பெண்கள் இதற்குக் கடுமையான எதிர்ப்பைத் தெரிவித்து வருகிறார்கள் என்று பதிலளித்தார். ஆகவே அவர்கள் இருவரும் ஓர் ஒப்பந்தத்திற்கு முன்வந்தார்கள். ஹைமாவதி ரகசியமாகப் படித்து வர வேண்டும்.

ஹைமாவதியின் வாழ்க்கை ஒரே இரவில் மாறிப் போனது. இவர் படிக்க கற்றுக் கொண்ட முதல் புத்தகங்களில் ஒன்று ராமாயணமாகும். ஒரு நாள் ராமாயணத்தைத் தனது பாட்டியிடமும், பெரிய அத்தைமார்களிடமும் இவர் படித்துக்காட்டினார். அவர்கள் திகிலடைந்து விட்டனர். ஹைமாவதியின் தாயிடம் இது பற்றிப் புகார்

தெரிவித்தனர். 'அடக்கமில்லாத உன்னுடைய பெண் குழந்தை என்ன செய்திருக்கிறாள் தெரியுமா? நிச்சயமாக அவள் விதவையாகத்தான் போகிறாள். சாதியிலிருந்து நீ அந்நியமாகப் போகிறாய். ஆண் பிள்ளையைப் போல அவள் வளர்ந்து வருகிறாள்'[201] என்று கூறினர். ஹைமாவதி அவர்களைக் கண்டு கொள்ளவில்லை – படிக்கும் திறனை வளர்த்து வருவதற்கு அவள் விரும்பினாள் – படித்துக் காட்டுவதில் அவள் பரிசுகள் பலவற்றைப் பெற்றார். ஒவ்வொரு முறையும் அவளது இறுமாப்புக்காக அவர் விமர்சிக்கப்பட்டார். 'ஒருத்தனும் உன்ன கட்டிக்க வரமாட்டான்' என்ற வழக்கமான கூச்சல்கள் கேட்டுக்கொண்டே இருந்தன.

திருமண பந்தத்தில் 'உயிருடன் புதைப்பு'

இந்தக் காலத்தில் அவரது தாயாரும், பாட்டியும் அவருக்குத் திருமணத்தை முடித்து வைக்க முற்பட்டனர். இவள் அதிகமாகப் படித்திருக்கிறாள் என்று சொல்லி மாப்பிள்ளைகள் பலரும் இவரை நிராகரித்து வந்தனர்.

ஹைமாவதியின் அப்பா மகளின் பக்கம் நின்றார். ஆனாலும், அவளுக்குத் திருமணம் செய்து வைக்கவேண்டும் என்கிற அளவுக்கு அதிகமான சமூக நிர்ப்பந்தத்தை அவரால் எதிர்த்து நிற்க இயலவில்லை. ஹைமாவதி, குலின் காயஸ்தா சாதிப்பிரிவைச் சேர்ந்தவர். இவர்கள் வழக்கத்தின்படி தங்கள் மகள்களை உயர் சாதியினருக்குத்தான் திருமணம் செய்து தரவேண்டும். பெண் திருமணமாகாமல் வீட்டிலிருப்பது மிகவும் அவமானகரமானதாகக் கருதப்பட்டது. குடும்பத்திற்கு அது சுமையாகவும் பார்க்கப்பட்டது. மாப்பிள்ளை வசதியான குடும்பத்தினராக இருக்க வேண்டும். மகளைப் பார்த்துக் கொள்ளக்கூடிய அளவுக்குத் திறமை கொண்டவராக இருக்க வேண்டும் என்று எதிர்பார்க்கப்பட்டு வந்த காலம் அது. அப்படிப் பார்க்கும் போது மாப்பிள்ளை 40 வயது உடையவராகத்தான் இருப்பார்.

ஹைமாவதியின் வாழ்க்கை வரலாற்றை மொழிபெயர்த்தவரான வரலாற்றாசிரியர் டாக்டர் தபன் ராய்சௌத்ரி குழந்தைத் திருமணங்களின் பின்னால் இருந்த காரணகாரியங்களைப் பற்றி விளக்குகிறார். சீர்த்திருத்தக்காரர்களும்கூட குழந்தைத் திருமணங்களைச் செய்து வந்தனர். 'கணவனின் குடும்பத்தைத் தனது குடும்பமாகவே ஏற்றுக்கொண்டு, மனைவி தனது விருப்பங்களை மற்றவர்களுக்காக விட்டுக்கொடுக்கும் போது, சமூகமயமாதல் என்ற தொடர்பு வழிமுறை விரைவாகத் தொடங்கிவிடுகிறது.

ஒரு வயதிலிருந்து நான்கு வயதுடைய குழந்தைகளுக்கும்கூட திருமணம் என்பது அப்போது புதிதல்ல. நவீன சீர்த்திருத்தக்காரர் களின் ஆதரவுடன் விதவைத் திருமணங்கள் நடைபெறத் தொடங்கிய ஆரம்பகாலத்தில் 6 முதல் 12 வயதுடைய பெண்களுக்கு இத்தகைய திருமணங்கள் நடைபெற்றன. விதவைத் திருமணங்கள் பற்றிய விவாதத்தில், ஆண்களை விடவும் பெண்களுக்கு அதிதீவிரமான பாலியல் வேட்கை இருக்கும் என்ற பழங்கால நம்பிக்கையின் அடிப்படையிலான பண்படாத வாதம் முன்வைக்கப்பட்டு வந்தது. குழந்தைத் திருமணம் என்பது, இளங்குழந்தைகள் பாலியல் வேட்கையைப் பற்றி அறியத் தொடங்குவதற்கு முன்பாகவே, அதிகமாக இடையூறு விளைவிக்கும் வலிமை கொண்ட இத்தகைய சக்தியை சட்டப்பூர்வமான திருமண உறவுக்குள் கட்டுப்படுத்தி வைப்பது என்பதற்கானதாகும்.[202]

அதனால் இது தவிர்க்க முடியாததாக இருந்து வந்தது. ஹைமாவதி 9½ வயதில் மணமுடித்து வைக்கப்பட்டார். அவரது கணவர் முன்பே திருமணமாகி மனைவியை இழந்திருப்பவர். ஜெஸ்சோர் என்ற இடத்தில் துணை மாஜிஸ்டிரேட். ஏற்கனவே இரண்டு மனைவிகளை இழந்து ஹைமாவதியின் வயதை ஒத்த இரண்டு பெண் குழந்தைகளை வைத்திருப்பவர். மிகப் பெரிய இந்த வயது இடைவெளியைப் பற்றி யாருமே தவறாக எதனையும் காணவில்லை. அவருடைய வசதி வாய்ப்புகள், பதவி ஆகியவற்றின் காரணமாக ஹைமாவதியின் புதிய கணவர் உண்மையில் ஒரு நல்ல வாய்ப்பாகக் கருதப்பட்டார். இப்படித்தான் ஹைமாவதியின் திருமண நரகவாழ்வு தொடங்கியது. எதுவும் செய்ய இயலாத நிலையிலிருந்த அவரது தந்தையார் ஹைமாவதியை ‘உயிருடன் புதைக்கப்பட்டவராக’க் குறிப்பிட்டிருக்கிறார்.

சிறு குழந்தையாக இருக்கும் மணப்பெண்கள் உடலுறவு கொள்ள கட்டாயப்படுத்தப்பட்டார்களா? ராய்சௌத்ரி கூறுகிறார், ‘நவீனத்திற்கு முற்பட்ட காலத்தில் குழந்தைத் திருமணமுறை என்ற கட்டமைப்பு, பூப்படைவதற்கு முன் உடலுறவு என்பதை குறைந்தபட்சம் கொள்கையளவில் விலக்கி வைத்திருந்தது. ஆனால் பூப்படைவதற்கு முன்பாக உடலுறவு நடைபெறவில்லை என்று தெரிவிப்பதற்கான சான்றுகளோ அல்லது இத்தகைய செயல்கள் கண்டிக்கப்பட்டதாகவோ எதுவுமே காணப்படவில்லை. ஒன்பது வயதிலோ அதற்கு முன்பாகவோ திருமணமான ஒரு பெண் குழந்தை பூப்படையும் முன்பாகவே கணவர் வீட்டிற்கு வந்துவிடுவது இயல்பு.

திருமண உறவில் பாலியல் உறவு பற்றிய தரவுகள், பாரம்பரியத் திருமண முறைகளில் மிகவும் குறைவாகவே கிடைக்கும்.'[203]

குழந்தைத் திருமணம் செய்து வைக்கப்பட்ட சிறு குழந்தைகளின் மீது வலிந்து செயல்படுத்தப்படும் உடலுறவு பற்றி ஹைமாவதியின் நினைவலைகள் மிகவும் வெளிப்படையாகப் பேசுகிறது. இப்படிப் பேசிய ஒரே பதிவு இதுதான். மிகச்சிறந்த இந்திய மனைவியாக இருந்துகொண்டு, கணவனைப் பற்றி குறை கூறிப் பேசாமல் இருந்த ஆனந்திபாய் ஜோஷி அல்ல இவர். ஹைமாவதி எதையுமே மறைக்கவில்லை, அவரை அவமானப் படுத்த முடியாது. 'உடலுறவு விவகாரங்களை வெளிப்படையாகக் குறிப்பிட்டு வங்காளப்பெண் ஒருவரால் எழுதப்பட்ட ஒரே பதிவு என்னுடைய அறிவுக்கு எட்டிய வரையில் ஹைமாவதியின் நினைவலைகளாகத் தான் இருக்கும்'[204] என்று ராய் சௌத்ரி தெரிவிக்கிறார்.

கசப்பான, கொடூரமான நாள்கள் தொடர்ந்தன. பகல் பொழுதில் அவளும் அவளது கணவனின் குழந்தைகளும் பொம்மைகளை வைத்துக் கொண்டு விளையாடுவார்கள். இரவில் கணவனின் சேட்டைகளைத் தவிர்ப்பதற்காக அவள் சிற்சில சாக்குபோக்குகளைத் தெரிவிப்பாள்.[205] ஹைமாவதி அமைதியாக விறகு கட்டையைப் போல விரைப்பாகப் படுக்கையில் படுத்திருப்பார், அவள் நன்றாக உறங்கியதும் ஒருவர் அவரது உடைகளை நீக்குவார். விழித்துக் கொள்ளும் ஹைமாவதி போர்வையால் உடலைப் போர்த்திக் கொள்வாள்.[206]

ஹைமாவதியின் கணவர் இரவு நேரங்களில் விபச்சாரிகளைத் வீட்டிற்குத் தொடர்ந்து அழைத்து வந்துகொண்டிருந்தார். அச்சப்பட்டுப் பதுங்கி ஒரு மூலையில் இவள் சுருண்டுகிடப்பாள். ஒரு நாள் இரவு, அவளது கணவனால் வீட்டிற்கு அழைத்து வரப் பட்டிருந்த ஒரு பெண், இளம் சிறுமியின் முன்னால் உறவு வைத்துக் கொண்டதற்காக அவரைத் திட்டித் தீர்த்துவிட்டார். தன் குற்றத்தை உணராத கணவன், 'பிறகு எப்படித்தான் அவள் இதையெல்லாம் தெரிந்துகொள்வாள்? என்று பதில் கூறினான்.[207]

இளம் ஹைமாவதி மிகவும் அதிர்ச்சியடைந்து மயங்கி விழவும், விநோதமான கனவுகளைக் காணவும் தொடங்கினாள். நோய் குணமாவதற்காக அவள் தந்தையாரின் வீட்டுக்கு அவசர அவசரமாக அனுப்பிவைக்கப்பட்டார். கணவன் வீட்டில் அவர் தங்கி இருந்த காலம் பற்றிய விவரங்கள் இப்படித் துயரமானவையாக இருக்கின்றன. தந்தையாரின் வீட்டிலும் தொடர்ச்சியாக அவளுக்கு

மயக்கம் வந்தது. அவளது தாய் இவளுக்குப் பேய் பிடித்திருப்பதாக நினைத்துக்கொண்டாள். அவளை அடித்துப் பேயை விரட்டுவதற்காக ஒருவர் வீட்டிற்கு வரவழைக்கப்பட்டார். இவரது அப்பா கோபப் பட்டு அவரை அடித்து உதைத்து விரட்டிவிட்டார்.

ஆனால் அவரது தந்தையார் உதவியற்றவராக இருந்தார். மகளைக் கணவனிடம் திரும்பவும் அனுப்பிவைக்க வேண்டுமே என்று நினைத்து மிகுந்த ஏமாற்றத்தை அடைந்தார்.

'உண்மையில் பேய் தான் பிடித்திருக்கிறது! நரகத்தை ஒத்த பேய்! எல்லாம் பேய்கள் கொடுத்து வந்த ஓயாத தொல்லையினால் தான். அவள் கைகளையும், கால்களையும் கட்டிப்போட்டுத் தண்ணீர் ஆழமாக இருக்கும் இடத்தில் தூக்கி வீசிவிடுகிறேன். அவள் இறப்பாளானால் இறக்கட்டும். அதற்கு நான் ஒன்றும் செய்ய இயலாது. உயிரோடு இருந்தால் அவள் இன்னும் அதிகமாகத் துன்பப்பட வேண்டியிருக்கும்'.[208] குழந்தைத் திருமணங்கள் ஒட்டுமொத்த குடும்பத்தையும் அது முற்போக்கான குடும்பமாக இருந்தாலும் எப்படி சிறைப்படுத்திச் சிக்கவைத்து வருகின்றன என்பதைப் பற்றிய இதுவரை பதிவு செய்யப்படாத ஒரு படம் போன்று ஹைமாவதியின் தந்தையாரின் இந்தக் கொந்தளிப்பு இருக்கிறது.

ஒரு குழந்தை, ஒரு விதவை, ஒரு சாதி நீக்கம்

ஹைமாவதி தனது கணவன் வீட்டிற்கு மீண்டும் ஒரு முறை அழைக்கப்பட்டாள். அவள் மிகவும் பயந்து போயிருந்தாள். இவரது கணவர் உறவுகொள்ளும் விருப்பத்துடன் பக்கத்தில் அமருமாறு கூறிய போது, அதிர்ச்சியடைந்த ஹைமாவதி உரக்கக் கத்தத் தொடங்கினாள். குடும்பத்தினர் கடிந்து கொண்டனர்.

ஓரிரு நாள்களுக்குப் பிறகு, ஹைமாவதியின் வாழ்க்கை தலைகீழாக மாறிவிட்டது. அவள் கணவனுக்குக் காய்ச்சல் வந்தது, அது நிமோனியா காய்ச்சல். மூன்று வாரங்களுக்கு அவரைக் கவனித்துப் பேணி வந்தனர். இறுதியில் மனைவியிடம் அவர் வருத்தம் தெரிவித்தார். 'நான் செய்திருக்கும் கெடுதல் பற்றி உனக்கு எதுவும் தெரியாது. நீ இன்னமும் ஒரு குழந்தைதான். உன்னை யார் பார்த்துக்கொள்வார்கள்?[209]

ஆனால் அவர் திருந்துவதற்குள் காலம் அதிகமாகக் கடந்து விட்டிருந்தது. ஒரு சில நாட்களுக்குப் பிறகு அவர் இறந்தே போனார். ஹைமாவதி மிகவும் அமங்கலமான, பரிதாபத்திற்குரிய நிலைமைக்கு ஆளானாள். அந்தக் குழந்தை இப்போது ஒரு விதவை.

இத்தகைய நிகழ்வுகளின் திருப்பங்களினால் அவளுக்குப் பொங்கி எழுந்த பெருங்கோபம் மிகவும் கனத்த வலுவுடையது. அவள் எதுவும் பேசவில்லை. 'இந்தப் பெண்ணின் வாழ்க்கை இனி எப்படி ஆகும்? 'இரக்கத்துடன் எனக்கு ஒரு ஆறுதல் வார்த்தை கூறக்கூட யாரும் அங்கு இல்லை. சில நாள் நான் சாப்பிட்டேன், சில நாட்கள் மூலையில் உட்கார்ந்திருந்தேன். என்னுடைய பெற்றோர் எனக்கு செய்ய வேண்டிய கடமையை முடித்து விட்டிருந்தார்கள். இந்தக் குழந்தையின் விதவை நிலைக்கு யாருமே பொறுப்பு இல்லை. ஒரு பைசா தேவை என்றாலும் மற்றவர்களிடம் கேட்டுத்தான் நான் பெற வேண்டும். அவர் மூன்றாவதாக என்னை மணந்து கொண்டு கழுத்தை அறுத்துவிட்டுப் போய்விட்டார். எனக்கென்று என்ன தான் செய்து வைத்திருக்கிறார் ?' [210]

சீற்றம்கொண்ட ஹைமாவதி இந்துப் பழக்கவழக்கங்களைத் தோலுரித்துக் காட்டுவதில் தொடர்ந்து ஈடுபட்டார். 'இந்து சமூகமே இது உனக்கு ஏற்பட்டிருக்கும் அவமானம். 50 வயதான ஒரு மனிதனுக்கு மணமுடித்து வைக்கப்பட்டதற்காக, 10 வயது பெண் கொடுத்திருக்கும் விலை இது. இத்தகைய நடத்தையை எந்த ஒரு நாட்டிலும் காணமுடியாது. பெண்களின் மீதான இத்தகைய ஒடுக்குமுறை இந்தியாவில் மட்டுமே சாத்தியம்.' [211]

சிறுவயதில் விதவையாகும் கொடுமையை அனுபவித்தது ஹைமாவதி மட்டுமல்ல. பெரும்பாலான குலின் காயஸ்தா மணப் பெண்கள் அவர்களது கணவர்களை விடவும் 30 வயது இளையவர்களாக இருந்தனர். புதிதாகத் திருமணமாகும் குழந்தை பெரும்பாலான சமயங்களில் விரைவாக விதவையாகிவிடுவாள். விதவைகள் புறக்கணிக்கப்பட்டுத் தவறாக நடத்தப்பட்டனர். மிகவும் கொடுமையான சில சந்தர்ப்பங்களில் அவர்கள் கற்பழிக்கப்பட்டுத் தகாத வழியில் பயன்படுத்திக் கொள்ளப்பட்டனர். அவர்களின் தலை மழிக்கப்பட்டு எஞ்சிய காலம் முழுவதும் வெள்ளை ஆடையை மட்டுமே அணிந்திருக்க வேண்டும். கோரமான ஏழ்மையில் வாழ வேண்டியிருக்கும். பலருக்கும் கணவனின் சொத்துகளில் பங்கு தரப்படுவதில்லை. உயிர் வாழவேண்டி பாலியல் தொழிலில் தள்ளப்பட்டார்கள். 1853 இல் கல்கத்தாவில் 12718 விலைமாதர்கள் இருந்தனர் என்று மதிப்பிடப்பட்டுள்ளது. இவர்களில் பெரும்பாலானோர் குழந்தை விதவைகள். [212]

ஹைமாவதியால் இகழப்பட்ட இந்துச் சமுதாயத்தில் ஒரு சில சீர்த்திருத்தவாதிகள், விதவைகள் நடத்தப்படும் விதத்திற்கு

எதிராகக் கிளர்ந்தெழுபவர்களாக இருந்தனர். 100 கி.மீ.க்கு அப்பால் கல்கத்தாவில் மாற்றம் மிக மிக மெதுவாக வந்து கொண்டிருந்தது. ஹைமாவதி எழுப்பிய கடுமையான கேள்விகளை மக்கள் விவாதிக்கத் தொடங்கியிருந்தனர்.

வித்யாசாகரும் மாற்றத்தின் போக்கும்

இந்த இயக்கத்தின் பின்புலமாக மிகவும் சுவாரஸ்யமான, தைரியமிக்க இந்திய சீர்த்திருத்தவாதிகள் இருந்தனர். ஈஸ்வர் சந்திர வித்யாசாகர் எனும் அறிஞர், ஈஸ்வர் சந்திர பந்தோபாத்யாயா என்ற பெயரில் ஒரு ஏழைக் குடும்பத்தில் பிறந்து வளர்ந்தவர். 40 வயதுக்கும் மேற்பட்ட தன்னுடைய ஆசிரியர் ஒருவர் எட்டு வயதுப் பெண்ணை மணந்து கொண்ட நிகழ்வு வித்யாசாகரைப் பெரிதும் பாதித்திருந்தது. மறுபரிசீலனை செய்யுமாறு அவரைக் கேட்டுக்கொண்டார், ஆசிரியர் மறுத்துவிட்டார். ஒரு ஆண்டிற்குள் ஆசிரியர் இறந்துவிட்டார், அந்தச் சிறு பெண் விதவையானாள். வித்யாசாகரும்கூட தனது 14 வயதில், 10 வயது பெண்ணை மணந்திருந்தார். வேண்டாம் என்று இவர் மறுத்த போது அவரது குடும்பத்தினர் ஏற்கவில்லை.

மிகப் பெரிய முட்டை வடிவ முன்நெற்றி கொண்டிருந்த, கண்டிப்பான முகத்துடன் கூடிய வித்யாசாகர் மற்ற எவரைவிடவும் மிகவும் அதிகமாக விதவை மறுமணத்திற்காகத் தொண்டாற்றியவர். சமஸ்கிருதப் பேராசிரியரான இவர் கல்கத்தா சமஸ்கிருதக் கல்லூரியின் முதல்வராக இருந்தார். மக்கள் தங்களின் மனதை மாற்றிக்கொள்வதற்கு அறிவார்ந்த கருத்துகளைத் தெரிவித்து, அவர்களை இணங்கவைக்க இந்து நூல்களால் மட்டுமே முடியும் என்று அவர் கருதினார். எனவே இவர் பல மணி நேரங்களைச் செலவிட்டுத் தன் நிலைப்பாட்டிற்குத் துணையாக அமையக்கூடிய, தெளிவாக விளக்கப்படாத சமஸ்கிருத சுலோகங்களை வெளிக்கொண்டுவந்தார். 1854இல் முற்போக்கு இதழான தத்வபோதினி பத்ரிகாவில் இவர் ஒரு கட்டுரை எழுதியிருந்தார். அதில் அவர் 'பரஷார் தர்ம சம்ஹிதா' என்ற சுலோகத்தை மேற்கோள் காட்டியிருந்தார். இது பராசர முனிவர் எழுதியது என்று சொல்லப்பட்டது. 'ஒருவருடைய கணவர் பற்றிய தகவல் தெரியாவிட்டாலோ, அவர் இறந்துவிட்டாலோ, உலக வாழ்விலிருந்து அவர் விலகி இருந்தாலோ, ஆண்மையில்லாதிருந்தாலோ, சாதியில் இருந்து விலக்கி வைக்கப்பட்டிருந்தாலோ மறுமணம் செய்துகொள்ளும் சுதந்திரம் பெண்களுக்கு உண்டு'²¹³ என்று அதில் குறிப்பிடப்பட்டிருந்தது.

மக்கள் அதிர்ச்சி அடைந்தனர். ஆனால் வித்யாசாகர் தனக்கு முன்பு சொல்லப்பட்டிருக்கும் மனிதர்களின் சொற்களால் ஊக்கம் பெற்றுச் செயல்பட்டார். பிரம்ம சமாஜத்தை நிறுவியர்களில் ஒருவரும், மிகப் பெரிய சீர்திருத்தவாதியுமான ராஜாராம் மோகன்ராய் வங்காளச் சமுதாயத்தைத் தன்னுடைய கருத்துகளால் ஏற்கனவே உலுக்கியிருந்தார்.

வித்யாசாகரைப் போலவே, ராய் என்பவரும் தன்னுடைய குழந்தைப் பருவத்தில் நடந்த ஒரு நிகழ்வினால் கடுமையாகப் பாதிக்கப்பட்டிருந்தார். 1811இல் ராயின் மிகுந்த அன்புக்குரிய மைத்துனி அவரது கணவன் இறந்த போது, அவருடன் தீயில் விழுந்து உடல் கருகி உயிர் இழந்திருந்தார். சதிக்கு எதிரான பிரச்சாரத்தில் ராய் ஈடுபடத் தொடங்கினார். பெண்களின் கல்விக்காகத் தீவிரமாகப் பணியாற்றினார். குழந்தைத் திருமணத்தைத் தடைசெய்யக் கோரினார். 1829இல் வங்காளப் பழமைவாதிகளின் எதிர்ப்பையும் மீறி, சதியைத் தடைசெய்யும் சதி ஒழுங்கு முறையை இந்தியா முழுவதும் கொண்டுவரச் செய்வதில் வெற்றிகண்டார். அப்போதிருந்த கவர்னர் ஜெனரல் வில்லியம் பெனிடிக்ட் இத்தகைய ஒழுங்குமுறையைக் கொண்டுவந்தார்.

விதவைத் திருமணத்துடன் தொடர்புடைய சட்டங்களை மாற்றிய மைக்கக் கோரி வித்யாசாகர் கையெழுத்துகளைப் பெற ஆரம்பித்தார். இவரால் 1000 கையெழுத்துகளை மட்டுமே பெற முடிந்தது. இவரது கருத்துக்கு அத்தகைய எதிர்ப்பு நிலவியது. இந்த உத்தேசத்திற்கு எதிராக 30 ஆயிரம் கையெழுத்துகள் பெறப்பட்டிருந்தன.

விதவைத் திருமணத்தை எதிர்த்தவர்களில் முக்கியமானவர் ராதா காந்ததேவ். இவர் ஒரு பழமைவாதி. ராஜாராம் மோகன் ராயின் நீண்டகால விரோதி. 1929இல் மற்ற பழமைவாதிகளுடன் இணைந்து சதியை ஒழிப்பதற்கு எதிராகப் போராடுவதற்கு தர்மசபையை ராதா காந்ததேவ் உருவாக்கினார். அதற்கு முரணான வகையில் ராஜாராம் மோகன் ராய் பெண் கல்விக்கு ஆதரவு தெரிவித்து வந்தார். ராஜாராம் மோகன் ராயாலும், பிறகு வித்யாசாகராலும் வழிநடத்தப்பட்ட சமூக சீர்திருத்தம் இந்துக்களின் வாழ்வியல் முறையை வலுவற்றதாக்கி அழிந்துவிடும் என்று ராதா காந்ததேவ் நம்பினார். சீர்திருத்தம் என்பது உள்ளிருந்து வரவேண்டும் என்று அவர் வாதிட்டார். 'உள்ளிருந்து எழும் சீர்திருத்தம்' என்பதற்கான தேவ்வின் முன்னுரிமை பின்னாளில் வந்த இந்துப் பழமைவாதிகளான பாலகங்காதர திலகரின் பிரபலமான நிலைப்பாடாக இருந்தது.

முடிவில் விதவை மறுமணச் சட்டத்தை 1856இல் பிரிட்டிஷ் அரசாங்கம் நிறைவேற்றியது. இந்து விதவைகள் மறுமணம் செய்துகொள்ள வழி பிறந்தது. ஆனால், வித்யாசாகர் கூறுவதைப் போல, சட்டம் இயற்றுவது என்பது ஒரு கூறுதான். விதவை மறுமணம் என்ற கருத்தைச் சமூகத்தை ஏற்கச் செய்வதோ அல்லது விதவைகளை மனிதாபிமானத்துடன் நடத்தும்படிச் செய்வதோ வேறு ஒரு காரியமாகும். இந்தச் சட்டம் காகிதத்தில் மட்டுமே திறம்பட எழுதப்பட்டதாக இருந்தது.

வித்யாசாகர் தொடர்ச்சியாகத் தன்னுடைய நிலையை எடுத்துரைத்துத் துண்டறிக்கைகளை வெளியிட்டபடி இருந்தார். அதில் ஒன்று தான், 1885ஆம் ஆண்டு வெளியான, 'இந்துக்களின் மத்தியில் விதவைத் திருமணம் இருக்க வேண்டுமா? கூடாதா?' என்ற தலைப்பிடப்பட்ட ஒன்று. ஒத்தனை நூற்றுக்கணக்கான விதவையர், பிரம்மச்சரிய வாழ்க்கையின் கடுமையான பழக்க வழக்கங்களைக் கடைப்பிடிக்க முடியாமல், பாலியல் தொழிலிலும், சிசுக்கொலையிலும் ஈடுபட்டுத் தங்கள் தாய் தந்தையர், கணவரின் குடும்பங்களுக்கு அவமதிப்பைச் சேர்த்து வருகிறார்கள். விதவைத் திருமணம் அனுமதிக்கப்படுமானால், வாழ்நாள் முழுவதும் நீடிக்கும் வேதனைகளை அது நீக்கும். பாலியல் தொழில், சிசுக்கொலை போன்ற கொடுமைகளைக் குறைத்து, அவமானத்திலிருந்தும் அவப் பெயர்களிலிருந்தும் எல்லாக் குடும்பங்களையும் காப்பாற்றும், ஆதாயம் தரக்கூடிய வணங்கி வரவேற்கத்தக்க இந்த நடைமுறை தள்ளிப்போடப்படும் காலம் வரையிலும் விபசாரம், கள்ள உறவு, சிசுக் கொலை, முறையற்ற பாலுறவு போன்ற குற்றங்கள் தொடர்ச்சியாக அதிகரித்து வெள்ளம் போல பெருகிக் கொண்டே இருக்கும்... ஒரு விதவையின் வேதனைகள் கொழுந்தீயிலிட்டுப் பொசுக்கப்படும் வரையிலும் இது நீடிக்கும்.'[214]

வித்யாசாகர் புத்திசாலித்தனமான சிந்தனையால் ஒரு பக்கம் தூண்டப்பட்டிருந்தார் என்பது உண்மைதான். விதவைகள் பாலியல் சுதந்திரம் உடையவர்களாக இருக்க வேண்டும், குழந்தை விதவை களின் பெருக்கம் பாலியல் தொழிலுக்கு வழிவகுக்கும், விதவை களுக்கு அளவுக்குட்பட்ட நிலையில் தான் சொத்துரிமை இருக்க வேண்டும் என்பனவற்றை இவர் ஏற்றுக்கொள்ளவில்லை. அதனால் அவருடைய போராட்டத்தின் ஒரு பகுதியாக இதனை அமைத்துக் கொள்ளவில்லை. இருப்பினும், அந்தக் காலத்தில் வேறு யாருமே செய்யத் துணியாதவற்றை செய்யும் தைரியம் இவருக்கு இருந்தது.

கைவிடப்பட்டதும் அவமானமும்

இத்தகைய நடப்புகள் எதனையும் பற்றி அறியாதவராகத் தன்னுடைய சின்னஞ்சிறு கிராமத்தில் ஹைமாவதி வாழ்ந்து வந்தார். வித்யாசாகர் பற்றியோ அவரது சீர்திருத்த முயற்சிகள் குறித்தோ அவருடைய நினைவுக் குறிப்புகளில் எதுவும் குறிப்பிடப்படவில்லை. கணவன் இறந்த பிறகு பெற்றோரின் வீட்டுக்கு அவர் திரும்பி வந்தபோது அவருடைய தாயாராலும், உறவினர்களாலும் தகாத வார்த்தைகளால் தூற்றப்பட்டார். 'அவர்களுக்கு என்மீது இரக்கம் இல்லை. 'அந்த வயதான, குடிகார, பரத்தை விரும்பி சிலநாள்கள் மட்டுமே மருமகனாக இருந்து விட்டுப் போய்விட்டதைப் பற்றியதாகவே அவர்களுடைய புலம்பல்கள் யாவும் இருக்கும்.'[215] என்று ஹைமாவதி எழுதுகிறார். படித்ததற்காக இவர் இடைவிடாமல் விமர்சிக்கப்பட்டார், கணவனுடன் படுக்கையைப் பகிர்ந்து கொள்வதை விரும்பாமல், ஓராண்டில் விதவையாகிப் போனதற்காகவும் விமர்சிக்கப்பட்டார்.

ஹைமாவதி தனது ஒரே ஆறுதலாக இருந்த புத்தகங்களைத் திரும்பவும் கையில் எடுக்கத் தொடங்கினார். பெண்களுக்குப் படிப்பு எதற்கு என்று விமர்சிக்கப்பட்டது. 'என்ன, நீ மறுபடியும் படிக்கிறாயா? இதனால் தான் உனக்கு நீயே அழிவைத் தேடிக்கொண்டாய். இப்போது மறுபடியும் படிக்கிறாயா? என்று கேட்டார்கள். ஆனால் உறுதிகொண்ட ஹைமாவதி உடனடியாக வெகுண்டெழுந்தார். 'இந்த முறை பயங்கரமான தெய்வமான காளியைப் போல நான் ஆகிவிட்டேன்.' நம்ப முடியாத தைரியத்துடன் அவர் பதில் கூறினார், 'என்ன நடக்க வேண்டுமோ அது நடந்துவிட்டது. இன்னொரு முறையும் நான் விதவையாகப் போவதில்லை. உங்களால் என்ன முடியுமோ அதைச் செய்யுங்கள் – என்னை அடியுங்கள், கொல்லுங்கள் ஆனால் நான் படித்துக்கொண்டே தான் இருக்கப் போகிறேன்.'[216]

பெண்கள், ஹைமாவதியின் தந்தையிடம் புகார் தெரிவித்தனர். எப்போதும் போலவே அவர் அவளுக்கு ஆதரவாக இருந்தார். தன்னந்தனியாக ஹைமாவதி படித்து வந்தாள். ஆனால் அடுத்து அந்தப் பேரழிவு நேர்ந்தது. ஒரு ஆண்டுக்கும் குறைவான கால இடைவெளியில், ஹைமாவதியின் அன்பான தந்தையார், மாமியார், தாயார் மூவருமே இறந்துவிட்டனர். 18 மாதப் பெண் குழந்தையைத் தாயார் விட்டுச் சென்றிருந்தார். அவளையும் பார்த்துக்கொள்ள வேண்டும், ஹைமாவதியின் பொறுப்பில்லாத, பேராசைமிக்க

சகோதரனும், மாமாவும் தந்தையார் விட்டுச் சென்றிருந்த பணத்தைக் கைப்பற்றிக் கொண்டார்கள். கணவனின் பணத்தில் மாதம் 10 ரூபாய் மட்டுமாவது கொடுங்கள் என்று கெஞ்சிய போதும், அவருடைய கணவரின் மூத்த சகோதரர் பங்கு தர மறுத்துவிட்டார்.

தனக்குத்தானே உதவிக்கொள்ள வேண்டிய நீண்ட போராட்டம் ஹைமாவதிக்கு இப்போது தொடங்கியிருந்தது. ஒவ்வொரு உறவினரும் இவரை ஏமாற்றிக்கொண்டே வந்தனர். அதுவே உண்மையான தரித்திர நிலையாக இருந்தது. ஒவ்வொருவரிடமும் ஓடிச் சென்று தனக்குரியதைப் பெற அவர் முயற்சித்தார். ஒவ்வொரு முறையும் நிராகரிக்கப்பட்டார். இந்தக் காலகட்டம் பற்றிய இவரது விவரிப்பு படிப்பதற்குத் துயரம் மிகுந்ததாக இருக்கிறது. அப்போது அவருக்கு 12 வயது தான் ஆகியிருந்தது. தன்னிடம் மிகக் குறைவான பணமே இருந்ததால் ஒவ்வொரு கைப்பிடி அரிசியும், ஒவ்வொரு குவளை பாலும் என்ன விலை என்பது அவருக்குத் தெரிந்திருந்தது.

முடிவில், மிகவும் தீவிரமான ஒரு நடவடிக்கை எடுப்பதற்குத் தள்ளப்பட்டார். விதவைகள் செய்யக்கூடிய அடிக்கடி எதிர்பார்க்கப்படும் ஒருசெயல். ஆற்றொணா துயரத்திலும் தனிமையிலும் இருந்த அவர் தனது கணவர், தந்தையாரின் சொத்துகளில் உரிமை கோருவதைக் கைவிட்டு, பெனாரசுக்குப் போய்விட்டார்.

பெனாரஸ் : விதவைகளின் நகரம்

1880களில் பெனாரசில் ஹைமாவதி கண்டது என்ன? இந்தக் காலகட்டம் பற்றிய அவரது குறிப்புகள் மிகவும் நடைமுறை முக்கியத்துவம் உடையவை. தனது குடும்பத்தாரிடமிருந்து பணம் பெறுவதற்குச் செய்யப்பட்ட இவரது முயற்சிகள் பற்றிய விவரங்களையும், இவர்மீது சுமத்தப்பட்ட அவமானங்களையும் அது விவரிக்கிறது. பெனாரஸ் நகரைப் பற்றி இவர் எதுவுமே கூறவில்லை. தன்னைச் சுற்றிலும் பார்ப்பதற்கு நேரமும், சக்தியும் ஹைமாவதிக்கு இருந்திருந்தால் அற்புதம் என்று அவர் வியப்பதற்கானவையே அங்கு அதிகமாக இருந்திருக்கும்.

ஹைமாவதியின் காலத்தில் வாழ்ந்த பிரிட்டிஷ் எழுத்தாளரும், கலை வரலாற்றாசிரியருமான ஈ பி. ஹேவல் (E.B.Havell), “பெனாரஸ், புனிதநகரம்: இந்துக்களின் வாழ்க்கை, மதம் பற்றிய விவரிப்பு” என்ற தனது நூலில் அந்தக் காலத்துப் பனாரசைப் பற்றிய மறக்கவியலாத நிகழ்வுகளைப் பற்றி எழுதியிருக்கிறார்:

மணிகர்னிகா என்ற இடத்தில், மலைக்கணவாயின் மையப் பகுதியை நாங்கள் அடைந்திருந்தோம். பெனாரசின் ஆன்மிக வாழ்வின் மிகவும் ஆதாரமான ஓர் இடம் அது. கார்த்திகை மாதத்தின் காலைப் பொழுதில் காட்சியளிக்கும் இந்த மலைக்கணவாயின் தனித்துவமான காட்சியைப் போல உலகில் வேறு எதுவும் இருப்பதற்கு வாய்ப்பில்லை. இது போன்ற மிக உயர்வான இந்துத் திருவிழாவும் இருக்க முடியாது. கல்தூண்களில் வெட்டப்பட்ட எண்ணற்ற சிவாலயங்கள், பாய்ந்தோடும் நதி நீரோட்டத்தின் விளிம்பில் துருத்திக் கொண்டு இருக்கும் மொட்டை மாடிகள், கரையோர விளிம்பில் தண்ணீரில் பாதி மூழ்கியபடி நிற்கும் கோவில்கள், கணவாய்ப் படிக்கட்டுகளில் உள்ள கோயில்கள், கணவாயின் மேல் உயரத்தில் கூரியமலை முகட்டில் உள்ள துர்க்கை ஆலயங்கள். பிணம் எரியும் புகை பரவிப் படிந்து கறுத்துத் தெரியும் கணவாய்ப் பகுதிகள்; ஆற்றின் ஓரத்தில் கரடு முரடான மூங்கில் பாடையில் கிடத்தப்பட்டிருக்கும் உடல்கள் இவை யாவும் அங்குக் காணப்படும். சில அடி தூரத்திற்கு அப்பால் பெண்கள் குளிக்கும் படித்துறை பல வண்ணச் சேலைகளால் ஒரு பூந்தோட்டம் போல பளபளக்கும். இந்தியாவின் ஒவ்வொரு மூலையிலிருந்தும் தத்தமது சுமைகளுடன் வந்திருக்கும் யாத்ரீகர்கள் புனிதக் கிணறுக்கு வருகிறார்கள். கங்காபுத்திரர்களால் அழைத்து வரப்பட்டிருக்கும் இவர்கள் தங்களின் பூசைகளை ஆரம்பிக்கின்றனர். இவர்களின் ஆன்மிக ஆசான்கள் கேட்கும் பணம் தொடர்பான ஆரவாரமான சர்ச்சையை அடுத்து அங்குப் பூசைகள் நடக்கின்றன.’[217]

பெனாரசில், ஹைமாவதி தனது தூரத்து உறவினர்களை அணுகினார். அவரது நெருங்கிய உறவினர்கள் அவரைக் கைவிட்டிருந்தனர். இவரது மாமன் மகளின் கணவர் புலின்பாபு. மாதந்தோறும் 20 ரூபாய் தருவதாக அவர் ஒப்புக்கொண்டார்.

விதவைகளின் நகரமான பெனாரசில் தன்னை ஏற்றுக் கொள்வார்கள் என்று ஹைமாவதி நினைத்திருந்தாள். பக்தி, கடமையின் புனிதம் என்ற போர்வையில் விதவைகள் இங்கு உண்மையில் எப்படிப் பார்க்கப்படுகிறார்கள் என்பதை விரைவில் அவள் தெரிந்துகொண்டாள். இவருடைய மாமன் மகள் அவளை இங்கு தங்க வேண்டாம் என்று கூறினாள். ‘நீ ஒரு விதவை,

நீ இளமையாகவும் அழகாகவும் இருக்கிறாய். நீ எங்களுடன் தங்கியிருந்தால் பார்க்கிறவர்கள் என்ன சொல்வார்கள்? உங்கள் இருவருக்கும் தொடர்பு எதுவும் ஏற்பட்டுவிடாது என்று யார் உத்திரவாதம் அளிக்க முடியும்? இத்தகைய தொடர்புகள் பெனாரசில் அதிகமாக இருக்கின்றன.'²¹⁸

ஹைமாவதிக்கு அழுகை வந்தது. தன் வாழ்க்கையில் பல முறை செய்திருப்பதைப் போலவே அறிமுகமில்லாதவர்களின் கருணையை அவள் நாடினாள். அறிமுகம் இல்லாதவர்கள் சொந்தக் குடும்பத் தினரைவிடவும் மிகவும் கனிவாக நடந்துகொள்கின்றனர் என்பது அவளுடைய அனுபவத்தில் கண்டது. மாமன் மகளின் வீட்டில், ஒரு பூசாரியின் மனைவி தங்கி இருந்த இடத்தில் அவள் அடைக்கலமானாள். இந்தச் சமயத்தில் ஹைமாவதியின் வாழ்க்கை கைக்கும் வாய்க்கும் போதாமல் நடந்துகொண்டிருந்தது. ஆனால் அவள் உதவி எதையும் கோரவில்லை.

'ஒரு பைசாவுக்கு விறகு வாங்கி மூன்று கை நிறைய அரிசியை உப்புடன் சேர்த்து சமைப்பேன். அதுதான் எனது உணவு. இரவில் எதையுமே சாப்பிடுவதில்லை. யாராவது கேட்கும் போது, ஒரு விதவையாக ஒரு நாளைக்கு ஒரு முறை மட்டுமே சமைத்துக் கொள்கிறேன்' என்று பதில் கூறுவேன். இதைக் கேட்பவர்கள் ஆன்மிக வாழ்வின் தேவைக்கு உகந்தபடி வெறும் அரிசிச் சாதத்தை மட்டுமே நான் உண்டுவருவதாக முடிவு செய்து கொள்வார்கள். என்னுடைய உண்மை நிலையை அவர்களுக்குத் தெரிவிப்பதால் ஒன்றும் ஆகப் போவதில்லை. யாரும் உதவாத போது, என் வறுமை யைப் பற்றி நான் ஏன் அறிவிக்க வேண்டும்?'²¹⁹

ஹைமாவதிக்கு ஒரு பெண்கள் பள்ளியில் ஆசிரியை வேலை கிடைத்தது. அங்கு அவர் எட்டு மாதங்கள் பணிபுரிந்தார். மாதம் 10 ரூபாய் சம்பளம். தானே உழைத்துச் சம்பாதிப்பது அவருக்கு மிகுந்த மனநிறைவை அளித்தது. 'பள்ளிக்கூடத்திலிருந்து முதல் சம்பளத்தை வாங்கிய நாளன்று நான் மிகுந்த மகிழ்ச்சியடைந்தேன். சந்தோஷத்தில் அழுதபடி அத்தையிடம் பணத்தைக் கொடுத்தேன். மாலையில் எனக்கு அவர் நொறுக்குத் தீனி வாங்கிக்கொடுத்தார். மிகுந்த மனநிறைவுடன் அதனை நான் சாப்பிட்டேன்.'²²⁰ குறை வான சம்பளமாக இருந்தாலும் சொந்தக்காலில் நிற்பது ஹைமாவதிக்கு சாதாரண விஷயமல்ல.

மேலும் படிக்க வேண்டும் என்ற முடிவு தொடர்ந்து நீடித்து வந்தது. அந்த உந்துதலை அடக்கிக் கொள்ள இயலவில்லை.

தொலைவிலிருக்கும் தனது கனவு நகரமான கல்கத்தாவில் தானாகவே படித்துக்கொள்வது பற்றிக் கனவு கண்டபடி ஹைமாவதி இருந்தார். அந்தக் காலத்தில் இது வழக்கத்தில் இல்லாதது. 1880களில் பெண்கள், அதிலும் குறிப்பாகக் குழந்தை விதவைகள் படிப்பை நாடியதில்லை. ஆனால் இவருடைய வாழ்க்கை அதிகம் படிக்க வேண்டும், அதிகம் தெரிந்துகொள்ள வேண்டும், அதிகம் பார்த்தறிய வேண்டும் என்ற வலுவான விருப்பங்களால் நிறைந்திருந்தது. இந்த உலகத்தை அதனுடைய அத்தனை மகிமைகளுடனும், துயரங்களுடனும் அனுபவித்து விட அவள் துடித்தாள். இதுவே அவளுடைய வரமாகவும் சாபமாகவும் அமைந்துவிட்டது. 'மீண்டும் ஒரு முறை நான் துயரத்தை அரவணைத்துக் கொண்டேன், உயர்கல்வி பயில வேண்டும் என்ற இந்த விருப்பம் எதைக் கொண்டு வரும் என்று யாருக்குத் தெரியும்' என்று நிச்சயமில்லாமல் அவர் எழுதுகிறார்.[221]

பெனாரசஸ் நகரின் மோசமான உண்மை முகம் ஹைமாவதியை அங்கிருந்து சென்றுவிடத் தூண்டியது. இங்கு, சூறையாடும் ஆண்களுக்குச் சுலபமான இலக்காக இளம் விதவைகள் இருந்தார்கள். உள்ளூர் குண்டர்களால் துன்புறுத்தப்படும் நிலையிலிருந்து இரண்டு முறை மயிரிழையில் இவர் தப்பியிருந்தார். மேலும் படித்துத் தனக்கு வேண்டிய பணத்தைச் சம்பாதிப்பது தான் இதிலிருந்து தப்பிப்பதற்கான ஒரே வழியாகத் தெரிந்தது.

துறவியுடன் மறுமணம்

ஹைமாவதியின் நினைவுக் குறிப்புகளில் நாட்கள் தெளிவாக இடம் பெறவில்லை. ஆனால், இப்போது அவருக்கு 22 அல்லது 23 வயது இருக்கலாம். அவருடைய வாழ்க்கையின் விநோதமான கட்டம் இந்த வயதில் தான் தொடங்கியது. ஹைமாவதி பிரம்மசமாஜத்தின் பால் ஈர்க்கப்பட்டார். இந்த அமைப்பு விதவையரின் கல்வி, மறுமணம் ஆகியவற்றில் ஆர்வம் காட்டி வந்தது. வரலாற்றாசிரியரும், நூலாசிரியருமான ஜெரால்டைன் போர்ப்ஸ் (*Geraldine Forbes*) விளக்குகிறார், 'தன்னுடைய குடும்பத்தினரிடமிருந்தும் கணவரது குடும்பத்தினரிடமிருந்தும் உதவி கிடைக்காததால், ஹைமாவதி அயலவர்களை நோக்கித் திரும்பினார். அவர்களை உறவாக்கிக் கொண்டார். தன்னுடைய வாழ்நாள் முழுவதும் தொடரக்கூடிய ஒரு திட்டமாக இது இருந்தது. நண்பர்கள், தெரிந்தவர்கள் ஆகியோரை 'அம்மா', 'மாமா', 'அத்தை', 'சகோதரர்', 'மகன்', 'மகள்' என்று உறவு முறை சொல்லி ஹைமாவதி அழைத்து

வந்தார்.²²² அவர், உதவியை நாடியவர்களில் பெரும்பாலானவர்கள் பிரம்ம சமாஜத்தைச் சேர்ந்த முன்னணி நபர்களே.

பிரம்மசமாஜத்தின் முன்னணி உறுப்பினர்கள் கொடுத்த இரண்டு அறிமுகக் கடிதங்களுடன் ஹைமாவதி கல்கத்தாவுக்குப் பயணப்பட்டார். இந்த அமைப்பினர் விதவைகளுக்கு உதவுபவர்கள். ஆனால் இவருக்கு மீண்டும் ஒரு முறை துரதிர்ஷ்டம் பீடித்தது. இவர் சந்திக்கவிருந்த இரு நபர்களும் இங்கிலாந்துக்குப் பயணப் பட்டிருந்தனர். எங்கு செல்வது என்று புரியாமல் ஹைமாவதி தனது நண்பரின் நண்பரான ஒரு 'அங்கிளை' சென்று சந்தித்தார். கிழக்கு வங்காளத்திலிருந்த டாக்காவில் பல குடும்பங்களுக்குச் சமையல் செய்து கொடுத்தபடியும், குழந்தைகளை கவனித்துக் கொண்டும் இருக்கும்படி ஆனது. இது பற்றி விவரிக்கும் பகுதிகளை 'கிழக்கு வங்காளத்தில் திரிதல்' என்ற தலைப்பில் அவர் குறிப்பிட்டுள்ளார். அமைதியிழந்த ஹைமாவதி சந்தேகப் பார்வையையும், அவமதிப்புகளையும், தூற்றல்களையும், ஏழ்மையையும் தாங்கிக்கொண்டு வீடு வீடாக மாறிச் சென்று கொண்டிருந்தார்.

இந்தச் சமயத்தில், ஹைமாவதிக்கு மருத்துவம் படிக்க வேண்டும் என்ற ஆசை முகிழ்த்தது. தன்னுடைய நினைவுக் குறிப்பில் இவர் காதம்பினி கங்குலியைக் குறிப்பிடவில்லை. கல்கத்தா மருத்துவக்கல்லூரி, 1880ஆம் ஆண்டின் பிற்பகுதியில் பெண்களையும் படிப்பில் சேர்த்துக் கொள்ளத் தொடங்கியது. பம்பாய் பல்கலைக்கழகத்தில் பட்டம் பெற்ற முதலாவது பெண் மருத்துவராக பம்பாயின் கார்னலியா சொராப்ஜி வரலாற்றை உருவாக்கியிருந்தார். 1888ஆம் ஆண்டு வாக்கில், பிரிட்டிஷ் சாம்ராஜ்யத்தின் முதல் இரண்டு பெண் மருத்துவர்களில் ஒருவர் சந்திரமுகி போஸ். இவருடன் பட்டம் பெற்றிருந்தவர் காதம்பினி கங்குலி. பெத்துன் கல்லூரியின் முதலாவது பெண் முதல்வராக ஆனவர் இவர். பெண்களுக்குக் கல்வி அளிப்பதில் பிரம்ம சமாஜத்தினர் முன்னணியில் இருந்தனர். ஹைமாவதி அவர்களோடு இருந்து வந்ததற்கு இதுவும் ஒரு காரணம்.

ஆனால் படிப்புக்குப் பணம் செலவிடுவது யார்? தகிக்கும் இந்த உண்மையை ஹைமாவதி புரிந்துகொள்ளத் தொடங்கினார். கல்வி கற்க வேண்டுமானால், அதற்கு இருக்கும் ஒரே வழி மறுமணம் செய்துகொள்வது மட்டும்தான். அவள் அதிகம் பழகியிருந்த பிரம்ம சமாஜத்தினர் பெண் கல்வியில் நம்பிக்கை கொள்ளும் அளவுக்கு

நவீனமானவர்களாக இருந்தனர். அதே சமயம் விதவைகள் தங்களைப் பார்த்துக்கொள்ளக் கூடிய ஒரு ஆடவரை மறுமணம் செய்து கொள்ள வேண்டும் என்ற பழைய பாணியிலான சிந்தனையுடனும் அவர்கள் இருந்து வந்தனர்.

ஹைமாவதி இந்த யோசனையைக் கருதிப் பார்த்தார். 1889இல் இவருக்கு வயது 23. குஞ்சா பெஹரிசென் (*Kunja Behari Sen*) எனும் பிரம்ம சமாஜிக்கும் இவரது வயதுதான் இருக்கும். அவர் இவரை மணக்க முன்வந்தார். ஹைமாவதி தன்னுடைய அமைதியற்ற, நிச்சயமில்லாத தனிமை வாழ்க்கையினால் சோர்ந்து போயிருந்தார். 'எவ்வளவு காலத்திற்குத்தான் ஒவ்வொரு வீடாக மாறி மாறிச் சென்று வேலை பார்த்துக்கொண்டிருக்க முடியும்? ஒரு நபரைச் சார்ந்து இருந்துவிட்டால் பாதுகாப்பாக உணர முடியும்'.[223] என்று ஆழ்ந்து நோக்கி தனது நினைவுக் குறிப்புகளில் ஹைமாவதி எழுதியிருக்கிறார்.

துரதிர்ஷ்டவசமாக, ஹைமாவதிக்கு ஏற்ற நபராக குஞ்சா பெஹாரி அமையவில்லை. முதல் சந்திப்பின் போது அவர் காவி உடைகளை அணிந்திருந்தார். இவரது முன்னுரிமை எது என்பதை அது காட்டியிருக்க வேண்டும். உலகியல் பற்றற்றவர், தூய நெஞ்சம் கொண்டவர் என்பதாக ஹைமாவதி இதனைப் புரிந்துகொண்டார். பொறுப்பேற்கத் தகுதியற்ற நிலை, குடும்ப வாழ்க்கையில் ஆர்வமில்லாத் தன்மை ஆகியவற்றின் அடையாளம் இது என்பதைப் பிறகு தான் தெரிந்து கொண்டார். மணவாழ்க்கையில் பெரும்பாலான காலம் முழுவதும் ஹைமாவதியின் சம்பாத்தியத்திலேயே வாழ வேண்டியிருந்தது. குஞ்சா பெஹாரி வருவார், போவார், பெரும்பாலும் போய்விடுவார். தனது பெரும்பாலான நேரத்தை ஆன்மிக ஒதுக்க நிலையில் இமாலயத்தில் கழித்து வந்தார். நடைமுறை வாழ்வில் தனது ஊதியத்தைக் கொண்டு ஹைமாவதி வீட்டைக் கவனித்து வந்தார்.

இருவரும் திருமணம் செய்துகொண்ட பிறகு, ஆறு மாதங்களுக்குத் தான் பிரம்ச்சரியம் மேற்கொள்ளப் போவதாக ஹைமாவதியிடம் குஞ்சா பெஹாரி தெரிவித்தார். தங்குமிடத்தில் இவரை விட்டு விட்டுப் பஞ்சத்தால் பாதிக்கப்பட்டவர்களுக்கு உதவுவதற்காக ஆறு மாத காலத்திற்கு அவர் சென்றுவிட்டார். நற்செயல்கள் புரியும் இவரது வழிகளை நெகிழ்ச்சிக்குரியதாக ஹைமாவதி ஆரம்பத்தில் கருதியிருந்தார். 'நான் என்னுடைய கணவர்மீது மிகவும் அதிகமான மரியாதை வைத்திருந்தேன்' என்று

ஹைமாவதி எழுதினார். 'தாங்கள் மகிழ்ச்சியாக இருந்தால் போதும் என்று தான் மனிதர்கள் நினைக்கின்றனர். எத்தனை பேர் இவரைப் போல தன்னையே தியாகம் செய்பவர்களாக இருக்கின்றனர்?[224]

ஒரு துறவியை மணம் புரிந்துகொண்ட புதுமை விரைவில் மறையத் தொடங்கியது. 'குஞ்சா பெஹாரி' பிரம்மசமாஜத்தில் தனது வேலையை இழந்தார். ஹைமாவதி மறுபடியும் ஏழையானார். மற்றவர்களின் உதவிகளைப் பெற்று வாழ்ந்து வந்தார். இந்த சமயத்தில் அவர் கருவுற்றும் இருந்தார்.

எதிர்பாராத தருணத்தில் ஹைமாவதி கருத்தரித்தார். ஆனால் அந்தக் குழந்தை இறந்து பிறந்தது. அதன் சின்னஞ்சிறு உடலைக் கண்டு அவர் அழுது புலம்பினார். ஆனால் துயரப்பட்டுக்கொண்டே இருப்பதற்கு இவர்களுக்கு நேரமில்லை. ஹைமாவதிக்கு மோசமான ஜுரம் கண்டது. பெரும்பாலும் அது பிரசவ காலக் காய்ச்சலாகத்தான் இருக்க வேண்டும். இத்தகைய கடுமையான சூழலில் மனமுடைந்து சாவின் விளிம்பில் நின்ற போது இவர் ஒருவரை சந்தித்தார். அந்த மனிதர் இவர்மீது மிகுந்த தாக்கத்தை ஏற்படுத்திவிட்டார்.

ஹைமாவதியின் உயிரைக் காப்பாற்றிச் சமூக சேவையில் அவரது ஆர்வத்தைத் தூண்டிவிட்டவர் டாக்டர் சுந்தரி மோகன்தாஸ். மகப்பேறு சேவைகளில் அர்ப்பணிப்போடு ஈடுபட்டு வந்த பிரபலமான பிரம்மசமாஜ மருத்துவர் அவர். பெண்களின் உடல்நல மருத்துவத்தில் கைதேர்ந்தவர். விசித்திரமாகத் தலைப்பிடப்பட்ட ஒரு நூலை அவர் எழுதியிருந்தார். "வயதான பேறுகால மருத்துவரின் நாட்குறிப்பு" என்பது அந்த நூலின் தலைப்பு. பல ஆண்டுகளுக்குப் பிறகு இவர் கல்கத்தா தேசிய மருத்துவக் கல்லூரியை நிறுவினார்.

இவருடைய மனைவி ஹேமாங்கினி ஒரு பேறு கால மருத்துவச்சி. இவர்கள் இருவரும் சேர்ந்து தான் இவரது உயிரைக் காப்பாற்றி இருந்தார்கள். இவரிடமிருந்து பணம் வாங்க மறுத்துவிட்டார்கள். தன்னுடைய கணவர் பயணம் போய்விடுகிற காலங்களில் எல்லாம் தாசின் உதவியை நம்பியே ஹைமாவதி இருந்து வந்தார். இந்தத் தம்பதியினர் ஹைமாவதியின் வாழ்க்கைப் பாதையில் பெரும் செல்வாக்கைச் செலுத்தியிருந்தனர். கடுமையானதொரு பிரசவத்திற்குப் பிறகு உடல்நலம் தேறி வந்த போது – ஹைமாவதி யின் தீவிரமான – சில சமயங்களில் விவேகமற்ற – மிகுந்த அர்ப்பணிப்பு உடைய சமூகச் சேவை உணர்வு அவரிடம் உருவானது.

கேம்பல் மருத்துவப் பள்ளி: பெண் மருத்துவர்களை உருவாக்கியது

குழந்தையை இழந்த பிறகு, வாழ்க்கை மீண்டும் வழக்கம் போலவே நகர்ந்து வந்தது. பிரம்மசமாஜத்தில் உணவு மட்டும் கிடைத்தால் போதும், ஊதியமில்லாமலேயே அங்கு உழைத்து வரலாம் என்று குஞ்சா பெஹாரி விரும்பினார். 'கடவுளுக்குச் சேவை புரிவதைத் தவிர்த்து வேறு எதையும் என்னால் செய்திட இயலாது' என்றார். பிறரின் கருணையை நம்பி வாழ்வதிலும், முகம் தெரியாதவர்களிடம் உதவி பெறுவதிலும் ஹைமாவதி சோர்வடைந்திருந்தார். இந்த முறை தனக்கே உரிய வழியில் அவர் செல்லவிருந்தார்.

கேம்பல் மருத்துவப் பள்ளியில் மருத்துவமனை உதவியாளராகச் சேர்வது என்று அவர் முடிவெடுத்தார். வருமானம் ஏதுமில்லாதிருந்த கணவர் மறுப்பு ஏதும் தெரிவிக்கவில்லை. உண்மையில் அதுபற்றியெல்லாம் அவர் கவலைப்படவும் இல்லை. முழுவதுமாக ஆன்மிக நாட்டத்தில் அவர் மூழ்கிக் கிடந்தார்.

கேம்பல் மருத்துவப்பள்ளி பல்வேறு அவதாரங்களைக் கண்டிருந்தது. 'சீல்தா'வில் அது அமைந்திருந்தது. இந்தப் பகுதி அந்தக் காலத்தில் மக்கள் குறைவாக அங்குமிங்குமாக வாழ்ந்து வந்த கல்கத்தாவின் புறநகர்ப் பகுதியாகும். சீல்தாவுக்கு இந்தப் பெயர் வந்தது எப்படி? அது பற்றி நிச்சயமாகக் கூற இயலாது. ஆனால் வரலாற்றாசிரியர் தங்கப்பன் நாயர், நரி என்று பொருள்படும் சியல், கிராமம் என்று பொருள்படும் திஹி ஆகிய இரண்டு சொற்களைக் கொண்டு இந்தப் பெயர் உருவானது என்கிறார்.[225]

சீல்தா மருத்துவமனையில் 1873இல் மருத்துவப்பள்ளி ஆரம்பமானது. இது பொதுவாக 'ஏழைகளின் மருத்துவமனை' என்று அழைக்கப்பட்டது. கல்கத்தாவில் வாழ்ந்து வந்த ஏழைகள், ஆதரவற்றோர், சின்னம்மையால் பாதிக்கப்பட்டோர் ஆகியோருக்கு இது தங்குமிடத்தை அளித்து வந்தது. அதற்காகத்தான் தொலைவான ஓரிடத்தில் இது அமைந்திருந்தது. 1884இல் கேம்பல் மருத்துவப்பள்ளி என்று இதற்குப் பெயர் சூட்டப்பட்டது. பிறகு 1950க்குப் பின்னால், நீல்ரத்தன் சிர்கார் மருத்துவக் கல்லூரி என்று இதற்குப் பெயரிடப்பட்டது. ரத்தன் சிர்கார் இந்தக் கல்லூரியின் முன்னாள் மாணவர். சிறந்த கல்வியாளர். குறிப்பிட்டுச் சொல்லக் கூடிய பல ஆண் பட்டதாரிகள் இங்கிருந்து படித்துவிட்டுச் சென்றிந்தனர். மிகச்சிறந்த விஞ்ஞானக் கண்டுபிடிப்புகளை அவர்கள்

கண்டுபிடித்திருந்தனர். 1912இல் டாக்டர் கேதார்நாத் தாஸ், அளவில் சிறியதாக இடுப்பெலும்பு இருக்கும் கர்ப்பிணிப் பெண்களுக்குப் பிரசவம் பார்க்கும் போது உதவக்கூடிய 'பெங்கால் இடுக்கி' என்ற கருவியைக் கண்டுபிடித்துக் கொடுத்திருந்தார். 1922இல் டாக்டர் உபேந்திரநாத் பிரமச்சாரி என்பவர் காலா–அசார் நோயைக் குணப்படுத்த உதவக்கூடிய நுண்ணுயிர்க் கொல்லி மருந்தான 'யூரியாஸ்டிபமைன்' என்ற மருந்தைக் கண்டுபிடித்தார்.

மிகுந்த உற்சாகம் தரக்கூடிய இந்த சாதனைக் கதைகள் ஆண்களுடையவை. பெண்களுக்கு இவை முற்றிலும் புதிய அனுபவமாக இருந்தன. பெண் மருத்துவர்களுக்குப் பாடம் நடத்துதல், பயிற்சி அளித்தல் ஆகியவற்றில் இருந்த சவால்கள் அனைத்தையும் கேம்பல் மருத்துவக்கல்லூரி சாரமாகப் பிழிந்து வைத்திருந்தது. உண்மையில் இந்தக் கல்லூரியில், பயிற்சியளிக்கப்பட்ட பெண்கள் வழக்கமான பார்வையில் மருத்துவர்கள் அல்லர். நன்றாகக் கல்வி கற்ற காதம்பினி கங்குலிக்கும் – மரியாதைக்கும் அன்பிற்கும் உரிய பிரம்மஞானிகளின் படிப்பிற்குமிடையே நிறைய வேறுபாடுகள் இருந்தன. குறைவாகக் கல்வி கற்றவராக ஹைமாவதி இருந்தார்.

1885இல் இந்தியப் பெண்களுக்கு மருத்துவ உதவி செய்வதற்காக டப்பரின் நிதியம் உருவாக்கப்பட்டதை நாம் அறிவோம். காதம்பினியைப் போன்று மிகுந்த மதிப்பிற்குரிய மருத்துவக்கல்வி கற்றிருந்த பிரிட்டிஷ் பெண்கள் ஆரம்பத்தில் இதன் மூலம் நியமிக்கப்பட்டனர். வரலாற்றாசிரியர் ஜெரால்டின் போர்ப்ஸ் குறிப்பிடுவதைப் போல டப்பரின் நிதியம் விரைவில் சங்கடங்களைச் சந்திக்கத் தொடங்கியது. ஊரகப்பகுதியில் இருக்கும் மருத்துவமனைகள் இன்று சந்தித்து வரும் பிரச்சினைகளைப் போன்ற அதே விதமான சிக்கல்களைச் சந்தித்தது. மருத்துவர்களின் தேவை அதிகமாக இருக்கும் மாவட்டப் பகுதிகளில் பணிபுரிவதற்கு பிரிட்டிஷ் மருத்துவர்களோ, கல்கத்தா மருத்துவக் கல்லூரி மருத்துவர்களோ முன்வரவில்லை. சம்பளமும் குறைவாக இருந்தது. இவர்கள் நகரங்களில் தங்கிக்கொண்டு நகர்ப்புற பெரிய மருத்துவமனைகளில் பணிபுரிந்து வந்தனர். அல்லது தனியாக பயிற்சி செய்து வந்தனர். இவற்றின் மூலம் இவர்களுக்கு மாவட்ட நிர்வாகத்தில் கிடைப்பதைக் காட்டிலும் 10 மடங்கு அதிகமான ஊதியம் கிடைத்து வந்தது.'[226]

கிராமப்புறங்களில் பணிபுரிய விருப்பமுள்ள பெண் மருத்துவர்களைக் கண்டறிய வேண்டிய தேவை டப்பரின் நிதியத்திற்கு

உருவானது. சோதனை நிறைந்த சூழலில் குறைந்த சம்பளத்தில் பணிபுரியக் கூடியவர்களை டப்பரின் நிதியம் தேடிக்கொண் டிருந்தது. அதிகம் படிக்காத பெண்களுக்கு மருத்துவமனை உதவியாளர் பயிற்சி கொடுத்து VLMS (*Vernacular Licentiate in Medicine and Surgery*) என்ற தகுதி அளிக்கலாம் என்ற யோசனையை பிரம்மசமாஜம் கூறியது. பி.ஏ பட்டம் வழங்கப்பட்ட காதம்பினி கங்குலி, அபலாதாஸ் போன்ற துல்லியமான மருத்துவத் தகுதி பெற்றிருப்பவர்களைக் காட்டிலும், மிகவும் குறைவான மருத்துவக் கல்வித்தகுதி இதுவாகும். இருப்பினும், பொருத்தமான பெண்கள் கிடைப்பார்களா என்று பிரிட்டிஷ் அதிகாரிகள் ஐயுற்றனர். மதம், ஜாதி, பர்தா முறை போன்ற முறைகளின் காரணமாக இந்தியப் பெண்கள் யாருமே இதற்கு முன்வர மாட்டார்கள் என்று பிரிட்டிஷ் அதிகாரிகள் சந்தேகித்தனர்.

அதிகமான பெண்கள் கல்வி கற்க வேண்டும் என்று பிரம்மசமாஜம் பிரச்சாரம் மேற்கொண்டு வந்த போதிலும், போதுமான அளவில் கல்வி கற்ற பெண்கள் வங்காளத்தில் இல்லை. இதன் காரணமாகத் தரநிலையைச் சற்றே குறைக்கவேண்டி நேரிட்டது. மருத்துவத் தொழிலில் இருப்பவர்களிடமிருந்து இதற்குப் பலத்த எதிர்ப்பு உருவானது. பிரிட்டிஷ் மருத்துவர்களும் இந்திய மருத்துவர்களிடம் எதிர்ப்பு தெரிவித்தனர். பெண்களுக்கு நுழைவுத் தேர்வின் தரம் வெகுவாகக் குறைக்கப்பட்டதால் அவர்கள் மருத்துவம் செய்வதற்கு முற்றிலும் பொருத்தமற்றவர்கள் என்று இந்திய மருத்துவச் சேவை அமைப்பினர் கவலைப்பட்டனர்.[227] அரைகுறையாகப் படித்துவிட்டு வரும் பெண்கள் மேற்கத்திய மருத்துவமுறைக்கு அவப்பெயரைத் தேடித் தந்துவிடுவார்கள் என்றும் அவர்கள் கவலை கொண்டனர்.

முடிவில் கேம்பெல்லின் கண்காணிப்பாளரான கோலின் மெக்கன்சிக்கு விளக்கங்கள் அளித்து அவரை இணங்க வைத்தனர். கல்கத்தா மருத்துவக்கல்லூரி தொடங்கப்பட்டு ஐந்து ஆண்டுகளுக்குப் பிறகு 1888இல் பெண்கள் அதில் சேர்த்துக்கொள்ளப்பட்டனர். முதல் தொகுப்பில் 15 பெண்கள் இருந்தனர். இவர்களில் பெரும்பாலானோர் கிறிஸ்தவர்களும் ஐரோப்பியர்களும் ஆவர். பிரம்மசமாஜப் பெண்கள் ஒரு சிலர் மட்டுமே இதில் இருந்தனர்.

தரத்தைக் குறைத்துவிட்டதாக மருத்துவர்கள் வெளிப்படுத்திய அச்சம் முற்றிலும் ஆதாரமற்றது என்று கூறிவிட முடியாது. ஹைமாவதிக்கான தேர்வு அபத்தமான அளவுக்கு மிகவும்

எளிமையாக இருந்தது. அந்தக் காலத்தில் பெரும்பாலான பெண்கள் எந்தவிதமான அறிவியல் கல்வியையும் பெறாமல் இருந்ததால் தேர்வு அப்படித்தானிருக்க முடியும்.

பெரும்பாலானவர்கள் அடிப்படைக் கல்வியைக்கூட கற்றிருக்கவில்லை. சில வங்காளப் புத்தகங்களைப் பற்றித் தெரிவிப்பதற்கும், சொல்வதை எழுதுவதற்கும், மிகவும் சாதாரணமான கணக்குகளைப் போடுவதற்கும்தான் தேர்வு. கல்கத்தா மருத்துவக் கல்லூரியில் சேர்ந்தவர்களுக்கு அறிவியல் பாடத்திட்டத்தைப் பின்பற்றிப் போதிக்கப்பட்டது. அடிப்படை வேதியியலும் உடற்கூறியலும் மருத்துவமனை உதவியாளர் களுக்கான படிப்பில் அறிமுகப்படுத்தப்பட்டிருந்தன.

இவ்வளவு எளிதான படிப்பையும்கூட சூழ்நிலைகளின் காரணமாகப் பல பெண்கள் இடையிலேயே விட்டுச்சென்றுவிட்டனர். குடும்பத்தையும் கல்வியையும் ஒரே சமயத்தில் இவர்களால் கவனிக்க முடியவில்லை. கிட்டத்தட்ட அனைத்துப் பெண்களும் ஏற்கனவே திருமணமானவர்கள் அல்லது விதவைகள். அவர்கள் கவனம் செலுத்தவேண்டிய குடும்பங்கள் இருந்தன. பல குடும்பங்களில் பெண்கள் மட்டுமே வருமானம் ஈட்டக்கூடியவர்கள். இத்தனைக்கும் மத்தியில் இந்தப் படிப்பு வெற்றிகரமானதாக இருந்தது. 1891க்கும் 1905க்கும் இடைப்பட்ட வருடங்களில் கேம்பெல்லில் இருந்து 50 வங்காளப் பெண்கள் பட்டம் பெற்றனர். டப்பரின் நிதியத்தின் வங்காளக் கிளையின் 1904ஆம் ஆண்டறிக்கையின்படி, அது நடத்தி வந்த பெண்கள் மருத்துவமனைகளை, VLMS பட்டம் பெற்ற 38 பெண்கள் தலைமை தாங்கி நடத்தி வந்தனர். இவர்களில் பெரும்பாலானவர்கள் கேம்பெல்லில் படித்தவர்கள்.

கேம்பெல் மருத்துவப் பட்டதாரிகள் புதிய மருத்துவமனை களிலும், மருந்தகங்களிலும் பணிபுரிய முடிந்தது என்றாலும் சுயமாகப் பயிற்சி மேற்கொள்ள அவர்களுக்கு அனுமதியில்லை. பணிபுரியும் இடத்தில் குடிமை அறுவைச் சிகிச்சை மருத்துவர் இவர்களை மேற்பார்வையிட்டு வந்தார். பாரம்பரிய மருத்துவர்கள், ஆயுர்வேத மருத்துவர்களுடனும் சேர்ந்து மேடை அரங்குகளில் இந்தப் பெண்கள் பணிபுரிந்தனர். வலிதீர்க்கும் மருத்துவம், குழந்தைப்பேறு இவற்றுடன் மட்டும் நிறுத்திக்கொண்டனர். ஆரம்பகால எதிர்ப்புகளைப் படிப்படியாகக் கைவிட்டு மருத்துவக் கட்டமைப்பு இவர்களை ஏற்றுக்கொள்ளத் தொடங்கியது.

இருப்பினும், கேம்பல் பெண் பட்டதாரிகள் மருத்துவத்தின் பிற கூறுகளில் அதிகம் பயிற்சி பெறாத, செப்பமற்றவர்களாக இருந்தனர். ஆண் மருத்துவர்கள் மேற்கத்திய மருத்துவ முறையில் அறிவியல் வழிமுறைகளின்படி சிகிச்சை அளித்து வந்தனர். இத்தகைய பெண்கள் அரைகுறை பயிற்சி பெற்ற 'பெண் மருத்துவர்கள்' என்ற நிலையிலேயே நடத்தப்பட்டு வந்தனர்.

போர்ப்ஸ் (*Forbes*) வெளிப்படையாகக் கூறுவதைப் போல, 'மருத்துவக் கட்டமைப்பைச் சேர்ந்தவர்கள் அரை-குறை பயிற்சி பெற்றிருந்த பெண் மருத்துவர்களைச் சகித்துக்கொண்டனர். இதற்குக் காரணமாக நான் நம்புவது பெண்களையும், அறிவியலையும் இன்றியமையாதவையாக அவர்கள் ஆக்கிவிட்டனர் என்பதுதான். ஆனாலும், அடிப்படை அறிவியல் பெண்களுக்கு உரியதல்ல என்று முடிவு செய்திருந்தனர். மேற்கத்திய மருத்துவத்தின் அடிப்படையான சில கருத்தோட்டங்களுக்கும், நுட்பங்களுக்கும் ஏற்ற வகையில் பெண்களை சீர்படுத்திக் கொண்டுவர முடியும் என்ற முடிவுக்கு அவர்கள் வந்திருந்தனர். அதே சமயம் அறிவியலும் நவீனமும் ஆடவர்களுக்கு மட்டுமே உரியது என்பதில் உறுதியாக இருந்தனர்.[228]

பெண் மருத்துவர்கள் தரகர்களாக

அவர்களுக்குத் தரப்பட்ட பயிற்சி அரைகுறையானதாக இருந்தாலும்கூட ஹைமாவதி அனைத்தையும் கருத்தூன்றிப் பயின்றார். 17 பெண்கள் நுழைவுத் தேர்வு எழுதியிருந்தனர். அதில் ஹைமாவதி இரண்டாவதாக வந்திருந்தார். சுவர்ணலதா மித்ரா என்ற பெண் முதலாவதாகத் தேர்ச்சி பெற்றிருந்தார். இடினேசா பீபி (*Idinessa Bibi*) மூன்றாவதாக வந்திருந்தார். இவர்களுக்குப் பயிற்சியளித்தவர்களில் பெரும்பாலானவர்கள் பிரிட்டிஷ்காரர்கள். அதிகக் கல்வி அறிவு பெறாத இந்த எளிய பெண்களைப் புரிந்து கொள்வது அவர்களுக்குக் கடினமானதாக இருந்தது. ஹைமாவதி எழுதுகிறார்: 'உடற்கூறியல், மருந்தியல், அறுவைச் சிகிச்சை வகுப்புகள் தொடங்கின. நாங்கள் காலையிலேயே சென்று மருந்துகளை விநியோகிப்பது பற்றிய பாடங்களைக் கற்றுக் கொள்ள வேண்டும். பாடம் நடத்திய திரு.கிப்பான்ஸ் என்ன சொல்கிறார், என்ன செய்கிறார் என்பதைப் பற்றி எதுவுமே எங்களுக்குப் புரியவில்லை.'[229] ஸ்வர்ணலதா, ஹைமாவதி, இடினேசா ஆகிய உயரிய தரங்களைப் பெற்றிருந்த மூன்று மாணவிகள் தகவலறிந்தவர்களாக இருந்தனர். ஒரு மருந்தாளுநருக்கு

மாதம் மூன்று ரூபாய் கொடுத்து, மருந்துக் கலவைகளை உருவாக்குவது எப்படி என்பது பற்றி ஒன்றாகச் சேர்ந்து கற்றுக் கொண்டார்கள். ஆசிரியர்கள் எங்களிடம் அன்பாக நடந்து கொண்டனர் என்கிறார் ஹைமாவதி. விரைவில் உதவித்தொகைக்கு விண்ணப்பிக்குமாறு ஹைமாவதியை வலியுறுத்தினர்.

அவரும் அப்படியே விண்ணப்பித்தார். மாதம் ஏழு ரூபாய் அளவுக்கு உதவித்தொகையும் கிடைத்தது. 'அதை நான் கணவரிடம் கொடுத்துவிடுவேன். எது சிறந்தது என்று பார்த்து அதற்கு அவர் செலவிடுவார்'.[230] இவர்களின் திருமண பந்தம் முழுவதும் இந்த வகையான செயல்பாடுகளே நீடித்தன. ஹைமாவதி சம்பாதிப்பார். அதை குஞ்சா பெஹாரியிடம் ஒப்படைத்துவிடுவார். அவளுடைய சுதந்திரமான செயல்பாடுகள் அனைத்திலும் திருமண பந்தத்தின் கட்டுப்பாடுகள் இருக்கவே செய்தன. திறனற்ற குஞ்சா பெஹாரிக்காக இவர் சமையல் செய்யவேண்டியிருந்தது. வீட்டைக் கவனித்துக் கொள்வதோடு பக்கத்து வீட்டில் வசித்த மனைவியை இழந்த ஒருவரின் குழந்தையையும் பார்த்துக்கொள்ளவேண்டி நேர்ந்தது. இதன் காரணமாக இவர் இரவு இரண்டரை மணி வரையிலும் வேலைபார்க்க வேண்டி வந்தது.

உடலை வெட்டிக் கூறாய்வு செய்யும் வகுப்பைப் பற்றிய வேடிக்கையான விவரங்களை ஹைமாவதி குறிப்பிடுகிறார். 'அங்கு நாங்கள் பார்த்தது, நாங்களும் எங்களது முன்னோர்களும் இதுவரை சாப்பிட்டிருக்கும் அனைத்தையும் குமட்டிக்கொண்டு வாந்தி எடுக்க வைப்பதற்குப் போதுமானதாக இருந்தது. ஒரு ஆண் உடலின் மேல் பாதிப் பகுதி மேசையின் மேல் கிடத்தப்பட்டிருந்தது. குடல் பகுதி வெளியில் பிதுங்கித் தொங்கிக்கொண்டிருந்தது. திடீர் நிலைமாற்றத்தின் காரணமாக பயந்து போனவர்களாக நாங்கள் அழுதோம்'.[231]

பெண்கள் என்பதற்காக ஆசிரியர்கள் எந்தவிதமான தனிச் சலுகையையும் வழங்குவதில்லை. 'ஜோகேந்திர பாபு என் கையில் கத்தியைக் கொடுத்து பிடிக்கச் செய்து பிணத்தின் உடலிலிருந்து தோலை அகற்றுமாறு கூறினார். இது ஒரு விலங்கு என்று கருதிக் கொள்ளுங்கள். உங்களுடைய படிப்பிற்காக நீங்கள் இதைச் செய்தாக வேண்டும். கூச்சப்படவோ, வெறுப்பு கொள்ளவோ, இரக்கத்திற்கோ இங்கு இடமில்லை. உங்கள் படிப்பை மனதில் வைத்துக்கொள்ளுங்கள். நீங்கள் பயப்படுவதற்கு எந்தவிதமான காரணமும் இல்லை.'[232]

இந்தச் சமயத்தில் ஹைமாவதி மீண்டும் கருவுற்றிருந்தார். வீட்டிற்கும், படிப்பிற்கும் வஞ்சனை செய்வது அவருக்கு மிகவும் கடினமானதாகத் தெரிந்தது. அவருக்கு அடிக்கடி உடல்நலம் குன்றியது. மூச்சு வாங்கியது. இறுதித் தேர்வின் போது பிரிட்டிஷ் மருத்துவர் இவரை மதிப்பீடு செய்தார். டாக்டர் பேன்காட் என்ற அந்த மருத்துவர் மாணவிகள் என்பதற்காக நான் அதிகமான அக்கறை எடுத்துக்கொள்ள மாட்டேன் என்று ஒரு முறை கூறியிருந்தார். தேர்வு முடிந்த பிறகு, அவர் தன்னுடைய மனதை மாற்றிக்கொண்டு தாராளமாகப் பாராட்டிப் பேசினார்.

ஹைமாவதி தேர்வில் முதல் மாணவியாகத் தேர்ச்சி பெற்றிருந்தார். கோபால் சந்திர தத்தா என்ற மாணவன் அரை மதிப்பெண் குறைவாகப் பெற்றிருந்தான். அந்தச் சமயத்தில் ஒரு பிரச்சினை முளைத்தது. ஹைமாவதிக்குத் தங்கப்பதக்கம் தரப்பட இருந்தது. மாணவர்கள் இதற்கு எதிர்ப்புத் தெரிவித்தனர். ‘பெண்கள் இங்கு படிக்க வருவதற்கு நெடுங்காலத்திற்கு முன்பிருந்தே தங்கப் பதக்கம் தரப்பட்டு வந்தது. இந்த முறை பெண்ணிற்குத் தரப் பட்டால் ஆண்கள் போராட்டம் செய்வோம்’[233] என்று வாதம் செய்தனர். கல்லூரியின் கண்காணிப்பாளர் திரு.கிப்பன்ஸ் உறுதியாக நின்றார். மாணவர்கள் போராட்டம் செய்தனர். ‘அந்தப் பெண்ணைக் கொன்றுவிட்டால் என்ன? அதோடு இந்தப் பிரச்சினை முடிவுக்கு வந்துவிடும். பெண்களுக்கு அதிக சலுகை காட்டுவது மிகப்பெரிய தவறாகும்’[234] என்று சிலர் பேசினர். ஒரு வார காலத்திற்கு மாணவர்கள் மறியலில் ஈடுபட்டும், இருக்கைகளைக் கவிழ்த்துப் போட்டும், மாணவிகள் மீது கற்களை வீசியும் வந்தனர். காவல்துறையின் உதவியை நாட கிப்பான் நினைத்தார். ஆனால் ஆசிரியர்கள் அதற்கு எதிராக இருந்தனர்.

தங்களுடன் பயின்று வந்த பெண் மருத்துவர்களின் மீது ஆண் மருத்துவர்கள் கல் எறிவது முற்றிலும் நம்ப இயலாததாகத் தோன்றலாம். ஆனால் உலகமெங்கும் மாணவிகளின் போட்டியால் மாணவர்கள் அச்சத்திற்கு ஆளாகியிருந்தனர். மாணவிகள் புத்திசாலிகள், கடுமையாக உழைப்பவர்கள். 20 ஆண்டுகளுக்கு முன்னர் தான் எடின்பர்க் எழுவர் பல்கலைக்கழக மாணவர்களால் தூற்றப்பட்டு அச்சுறுத்தப்பட்டுக் கொண்டிருந்தனர். ஹைமாவதி கல்லூரியில் நுழைந்த காலத்திலும் வெறுப்புடன்தான் பெண்கள் ஏற்றுக்கொள்ளப்பட்டனர். மாணவர்களைக் காட்டிலும் சிறப்புற்றுத் திகழ்வதற்கு பெண்கள் நிச்சயமாக அனுமதிக்கப்படவில்லை.

ஹைமாவதி வங்காளத்தின் துணைநிலை ஆளுநரால் அழைக்கப்பட்டிருந்தார். அது ஒரு திகிலூட்டும் அனுபவமாகத்தான் இருந்திருக்க வேண்டும். புதிதாகப் பிறந்த குழந்தை துருபா ஜோதியையும் தூக்கிக்கொண்டு அவர் சென்றிருந்தார். இவருடன் ஒரு பேரம் பேச அவர்கள் முற்பட்டனர். 'தங்கப்பதக்கத்தை மாணவர்களில் ஒருவருக்கு நாங்கள் கொடுத்துவிடுகிறோம். நீ எதிர்பார்ப்பது என்ன?' என்று கேட்டனர். எப்போதும் நடைமுறை சாத்தியமான சிந்தனையுடன் இருக்கக்கூடிய ஹைமாவதி 'இந்தத் தங்கப்பதக்கத்தால் எனக்குப் பலன் ஏதுமில்லை, நீங்கள் என்மீது இரக்கம் காட்டுவதாக இருந்தால், நான் தொடர்ந்து படிப்பதற்கு உதவ வேண்டும்' என்று கேட்டுக் கொண்டார்.[235]

ஹைமாவதி படிப்பைத் தொடர்வதற்கு அனுமதிக்கப்பட்டார். அவரது மனக்குறையைத் தணிப்பதற்காக உதவித்தொகை மாதம் 30 ரூபாயாக உயர்த்தி வழங்கப்பட்டது. கேம்பல் கல்லூரிப் பேருந்து இவரை அழைத்துவரவும், கொண்டுவிடவும் பணிக்கப்பட்டது. இவருக்கு வெள்ளிப்பதக்கம் வழங்கப்பட்டது. அதைப் பற்றி வறட்சியுடன் அவர் எழுதினார், 'வகுப்பில் முதலாவதாக வந்ததற் காக வெள்ளிப் பதக்கம்'[236] மாணவர்கள் சமாதானமடைந்தனர்.

இந்தக் காலகட்டம் பற்றிய ஹைமாவதியின் நினைவுகள் பணிபுரியும் பெண்களின் பிரச்சினைகள் பற்றிய தெளிவான சித்தரிப்பாக இருந்தன. குழந்தை துருபா ஜோதியை அவர் கல்லூரிக்கு அழைத்துச் சென்றார். அங்கு ஒரு பெண்ணுக்கு ஊதியம் கொடுத்து குழந்தையைப் பார்த்துக்கொள்ளும்படி செய்தார். ஆனால் அது அவ்வளவு எளிதானதாக இல்லை. ஆன்மிகத்தில் ஈடுபடுவதற்காக மறுபடியும் மலைக்குப் போவது என்று குஞ்சா பெஹாரி சரியான நேரத்தில் முடிவு செய்தார். இவர் இது போல பலமுறை அடிக்கடி பயணப்பட்டிருக்கிறார். திருமண வாழ்வும், தந்தை என்ற பொறுப்பும் இவரிடம் அதிகமான தேவைகளைக் கோரும்போது இப்படி அவர் புறப்பட்டுப் போய்விடுவார். ஹைமாவதியின் சம்பாத்தியத்தில் மகிழ்ச்சியாக வாழ விரும்புவாரே தவிர, வீட்டிற்கு அவர் பங்களித்திருப்பது மிகவும் சொற்பமானதுதான்.

ஹைமாவதி தனக்குக் கிடைத்துவந்த உதவித்தொகையை வைத்துக்கொண்டு காலம் தள்ளி வந்தார். இந்தப் பணம் மூன்று மாதங்களுக்கு ஒரு முறைதான் தரப்பட்டது. குஞ்சா பெஹாரி வெளியூர் சென்றுவிடும் சமயங்களில் வாடகை கொடுப்பதும், உணவிற்குச் செலவிடுவதும் இயலாத காரியமாக இருந்தது. அடிக்கடி

பட்டினி கிடப்பார். குழந்தைக்காகக் கொஞ்சம் பணத்தை சேமித்து வைத்திருப்பார். அவர் அணிந்துகொள்வதற்கு ஒரே ஒரு புடவை தான் இருந்தது. இன்னொரு புடவைக்கு அக்கம்பக்கத்தினரிடம் கை நீட்ட வேண்டும். விரிவுபட்ட அவரது குடும்பமான பிரம்ம சமாஜ உறுப்பினர்கள்தான் மறுபடியும் உதவிகள் செய்தனர்.

கணவர் திரும்பி வந்த போது, ஹைமாவதி கோபமாக இருந்தார். அவருடைய குறிப்புகள் இது பற்றிக் கூறுகின்றன. ஆனால் உன்னதமான இந்து மனைவி என்பதில் சிறைபட்டிருந்ததால், அவளால் எதுவும் சொல்ல முடியவில்லை. ‘வாழ்க்கையின் வழியில் குறுக்கிடும் முட்கள்தான் பெண்கள், ஆன்மிகத் தேடலுக்கு இடையூறாக இருப்பவர்கள் அவர்கள்’ என்று என்னுடைய கணவர் பேசினார். ‘ஆன்மிகத் தேடலில் வாழ்க்கையைச் செலவிடக் கருதியிருந்தால், ஏன் திருமணம் செய்துகொண்டாய்?’ [237] என்று சமாஜத்தைச் சேர்ந்த வயதான ஒரு பெண்மணி குஞ்சா பெஹாரியிடம் கேட்டிருந்தார். அலட்சியம் மிகுந்த பெஹாரியிடம் வழக்கம் போலவே இதற்குப் பதில் ஏதும் இல்லை. பதில் எதுவும் வரும் என்று ஹைமாவதியும் எதிர்பார்க்கவில்லை.

வேலையைத் தேடி: கீழ்நிலைப் பதவியில்

ஹைமாவதி இறுதித் தேர்வில் வெற்றி பெற்று மீண்டும் ஒரு முறை முதலிடத்தைப் பிடித்தார். இந்திய வைஸ்ராய் லார்டு எல்ஜினும் *(Lord Elgin)* அவரது மனைவியும் பட்டமளிப்பு விழாவில் பங்கேற்றனர். இவருக்கு *VLMS* பட்டம் வழங்கப்பட்டது.

அடுத்த தடங்கல் இப்போது உருவானது. ஒரு வேலையைத் தேடியாக வேண்டும். மருத்துவர்களின் படிநிலை தெளிவானது. பிரிட்டிஷ் ஆண் மருத்துவர்கள் முதல் நிலையில் இருப்பார்கள். அடுத்து இந்தியாவின் மருத்துவர்கள். அடுத்து கல்கத்தா அல்லது சென்னை மருத்துவக் கல்லூரிகளில் படித்து முடித்துவிட்டு அல்லது பிரிட்டிஷ் கல்லூரிகளில் பயிற்சி பெற்று வந்திருக்கும் உயரடுக்கைச் சேர்ந்த பெண் மருத்துவர்கள் இருப்பார்கள். மருத்துவமனை உதவியாளராக ஹைமாவதி அந்தப் படிநிலையில் கீழ் மட்டத்தில் வருவார். மாவட்ட மருத்துவமனையிலோ அல்லது மருந்தகங்களிலோ மிகவும் சொற்பமான சம்பளத்தில் இவர் வேலை பார்க்க வேண்டும்.

இருந்தபோதிலும், ஹைமாவதிக்கு மாதம் 200 ரூபாய் என்ற நம்ப முடியாத ஊதியத்தில் அப்போது வேலை கிடைத்தது. ஆனால்

குஞ்சா பெஹாரி குறுக்கே நின்றார். பிரம்மசமாஜத்தில் தான் பார்த்து வரும் வேலையை விடுவதற்கு அவர் மறுத்துவிட்டார். இந்தச் சமயத்தில் இவர்களுக்குக் கடனும் அதிகமாக இருந்தது. ஹைமாவதியின் மகனுக்கு அடிக்கடி உடல்நலச் சீர்கேடு ஏற்பட்டது. விலை அதிகமான மருந்துகள் தேவைப்பட்டன. தனிப்பட்ட முறையில் மருத்துவ உதவிகள் அளிப்பதற்கு முயற்சி செய்து பார்த்தார். ஆனால், தாதியர்களைப் பணிக்கு அமர்த்தியிருக்கும் ஆண் மருத்துவர்களிடம் வைத்தியம் செய்துகொள்வதையே மக்கள் விரும்பினர்.

பெண் மருத்துவர்களுக்குக் கட்டணம் கொடுக்காமல் எப்படியெல்லாம் ஏமாற்றுகிறார்கள் என்பதை வெளிப்படையாக இவரது குறிப்புகளில் எழுதியிருக்கிறார். ஒரு நிகழ்வு பற்றி அவர் குறிப்பிட்டு எழுதியிருக்கிறார். உயரம் குறைவாக இருந்த மெலிந்த ஐரோப்பியப் பெண்ணுக்குப் பிரசவம் பார்ப்பதற்காக டாக்டர் தயாள் ஹோம் இவரை அழைத்துச் சென்றிருந்தார். ஐரோப்பிய மருத்துவர்களும் வந்திருந்தனர். அவ்ர்கள் சிசேரியன் அறுவைச் சிகிச்சை மூலம் குழந்தையை வெளியில் எடுத்துவிடவேண்டும் என்பதில் குறியாக இருந்தனர். ஆனால் காத்திருக்கும்படி டாக்டர் ஹோம் வலியுறுத்தினார். தாய் வலியில் முனகிக் கொண்டிருந்தாள். ஹைமாவதி இரக்கத்துடன் கவனித்துக் கொண்டிருந்தாள். ஒரு தாயின் உள்ளம் அது. 24 மணி நேரத்திற்கும் அதிகமான பிரசவ வலிக்குப் பிறகு பிரசவித்த குழந்தையை ஹைமாவதியும், பணிப்பெண்ணும் எடுத்து வந்தனர். ஹைமாவதிக்கு 50 ரூபாய் தரப்பட்டது. பணிப்பெண்ணுக்கு 150 ரூபாயும், டாக்டர் ஹோமுக்கு மிக அதிகமான தொகையாக 1000 ரூபாயும் தரப்பட்டது. ஒரே நாளில் 50 ரூபாய் கிடைத்ததற்காக குஞ்சாபெரிக்கு ஏகப்பட்ட மகிழ்ச்சி. இதுவரையிலும் ஹைமாவதி பெற்றிருந்த ஊதியத்திலேயே இதுதான் அதிகமான தொகை என்ற போதிலும், தான் ஏமாற்றப்பட்டதாகவே ஹைமாவதி உணர்ந்தார். இத்தனை ஆண்டு பயிற்சி பெற்ற தனக்கு மருத்துவத் தகுதியற்ற தாதியர்களைக் காட்டிலும் குறைவாக ஊதியம் வழங்கப்பட்டது அவரைப் புண்படுத்தியிருந்தது. தன்னுடைய மதிப்பு என்ன என்பதை அறிந்து வைத்திருந்த பெண் அவர். தனக்கு உரிமைப்பட்டதைப் பெறவேண்டும் என்பதில் உறுதிப்பாட்டுடன் இருந்தவர். ‘கல்கத்தாவில் பெண் மருத்துவர்கள், பேறுகால மருத்துவச்சிகளின் நிலைமை அதுவாகத்தான் இருந்துவந்தது. ஒரு டாக்டர் அழைத்தால் மட்டுமே பிரசவப்பணிக்குப் போகமுடியும்.

பணம் என்று வரும் போது டாக்டருக்கு மட்டும் தான் மிகவும் அதிகமான தொகை தரப்படும்.'[238] என்று அவர் எழுதுகிறார்.

பல ஆண்டு காலம் வறுமையில் உழன்ற ஒருவருக்கு, தனது சமகாலத்தைச் சேர்ந்த பெண்கள் ஆண்களுக்கு இணையாக ஊதியம் பெற வேண்டும் என்ற விருப்பம் இருந்தது. அது வழக்கத்திற்கு மாறானது அல்ல. அவர் எழுதுகிறார், 'ஆண் மருத்துவர்களின் கைப்பாவைகளாகத்தான் பெண் மருத்துவர்கள் இருந்தார்கள். இத்தகைய விஷயங்களைப் பற்றி நான் நினைக்கும் போது, பெண்ணாகப் பிறந்ததைப் பற்றிப் புலம்ப நினைப்பதுண்டு'[239]

ஹைமாவதியின் வாழ்க்கையில் பிரம்மசமாஜத்தினர் அடிக்கடி உதவிக்கு வருவார்கள். சமாஜத்தின் முன்னணி உறுப்பினரான தேவேந்திரநாத் தாகூரிடம் உடல்நலமில்லாதிருந்த தனது மகனை அவர் அழைத்துச் சென்றார். தாகூர் சின்சுராவில் வாழ்ந்து வந்தார். அது கல்கத்தாவிலிருந்து 35 கி.மீ தொலைவில் இருந்த ஒரு நகரம். கங்கை நதியின் கரையில் அமைந்திருந்தது. பார்த்தவுடன் அந்த ஊர் ஹைமாவதிக்குப் பிடித்துவிட்டது. ஹைமாவதி வேலை தேடிக் கொண்டிருப்பதைப் பற்றிக் கேள்விப்பட்டிருந்த தாகூர், சமாஜத்தின் மற்ற உறுப்பினர்களுடன் பேசி சின்சுராவில் டப்பரின் நிதியத்தின் கீழ் ஒரு பெண்கள் மருத்துவமனையை நிறுவுவது பற்றி ஆலோசித்தார். ஹூக்ளி லேடி டப்பரின் மருத்துவமனை 50 படுக்கைகளுடன் அமைக்கப்பட்டது. ஹைமாவதி அங்கு நியமிக்கப்பட்டார். அவரது ஊதியம் மாதம் 50 ரூபாய். வேறெங்கும் இவருக்குக் கிடைக்கக்கூடியதைக் காட்டிலும் மிகவும் குறைவான தொகைதான். இருந்தாலும் அந்தக் காலத்தில் அதுவே கணிசமான ஒரு தொகைதான்.

லேடி டப்பரின் மருத்துவமனையில் பணி வாழ்வு

தனது பிற்காலப் பணி வாழ்வு முழுவதையும் ஹைமாவதி சின்சுராவில் தான் கழித்து வந்தார். 17ஆம் நூற்றாண்டிற்கும், 19ஆம் நூற்றாண்டிற்கும் இடையில் டச்சு கிழக்கிந்திய கம்பெனிக்கு ஒரு வணிகத்தளமாக இது இருந்தது. வாசனைப் பொருள்கள், பருத்தி, இண்டிகோ போன்றவற்றின் வணிகம் நடைபெற்று வந்தது. 'கங்கையில் ஐரோப்பியர்கள்' என்று அது பேசப்பட்டு வந்தது. ஏராளமான ஐரோப்பியர்களை இந்த வணிகம் கவர்ந்திருந்தது. அங்கு இன்னமும்கூட டச்சுக்காரர்களின் கல்லறைகள் இருக்கின்றன. 45 கல்லறைகள் வரையிலும் இங்கு உள்ளன. இந்த நகரத்தில்

ஆங்காங்கே இந்தோ-டச்சுக் கட்டடக் கலையுடன் கூடிய கட்டடங்கள் காணப்படுகின்றன. ஒரு சமயத்தில் 'கஸ்தவுஸ்' *(Gustavus)* எனப்பட்ட மிகப்பெரிய கோட்டை ஒன்று இங்கு ஆதிக்கம் செலுத்தி வந்திருக்கிறது. இப்போது மிகவும் பிரபலமாக இருப்பது சுசன்னா அன்னா மரியாவின் கல்லறைதான். இவர் ஒரு டச்சுப் பெண்மணி. இவருக்கு ஏழு கணவர்கள் இருந்ததாகக் கருதப்படுகிறது. ரஸ்கின் பாண்ட் எழுதிய 'சூசன்னாவின் ஏழு கணவர்கள்' புதினத்திற்கு இவரது வாழ்க்கை தான் உந்துதலாக இருந்தது.

ஹைமாவதி இங்கு வந்து சேர்ந்த காலகட்டத்தில் இந்த நகரம் தேசியவாதிகளுடன் தொடர்புடையதாக அறியப்பட்டிருந்தது. கவிஞர் பக்கிம் சந்திர சட்டர்ஜி அருகிலுள்ள ஹூக்ளி காலேஜியேட் பள்ளியில் படித்தவர். அவருக்கு மிகவும் பிடித்தமான 'வந்தே மாதரம்' பாடலை இந்த நகரத்தில் வசித்து வந்த போதுதான் இயற்றியிருந்தார். ஹைமாவதி எப்போதுமே சுயாதீனமாகச் செயல்படக்கூடியவராக இருந்ததால் தன்னுடைய கடுமையான வேலைச் சூழல்களைப் பற்றிக் குறிப்புகளில் விவரிப்பதற்கு அவர் வெட்கப்படவில்லை. மற்ற பெண்களைப் போல பலவற்றை மறைத்து எழுதப்பட்ட குறிப்புகள் அல்ல அவை. கறைபடாத வெள்ளை மேலுடையுடன் சுற்றி வரும் பெண் மருத்துவர்களை இன்று நாம் மதிப்புமிக்கவர்களாகக் கருதி வருகிறோம். அந்தக் காலத்தில் நிலைமைகள் வேறுவிதமாகத் தான் இருந்திருக்கின்றன.

ஆடவர்கள் நிறைந்திருக்கும் தொழில் உலகத்திற்குள் நுழையும் இளவயதுப் பெண்களுக்குப் பாலியல் சீண்டல்கள் அதிகமாகவே இருந்திருக்கின்றன. ஹைமாவதி பணிபுரிந்துவந்த மருத்துவ மனையின் உதவி மருத்துவர் பத்ரிநாத் முகர்ஜி என்பவர் ஹைமாவதிக்கு எப்போதும் தொல்லை கொடுத்து வந்தார். 'பயனில்லாத பேச்சுகளை இவரிடம் பேசி வந்தார். நோய்களைப் பற்றிப் பாடம் எடுக்க ஆரம்பித்து, பாலுறவு நோய்களைப் பற்றிய தலைப்பிற்கு மாறிவிடுவார். நீங்கள் இதையெல்லாம் என்னிடம் பேசக் கூடாது' என்று ஒரு நாள் நான் எதிர்ப்புத் தெரிவித்தேன். மேலதிகாரியிடம் அவர் திரித்துக் கூறிவிட்டார். மேலதிகாரி என்னிடம் 'உங்களுக்குக் கற்றுத்தர முயற்சிக்கும் போது நீங்கள் கோபப்படுவது ஏன்?' என்று கேட்டார். 'ஐயா, ஆபாசமான பேச்சுகளைப் பேசாதிருக்கும்படி தயவு செய்து அவரிடம் கூறுங்கள்' என்று மட்டும் பதில் கூறியதாக ஹைமாவதி எழுதியிருக்கிறார்.[240]

ஹூக்ளி லேடி டப்பரின் மருத்துவமனை எல்லா நோயாளி களையும் அனுமதித்து வந்தது. மிகவும் ஏழைகளும் இதில் இருப்பார்கள். பெண் மருத்துவர்கள் வீடுகளுக்கே சென்று அவர்களைப் பார்த்து வருவார்கள். ஆரம்பக் காலங்களில் ஹைமாவதி தோராயமாக ஆண்டுக்கு 230 நோயாளிகளை மருத்துவமனையில் பார்த்து வந்தார். இதைவிட 15 மடங்கு அதிகமான பேரை வெளி மருத்துவமனைகளிலும், 150 பேரை வீடுகளிலும் கவனித்து வந்தார். 10 ஆண்டுகளுக்குப் பிறகு 400 பேரை மருத்துவமனையிலும், 6000 பேரை வெளி மருத்துவமனைகளிலும், 270 பேரை வீடுகளிலும் சென்று பார்த்தார். மாதம் 300 முதல் 400 ரூபாய் வரையிலும் சம்பாத்தித்ததாக அவர் கூறுகிறார். அந்தக் காலத்தில் இது மகத்தான தொகையாகும். ஆனால், இந்தப் பணம் முழுவதும் கணவரிடமே தரப்பட்டு வந்தது. அவர் இந்த வருமானத்தை இறுக்கிப் பிடித்துச் செலவிட்டு வந்தார். அவரிடம் அனுமதி பெறாமல் இதிலிருந்து ஒரு பைசாகூட இவரால் செலவிட முடியாது.[241]

தன்னுடைய நற்பெயருக்குக் களங்கம் ஏற்படுத்தும் முயற்சிகள் பற்றியும், மருத்துவமனை ஊழியர்கள் பலரின் மனக்கசப்பு பற்றியும் ஹைமாவதி எப்போதுமே விழிப்புடன் இருப்பார். மருத்துவமனை எழுத்தர்கள், கட்டுப்போடுபவர்கள், மருந்துக் கலவையாளர்கள் போன்றோரின் சூழ்ச்சி வலைகளைப் பற்றி அவரது குறிப்புகள் பேசுகின்றன. ஒரு மருத்துவரின் நோயாளி சகோதரரை இன்னொரு ஊரில் சென்று பார்க்குமாறு இவரிடம் ஒருமுறை தெரிவிக்கப்பட்டது. அதற்கு ஒப்புக்கொண்ட இவர் என்னுடைய வாகனத்தில்தான் நான் பயணிப்பேன் என்று குறிப்பிட்டிருந்தார். பொது வாகனத்தில்தான் செல்ல வேண்டும் என்று டாக்டர் வலியுறுத்தினார். தன்னுடைய கௌரவம் கருதி அதனை அவர் மறுத்துவிட்டார். அதை மனதில் வைத்துக் கொண்டு அந்த மருத்துவர் இவரைப் பல மாதங்கள் பின்தொடர்ந்து எதிலாவது சிக்க வைப்பதற்கு முயற்சி செய்து வந்தார்.

தனது மேலதிகாரிகளின் ஊழல்களை ஹைமாவதியால் சகித்துக்கொள்ள முடிவதில்லை. 'மயிர்க் கூச்செரியும் நிகழ்வு' ஒன்றைப் பற்றி அவர் விவரிக்கிறார். 11 வயது பெண் ஒருத்தி தனது கணவரால் வல்லுறவுக்கு ஆளாக்கப்பட்டதால் அவளுக்குக் குருதிப்போக்கு அதிகமாக ஏற்பட்டிருந்தது. அந்த வீட்டிற்கு ஹைமாவதியை அழைத்திருந்தார்கள். அந்தப் பெண் அங்கு சுயநினைவின்றிக் காணப்பட்டார். அறுவைச் சிகிச்சை

மருத்துவர்களை அழைத்து மருத்துவம் பார்க்குமாறு ஹைமாவதி அறிவுறுத்தினார். அவர்கள் வந்து சிகிச்சை செய்த போதிலும் அந்தப் பெண் இறந்துவிட்டார்.

குறைந்த வயதுடைய சிறுமிகளை நடுத்தர வயதுடைய கணவர்கள் வல்லுறவுக்கு உட்படுத்தும் செயல்கள் அந்த நாள்களில் அதிகமாக நடைபெற்று வந்தன. 1889ஆம் ஆண்டு புல்மோனிதாசி வழக்கைப் பற்றி முன்பு நாம் விவாதித்திருக்கிறோம். 10 வயது வங்காளிப் பெண் தனது 35 வயது கணவனால் வல்லுறவுக்கு ஆட்படுத்தப்பட்டு இறந்து போன நிகழ்வு அதுவாகும். இந்தக் குற்றவாளிக்கு ஒரு ஆண்டு காலக் கடுமையான உழைப்பு மட்டுமே தண்டனையாகத் தரப்பட்டது. இந்த நிகழ்வு வங்காளச் சமுதாயத்தை அதிர்ச்சிக்குள்ளாக்கியது. உடலுறவுக்கு ஒப்புதல் அளிக்கும் 1891ஆம் ஆண்டு வயது வரம்புச் சட்டம் வருவதற்கு இது வகை செய்தது. அதன்படி கணவனாகவே இருந்தாலும்கூட, 12 வயதுக்கும் குறைவான பெண்களிடம் உறவு கொள்வது சட்ட விரோதமாக்ககப்பட்டது.

ஆகவே இந்தப் பெண்ணின் கணவனும் தண்டனைக்குரியவர் என்பதை ஹைமாவதி அறிந்திருந்தார். ஆனால் எதையும் செய்வதற்கு அதிகாரம் இல்லாதவராக அவர் இருந்தார். சிவில் மருத்துவர் அந்தப் பெண்ணுக்கு 14 வயது என்றும், அவளது ரத்தத்தில் கிருமித் தொற்று ஏற்பட்டதால் அவள் இறந்துவிட்டாள் என்றும் சான்றளித்துவிட்டார். ஹைமாவதியை அவர் தனியாக அழைத்து இதுபற்றி எதுவும் பேசாமல் இருந்துவிடுமாறும், 500ரூபாய் சேவைக் கட்டணம் தந்துவிடுவதாகவும் கூறினார். ஹைமாவதி பணம் பெற மறுத்துவிட்டார். ‘இதனை நீ வாங்கிக் கொண்டுதான் ஆக வேண்டும், ஏன் வாங்க மறுக்கிறாய்? என்று மருத்துவர் கடுமை காட்டினார். ‘நான் பணத்தை வாங்கிக்கொண்டேன். என்னை எதுவும் செய்துவிடுவார்களோ என்று அஞ்சினேன். என்னுடைய கணவர் என்ன சொல்வார்? இதுபற்றி நான் அவரிடமும் மற்ற எல்லோரிடமும் சொல்லியிருக்க வேண்டும். என்னதான் நடக்கிறது என்று பார்த்திருக்க வேண்டும்.’[242]

50 ரூபாயை மட்டும் வைத்துக்கொண்டு மீதிப் பணத்தைத் திருப்பிக் கொடுத்துவிட முயற்சித்தபோது, இன்னும் கூடுதலான பணத்திற்கு நான் ஆசைப்படுவதாக நினைத்து அந்த மருத்துவர் மேற்கொண்டு 200 ரூபாயைத் திணித்தார். ஹைமாவதி இந்தப்

பணத்தைக் கணவரின் கண்களில் படாமல் மறைத்து வைக்க வேண்டி வந்தது. துணிமணிகளுக்கிடையே அதை மறைத்து வைத்திருந்து சிறிது சிறிதாக அவரிடம் கொடுத்து வந்தார். எஞ்சிய பணத்தைப் பக்கத்தில் வசித்து வந்த குடும்பத்தினர் உணவு, உடை, பழங்கள் வாங்கிக் கொள்வதற்காகக் கருணையுடன் கொடுத்துவிட்டார்.

ஹைமாவதியின் தொண்டு செய்யும் சிந்தனை இப்படித்தான் தோன்றியது. 'தொண்டு செய்வதைக் காட்டிலும் உயர்வான அறச்செயல் வேறெதுவும் இருப்பதாக எனக்குத் தெரியவில்லை' என்று ஹைமாவதி எழுதுகிறார். 'ஒருவர் ஏராளமான அளவில் பூஜைகள் செய்யலாம். சடங்கு சம்பிரதாயங்களைக் கடைப்பிடிக்கலாம். தொண்டு புரிவது இவை அனைத்திற்கும் மேலானது என்று நான் கருதுகிறேன். 'ஒழுங்கற்ற வழிகளை ஏன் கடைப்பிடிக்கிறீர்கள் என்று ஒருவர் வினவலாம். பெண்களுக்குச் சுதந்திரமே இல்லை என்பது உங்களுக்கே தெரியும். உலகப் பொருள்களின் மீது அலட்சியம் காட்டுபவர்களாக ஆண்கள் இருந்தாலும்கூட, உலகியல் சார்ந்து தீவிரமாக இயங்குபவர்கள் அவர்கள்தான். அவர்களிடத்தில் தொண்டுணர்வு மிகக் குறைவான அளவில்தான் இருக்கும்.'²⁴³

இந்தச் சமயத்தில் ஹைமாவதிக்கு இரண்டு மகன்கள் இருந்தனர். கடும் உழைப்பைக் கோரும் வேலைக்கும், குடும்ப வாழ்க்கைக்கும் இடையில் இவர் போராடிக் கொண்டிருந்தார். ஆனாலும் அவர் வேலை செய்தே ஆக வேண்டியிருந்தது. அன்றாடம் சம்பாதித்து வந்த 50 முதல் 60 ரூபாய் பணம் மட்டுமே குடும்பத்திற்குக் கிடைத்து வந்த ஒரே வருமானம். உதவி அறுவை மருத்துவர் பத்ரிநாத் முகர்ஜி அடிக்கடி இவருக்குத் தொல்லை கொடுத்த வண்ணமிருந்தார். தன்னுடன் தனது வாகனத்தில் வர வேண்டும் என்று அவர் வலியுறுத்தி வந்தார். சமயோசித புத்தியுள்ள ஹைமாவதி ஒரு வழியைக் கண்டுபிடித்தார். லேடி டப்பரின் நிதியத்தின் அலுவலகத்திற்கோ, அதன் வளாகத்திற்கோ ஆடவர் எவரும் வரக்கூடாது என்று நிதியம் தடை விதித்திருந்தது. அதன் காரணமாக அப்போது அவர் தப்பித்துக் கொண்டார்.

பிறகு வேறு வகையான தொந்தரவுகள் ஆரம்பித்தன. ஒவ்வொரு நாளும் கண்விழிக்கும் போது அவருடைய தண்ணீர்ப் பானையின் மீதும், சமையல் பத்திரம், கதவுகள், மாடிப்படி இங்கெல்லாம் மலம் அப்பி வைக்கப்பட்டிருக்கும். யார் இதைச் செய்கிறார்கள் என்பது தெரியாமலேயே இருந்து வந்தது. ஹைமாவதி மாவட்ட

மாஜிஸ்டிரேட்டிடம் புகார் அளித்தார். ஆனால் இம்சை தொடர்ந்து கொண்டே தான் இருந்தது.

வாழ்நாள் முழுவதும் இவருடைய குடும்பம் துயரத்தின் ஊற்றுக்கண்ணாகவே இருந்து வந்தது. குடும்பத்தினர் ஹைமாவதிக்கு ஆதரவாக இருந்ததே இல்லை. இந்த நிலை தொடர்ந்து வந்தது. இவருடைய கணவரின் சகோதரர் தன்னுடைய இளைய சகோதரியுடன் சேர்ந்து இங்கு வந்து தங்கிக் கொண்டார். அவர் ஒரு குடிகாரர். ஹைமாவதியிடமிருந்து பணத்தை சுருட்டுவதிலேயே எப்போதும் அவர் குறியாக இருந்து வந்தார். பணத்திலேயே எப்போதுமே குறியாக இருந்துவந்த இவரது கணவரும் ஹைமாவதியுடன் சன்டையிட்டுக் கொண்டு வீட்டை விட்டுச் சென்றுவிடுவார்.

ஒரு நாள், இரண்டு ஆண்கள் பதுங்கிப் பதுங்கி வீட்டிற்குள் நுழைந்ததை ஹைமாவதி கண்டார். அச்சமடைந்த போதிலும் கையில் வைத்திருந்த தடியினால் ஒரு தீர்மானத்துடன் அவர்களின் தலையில் அடித்தார். இருவரில் ஒருவர் பத்ரிநாத் முகர்ஜியின் கூட்டாளி என்பது தெரிய வந்தது. முகர்ஜி இவரைக் கொலை செய்யும் நோக்கத்துடன் தான் இந்த இருவரையும் அனுப்பி வைத்திருந்ததாகத் தன்னுடன் இருந்த பணியாளர்களின் மூலம் ஹைமாவதி தெரிந்து கொண்டார். சிவில் சர்ஜன் ஆர்.எல்.தத்தை ஹைமாவதி அணுகினார். அவர் ஒரு பிரம்மசமாஜி. அந்த இருவரும் பணிநீக்கம் செய்யப்பட்டனர். பிரச்சினைகள் ஓய்ந்தன.

தாயும் பிறரும்

1896இல் பக்திசுதா என்ற பெண் குழந்தை ஹைமாவதிக்குப் பிறந்தது. இந்தச் சமயத்தில் குஞ்சா பெஹாரியிடமிருந்து உதவி கிடைக்காதது அவளைப் பாதிக்கத் தொடங்கியது. அவளுடைய மனக்கசப்பும் ஆத்திரமும் அதிகரித்து வந்தது. இவை அனைத்தும் ஒரு நாள் முற்றித் தலைக்கேறின. அன்று வீட்டுப் பணிப் பெண்ணுக்கு என்ன என்று தெரியாத ஒரு காரணத்திற்காக குஞ்சா பெஹாரி விடுமுறை கொடுத்து அனுப்பிவிட்டார். ஹைமாவதி ஒரு அவசர சிகிச்சைக்காகத் திடீரென அழைக்கப்பட்டார். பெண் குழந்தையை குஞ்சா பெஹாரியிடம் ஒப்படைத்துவிட்டு இவர் கிளம்பினார். இது கேள்விப்படாத ஒரு காரியம். அவர் கத்தினார், ‘ஏய், வேசிமகளே, நான் என்ன உன் அப்பனுக்கு வேலைக்காரனா? உன்னுடைய பெண்ணைப் பார்த்துக்கொள்வதற்கு! இதை நான் ஏற்க முடியாது.’ ஹைமாவதி பதிலுக்குக் கத்தினாள்: ‘மனைவியின் சம்பாத்தியத்தில்

வாழ விரும்பினால், குழந்தைகளைப் பார்த்துக்கொள்ளத்தான் வேண்டும். எனக்கு என்ன பத்து கைகளா இருக்கின்றன?' [244]

குஞ்சா பெஹாரியின் அகங்காரத்திற்கு இது சவாலாகிவிட்டது. அவர் ஹைமாவதியின் மீது ஒரு கொலைகாரனைப் போல பாய்ந்து ஈவு இரக்கமின்றி அடித்தார். பூந்தொட்டி மீது விழுந்ததில் ஹைமாவதிக்கு உதடு கிழிந்துவிட்டது. ரத்தம் அதிகமாக வெளியேறியது. ஹைமாவதி உடனடியாகக் குடிமை மருத்துவரின் வீட்டிற்கு விரைந்தாள். என்னால் இனி வேலைக்கு வர முடியாது என்று அர்த்தமில்லாமல் கத்திக் கூச்சலிட்டாள். அவருடைய நினைவுக் குறிப்புகள் உண்மையில் நடந்ததை அப்படியே குறிப்பிட்டிருக்கக்கூடும். அவர் எவ்வளவு அவநம்பிக்கையுடன் இருந்தார் என்பது தெளிவாகத் தெரிகிறது. ஒத்துப்போகும் ஆற்றலை இழந்தவராக முற்றிலும் பொறுமையிழந்து அவர் இருந்தார். தான் பெரிதும் நேசித்து வந்த வேலையைத் துறப்பது என்பது முழுமையான ஏமாற்றத்தின் வெளிப்பாடுதான். ஆனால், தத், ஹைமாவதியை அவ்வளவு எளிதாக வேலையை விட்டு அனுப்புவதாக இல்லை.

ஹைமாவதியின் கணவரிடம் மன்றாடிக் கேட்டுக்கொள்வதற்காக தத், அவரது வீட்டுக்குச் சென்றார். அது கைகலப்பாக மாறிவிட்டது. இறுதியில் ஹைமாவதி தனது கணவனைப் பிடித்து இழுத்து உள்ளே தள்ளிவிட்டாள். இது மாதிரியானதொரு சந்தர்ப்பத்திற்காகத்தான் பத்ரிநாத் முகர்ஜி காத்துக்கொண்டிருந்தார். அவளுக்கு அதிகமாக இடம் கொடுத்துவிட்டதாகவும், உரிய இடத்தில் அவளை வைத்திருக்கத் தவறிவிட்டதாகவும் குஞ்சா பெஹாரியிடம் உடனடியாகக் கூறினார். ஹைமாவதி தனது கணவரின் மீது புகார் கொடுக்குமாறு கட்டாயப்படுத்தப்பட்டார். ஆனால், மூன்று குழந்தைகளை வைத்துக்கொண்டு அதைச் செய்திட அவள் விரும்ப வில்லை.

முடிவாக ஒரு சமாதானம் ஏற்பட்டது. ஹைமாவதி கணவனை விட்டுத் தனியாக ஓரிடத்தில் தங்கியிருப்பதற்கு வலியுறுத்தப்பட்டார். அப்படியே நடந்தது. பக்கத்து ஊரில் ஒரு தனி வீட்டில் போய் அவர் தங்கிக்கொண்டார். இது அவளுக்கு ஒரு மிகப்பெரிய நிவாரணமாகத்தான் இருந்திருக்க வேண்டும். ஆனாலும் பொறுப்புகள் அதிகரித்துவிட்டன. இவரது இரண்டவது மகனுக்கு அடிவயிற்றுப் பிரச்சினையால் கடுமையாக நோய் கண்டது. அவன் பிழைக்க

மாட்டான் என்று கூறிவிட்டனர். கிட்டத்தட்ட ஒருமாத காலம் மரணத்தின் வாயிலில் நின்றிருந்த அவன் இறுதியில் தேறினான். இவளுடைய கணவரும் அடிக்கடி நோய்வாய்ப்பட்டு வந்தார்.

இப்போது ஹைமாவதியின் நினைவுக் குறிப்புகளில் தனது நோயாளியைப் பற்றிக் குறிப்பிடுவது வெகுவாகக் குறைந்து, குடும்பத்தையும் பல்வேறு நோய்களையும் பற்றிப் பேசுவதுதான் வழக்கமாகி இருந்தது. தன்னுடைய சோர்வையும், களைப்பையும் கண்டு கொள்ளாததற்காக ஒரே நேரத்தில் அவர்களை கோபத்துடன் அவர் குறை கூறியிருக்கிறார். பல பெண்களுக்கும் நடப்பதைப் போலவே இவரும் வேலைக்கும், குடும்பத்திற்கும் இடையில் சிக்கிக்கொண்டு திண்டாடி வந்தார். சில சமயங்களில் குடும்பத்தினர் மீதான கவலைகள் சூழ்ந்து கொள்ளும். மற்ற சமயங்களில் குடும்பத்தில் இவர் ஒருவரே பொருளீட்டுபவராகவும், போஷிப்பவராகவும், எல்லா வகைகளிலும் அக்கறை செலுத்துபவராகவும் இருந்த நிலையிலும்கூட, தன் மீது யாருக்கும் அக்கறை இல்லையே என்று ஏமாற்றமடைந்து வந்தார்.

ஹைமாவதி எப்போதுமே தரும சிந்தையுள்ளவராக இருந்து வந்தார். தனது கணவரின் புதிய வீட்டிற்குச் சென்று வந்தது அவளது இந்த சிந்தனையை மேலும் அதிகரித்தது. அங்கு அவள் தனது குழந்தைகளைச் சந்திப்பார். மிகவும் வசதி படைத்தவர்கள் வீடுகளில் அரிசியிலிருந்து நீக்கப்பட்டு வீசியெறியப்படும் குருணையிலிருந்து காய்ச்சப்படும் கஞ்சியைக் குடிப்பதற்காக ஏழ்மையில் உழன்று வந்த பல குழந்தைகள் அழுக்கு நிறைந்த சாக்கடைக்குள் நின்றபடி இருப்பார்கள். மாதத்திற்கு ஒரு முறை மட்டுமே அவர்களுக்குச் சாப்பிடுவதற்கு அரிசி கிடைக்கும். மற்ற சமயங்களில் இவர்கள் வயல்களில் காணப்படும் பயறுகள், இலைகள், முள்ளங்கிகளை எடுத்து உண்பார்கள்.

ஹைமாவதி மிகவும் மனம் பாதிக்கப்பட்டார். ‘ஏழைகள் இலைகளைத் தின்று வாழ்கிறார்கள். நீங்கள் வட்டி வாங்கிக் கொழுக்கிறீர்கள்’ என்று ஏழைகளிடம் அதிகமான வட்டிக்குப் பணம் தருகிற பேராசை பிடித்தவர்களுக்கு அவர் எழுதினார். இந்த அனுபவம் வருங்காலங்களில் இவருடைய வாழ்க்கையை வடிவமைத்தது.

வங்காளத்தில் பெண் மருத்துவர்களின் தாக்கம்

கேம்பெல்லில் இருந்து வந்த ஹைமாவதி போன்ற பெண் மருத்துவர்கள் மருத்துவ வரலாற்றில் பெரும்பாலும் புறக்கணிக்கப்

பட்டிருந்தனர். ஆனால், அந்த நூற்றாண்டின் இறுதியில், மேற்கத்திய மருத்துவ முறையில் பயிற்சி பெற்ற பெண்கள் வங்காளத்தில் ஒவ்வொரு மாவட்டத்திலும் இருந்தார்கள்.[245] இந்தப் பெண்கள் *VLMS* உரிமம் பெற்றவர்கள். உள்ளடங்கியிருந்த கிராமப் பகுதிகளுக்கும் மருத்துவத்தை இவர்கள் எடுத்துச் சென்றனர். மெத்தப் படித்த இவர்களின் நகர்ப்புற சகோதர சகோதரிகள் கிராமங்களுக்குப் போகவே மாட்டார்கள்.

எதிர்ப்பார்த்ததற்கு மாறாக, பெரும்பாலான பெண்கள் படித்து முடித்தவுடன் படிப்பிலிருந்து விலகிச் சென்று விடாமல் பணிபுரிய முன்வந்தார்கள். ஹைமாவதி 40 ஆண்டுகளுக்கு மேலாக மருத்துவப்பணி புரிந்துவந்தார். முசாமுத் இசினேசா (*Musamut Isenessa*) பித்யாமோயி பெண்கள் மருத்துவமனையில் (*Bidyamoyi Female Hospital*) ஒரே ஒரு பெண் மருத்துவராக 20 ஆண்டுகள் பணிபுரிந்தார்.[246] கேம்பல் பெண் மருத்துவர்கள் அறுவைச் சிகிச்சைகளை மேற்கொள்வதில்லை. வங்காளத்தின் கிராமப்புறங்களில் சில வகை மருத்துவ முறைகளின் கலவையாக ஓரளவுக்கு மருத்துவம் செய்வதில் முக்கியமான பங்கு வகித்து வந்தனர்.

விதவையின் வீடு நிறைய பிள்ளைகள்

ஹைமாவதி இன்னும் இரண்டு ஆண் பிள்ளைகளைப் பெற்றெடுத்தார். முதல் குழந்தை பிறந்த போது இவரது வீட்டைச் சுற்றிலும் வலம் வருகிற அனாதைக் குழந்தைகள் இவருக்கு உதவிகள் செய்தனர். அப்போது அவரது கணவருக்கு நீரிழிவு நோய் ஏற்பட்டிருந்தது. நீண்ட கால நோய் நிலைக்குப் பிறகு 1902இல் அவர் இறந்தார். இவர்களுக்குத் திருமணமாகி 13 ஆண்டுகள் மட்டுமே ஆகியிருந்தது. ஆனால், நீண்ட நெடிய காலம் ஆனது போல அது தோன்றியிருக்க வேண்டும். ஹைமாவதிக்கு இப்போது ஐந்து குழந்தைகள் இருந்தனர். மூத்த குழந்தைக்கு எட்டு வயது, கடைசி குழந்தைக்கு வயது வெறும் ஐந்து மாதம். மிகவும் வருத்தத்துடன் அவர் எழுதுகிறார், 'என்னுடைய கடமைகள் நூறு மடங்கு அதிகரித்துவிட்டன. எனது குழந்தைகளுக்கு நான் ஒரு தாயாகவும், தந்தையாகவும் ஆகிவிட்டேன். நான் சார்ந்திருப்ப தற்கு எனக்கு இனி யாருமே இல்லை.'[247]

எப்போதும் இருந்ததை விடவும் இப்போது ஹைமாவதி மிகவும் சிக்கனமாக வாழ வேண்டியிருந்தது. ஆனால், குஞ்சா

பிஹாரி இறந்துவிட்டதால், தன்னுடைய தரும சிந்தனைக்கு அவர் அடிபணிந்து வந்தார். பல்வேறு மதங்களையும் சேர்ந்த அனாதைக் குழந்தைகளுக்கும் உதவி வந்தார். நீண்ட காலத்திற்கு முன்பு அவர் 30 முதல் 40 குழந்தைகளுக்கு ஆதரவளித்து வந்திருந்தார். இவர்களில் பெரும்பாலானோரின் தாய்மார்கள் மருத்துவமனையில் இறந்து போனவர்களாவர். தரையில் வாழை இலையை விரித்து அதன் மீது சாதத்தை வைத்துப் பருப்பை அதன் மீது போட்டு அவர்களுக்குப் பரிமாறுவார். இளைய குழந்தையின் பக்கத்தில் மூத்த குழந்தையை அமரச் செய்வார். தான் உண்டு முடித்த பிறகு மூத்த குழந்தை, இளைய குழந்தையைத் தனது குழந்தையைப் போல பாவித்து அதற்கு உணவு ஊட்ட வேண்டும். தான் பணிக்குச் செல்லும் சமயங்களில் குழந்தைகளை விளையாடவும், சண்டை போடவும் அனுமதித்து, திரும்பி வந்த பிறகு அவர்களைக் குளிப்பாட்டி மறுபடியும் உணவளிப்பார்.

இந்தக் குழந்தைகளை மற்ற இல்லங்களுக்கு எப்போதாவது தான் அனுப்பி வைப்பார். அப்போது மேலும் சில குழந்தைகள் இங்கு வந்துவிடுவார்கள். 485 குழந்தைகளுக்குத் தான் ஆதரவளித்து வந்ததாக ஹைமாவதி கூறுகிறார். இதில் பிறந்து ஒரு நாளே ஆன அனாதைக் குழந்தையும் இருந்தது.[248] அனாதைக் குழந்தைகளுக்குத் தாயாக இருக்க வேண்டும் என்ற விருப்பம் மேலோங்கிப் போகாமல் இருந்திருந்தால் அவருடைய வாழ்க்கை மிகவும் எளிதாக இருந்திருக்கும். இந்தச் சமயத்தில் பெற்றோர் பலர் தங்களின் பெண் குழந்தைகளை இவரிடம் அனுப்பி வைத்து வந்தனர். ஒரு பெண் குழந்தைக்கு 200 ரூபாய் என்ற அளவில் அவர்களின் திருமணத்தின் போது ஹைமாவதி நிறைய பணம் செலவிடுவார். இவரிடம் இருந்தவர்களில் கர்ப்பிணிப் பெண்களும் இருந்தனர். அவர்களின் குழந்தைகளையும் இவர் பார்த்துக் கொண்டார். இறுதியில், அவருடைய மகன்கள் வளர்ந்துவிட்ட பிறகு, பெண்களை வீட்டுக்கு அழைத்து வருவதைத் தவிர்த்துப் பிற வீடுகளுக்கு அனுப்பி வைக்க ஆரம்பித்தார்.

கணவன் இறந்த பிறகு 31 ஆண்டு காலம் ஹைமாவதி வாழ்ந்திருந்தார். இந்தக் காலகட்டத்தில் அவருடைய நினைவுகள் மேலும் மேலும் கசப்பானதாக மாறத் தொடங்கின. தன்னுடைய குடும்பம் இவருக்கு முற்றிலும் ஏமாற்றத்தை அளித்த இடமாகிவிட்டது. தன்னுடைய பிள்ளைகளிடமிருந்து இவர் அனுபவித்த 'துன்புறுத்துதல்கள்' பற்றி விரிவாக எழுதாமல்

குறிப்புகளில் மேலோட்டமாக எழுதியிருக்கிறார். 'அவர்கள் விரும்பிய அனைத்தையும் எனக்குச் செய்துவிட்டார்கள்' என்கிறார். இந்த உலகில் நான் யார் யாரிடமெல்லாம் நல்லவிதமாக அன்பு காட்டி வந்தேனோ அவர்கள் ஒவ்வொருவரும் என்னைத் தவறாக நடத்திவிட்டர்கள். யார் ஒருவருமே என்னிடம் ஒரு நாள்கூட நியாயமாக நடந்து கொண்டதில்லை.'²⁴⁹

இவருடைய மகன்கள் நல்ல வேலைகளில் அமர்ந்திருந்தனர். யாருமே தனக்கு ஆதரவளிக்கவில்லை என்று ஹைமாவதி எழுதியிருக்கிறார். நியாயமாகக் கூற வேண்டுமானால், அவரிடமிருந்த பக்தியும், நீதி நியாயமும் மற்றவர்கள் எளிதில் ஆதரிக்கக் கூடியதாக இல்லை. இவர் தனது கடைசிக்காலம் வரையிலும், 60 வயது முடியும் வரையிலும் தொடர்ந்து உழைத்து வந்தார். நோய்கள் இவருடைய குடும்பத்தை விடாப்பிடியாகத் துரத்திக் கொண்டிருந்தன. தனது பேரக் குழந்தைகளுக்கு மருத்துவச் செலவுகளை ஹைமாவதிதான் செய்து வந்தார்.

தன்னுடைய இறுதி நாள்களில் ஹைமாவதி மேலும் அதிகமான தத்துவார்த்த சிந்தனைகளை வளர்த்துக் கொண்டுவிட்டார். பெண்கள் தங்களின் குடும்பத்தோடு நின்றுவிடாமல், மக்களின் நன்மைக்காக உழைத்து வரவேண்டியதன் அவசியம் பற்றி இவர் தொடர்ச்சியாக எழுதி வந்தார். ஒரு இந்து ஆடவனை மணம் புரிந்து கொண்ட தனது கிறிஸ்தவப் பெண் நண்பரைப் பற்றி இவர் எழுதியிருக்கிறார். அவர் மிகவும் தகுதி மிக்க 'பெண் மருத்துவர்'. ஆனால் படித்த படிப்பு முழுக்கவும் பாழாகிப் போய்விட்டது. இந்துப் பழக்கவழக்கங்களுக்கு மதிப்பளிப்பதற்காக அவரை வீட்டிற்குள்ளேயே இருக்கும்படி செய்து, மனையாட்டியாக அவளைத் தூக்கி வைத்ததால் அத்தனையும் வீணாகிப் போனது. 'திறமைகள் வீணடிக்கப்படுவதைக் கண்டு ஹைமாவதி எப்போதும் சீற்றம் கொண்டவராகவே இருந்து வந்தார். தனது தோழியான அந்தப் பெண் மக்களின் நன்மைக்காக ஒரு நாளைக்கு இரண்டு மணி நேரம் மட்டுமே உழைத்திருந்தாலும் கூட எத்தனையோ நன்மைகள் விளைந்திருக்கும். இத்தகையதொரு வாழ்க்கையை என்னால் சகித்துக் கொள்ளவே முடியாது. என்னை நானே மறந்துவிடுவதும், கடவுளை மறப்பதும், ஒரு சில துணிகளுக்காகவும், நகைகளுக்காகவும் எனது வேலைகளை நான் விட்டுக் கொடுப்பதும் என்னால் இயலாத காரியம்.'²⁵⁰

தனது உறுதியான நம்பிக்கைகள், பெண்களுக்கென உரித்தாக்கப்பட்ட பணிகளைத் தொடர்வதில் அவருக்கிருந்த விருப்பமின்மை இவற்றின் காரணமாக இவருக்குப் பெண் நண்பர்கள் அதிகமாக இல்லை. இவருடைய நினைவுகள் பிரம்மசமாஜத்தில் இருந்த அவருடைய நண்பர்களால் நிறைந்திருந்தன. ஆனால், அதற்கு அப்பால் வெளி உலகில் அவர் தனித்துவிடப்பட்டவராகவே இருந்து வந்தார்.

அவருடைய காலத்திற்கு ஏற்ற நிலையில் ஹைமாவதி இல்லாமலிருந்தது ஏன்? ஹைமாவதியைப் பற்றி விரிவாக ஆராய்ந்த புதுதில்லி ஸ்ரீ வெங்கடேஸ்வரா கல்லூரிப் பேராசிரியர் இந்திராணி சென் இதற்கான காரணத்தைத் தெரிவிக்கிறார். 'முதல் காரணம், பெண்கள் கல்வி கற்பது விலக்கப்பட்டதாக இருந்த காலத்தில் இவர் படித்த பெண்ணாக இருந்தார். குடும்பத்தினரின் ஆதரவு இல்லாமல் மறுமணம் செய்துகொண்ட குழந்தை-விதவை இவர் என்பது இரண்டாவது காரணம். கல்வி கற்க வேண்டும் என்ற தனது விருப்பத்தை நிறைவேற்றிக் கொள்வதற்காகக் கடுமையான போராட்டங்களையும், ஆபத்துகளையும் எதிர்கொண்டவர். இறுதியாக, பெண் மருத்துவராகப் பணிபுரிந்து தன்னுடைய வாழ்க்கையில் வீட்டையும், வெளி வேலையையும் சமாளித்து வந்தவர் என்பது மூன்றாவது காரணமாகும்'[251]

ஆடவர்களின் உலகிற்குச் சொந்தமான அனைத்தையும் பெற முற்பட்ட நவீனப் பெண்களுக்குப் பொருத்தமான உதாரணமாக ஹைமாவதி இருக்கிறார். 'அடையாளம் என்பதைப் பற்றிப் பேசும் போது, ஆடவரின் அடையாளத்தை இவர் அபகரித்திருந்தார் என்பதை ஒருவரால் காணமுடியும்' என்று இந்திரா சென் எழுது கிறார். குழந்தைப் பருவம் முதற்கொண்டே இவருக்கான பாலின அடையாளம் அரைகுறை மறைப்பு நிலையில் இருந்துவந்தது. இவருக்கு மிகவும் அதிகமான சலுகையளித்து வந்த தந்தையார் சுனிபாபு (சிறுவன் சுனி) என்று செல்லப் பெயரிட்டு அன்புடன் அழைத்து வந்தார். இவர் மேற்கொண்ட அறிவியல் நோக்கும், அறிவியல் செயல்பாடுகளும் சமமான அளவுக்கு 'ஆண் தன்மை' உடையதாக இருந்தன.'[252] தனது மன உணர்வுகளைக் கைவிட்டு உள்ளுக்குள் சீற்றம் நிறைந்திருந்த போதிலும் அவரது காலத்திலிருந்த ஆண்களைப் போல வெளித்தோற்றத்திற்குப் பற்றில்லாதவராகத் தோற்றமளிப்பது ஒன்று தான் ஹைமாவதிக்கு ஒரே ஒரு வழியாக இருந்தது.

அவருடைய நினைவுக் குறிப்புகளின் இறுதியில், ஹைமாவதி தீவிரமான தனிமை உணர்வு பற்றியும், வீட்டுக் கவலைகளில் எப்போதும் நிலையாக ஈடுபாடு கொண்டிருந்தது பற்றியும் எழுதுகிறார். இவற்றிலிருந்து விடுபட நினைத்தாலும் அவரால் அது முடியவில்லை. இவருடைய மகளின் கணவன் குடிகாரனாக இருந்தார். இவருடைய கடைசி மகன் ஊதாரியாக இருந்தான்.

என்னுடைய வாழ்நாள் முழுவதும் நான் போராடியும், துன் புற்றும் வந்தேன். இவை அனைத்திலிருந்தும் நான் பெற்றது என்ன? எனக்குக் கடவுளைத் தவிர வேறு யாரும் துணையில்லை என்பது தான்' என்று மனமுடைந்து அவர் எழுதுகிறார். இவருடைய நினைவுக் குறிப்புகள் கடவுளிடம் நீண்ட தியானத்தில் ஈடுபட்டது பற்றிய குறிப்புடன், 1933ஆகஸ்ட் 3ஆம் நாளுடன் நிறைவடைகின்றன. 'பெருமைமிகு தாய்த்தெய்வமே, உன்னுடைய கருணையையும், இரக்கத்தையும் எனக்களித்து ஆசிர்வதிப்பாயாக'[253]

இரண்டு வாரங்களுக்குப் பிறகு ஆகஸ்ட் 5 அன்று முடிவு வந்தது. இவருடைய 67ஆம் வயதில் இறந்தார். இவருடைய நினைவுகள் பெட்டிக்குள் அடைத்தது போல மறக்கப்பட்டுவிட்டன. இவருடைய பெயரும் மறக்கப்பட்டுவிட்டது. 80 ஆண்டுகளுக்குப் பிறகு கடைசியில் அது வெளிப்பட்டது. அந்தக் காலத்திலிருந்து இன்று வரையிலும் நீடித்திருக்கும் வெளிப்படையான, ஒளிவுமறைவற்ற, வண்ணப்பூச்சு இல்லாத பெண் மருத்துவரின் வாழ்க்கை விவரம் இதை விட வேறொன்று இல்லை.

இயல் 6

சட்டமன்ற உறுப்பினர் முத்துலட்சுமி ரெட்டி

'உள்ளூர்ப் பள்ளிக்கூடத்தில் தலைமை ஆசிரியராகப் பணிபுரிந்து நல்ல சம்பளம் பெறமுடியும். அதற்கு ஓரளவுக்கு படித்தாலே போதுமானது என்று அப்பா ஒரு நாள் எனக்கு யோசனை கூறினார். அதைக் கேட்ட பிறகு தோட்டத்தில் உள்ள கிணற்றை நோக்கி நான் ஓடினேன். அதில் குதித்து இறந்துவிட வேண்டும் என்று நினைத்தேன். வைரம், பட்டு, பணம் இவற்றில் எதைக் கொடுத்தாலும் நான் நெஞ்சார நேசித்து வளர்த்து வந்திருக்கும் படிக்க வேண்டும் என்ற ஆசையிலிருந்து விலகிச் சென்றுவிட மாட்டேன்.'

1930. கண்ணாடி அணிந்த, பதற்றம் நிறைந்த, பலவீனமான ஒரு பெண், மெட்ராஸ் சட்ட மேலவையில் பேசுவதற்காக எழுகிறார். வயது 44. தனது அனுபவக் குறைவின் காரணமாகத் தன்னை அவர் 'குழந்தை உறுப்பினர்' (Babe Legislator) என்று குறிப்பிடுவார். பின்னாளில் இவர்தான் ஒரு சட்டசபையின் முதலாவது பெண் துணைத் தலைவராக வந்தார். 'அவையில் என்னுடன் கலந்து பேசுவதற்கு வேறெந்த பெண் உறுப்பினர்களும் இல்லை. நான் பேச எழுந்து நிற்கும் போது, எல்லாக் கண்களும் என் மீதுதான் இருக்கும். நான் மிகுந்த பதற்றத்துடன் இருப்பேன் என்பதை ஒப்புக்கொள்ளத்தான் வேண்டும்' என்று பின்னாளில் அவர் எழுதியிருக்கிறார்.[254] ஆனால் அவர் எழுந்து நின்றார். 'மக்கள்தொகையில் பாதி பேர் பெண்களாக இருந்த போதிலும் இந்த அவையில் நான் ஒருத்தி மட்டுமே பெண் உறுப்பினர்' என்று அவர் கூறினார்.[255]

தேர்தல்களில் வாக்களித்து வரும் ஒவ்வொரு இந்தியப் பெண்ணும் டாக்டர் ரெட்டிக்கு நன்றி தெரிவிக்க வேண்டும்.

அனைவருக்கும் வாக்குரிமை என்ற நீண்ட நெடிய போராட்டத்தின் சம்பவங்களால் நிறைந்திருப்பதுதான் இந்தியப் பெண்களுக்குக் கிடைத்திருக்கும் வாக்குரிமையின் வரலாறாகும். இந்தியாவின் முதன்மையான புற்றுநோய் மருத்துவ நிறுவனத்தை அமைத்தவர் இவர் தான். குழந்தைத் திருமணத்தைச் சட்ட விரோதமாக்கினார். இப்போது இவர் பதற்றத்துடன் அறிமுகப்படுத்தியிருக்கும் மசோதா சென்னை ராஜதானியின் இந்துக் கோயில்களில் பெண்களைத் தேவதாசிகளாக அர்ப்பணிப்பதைத் தடுப்பதற்கானது. தேவதாசி முறையை ஒழிப்பதற்கானது.

முத்துலட்சுமி ஒரு தேவதாசியின் மகளாகப் பிறந்தவர். இந்த உண்மையை அவர் அமைதியாக மனதிற்குள் வைத்திருந்தார். இவருடைய தாயார் சந்திரம்மாள் இசை வேளாளர் சமூகத்தைச் சேர்ந்தவர். இசை வேளாளர் சமூகத்தில் நடனக் கலைஞர்களும், இசை நிகழ்ச்சிகளை நடத்துபவர்களும், தேவதாசிகளும் இருந்தனர். (இவர்கள் இப்போது பிற்பட்ட வகுப்பினராக வகைப் படுத்தப்பட்டுள்ளனர்)

வலிமைமிக்க இந்து பிராமணப் பழமைவாதப் பிரிவினர் இந்த மசோதாவுக்கு எதிராக இருந்தனர். இந்திய தேசிய காங்கிரஸின் முன்னணி அரசியலாளரும் சக்திமிக்க அரசியல்வாதியுமான எஸ். சத்தியமூர்த்தியிடமிருந்து எதிர்ப்பு வந்தது. பின்னாளில் மெட்ராஸ் மாகாண முதலமைச்சராக வந்த கு.காமராசரின் வழிகாட்டியான இவர் ஒரு பிராமணர். தேவதாசி முறையை ஒழிப்பது இந்து மத ஒழுகலாறுகளில் அரசு தலையிடுவதாகும் என்றும், கோயில்களை அரசு எடுத்துக் கொள்வதில் போய் அது முடியும் என்றும் அவர் நம்பினார். இந்துப் பாரம்பரியத்தின் ஒரு பகுதியாக இருப்பதால் தேவதாசி முறை பாதுகாக்கப்பட வேண்டும் என்றும் அவர் வாதிட்டார்.

இந்துப் பாரம்பரியவாதிகளுக்கு எதிராக அடிக்கடி போராடக்கூடிய நிலையில் முத்துலட்சுமி ரெட்டி அஞ்சாத துணிவுடன் முன் வந்தார் என்று கூற முடியாவிட்டாலும், ஆண்களின் பாசாங்குத்தனத்தை அவரால் பொறுமையாக ஏற்றுக்கொள்ள முடியவில்லை என்பதே உண்மை. பொது வெளியில் குழந்தைத் திருமணங்களுக்கு எதிராகப் பிரச்சாரம் செய்துவிட்டுத் தனி வாழ்வில் தங்களின் பெண் குழந்தைகளுக்கு குழந்தைத் திருமணம் செய்து வைக்கும் ஆண்களை அவர் குறிப்பிட்டுப் பேசத் தவறியதில்லை.

சமூகத்தைக் கட்டமைக்கும் விருப்பம் கொண்டவராகவும் அவர் இருந்தார். அந்தக் காலத்தில் பெரும்பாலான அறக்கட்டளைகள் பிரிட்டிஷாரால் உருவாக்கப்பட்டிருந்தன. இவர் அடையாறு புற்றுநோய் மருத்துவமனையை நிறுவினார். ஆதரவற்ற பெண் குழந்தைகளுக்கான ஒளவை இல்லத்தையும் அமைத்தார். இந்தியாவில் முதலாவது குழந்தைகள் மருத்துவமனையை ஆரம்பித்தவர் இவர் தான். பிரின்ஸ் ஆப் வேல்ஸ் (Prince of Wales) என்ற பெயரில் சென்னையில் அது தொடங்கப்பட்டது.

தங்களைப் பற்றி எழுதியுள்ள ஒரு சில பெண்களில் இவரும் ஒருவர் என்பதால் முத்துலட்சுமி ரெட்டியின் வாழ்க்கையைப் பற்றி நம்மால் அறிந்துகொள்ள முடிகிறது. இவர் இரண்டு நினைவுக் குறிப்புகளை எழுதி வைத்துள்ளார். இவற்றுள், 'என்னுடைய தன் வரலாறு' (My Autobiography) – இது அவருடைய தனிவாழ்வைக் குறித்தது. 'சட்டப்பேரவை உறுப்பினராக எனது அனுபவங்கள்' (My Experience as a Legislator). இவை இரண்டுமே இவருடைய வாழ்வைப் பற்றிய மதிப்புமிக்க ஆவணங்களாகும். இவர் தொடக்க காலத்தில் தொழில்ரீதியாகப் பணிபுரிந்த ஒரு பெண். இந்தக் குறிப்புகளிலிருந்து வெளிப்படும் சித்திரம், இவர் ஒருமுகப்பட்ட சிந்தனையுடைய உறுதியான பெண்மணி, கடுமையான சமூக அழுத்தங்களுக்கும், சாதிக் கட்டளைகளுக்கும் எதிராகப் போரிட்டு வந்தவர் என்பதாகவே இருக்கிறது. கெட்டியான கண்ணாடி அணிந்த, சீரான தீவிர வெளிப்பாடு உடைய, அவரது வயதைக் காட்டிலும் இளமையாகத் தோற்றம் தரும் ஒருவராகத் தான் இவரது புகைப்படங்கள் இவரைக் காட்டுகின்றன. ஆனால் அவருக்குள் பல்வேறு முரண்கள் பொங்கி எழுந்தன. அடிக்கடி இல்லாவிட்டாலும் எப்போதாவது அவருடைய தயக்கங்கள் கட்டுடைந்து இந்த உலகத்தில் பெண்ணாக வாழ வேண்டியிருப்பதைப் பற்றிய விரக்தி இவருக்குள்ளிருந்து வெளிப்படுகிறது.

விதிகளை மீறுதல்

தமிழ்நாட்டில் புதுக்கோட்டையில் உள்ள முன்னாள் சமஸ் தானத்தில் 1886 ஜூலை 30 அன்று பிறந்தார். இவருக்கு முத்துலட்சுமி அம்மாள் என்று பெயரிடப்பட்டது. இவருடைய தந்தையார் நாராயணசாமி ஐயர். இவர் மேன்மைமிகு அரசர் கல்லூரியில் தலைமை ஆசிரியராகப் பணிபுரிந்தார். இவர் முற்போக்கான மனிதர். மகாராஜா கல்லூரியும் முற்போக்கான ஒரு நிறுவனம் தான்.

எனினும், பெண்களை அனுமதிக்கும் அளவுக்கு முற்போக்கானதாக அது மாறியிருக்கவில்லை.

ஒரு தேவதாசியை மணந்து கொண்டதற்காக நாராயணசாமி எனும் பிராமணர் அவரது குடும்பத்தாரால் ஒதுக்கி வைக்கப்பட்டார். இருப்பினும், முத்துலட்சுமியின் தாயாரான சந்திரம்மாள் மட்டுமே இவர்கள் இருவரைக் காட்டிலும் அதிகமான பழமைவாத சிந்தனையும், மத உணர்வும் உடையவராக இருந்து வந்தார்.

முத்துலட்சுமியின் தாயாரும், அத்தைமாரும் இவருக்குத் திருமணம் செய்து வைக்க விரும்பினர். இவர்களை எதிர்த்துப் போராடியபடியே முத்துலட்சுமியின் இளமைக் காலம் கழிந்தது. அந்தக் காலத்தில் பெண் குழந்தைகளை 10 வயதிற்குள்ளோ அல்லது வயதுக்கு வந்த உடனேயோ திருமணம் செய்து கொடுத்துவிட வேண்டும். அவ்வாறு மணமுடிக்கப்படாத பெண் துரதிர்ஷ்டக்காரி என்ற எண்ணம் பெருவாரியாக நிலவிவந்தது. ‘சில சமயங்களில் அக்கம் பக்கத்திலிருக்கும் வயதான பெண்கள் எனது அம்மாவிடம் வந்து மகளுக்கு மணமுடிக்காமல் இருப்பதற்காக அவரைக் குறைகூறிப் பேசுவார்கள். வயதுக்கு வந்த ஒரு பெண்ணைத் திருமணம் செய்து கொடுக்காமல் வைத்திருக்கும் விதியை நினைத்து அவர் அழுவார்.’[256] மிகவும் துக்கப்படுவார். 10 வயதில் முத்து லட்சுமிக்கு அவரது தூரத்து உறவினர் ஒருவருடன் திருமணம் ஏற்பாடு செய்யப்பட்டது. ஆனால் அதிலிருந்து அவர் தப்பிவிட்டார். இவரது தாயாரின் சகோதரிகளில் ஒருவர் காசநோயினால் பாதிக்கப்பட்டிருந்ததால் அந்தத் திருமணம் ரத்தானது.

முத்துலட்சுமிக்கு 13 வயதான போது, திருமண வரன்கள் அனைத்தையும் தந்தையார் நாராயணசாமியின் ஆதரவுடன் மறுக்கத் தொடங்கியிருந்தாள். இந்தியப் பெண்களின் வழக்கமான வாழ்க்கையைத் தானும் நடத்துவது தனக்கு ஏற்றதல்ல என்று அந்த இளம் வயதிலேயே இவர் கருதத் தொடங்கிவிட்டார். ‘அதன் பிறகு நான் எனது மனதை மேலான ஒன்றின் மீது செலுத்தினேன். பொதுவாக, எண்ணிக்கையில் மலிந்து காணப்படும் சாதாரணப் பெண்களைப் போல அல்லாமல் வித்தியாசமான பெண்ணாக வர விரும்பினேன்.’[257] முத்துலட்சுமி ஒரு போராளி. குழந்தையாக இருந்த போதே, சத்தம் மிகுதியாக உள்ள, கூட்டமாக இருக்கும் கோயில்களுக்குப் போவதை அவர் விரும்பமாட்டார். இது அவரது தாயாரை வருத்தம் கொள்ளச் செய்தது. முத்துலட்சுமிக்கு ஆங்கிலக்

கல்வியைப் போதித்து அவளை வெளிப்படையாக கிறிஸ்தவராக மாற்றி வருவதாக அவரது தந்தை மீது சிலர் குற்றம் சுமத்தினர்.

முத்துலட்சுமிக்கு ஆஸ்துமாவும், மூச்சுக்குழாய் அழற்சியும் ஏற்பட்டது. மிகவும் புத்திசாலித்தனத்துடனும், பேராவல் கொண்டவராகவும் அவர் இருப்பதற்கான அறிகுறிகள் தென் பட்டன. பெண்கள் பள்ளியில் இருக்கும் ஆசிரியர்களைக் காட்டிலும், உள்ளூர் ஆண்கள் பள்ளியில் சிறந்த ஆசிரியர்கள் இருப்பதால் அங்குச் சென்று நயந்து பேசி சேர்ந்து கொண்டார். பெண்களுக்குத் தமிழ் மட்டுமே கற்பிக்கப்படும் பழக்கம் அப்போது இருந்தது. தனக்கு ஆங்கிலத்தையும் கற்பிக்குமாறு ஆசிரியர்களிடம் இனிமையாகப் பேசி ஒப்புக்கொள்ளச் செய்தார். அடுக்கடுக்காகப் புத்தகங்களை எடுத்துவரும் இவரை மாணவர்கள் அடிக்கடி கேலி செய்தும், துன்புறுத்தியும் வந்தனர். ஆனால், முத்துலட்சுமி அவற்றையெல்லாம் புறக்கணித்தார். தொடர்ந்து தனியாகவே நடந்து சென்று வந்தார்.

இளவரசனும் பரம ஏழையும்

1902இல் முத்துலட்சுமி மெட்ரிகுலேஷன் தேர்வில் தேர்ச்சி அடைந்தார். 100 மாணவர்களில் 10 பேர் மட்டுமே தேர்ச்சி அடைந் திருந்தனர். அந்த 10 பேரில் இவர் ஒருவர் மட்டுமே பெண் ஆவார். 'ஆண்களை வீழ்த்தி வெற்றியை ஒரு பெண் கண்டிருக்கிறாளே என்று ஒட்டுமொத்த ஊரும் ஆச்சரியத்தில் மூழ்கியது. இவர் எப்போதும் கடுமையான போட்டியாளராக இருப்பார். ஆண் களைத் தோற்கடிப்பதில் உற்சாகமடைவார்.

இவருடைய நோக்கத்தையும், மன உறுதியையும் நாராயணசாமி அப்போதுதான் புரிந்துகொண்டார். மகாராஜா கல்லூரி ஆண்களுக்கு மட்டுமே உரிய கல்லூரிதான் என்றாலும், அதில் சேர்ந்து படிப்பதற் காக முத்துலட்சுமியும் விண்ணப்பித்திருந்தார். புதுக்கோட்டை மக்கள் சீற்றம் கொண்டனர். பள்ளிப்படிப்பைத் தாண்டி பெண்கள் யாருமே ஒரு போதும் படித்ததில்லை. முத்துலட்சுமி பெண் என்பதைக் காரணமாகக் காட்டியும், அவருடைய சாதியைக் காரணமாகக் காட்டியும் கல்லூரியிலிருந்து எதிர்ப்பு எழுந்தது. பெரும்பாலான எதிர்ப்புகள் பழமைவாத பிராமணர்களிடமிருந்தே வந்தன. வழக்கமான வகுப்புகளில் இவரையும் சேர்த்துக் கொண்டால் அது 'மாணவர்களின் ஒழுக்கத்தைச் சிதைத்துவிடும் என்று கல்லூரியின் அப்போதைய முதல்வர் ராதாகிருஷ்ண ஐயர்

வாதம் செய்தார். புதுக்கோட்டை திவான் ஏ.வெங்கட்ராமதாஸ் இப்படிக் கூறியிருந்தார். 'மிலேச்ச சாதியைச் சேர்ந்த ஒரு பெண்ணிற்கு மேற்கொண்டும் அளிக்கப்படும் கல்வி மாநிலத்தில் பெண் கல்வியை ஊக்குவிக்கும் நோக்கத்திற்குத் துணைபுரியும் என்று எனக்குத் தோன்றவில்லை. இதைப் பரிந்துரைப்பது சரியானதுதானா என்ற ஐயம் எனக்கு எழுகிறது.'[258]

புதுக்கோட்டை மன்னரிடம் உதவி கேட்டு முத்துலட்சுமி முறையிட்டார். அவர் ஒரு வித்தியாசமான மனிதர். தனக்கு சரி எனத் தோன்றுவதைச் செய்யக் கூடியவர். முத்துலட்சுமி நம்பவியலாத அளவுக்கு அதிர்ஷ்டம் உடையவராக இருந்தார். மார்த்தாண்ட பைரவத் தொண்டைமான் ஐரோப்பியப் பண்பாட்டில் மிகத் தீவிரமான விருப்பம் உடையவர். 1875இல் பிறந்த இவர், 11 வயதிலேயே பட்டத்திற்கு வந்துவிட்டார். கல்லூரியில் சேரும் சமயத்தில் முத்துலட்சுமிக்கு வயது 27.

புதுக்கோட்டை நகரத்துக்கு அதிர்ச்சி தரும் விதமாக சுவையும், கவர்ச்சியும் கொண்ட ஒரு அவதூறு பரவி இருந்தது. 1915ஆம் ஆண்டு புதுக்கோட்டை அரசர் ஆஸ்திரேலியாவைச் சேர்ந்த மோலி பிங்க் (Molly Fink) என்பவரைக் காதலித்தார். மெல்போர்னில் அவரைத் திருமணமும் செய்து கொண்டார். மார்த்தாண்ட சிட்னி தொண்டைமான் என்ற ஒரு மகன் 1916இல் இவர்களுக்குப் பிறந்தார். 1915இல் மோலி இந்தியாவுக்கு வந்தார். புதுக்கோட்டையில் வாழ்ந்து வந்த மருள் நோக்குடைய, பிரமிப்பு கொண்ட குடிமக்களுக்கு மோலி அறிமுகம் செய்து வைக்கப்பட்டார். ஆனால், பிரிட்டிஷ் அரசாங்கம் அரசரின் மனைவி என்று இவரை ஏற்றுக்கொள்ளாமல், ராணிக்குரிய சிறப்புகளையும், சலுகைகளையும் தர மறுத்தது. இந்தியாவில் இருக்கும் போது, வயிற்றுப்போக்கினாலும், வாந்தியினாலும் மோலி கிட்டத்தட்ட மரணத்தைத் தழுவிவிட்டார். விசாரணையில் தென்னிந்தியாவில் பாரம்பரியமாகத் தரப்படும் விஷமான அரளி இலை அவருக்கு அரைத்துத் தரப்பட்டிருப்பது தெரிய வந்தது. மார்த்தாண்டர் மோலியுடனும், மகனுடனும் இந்தியாவை விட்டு புறப்பட்டுச் சென்று எஞ்சிய தங்களது காலத்தை ஆஸ்திரேலியாவில் கழித்தனர். பிறகு அவர்கள் லண்டனுக்கும், பிரான்சில் உள்ள கேன்ஸ் நகருக்கும் சென்று வந்தனர். இவர்களுடைய மகனையும் பிரிட்டிஷ் அரசாங்கம் ஒரு போதும் அங்கீகரிக்கவில்லை. முடிவில் புதுக்கோட்டை சமஸ்தானத்தின் அரச சிம்மாசனத்தின் மீதான தனது உரிமையை இவரும்

விட்டுக் கொடுத்துவிட்டார். பதிலுக்கு ஓய்வூதியத்தைப் பெற்றுக் கொண்டார்.

முன்பு முத்துலட்சுமி தனது வேண்டுகோளை முன் வைத்திருந்தது இவரிடம் தான். விதிமுறைகளை அப்படியே பின்பற்ற வேண்டும் என்று கருதாத அரசராக இருந்தவர் இவர். முத்துலட்சுமியை ஏமாற்றத்திற்கு உட்படுத்த அரசர் விரும்பவில்லை. அரசர் கல்லூரியில் படிப்பதற்கு முத்துலட்சுமியை அனுமதித்தாக வேண்டுமென்று அரசர் உத்தரவிட்டிருந்தார். மறுப்புகளைப் புறந்தள்ளி இவரது சேர்க்கையை அனுமதித்த புகழ் அப்போதைய புதுக்கோட்டை அரசர் மார்த்தாண்ட பைரவத் தொண்டைமானின் தொலைநோக்குச் சிந்தனைக்கும் சுதந்திரமான செயல்பாட்டிற்கும் உரியது' என்று புதுக்கோட்டை அரசிதழில் குறிப்பிடப்பட்டுள்ளது. [259]

முத்துலட்சுமி கல்லூரியில் நுழைந்தார். கல்லூரியில் நுழைந்த முதலாவது பெண்மணி இவர்தான். இவர் கல்லூரியில் சேர்ந்த போது காவல் வளையத்திற்குள் தனியாக அமைந்திருந்த ஒரு அடைப்பிற்குள் அமருமாறு செய்யப்பட்டார். இவர் அமர்ந்திருப்பது ஆசிரியருக்கு மட்டுமே தெரியும். சக மாணவர்களுக்குத் தெரியாது. 'மாணவர்கள் என்னைப் பார்த்துவிட வேண்டும் என்று ஆர்வமாக இருப்பார்கள். மூடப்பட்ட கூண்டு வண்டியில் தான் எப்போதும் நான் கல்லூரிக்குச் செல்வேன் என்றாலும் நான் போகும்போதெல்லாம் என்னைச் சுற்றிலும் மாணவர் கூட்டம் சூழ்ந்து கொள்ளும். சில குறும்புக்கார விஷம இளைஞர்கள் பெயரில்லாத அநாமதேயக் கடிதங்களை எழுதி அதை என்னுடைய அறைக்குள் வீசியெறிவார்கள்.'[260]

முத்துலட்சுமி வழக்கத்திற்கு மாறான உடையணிந்திருப்பது அவரை மேலும் வித்தியாசமாகக் காட்டும். இவருடைய தந்தையார் இவர் புடவை அணிவதை விரும்பவில்லை. படித்த பெண்கள் மற்ற பெண்களைப் போலன்றி வித்தியாசமாக உடையணிய வேண்டும் என்று நினைத்தார். அதனால் அவர் ஒரு பாவாடையையும், மேல் சட்டையையும் அணிந்திருந்தார். கால்களில் ஷூ அணிந்திருந்தார். 'இந்த உடையில் நான் வேடிக்கையாகத்தான் காட்சியளித்திருக்க வேண்டும்' என்று அவர் நகைச்சுவையாகக் கூறுகிறார். பல ஆண்டுகளுக்குப் பிறகு மகாராஜா கல்லூரியில் மாணவர்களிடம் பேசுவதற்காக அவர் அழைக்கப்பட்டார்.[261]

முத்துலட்சுமி மிக அதிகமான மதிப்பெண்களைப் பெற்று வந்தார். இண்டர்மீடியட் தேர்வில் தனிச்சிறப்புடன் தேர்ச்சி பெற்றார். அந்தச் சமயத்தில் எடுக்கப்பட்டிருக்கும் நிழற்படங்களில் பெரும்பாலும் நிற்பதற்கு இயலாதவரைப் போல காட்சியளிக்கும் ஒல்லியான இளம்பெண்ணாக இவர் தெரிகிறார். தேர்வு முடிந்த பிறகு பலவீனமானவராகவும், ரத்த சோகையுடனும் காணப் பட்டார். அதனால் அவர் ஓராண்டு ஓய்வெடுத்துக் கொண்டார். இந்தச் சமயத்தில், இவருடைய தந்தையார் இவருக்கு ஷேக்ஸ்பியர், டென்னிசன், மில்டன், ஷெல்லி ஆகிய கவிஞர்களைப் பற்றிக் கற்றுக் கொடுத்தார். முத்துலட்சுமியும் அவரது தந்தையாரும் தங்களது தோட்டத்தில் ஒன்றாக பேட்மின்டன் விளையாடுவார்கள். வீட்டுக்குள்ளேயே முடங்கிக் கிடக்க வேண்டிய பெண் குழந்தைக் கான புதுக்கோட்டையின் சமூக நெறிமுறைகளுக்கு இது எதிரானது. பெண்களுக்குத் தரப்படும் இத்தகைய சுதந்திரங்களும் இந்த சமஸ்தானத்துப் பொதுமக்கள் இவ்வாறு அனுமதிக்கப்படுவதும் யாருமே பார்த்திராதது. இவர்கள் எனது தந்தையை விமர்சிப்பார்கள்' என்று முத்துலட்சுமி தனது சுயசரிதையில் குறிப்பிடுகிறார். 'உயரிய கொள்கைகளை உடைய மனிதராகப் பெண் கல்வி பற்றிய மேலான பார்வை உடைவராக, சமஸ்தானப் பகுதியில் அனைவராலும் மதிக்கப்பட்ட மனிதராக இருந்து வந்த அவர் இத்தகைய விமர்சனங்களுக்கு எதிரான தனக்கே உரிய பார்வையைக் கொண்டிருந்தார்.'[242]

புதுக்கோட்டையில் இருந்த எந்தப் பெண்ணையும் விடவும் முத்துலட்சுமி அதிகமாகப் படித்தார். படித்தது போதும், நிம்மதியாக ஒரு பள்ளிக்கூட ஆசிரியையாக இருந்துவிடு என்று யோசனைகள் சொல்லப்பட்டன. அந்தக் காலத்தில் பெண்கள் செய்யலாம் என்று ஏற்றுக்கொள்ளப்பட்ட தொழில் ஆசிரியத் தொழிலாகும். ஆனால் இவரோ வலுவாகப் பதிலளித்தார். உள்ளூரில் ஒரு பள்ளியில் தலைமை ஆசிரியையாக நல்ல சம்பளத்தில் சேர முடியும் என்று இவரது தந்தை யோசனை கூறிய போது, முத்துலட்சுமி தோட் டத்தில் உள்ள கிணற்றில் குதித்துத் தற்கொலை செய்து கொள்ளப்போவதாக அச்சுறுத்தினார். சாதாரண ஒரு வேலையில் சேர்ந்து சமரசம் செய்து கொள்வதற்கு அவர் விரும்பவில்லை.

முத்துலட்சுமியின் லட்சியங்களுக்குப் பிடிகொடுக்கக் கூடிய நகரமாக புதுக்கோட்டை இல்லை. அது மிகச் சிறிய நகரம்.

முற்றிலும் எதிர்பாராத விதமாக அவருக்கு வேறொரு வாயில் திறந்தது. புதுக்கோட்டைக்கு வந்திருந்த இவரது தந்தையின் மாணவர் ஒருவர், முத்துலட்சுமி சென்னை மருத்துவக் கல்லூரியில் சேர்ந்து மருத்துவம் படிப்பாரா? என்று கேட்டார். அந்த சமயத்தில், திருமணம் செய்து கொள்ளுமாறு முத்துலட்சுமிக்கு இன்னமும் கடுமையான அழுத்தம் இருந்து கொண்டிருந்தது. இவருடைய தாயார் தான் இதற்கு முக்கியமான காரணம். அக்கம்பக்கத்தில் வசித்தவர்களும் நகரத்தில் வசித்து வந்த பொதுவான சிலரும் இந்த அழுத்தத்தைக் கொடுத்து வந்தனர். முத்துலட்சுமி இதிலிருந்து தப்பிக்க விரும்பினார். 'என்னுடைய இலட்சியங்களுக்கு இணக்கமாகவோ, உதவியாகவோ இல்லாத இடத்திலிருந்து நான் வெளியேறிச் செல்ல விரும்புகிறேன்'[263] என்ற வழக்கமான குறை சொல்லும் கூற்றைத்தான் அவர் தெரிவித்தார்.

இந்தச் சமயத்தில், முத்துலட்சுமியின் தாயாருக்கு டைபாய்டு நோய் ஏற்பட்டு வெகு வேகமாக உடல் சீர் கெட்டு வந்தது. அவர் இறந்துவிடுவார் என்று நினைத்து நண்பர்களும் உறவினர்களும் அவரை வந்து பார்த்துச் சென்ற வண்ணம் இருந்தனர். மிகப்பெரிய ஒரு நல்வாய்ப்பாக டாக்டர் வான் ஆலென் (Dr. Van Allen) என்ற அமெரிக்க மருத்துவர் உள்ளூரில் இருந்த மருத்துவமனைக்கு அப்போது வந்திருந்தார். வான் ஆலென் ஒரு சுவிஷேஷி. பின்னாளில் கொடைக்கானலில் வான் ஆலென் மருத்துவமனையை நிறுவ இவர் முற்பட்டார். புகழ்பெற்ற மருத்துவமனையாக அது திகழ்ந்து வந்தது. இன்னமும் அது செயல்பட்டு வருகிறது. டாக்டர் ஆலெனிடம் கெஞ்சிக் கூத்தாடி இவருக்கு வைத்தியம் பார்க்கச் செய்தார். அவர் அளித்த சிகிச்சையினால் இவர் தேறி வந்தார். இந்த நிகழ்வுதான் ஒரு மருத்துவப் பெண்ணாகத் தான் வருவதற்கு அதிக ஆர்வத்தைத் தூண்டியது என்று முத்துலட்சுமி குறிப்பிடுகிறார்.[264]

மருத்துவக்கல்வி பயில்வது கடினமானது. கடும் சோதனைகள் நிறைந்தது. ஆனால் அதை எதிர்கொள்ள முத்துலட்சுமி தயாராக இருந்தார். மருத்துவம் படிப்பதற்குச் செலவும் அதிகமாக ஆகும். புதுக்கோட்டை மன்னர் மறுபடியும் இவருக்கு உதவிகள் செய்தார். இவருக்கும், இவருடன் சேர்ந்த முன்னேற்றமான சிலருக்கும் கல்விக் கட்டணத்தைச் செலுத்தவும், புத்தகங்கள் வாங்கும் செலவை ஏற்றுக்கொள்ளவும் மன்னர் முன்வந்தார்.

சென்னையில் சங்கமம்

1907ஆம் ஆண்டு முத்துலட்சுமியும் அவரது தாயாரும் சென்னைக்குப் புறப்பட்டனர். ஒரு இளம் பெண்ணுக்கு இது ஒரு உற்சாகமான காலம். சென்னை நகரம் அறிவாற்றல் மகிமையின் உச்சத்தில் இருந்தது. தேசியவாதிகள், எழுத்தாளர்கள், கவிஞர்கள், பேச்சாளர்களின் பெருக்கம் நிறைந்ததாக இருந்தது. நல்வாய்ப்பாக முத்துலட்சுமிக்கு ஊக்கமூட்டும் சிறந்த முன்மாதிரி மனிதர்கள் அவரைச் சுற்றிலும் இங்கே நிறைந்திருந்தார்கள்.

சென்னைக்கு வந்தவுடன் முத்துலட்சுமி அப்போது நகரில் புகழ்மிக்கவராக இருந்த டாக்டர்எம்.சி.நஞ்சுண்டராவிடம் அறிமுகப்படுத்தப்பட்டார். நஞ்சுண்டராவ் சென்னை மருத்துவக் கல்லூரியில் வேதியியல் தேர்வாளர். பல ஜமீன்தார்களுக்கும், மகாராஜாக்களுக்கும் மருத்துவம் பார்த்து வந்தார். அன்னிபெசன்டின் சிறந்த நண்பரான இவர் ஒரு தேசியவாதி. ஐந்து ஆண் குழந்தைகள், 4 பெண் குழந்தைகள், 16 குதிரை வண்டிகள் இவற்றுடன் மயிலாப்பூரில் பகட்டான வாழ்க்கை வாழ்ந்தவர்.

ராவினால் பயனடைந்தவர்களில் பலர் தேசியக்கவி சுப்பிரமணிய பாரதியார் கைதாகாமல் தப்பிப்பதற்கு உதவி செய்து வந்தனர். சுப்பிரமணிய பாரதி போலீசாரால் தேடப்பட்டு வந்தார். பாண்டிச்சேரிக்குத் தப்பிச் செல்ல அவர் விரும்பினார். ராவின் பெரிய வீட்டில் தான் அவர் ஒளிந்திருந்தார். ஒரு நள்ளிரவில் ராவ் போலீசாரால் தட்டி எழுப்பப்பட்டார். பாரதி இங்கு ஒளிந்திருப்பதாக அவர்களுக்குத் தகவல் கிடைத்திருந்தது. தப்பி ஓடிவிட்ட குற்றவாளி யாரையும் தான் பாதுகாத்து வைத்திருக்கவில்லை என்று கூறிக் காவலர்களை நம்ப வைத்து அனுப்பிவிட்டார். ராவின் வீட்டருகே பக்கிங்காம் கால்வாய் இருந்தது. மறுநாள் பாரதியை ஒரு இஸ்லாமியத் துறவியைப் போல வேடம் தரிக்க வைத்து ஒரு படகை ஏற்பாடு செய்து அதில் அவரை புதுச்சேரிக்கு அனுப்பி வைத்துவிட்டார்.[265]

ராவ், முத்துலட்சுமியின் தந்தையாரைச் சந்தித்து அரசியல் விஷயங்களை விவாதிப்பார். அப்போது மருத்துவப் படிப்பைக் கைவிட்டு இதழியல் படிப்பில் சேருமாறு முத்துலட்சுமிக்கு அவர் ஆலோசனை கூறினார். ஆனால் அவர் அதைச் செவிமடுக்கவில்லை.

தைரியமாக, தெளிவாகப் பேசக்கூடிய கல்வி கற்ற புதுவகைப் பெண்கள் டாக்டர் ராவின் இல்லத்தில் நிரம்ப இருந்தனர். தங்களின் பாதையைத் தாங்களே அமைத்துக் கொள்ளக்கூடிய, புதுக்கோட்டையின் இறுக்கமான சூழ்நிலையிலிருந்து முற்றிலும் வேறுபட்ட விதத்திலான பெண்களை இங்குதான் முத்துலட்சுமி கண்டுகொண்டார். இந்த வட்டத்தைச் சேர்ந்த பெண்களுடன் நட்பு ஏற்படுத்திக்கொண்ட வண்ணம் தனது எஞ்சிய காலத்தை இவர் கழிக்கப் போகிறார்.

ராவின் இல்லத்தில் முத்துலட்சுமி, சரோஜினி நாயுடுவைச் சந்தித்தார். அவர் மிகுந்த தாக்கத்தை இவர் மீது ஏற்படுத்தினார். டாக்டர் என்.ஜி.நாயுடுவுடனான சரோஜினி நாயுடுவின் சாதி மறுப்புத் திருமணம் டாக்டர் ராவின் வீட்டில் அவருடைய நல்லாசியுடன் நடைபெற்றது. ராவின் வீட்டில் தான் அம்மு சுவாமிநாதனை முத்துலட்சுமி சந்தித்தார். அப்போது அவருக்கு வயது 16. இவரை விடவும் இளையவர் அவர். உறுதிமிக்க, தன்னம்பிக்கை கொண்ட சுவாமிநாதன் பிறகு புகழ்மிக்க காந்தியவாதியாக ஆனார். அரசியல் நிர்ணய சபையிலும், ராஜிய சபையிலும் உறுப்பினராக ஆனார். இவருடைய புகழ்பெற்ற குடும்பத்தில் நம்புதற்கரிய இரண்டு மகள்கள் இருந்தனர். ஒருவர் கேப்டன் லஷ்மி சுவாமிநாதன். இவர் ஆசாத் ஹிந்த் பாஜ்ஜில் (*Azad Hind Fauj*) இணைந்து சுதந்திரத்திற்காகப் போராடியவர். இன்னொருவர் மிருணாளினி சாராபாய் இவர் திறமையான, புகழ்மிக்க நடனக் கலைஞர்.

ஊக்கமளிக்கும் இத்தகைய நட்பு வட்டத்தில் மேல்நோக்கி உயர்ந்து சென்ற முத்துலட்சுமி பொதுமேடைகளில் பேசக் கற்றுக் கொண்டார். தேசியவாதக் கூட்டங்களில் தலைவர்களின் உரைகளைத் தமிழில் படிப்பதற்காக இவர் அழைத்துச் செல்லப்பட்டார். 'இந்தச் சமயத்தில் தான் சரோஜினி நாயுடுவுடன் சேர்ந்து அன்னிபெசன்ட்டின் கூட்டம் ஒன்றிற்கு அடையாறு சென்றேன்.' ஏராளமாகக் குழுமியிருந்தவர்களின் மத்தியில் ஆலமரத்தின் அடியில் அமர்ந்தபடி, இந்துக் காலகட்டத்தின் பண்டைய பெருமைகள், மகாபாரதம், இராமாயணத்தின் காவிய நாயகர்கள் பற்றி உணர்ச்சி பொங்க அவர் பேசினார்.' அந்தப் பேச்சு முத்துலட்சுமியை மிகவும் ஆட்கொண்டுவிட்டது. 'பார்வையாளர்கள் அமைதியாகக் கேட்டுக் கொண்டிருந்தனர். பெசன்ட் பேசும் போது அவரது உடல் உணர்ச்சிப் பெருக்கினால் அதிர்ந்தது. இத்தகைய உயரிய மனிதர்கள் அத்தனை பேருடனும் எனக்கு ஏற்பட்ட தொடர்பும்,

இது போன்ற சில கூட்டங்களில் பங்கேற்றதும் எனக்கு மதிப்பு மிகுந்த அனுபவமாகும்.'[266]

சென்னை மருத்துவக்கல்லூரியில் உற்சாக நுழைவு

சென்னை மருத்துவக் கல்லூரி (MMC) அடுக்கடுக்கான பல முற்போக்கு வரலாறுகளைக் கொண்டிருக்கிறது. 1865இல் இந்தக் கல்லூரி நான்கு பெண்களை மருத்துவ மாணவியராகச் சேர்த்துக் கொண்டது. இவர்களில் ஒருவர் பிரிட்டிஷ் பெண். எஞ்சியவர்கள் ஆங்கிலோ இந்திய மகளிர். அந்தக் காலகட்டத்தில் ஐரோப்பாவிலும், அமெரிக்காவிலும்கூட பெரும்பாலான கல்லூரிகளில் பெண்கள் சேர்வதற்கு அனுமதிக்கப்படவில்லை. இவர்களில் மூன்று பெண்களைப் பற்றி அதிகமாகத் தெரியவில்லை. நான்காமவரான மேரி ஸ்கார்லிப் (இயல் 3இல் காதம்பினி கங்குலியின் வாழ்க்கையைப் பற்றி விவரிக்கும் போது இவரைப் பற்றிக் குறிப்பிடப்பட்டுள்ளது) கல்லூரியில் சேரும் போது மேரி ஸ்கார்லிப்க்கு 30 வயது இருக்கும்.

அந்தச் சமயத்தில் பல பேராசிரியர்கள் பெண்களைச் சேர்த்துக் கொள்வதற்கு எதிரானவர்களாக இருந்து வந்தனர். ஸ்கார்லிப் கூறுகிறார்: 'நீ மருத்துவமனை வார்டுகளில் சுற்றி வருவதை நான் தடுக்கப் போவதில்லை. ஆனால், என்னால் உனக்குப் பாடம் நடத்த முடியாது'[267] என்று ஒரு பேராசிரியர் மேரி ஸ்கார்லிப்பிடம் கூறினார். 1878 இல் சென்னை மருத்துவக்கல்லூரியில் சேர்ந்த முதல் பெண்மணி கிருபாபாய் சத்தியநாதன் ஆவார். துரதிர்ஷ்டவசமாக ஒரு ஆண்டுக்குப் பிறகு உடல்நலம் சீர்கெடவே அவர் படிப்பை விட்டுவிட்டார். பிறகு புகழ்பெற்ற எழுத்தாளராக ஆனார். 1884இல் அதிகமான பெண்கள் சேர்ந்தனர். அமலாதாஸ் அவர்களில் ஒருவர். இவர் ஜகதீஷ் சந்திரபோஸ் எனும் உயிரியலாளரைப் பிறகு திருமணம் செய்து கொண்டார். அமலாதாஸ் மருத்துவராகப் பணிபுரியாமல் முக்கியமான சமூக சீர்திருத்தவாதியாக மாற்றம் கண்டு பெண்கள் படிப்பதற்கான பல பள்ளிகளை நிறுவினார்.

சென்னை மருத்துவக் கல்லூரியின் நட்சத்திரமாக ஜொலிப்பவர் சந்தேகத்திற்கு இடமின்றி ரோஸ் கோவிந்தராஜுலுதான். இவர் எடின்பர்க், அயர்லாந்து, புரூசெல்ஸ் ஆகிய நாடுகளிலிருந்து தொடர்ச்சியாகப் பல மருத்துவப் பட்டங்களைப் பெற்று வந்தார். மைசூர் மருத்துவச் சேவையில் 33 ஆண்டுகள் பணிபுரிந்து 1920இல் ஓய்வு பெற்றார்.[268]

முத்துலட்சுமியின் முன்பாக அவருக்கு வழிகாட்டியாகப் பல பெண்கள் இருந்தனர். ஆனாலும், இவரின் பாதை கரடுமுரடாகத் தான் இருந்தது. பல பேராசிரியர்கள் குறிப்பாக பிரிட்டிஷ்காரர்கள், மாணவிகள் மீது பாரபட்சமான கண்ணோட்டம் உடையவர் களாகவே இருந்து வந்தனர். இருந்தபோதிலும், மிகவும் போற்றப் பட்ட பேராசிரியர்களில் ஒருவரான சார்ல்ஸ் டோனோவான் (*Charles Donovan*) என்பவரின் மனதில் இவர் ஆழமாகப் பதிந்துவிட்டார். இவர் தான் காலாஅசார் நோயை உருவாக்கும் கிருமியைக் கண்டுபிடித்தவர். இவர் கண்டுபிடிக்கும் வரையிலும் 'குவினைன் மருந்துக்கும் அடங்காத மலேரியா நோய்' என்று அது அழைக்கப்பட்டு வந்தது. இந்த ஒட்டுண்ணிக்கு லெய்ஷ்மானியா டோனோவானி (*Leishmania Donovani*) என்று பெயரிடப்பட்டது. டோனோவானுடன் சேர்ந்து மேஜர் லெய்ஷ்மான் என்பவரும் இந்தக் கிருமியைக் கண்டுபிடிக்கும் ஆராய்ச்சியில் ஈடுபட்டிருந்தார்.

முத்துலட்சுமியால் டோனோவான் வெகுவாகக் கவரப்பட்டார். அவர் கூறுகிறார்: 'முத்துலட்சுமி வாய்மொழித் தேர்வுக்காக வந்த போது, மிகவும் பதற்றத்துடன் காணப்பட்டார். தேர்வாளர்கள் வினாக் களைக் கேட்க ஆரம்பித்த உடன் விடைகள் புல்லட் போல விரைந்து வெளிப்பட்டன.'[269] முத்துலட்சுமிக்கு அறுவைச் சிகிச்சையில் முழு மதிப்பெண்கள் கிடைத்தன. மேஜர் நிப்லாக் (*Major Niblock*) எனும் இன்னொரு பேராசிரியர் தனது வகுப்பறையில் அனைத்து மாணவர்களின் முன்னிலையிலும் இவர் பெற்ற மதிப்பெண் பற்றி இப்படி அறிவித்தார். 'முத்துலட்சுமி அம்மாள் என்ற மாணவி நூற்றுக்கு நூறு மதிப்பெண் பெற்றிருக்கிறார்.'[270]

ஜி.ஜி.கிப்போர்டு என்ற விசித்திரமான குணமுடைய இன்னொரு பேராசிரியர் – இவர் தான் 1881ஆம் ஆண்டு சென்னை மருத்துவக் கல்லூரியில் பிரசவப் பகுதியை வடிவமைத்து உருவாக்கியவர். இந்த வார்டு பெண்ணின் இடுப்பெலும்பின் வடிவத்தில் அமைந்திருக்கும். இவர் மாணவிகளைத் தன்னுடைய வகுப்பறையில் இருப்பதற்கு அனுமதிக்கமாட்டார்.[271] இருந்தபோதிலும் முத்துலட்சுமியின் ஊக்கமிகுந்த போக்கு அவருக்குப் பிடித்துப் போகவே இவரை அவரது வகுப்புகளுக்கு அனுமதித்தார்.

1912இல் முத்துலட்சுமி தன்னுடைய ஐந்து ஆண்டு மருத்துவப் படிப்பை முடித்து உயர் வகுப்பில் தேறிப் பட்டம் பெற்றார். சென்னை மருத்துவக் கல்லூரியில் பட்டம் பெற்ற முதலாவது இந்துப் பெண்

இவர்தான். பிரம்மாண்டமாக நடைபெற்ற பட்டமளிப்பு விழாவில் இவர் பெரிதும் பாராட்டப்பட்டு அனைவரின் கவனத்தையும் பெற்றார். பட்டமளிப்பு விழா உடையில் இவரது புகைப்படம் செய்தித்தாள்களில் வெளியானது. எழும்பூரில் உள்ள பெண்கள், குழந்தைகளுக்கான மருத்துவமனையில் இவர் பயிற்சி மருத்துவராக இணைந்தார்.

அந்தச் சமயத்தில் ஒரு சில இந்தியப் பெண்கள் மட்டுமே பயிற்சி மருத்துவராகப் பணிபுரிந்து வந்தனர். முத்துலட்சுமி இப்போது ஐரோப்பிய செவிலியர்களுக்கு ஆணைகள் பிறப்பிக்க வேண்டி வந்தது. ஐரோப்பிய செவிலியர்கள் இந்தியப் பெண் மருத்துவர்களை வெறுத்தனர். தன்னுடைய திறமையினால் முன்பு எண்ணற்றவர்களை வசப்படுத்தியதைப் போலவே, அவர்களையும் இவர் கவர்ந்து விட்டார். தனிமையில் பேசும் போது அவர் ஐரோப்பிய செவிலியர்களின் உயர்வு மனப்பான்மையைப் பற்றிக் கருத்துக் கூறுவார். இந்திய செவிலியர்களை இவர் 'பூர்வீக மருத்துவச்சிகள்' என்று குறிப்பிடுவார். இப்போது தேசிய இயக்கத்தின் காரணமாகவும், விடுதலை பெற்றதனாலும் 'பூர்வீக' என்ற இடுபெயர் 'இந்திய' என்று மாற்றம் கண்டிருக்கிறது.[272]

அரசாங்க மருத்துவக் கல்லூரிகளில் இவர் பணிபுரிந்து வந்த போது, புதியதோர் தேவையை முத்துலட்சுமி கண்டு கொண்டார். பல அமைப்புகளிலும் இவர் இணைந்து பணிபுரிந்து வந்தார். மெட்ராஸ் சமூக சேவைக்குழு (லீக்), இந்தியப் பெண்கள் கழகம் ஆகியவை இதில் அடங்கும். எழும்பூரில் செயல்பட்டு வந்த இளம் விதவைகள் இல்லத்திற்கு வருகைதரு மருத்துவராகச் சென்று வந்தார்.

குடும்ப வாழ்க்கை: கலவையான ஒரு சுமை

முத்துலட்சுமி அவரது காலத்தின் நிலைமைகளை மீறி, மிகவும் முன்னேறிய விதத்தில் நவீனமாக வாழ்ந்து வந்த பெண் ஆவார். திருமணம் ஆகவில்லை என்ற தாயின் விரக்தியையும் மீறி திருமணத்திற்கு இவர் மறுத்து வந்தார். தன்னுடைய இலட்சியங்களுக்குக் கணவர் குறுக்கே வந்து நின்றுவிடக் கூடும் என்று அவர் கவலை கொண்டார். பெண்களைக் கட்டுப்படுத்தி ஆண்களுக்கு ஆதாயம் தரும் விதத்தில் திருமணங்கள் செயல்படுகின்றன என்ற யதார்த்தப் பார்வையுடன் இவர் இருந்து வந்தார்.

தன்னுடைய சுயசரிதத்தில் பெண்களுக்குத் திருமணம் என்பது எப்படியெல்லாம் பொருத்தமற்றதாக இருக்கிறது என்று வெளிப்படையாகத் தெரிவிக்கிறார். 'திருமணம் செய்து கொண்டு குதிரைக்குச் சேணம் கட்டியதைப் போல வாழ்ந்து கொண்டு அவன் எப்பேர்ப்பட்டவனாக இருந்தாலும் சரி அவனுக்குக் கீழ்ப்படிந்து சேவை புரிந்து வாழ்வதற்கு நான் விரும்பவில்லை. கணவர்கள் மனைவியரை மோசமாக நடத்திவரும் நிகழ்வுகள் பலவற்றைப் பல இடங்களில் நான் கண்டிருக்கிறேன். எனவே, ஆண்களின் மேலாதிக்கத்திற்கும், அதிகாரத்துக்கும் பலியான அத்தகையதொரு பாதிக்கப்பட்டவளாக இருக்க நான் விரும்பவில்லை'[273]

திருமணம் செய்துகொள்ளாமல் வாழ்வது என்பது 1912ஆம் ஆண்டில் ஒரு பெண்ணுக்குப் புரட்சிகரமான முடிவு. தான் விரும்பும் வகையில் அமைந்தால் திருமணம் செய்துகொள்வது என்றும், இல்லையேல் அது தேவையில்லை என்றும் உறுதி கொண்டவராக இருந்தார். 1913 பிப்ரவரியில் இவரது எண்ணங்களுக்கு பாதி உடன்பாடுடைய ஒருவரை சந்தித்தார். முத்துலட்சுமியின் வல்லமை பற்றி சென்னை மருத்துவக்கல்லூரிப் பேராசிரியர்களிடமிருந்து பிரகாசமான கதைகளை அவர் கேள்விப்பட்டிருந்தார். முத்துலட்சுமியின் தந்தையாருக்கு தனது உத்தேசத்தைத் தெரிவித்து அவர் கடிதம் எழுதியிருந்தார். முதலில் அதை முத்துலட்சுமி நிராகரித்துவிட்டார். ரெட்டி பிறகு சென்னைக்கு வந்து அவரைச் சந்தித்தார். ஒரு சில சந்திப்புகளுக்குப் பிறகு அவரை மணம் புரிய முத்துலட்சுமி ஒப்புக்கொண்டார். தன்னைச் சரிநிகர் சமானமாக நடத்துவதாக உறுதியளித்தால் மட்டுமே திருமணம் என்று தெரிவித்துவிட்டார். இருவரும் 1914 ஏப்ரலில் பிரம்மசமாஜ சடங்குகளின்படி திருமணம் செய்து கொண்டனர். பெண்ணுக்கு அப்போது 28 வயது. அந்தக் காலத்து மணப்பெண்களின் வயதைக் காட்டிலும் அது இரு மடங்கு கூடுதல் வயதாகும்.

பரந்த கொள்கையுடைய மனிதர் என்று கருதப்பட்ட அவருடன் நடைபெற்ற திருமணம் முத்துலட்சுமிக்குப் பெருத்த அதிர்ச்சியாக அமைந்துவிட்டது. உடனேயே இவருக்கு கர்ப்பமும் தரித்து விட்டது. 1915இல் இவரது முதலாவது மகன் ராம் மோகன் பிறந்தார். அதிர்ச்சியும், மனவேதனையும் அளித்த கர்ப்பத்திற்கும், குழந்தைப் பிறப்பிற்கும் பிறகு ராம் மோகன் பிறந்தார். மிகவும் அதிர்ச்சியுடன் கவனமாகத் தனது சுயசரிதையில் இவர் எழுதியிருக்கிறார். 'நானும் எனது கணவரும் இன்னொரு குழந்தை

பிறப்பதை விரும்பாததால், வாழ்க்கையில் ஒருவருக்கொருவர் துணைவர்களாக மட்டுமே இருப்போம் என்று உறுதி மேற் கொண்டோம்.'²⁷⁴

பண நெருக்கடிகள் ஏற்பட்டு குடும்பத்தில் பல ஆண்டு காலம் பாதிப்புகளை ஏற்படுத்தியிருந்தன. கணவர் டாக்டர் சுந்தர ரெட்டி புதுக்கோட்டையில் தலைமை மருத்துவ அதிகாரியாகப் பணிபுரிந்து வந்தார். தனது படிப்பிற்காகச் சேமிப்பு முழுவதையும் செலவிட்டிருந்ததால் அப்போது அவர் கடன்காரராக இருந்தார். முத்துலட்சுமிதான் முக்கியமான வருவாய் ஆதாரம். ஆரம்பம் முதற்கொண்டே தனது சுறுசுறுப்பான மருத்துவத் தொழிலை அவர் கவனித்து வந்தார். பணிபுரியும் தாயின் கடினமான வாழ்க்கையை அவருடைய நினைவுக் குறிப்புகள் விவரிக்கின்றன. குழந்தை பிறந்து ஒரு மாதமே ஆகியிருந்த போது, மருத்துவ உதவிகளுக்காக அடிக்கடி இவர் அழைக்கப்பட்டு வந்தார். பிரசவம் பார்ப்பதற்குப் பெண் மருத்துவர்கள் ஒரு சிலர் மட்டுமே இருந்தது இதற்கு ஒரு காரணம். எத்தனை எத்தனையோ உழைக்கும் மகளிரைப் போலவே இவரும் தன்னால் ஒரே நேரத்தில் இரண்டு இடங்களில் இருக்க முடியாமல் போகும் நிலைக்கு எப்போதுமே குற்ற உணர்வுடன் இருந்து வந்தார். 'ஒரு நாள் மாலையில் கடினமான பிரசவம் ஒன்றைப் பார்க்க வேண்டியிருந்தது. என்னுடைய மாறாத கவனம் அந்தப் பெண்ணுக்குத் தேவைப்பட்டது' என்று அவர் எழுதுகிறார். 'எனது குழந்தைக்குத் தாய்ப்பால் கொடுத்து வந்ததால் பாலோ, சர்க்கரைத் தண்ணீரோ கொடுக்க முடியாது. குழந்தை அழுவதாக வீட்டிலிருந்து ஆள் வந்து கூறினார்கள். பிரசவிக்கும் பெண் ஆபத்தான நிலையில் இருந்ததால் என்னால் அங்கிருந்து நகர முடியவில்லை. நான் வீட்டுக்குத் திரும்பி வந்த போது, என்னுடைய குழந்தை மிகவும் சோர்வடைந்திருந்தது. இருந்தாலும், நான் பிரசவம் பார்த்த பெண்ணும், அவளது குழந்தையும் பாதுகாப்பாக இருக்கின்றனர் என்பது எனக்கு ஆறுதலாக இருந்தது.'²⁷⁵

இவருடைய மகனுக்கு வயிற்றுப்போக்கு முதற்கொண்டு, கக்குவான் இருமல் வரையிலும் பல்வேறு உடல்நலப் பிரச்சினைகள் இருந்து வந்தன. இவை அனைத்தையும் தனது குறிப்புகளில் விரிவாக அவர் விளக்கியிருக்கிறார். ஒவ்வொரு முறையும் உறுதியுடன் நின்று உதவ வேண்டியிருந்தது.

இந்தச்சமயத்தில் குடும்பம் புதுக்கோட்டையிலிருந்து சென்னைக்கு இடம் மாறியது. சென்னை நகரில் செலவு அதிகமாக இருக்கும்

தடாகம் | 233

என்பதால் முத்துலட்சுமியின் வருமானம் மிகவும் அவசியமாகத் தேவைப்பட்டது. அதன் பிறகு 1918இல் 'நாங்கள் கவனமாக இருந்தபோதிலும் கூட' என்று முத்துலஷ்மி மென்மையாகக் குறிப்பிடுகிறார்... அவர் மறுபடியும் கருவுற்றார். தன்னுடைய முதலாவது கடினமான அனுபவத்தை நினைவில் வைத்துக் கொண்டு முத்துலட்சுமி தன்னுடைய பேராசிரியரும் புகழ்மிக்க மகப்பேறியல் நிபுணருமான கிப்போர்டுவிடம் ஆலோசனைகள் பெற்று வந்தார். அப்போது அவர் லெப்டினென்ட் கர்னலாக பதவி உயர்வு பெற்றிருந்தார். ஆரம்பத்தில் வேண்டாம் என்று கருதி யிருந்த, திட்டமிடப்படாத குழந்தை கிருஷ்ணமூர்த்தி தன்னுடைய முயற்சியினால் பிற்காலத்தில் புகழ்பெற்ற மருத்துவராகிச் சென்னையில் உள்ள அடையாறு புற்றுநோய் நிறுவனத்தின் தலைவராக ஆனார். இவர் தனது தாயாரோடு சேர்ந்து பல ஆண்டு காலம் உழைத்து வந்தார். தாயாருக்கு மிகப்பெரிய ஆறுதலாக இவர் இருந்துவந்தார்.

குடும்பச் சூழலும், நிகழ்வுகளும் பற்றிய கலவையான உணர்வுகள் முத்துலட்சுமிக்கு இருந்தன. தனது திருமணம் என்ற ஏற்பாடு அவர் விரும்பியிருந்ததைப் போல சரிசமான இருவருக்கிடையில் ஏற்பட்டதாக அவருக்குத் தோன்றவில்லை என்பது பற்றிய குறிப்புகள் அவரது சுயசரிதையில் காணக் கிடைக்கின்றன. இந்த ஜோடிக்கிடையில் உறவுகள் சீர்குலைந்தன. அவர்கள் பண நெருக்கடியால் அவதிப்பட்டு வந்தனர். இரண்டு பிள்ளைகளும் சிறு குழந்தையாக இருந்த சமயம் முதற்கொண்டே முத்துலட்சுமியும் வேலை பார்க்க வேண்டிய கட்டாயம் ஏற்பட்டிருந்தது.

பெண் மருத்துவர்கள் திருமணம் செய்துகொள்ள வேண்டாம் என்று தன்னுடைய சுயசரிதையில் இவர் வெளிப்படையாக அறிவுரை கூறியிருக்கிறார். பெண் மருத்துவர்கள் அவர்கள் உண்மையிலேயே தங்களது தொழிலை நேசிப்பவர்களாக இருந்தால், திருமணத் தைப் பற்றி நினைக்கக் கூடாது. ஏனென்றால் அவர்களால் ஒரே நேரத்தில் இரண்டு காரியங்களைச் செய்யவே முடியாது. ஒரு தாயாக என்னுடைய பச்சிளம் குழந்தையைப் பகலிரவாக நான் பார்த்துக் கொள்ள வேண்டியிருந்தது. ஒரு மனைவியாக வீட்டுக் கடமைகளைப் பார்த்துக் கொள்ள வேண்டியிருந்தது. ஒரு மருத்துவ அதிகாரியாக என்னுடைய தொழிலுக்கு நேர்மையாக இருக்க வேண்டியிருந்தது. இத்தகைய கடமைகள் அனைத்தையும் நிறைவேற்றுவது எனக்கு மிகவும் சிரமமாக இருந்தது. ஒரு பெண்

படித்தவளாகவும், பொருளீட்டுபவளாகவும் இருந்தாலும்கூட ஒரு மனைவியாகவும், தாயாகவும் அவள் அனுபவித்துவரும் வலிகளையும், துயரங்களையும் யாராலும் கற்பனை செய்துகூட பார்க்க முடியாது. அதிலும் குறிப்பாக குடும்ப வருமானத்தில் கணவர் ஒத்துழைப்புக் காட்டாமல் இருந்துவிட்டால் அந்தப் பெண் அனுபவிக்கும் துன்பங்கள் மிகவும் அதிகமாக இருக்கும்."[276]

1922 வாக்கில், முத்துலட்சுமி மாதம் 2000 ரூபாய் சம்பாதித்து வந்தார். அந்தக் காலத்தில் உடற்கூறியல் பேராசிரியராக அவரது கணவர் சம்பாதித்ததைக் காட்டிலும் கிட்டத்தட்ட நான்கு மடங்கு அதிகமாக இவர் சம்பாதித்து வந்தார். இவர்தான் குடும்பத்தில் முதன்மையான வருமானம் ஈட்டுபவர். அந்தக் காலத்துப் பெண்கள் அரிதாக ஏற்றுக்கொண்ட பொறுப்பு இதுவாகும். அதிக செல்வ நிலையில் இல்லாத தனது குடும்பத்திற்காகப் பணத்தைச் சேமிக்க வேண்டிய கடமை இருப்பதாக அவர் உணர்ந்திருந்தார். முயன்று சாதித்த மன நிறைவு இருந்த போதிலும், அளவுக்கு அதிகமான மன அழுத்தமும், அதிருப்தியும் இதனால் உருவாகியிருந்தது.

இந்த சமயத்தில்தான் முத்துலட்சுமிக்குக் கடுமையான பாதிப்பை உண்டாக்கிய ஒரு சம்பவம் நடந்தது. இவர் தன்னுடைய இளைய சகோதரி சுந்தராம்பாளிடம் மிகவும் நெருக்கமாக இருந்தார். குழந்தைகளை வளர்ப்பதிலும், குடும்பத்தைப் பார்த்துக் கொள்வதிலும் இவருக்கு அவர் பெருந்துணையாக இருந்து வந்தார். சுந்தராம்பாள் ஒரு கல்லூரியில் ஆசிரியராக இருந்தார். திடீரென அவர் உடல் நலிவுற்றார். மலக்குடலில் புற்றுநோய் உருவாகியிருந்தது. புற்று நோய் வந்துவிட்டால் மரணம் உறுதிதான் என்ற எண்ணம் அந்தக் காலத்தில் இருந்தது.

தனது சகோதரியைக் காப்பாற்றுவதற்காகத் தன்னாலியன்ற அனைத்து முயற்சிகளையும் அவர் செய்தார். அவரை கல்கத்தா, ராஞ்சி, ஆகிய நகரங்களுக்குக் கதிர்வீச்சுச் சிகிச்சைக்காக அனுப்பி வைத்தார். அவரை அன்புடனும் அக்கறையுடனும் கவனித்து வந்தார். முத்துலட்சுமி தனது சுயசரிதையில் குறிப்பிடுவதைப் போல, 'இரவில் பல மணி நேரங்கள் அமர்ந்து நோயின் சித்திரவதைகளிலிருந்து மீள வேண்டும் என்று அவர் பிரார்த்திப்பார். கிட்டத்தட்ட ஒரு ஆண்டு காலம் அவர் துன்பப்பட்டார். ஒரு நாளைக்கு இரண்டு மூன்று முறை வலி குறைவதற்காக அபினிச் சத்தை அவருக்கு ஊசி மூலம் செலுத்துவேன். என்னுடைய மென்மையான மனதில் அழியாத

தடங்களை அது பதித்துவிட்டது. அதன் பிறகு, இந்த மனிதத் துயரத்திற்கு நிவாரணத்தைத் தேடுவதற்கு நான் முழுமையான அர்ப்பணிப்புடன் ஈடுபட்டு வந்தேன்.'[277] சுந்தராம்பாளின் மரணம் தந்த வலி முத்துலட்சுமியின் வாழ்க்கையைப் புரட்டிப் போட்டது. இந்த வலி ஒரு நாள் இலட்சக்கணக்கானோரின் வாழ்க்கையில் மாற்றங்களையும் கொண்டுவருவதற்குக் காரணமாகவும் அமைந் திருந்தது.

கொடும் பழியும் கூடுதல் துயரமும்

பெண்கள், குழந்தைகளுக்கு வரும் நோய்கள் பற்றி இங்கிலாந்து சென்று மேலும் படிப்பதற்காக முத்துலட்சுமிக்கு இந்திய அரசாங்கம் 1925ஆம் ஆண்டு உதவித்தொகை அளித்தது. மேல்படிப்பிற்காக இலாபகரமான மருத்துவ ஆலோசனைத் தொழிலைக் கைவிடுவது கடினமான முடிவாகும். ஆனால், முத்துலட்சுமியோ தன்னைப் பெரிதும் ஆக்கிரமித்துக் கொண்டிருந்த புற்றுநோய் என்ற நோயைப் பற்றி மேலும் கற்றறிய உறுதி பூண்டார். சுந்தராம்பாளின் வேதனையளிக்கும் மரணம் இந்த நோய்க்கான சிகிச்சைகள் பற்றி மேலும் ஆராய்ந்தறியும் உறுதியை அளித்திருந்தது.

முத்துலட்சுமியுடன் அவரது கணவரும் 11 வயது, 6 வயதுடைய மகன்களும் பயணித்தனர். இவருடைய பயண ஏற்பாடுகள் பற்றிய நகைச்சுவையான ஒரு பத்தியுடன் இவரது குறிப்பு தொடங்குகிறது. 'நீர் நிரம்பிய ஓர் உலோக கூஜாவையும், பித்தளை டிபன் பாக்சையும் எப்போதும் நான் எடுத்துச் செல்வது வழக்கம். பிரான்ஸ் நாட்டின் மார்செய் (Marseilles) நகரில் இருந்த சுமை தூக்குபவர் இது போன்ற பொருள்களைப் பார்த்ததில்லை. அவர் இவற்றைத் தலைகீழாகத் தூக்கவே உள்ளிருந்த அத்தனையும் தரையில் கொட்டிவிட்டது. டாக்டர் ரெட்டி கோபப்பட்டார். இது போன்ற பாத்திரங்களை எடுத்து வருவதை அவர் எப்போதும் விரும்புவதில்லை. குழந்தைகளுக்குத் தாகம் அதிகமாக எடுத்தது. கூஜாவில் தண்ணீர் இல்லாததால் புட்டியில் அடைத்து விற்கப்படும் தண்ணீர் பாட்டிலை ஒரு ரூபாய் கொடுத்து வாங்க வேண்டியிருந்தது. இந்த கூஜாவின் மதிப்பு பற்றி டாக்டர் ரெட்டியை அறிந்து கொள்ளச் செய்வதற்கு இது எனக்கு ஒரு சந்தர்ப்பமாக அமைந்திருந்தது.'[278] எப்போதும் அளவாகச் செலவு செய்யக்கூடிய ஒரு பெண்மணியின் உருவம் இதில் தென்படுகிறது. முத்துலட்சுமிக்கு வழிகாட்டக்கூடிய உற்சாகமான இடமாக இங்கிலாந்து இருந்தது. மருத்துவமனைகளை

அவர்கள் நிர்வகித்து வரும் முறைகள் சிறப்பானவையாக இருந்தன. இத்தகைய நோய் பாதிப்புகள் இந்தியாவில் ஏற்பட்டால் நோய் பீடித்தவர்கள் இறந்து போய்விடுவார்கள். சிகிச்சையளிக்கும் முறைகள் இங்குச் சிறப்பாக இருந்தன. கருப்பை வாய்ப்புற்றுநோய் வராமல் பாதுகாத்துக் கொள்வதற்காக செல்சியா மருத்துவமனையில் (*Chelsea Hospital*) அவர் ஒரு அறுவைச் சிகிச்சை செய்து கொண்டார். அந்த மருத்துவமனையை அவர் பெரிதும் பாராட்டினார். பிரிட்டிஷ் பொதுமக்களால் நிர்வகிக்கப்பட்டு வந்த தன்னார்வ மருத்துவமனையே செல்சியா மருத்துவமனையாகும். ‘மருத்துவமனைகளை நிர்வகிப்பது பற்றி பிரிட்டிஷாரிடமிருந்து நாம் இன்னும் அதிகமாகக் கற்றுக்கொள்ள வேண்டியிருக்கிறது. ஆங்கிலேய மக்கள் தங்களின் மருத்துவமனைக்கு ஏராளமான நிதியுதவி செய்து வந்தனர். ஆங்கிலேய மக்கள் மிகுந்த கட்டுப்பாடு உடைய இனத்தவர். இவர்களுக்குக் குடிமை உணர்வு அதிகம் என்பதை நான் கண்டுகொண்டேன்.[279]

இவருக்கு லண்டனில் ஒரு துணை கிடைத்தது. முத்துலட்சுமியின் சகோதரி நல்லமுத்து ஏற்கனவே அங்கு வசித்து வந்தார். லண்டன் பொருளாதாரப் பள்ளியில் அவர் படித்துவந்தார். நல்லமுத்து தனிப்பட்ட முறையில் மிகப் பெரிய மேதமையுடன் இருந்து வந்தார். பின்னாளில் அவர் சென்னை ராணி மேரி கல்லூரியின் முதலாவது இந்தியப் பெண் தலைவராக வந்தார்.

முத்துலட்சுமி இங்கிலாந்தில் ஒரு மாதம் மட்டுமே இருந்தார். மீண்டும் ஒரு துயரம் அவரைத் தாக்கியது. இவருடைய ஒரே ஒரு சகோதரர் உயர்நீதிமன்றத்தில் வழக்குரைஞராக இருந்தார். அவர் இறந்துவிட்டார். முத்துலட்சுமி இந்தியாவுக்குத் திரும்புவது பற்றி யோசித்தார். ஆனால், அவருடைய உறுதியான மனப்பாங்கு மீண்டும் ஒரு முறை வெற்றி கண்டது. அவர் எழுதுகிறார், ‘என்னுடைய சகோதரனுக்கு உயிர் கொடுத்து என்னால் மீட்க முடியாது.’ உடனடியாகத் திரும்பி வராமல் மேலும் கற்றறிவதற்காக அவர் அங்கேயே தங்கி இருந்தார்.

பாரிஸ் நகரில் பொதுவாழ்வு

பலவகைப்பட்ட தனது திறமைகளுக்கு விரிவான வாய்ப்புகள் பெற அவர் ஏங்கி வந்தார். 1926இல் லண்டனில் இருந்து திரும்பி வரும் வழியில் பொதுவாழ்வில் ஈடுபடும் வாய்ப்பு கிடைத்தது. இந்தியப் பெண்கள் கழகம் பாரிஸில் நடைபெறும் அவர்களின்

முதலாவது சர்வதேசப் பெண்கள் மாநாட்டில் இந்தியாவின் சார்பில் பிரதிநிதியாகப் பங்கேற்குமாறு இவரைக் கேட்டுக் கொண்டது. 42 நாடுகளிலிருந்து பெண்கள் வந்து இதில் கலந்துகொண்டனர்.

இந்த மாநாட்டில் முத்துலட்சுமி, இந்தியப் பெண்களுக்குப் பண்டைக்காலத்தில் இருந்து வந்த உரிமைகள் பற்றி உரையாற்றினார். பழங்காலப் பெண்கள் விடுதலை பெற்றவர்களாக இருந்தனர் என்று அவர் கருதினார். 'பழங்காலத்தில் வாழ்க்கையின் ஒவ்வொரு பகுதியிலும் இந்தியப் பெண்கள் சிறந்தோங்கி வாழ்ந்திருந்தனர். ராஜபுதனத்தைச் சேர்ந்த புகழ்பெற்ற பத்மினி, போர்க்களம் கண்ட அரசி சந்பீபி, இராமாயணத்தில் இடம்பெற்றுள்ள கைகேயி, தமிழ்நாட்டில் காலத்தால் அழியாத பாடல்களை எழுதியுள்ள ஔவை போன்றவர்கள் இந்த உலகம் இருக்கும் வரையிலும் அழியாப் புகழுடன் வாழ்வார்கள்'[280] முத்துலட்சுமி எப்போதும் தீவிரமான தேசியவாதியாக இருந்து வந்தார். கீழ்ப்படிந்து வாழ்ந்து வரவேண்டிய பெண்களின் தற்போதைய இழிநிலைக்கு அந்நியப் படையெடுப்புகளும், உள்நாட்டுக் கருத்து வேறுபாடுகளுமே காரணம் என்று அவர் குற்றம் சுமத்தினார்.

முத்துலட்சுமியின் வளர்ச்சிக்கு காங்கிரஸ் பிற வழிகளில் மிக முக்கியமான பங்களிப்பைச் செய்திருந்தது. ஆண்களின் நலன்களிலிருந்து பெண்களின் நலன்கள், வேறுபட்டிருப்பதை முதல்முறையாக அவர்கள் கண்டறியத் தொடங்கினர். பெண்களுக்கு உரியனவற்றைக் கோரிப் பெற வேண்டுமானால், அதிகமான பெண்கள் பொதுவாழ்வில் ஈடுபட்டாக வேண்டும் என்று அவர் கருதினார். இந்தியப் பெண்களைக் காட்டிலும் குறைவான அளவில் ஆடவரைச் சார்ந்திருந்த மேற்கத்தியப் பெண்களுக்கும்கூட இது புரட்சிகரமானதாகத் தோன்றியது. மாநாட்டிற்குப் பிறகு ரெட்டி எழுதினார், துன்புறுத்தல், அநீதி, சமமின்றி நடத்தப்படுதல் போன்ற காரணங்களால் பெண்கள் துயரப்பட்டு வருகின்றனர் என்றும், பெண்களின் நலன்கள் ஆண்களின் நலன்களிலிருந்து வேறுபட்டவை என்றும், ஆண்களின் சுயநலமும் மேலாதிக்க உணர்வுமே 'பெண்களின் மீது பல்வேறு கஷ்டங்களை சுமத்தியிருக்கின்றன என்றும்' அவர் கூறினார்.[281]

இந்தச் சமயம்தான் முத்துலட்சுமி மிகவும் தீவிரமாக காந்திய சிந்தனையால் செல்வாக்கு பெற்றுவந்த சமயமாகும். குழந்தைத்

திருமணம், பெண்களுக்கு வாக்குரிமை, தேவதாசி முறை ஒழிப்பு ஆகியவை பற்றி மகாத்மா காந்தியுடன் மிக நீண்ட கடிதத் தொடர்புகளை இவர் வைத்திருந்தார்.

ஆனால், இவை அனைத்துமே இனிமேல்தான் நடந்தாக வேண்டும். இதனிடையே, முத்துலட்சுமியின் மனதுக்கு நெருக்கமான 'அனைத்துப் பெண்களுக்கும் வாக்குரிமை' என்பது பற்றிய விவாதம் முக்கியத்துவம் பெற ஆரம்பித்தது.

யாரெல்லாம் வாக்களிக்க வேண்டும்?

இந்தியப் பெண்களுக்கு வாக்குரிமை வேண்டும் என்ற போராட்டம் 1917ஆம் ஆண்டில் தொடங்கியது. ஆரம்பத்தில் இது இந்தியாவுக்கு வந்த பிரிட்டிஷ் வாக்குரிமைப் போராளிகளால் கூர்மைப்படுத்தப்பட்டது. தங்களுக்கே உரிய பண்பாட்டு வேர்களைக் கொண்டிருக்கும் இந்தியப் பெண்கள் அவர்களுக்கே உரிய வழிகளில் போராடுவார்கள் என்று பிரிட்டிஷ் போராளிகள் கண்டு கொண்டனர்.

இந்தியர்களின் பிரச்சாரம் தொடங்கிய காலகட்டத்திற்கு 10 ஆண்டுகளுக்கு முன்பிருந்தே பிரிட்டிஷ் வாக்குரிமைப் போராளிகள் அவர்களின் தேசத்தில் போராடி வந்துகொண்டிருந்தனர். அமைதியான ஆர்ப்பாட்டங்கள், கோரிக்கை மனு அளித்தல் ஆகியவற்றிலிருந்து இந்தப் போராட்டம் தொடங்கியது. ஆனால் கோரிக்கைகளுக்குச் செவிசாய்க்கப்படாத போது அவர்கள் வன்முறையை கையில் எடுத்தனர். 1912 வாக்கில் இவர்களின் தலைவர் எம்மிலைன் பங்குர்ஸ்ட் (Emmeline Pankhurst) என்பவரும் மற்ற தீவிரமான வாக்குரிமைப் போராட்டக்காரர்களும் தீ வைப்பு, சன்னல்களை உடைத்தல், காவல் அதிகாரிகளைத் தாக்குவது என்று தொடங்கி முடிவாகக் குண்டு வெடிப்பு வரையிலும் சென்று விட்டனர். ஆயிரக்கணக்கான வாக்குரிமைப் போராளிகள் சிறையில் அடைக்கப்பட்டனர்.

அனைவருக்கும் வாக்குரிமை என்ற அவர்களது கோரிக்கை ஏளனமாகப் பார்க்கப்பட்டது. வாக்குரிமைப் போராளிகள் கேலிக்கும் கிண்டலுக்கும் உள்ளாயினர். முட்டையால் அடிக்கப்பட்டனர். பெண்கள் கூட்டத்தில் கேலி பேசுவோர் பாடிவந்த பிரபலமான பாடல் ஒன்றும் இருந்தது.

பெண்கள் ஒரு சிலரே இருக்கக்கூடிய தீவுகளுக்கு என்னை அனுப்புங்கள்
மிகுந்த சீற்றம் கொண்ட சிங்கத்தின் கூண்டுக்குள் என்னை அடையுங்கள்
என்னைச் சிறையில் அடையுங்கள் நான் எப்போதும் ஒருபோதும் வருந்த மாட்டேன்
ஆனால் வாக்குரிமைப் போராளிகளுக்கருகில் என்னை வைத்து விடாதீர்கள்[282]

ஆனால் இந்தியாவில் நடைபெற்று வந்த, ‘பெண்களுக்கு வாக்குரிமை’ என்ற பிரச்சாரம் மிகவும் வித்தியாசமானது. பொதுவாக, இந்தியப் பெண்கள் சட்டத்தை மதிப்பவர்கள், கோரிக்கை மனு கொடுப்பதிலும் குழுக்களின் முன்பாகச் சாட்சியமளிப்பதிலும் மனநிறைவு கொண்டவர்கள். ஆண்களோடு இணைந்து போராடவே இந்தியப் பெண்கள் விரும்பினார்கள். ஆண்களுக்கு எதிராகப் போராட நினைக்கவில்லை. இது தங்களுடைய நாட்டவர்களுக்கு எதிரான போராட்டமல்ல. தவிரவும், முத்துலட்சுமி போன்ற இந்தியப் பெண்களின் மிக முக்கியமான போராட்டம் காலனியாதிக்கத்திற்கும், பிரிட்டிஷ் ஏகாதிபத்தியத்திற்கும் எதிரானதுதான் என்று பலரும் நம்பினர். முதலில் சுதந்திரம், பிறகுதான் பெண் விடுதலை.

இறையியலாளர் அன்னிபெசன்ட் அம்மையார், டோரதி ஜினராஜதாசா, ஐரிஷ் செயற்பாட்டாளர் மார்கரெட் கசின்ஸ் ஆகியோரால் இந்தியப் பெண்கள் கழகம் 1917ஆம் ஆண்டில் தொடங்கப்பட்டது. ஜினராஜ தாசாவும் அவரது உறவினர்களும் இங்கிலாந்தில் புரட்சிகரப் பெண்ணுரிமைப் போராளிகள். ஆனால் இந்தியாவில் இவர்கள் இறையியலால் செல்வாக்கு செலுத்தப்பட்டு தங்களது போராட்டத் திட்டங்களை இந்தியப் பெண்களுக்குப் பொருந்தும் வகையில் வடிவமைத்துக் கொண்டனர். தீவிர வேகம் கொண்ட சரோஜினி நாயுடுவும் இவர்களுடன் இணைந்து கொண்டார். அதே ஆண்டில் நாடெங்கிலுமிருந்து 14 பெண் தலைவர்களைக் கொண்ட அகில இந்திய பெண்கள் தூதுக் குழுவினர் சரோஜினி நாயுடு தலைமையில் சென்று, மான்டேகு செம்ஸ்போர்டு குழு ஆணையத்தில் ஈ.எஸ். மாண்டேகுவிடம் ‘அனைத்துப் பெண்களுக்கும் வாக்குரிமை அளிக்கப்பட வேண்டும்’ என்ற கோரிக்கை மனுவை அளித்தனர்.

அவர்கள் வாழ்ந்துவந்த காலகட்டத்தை விடவும் முன்னேற்றமான காலத்திற்குரிய பெண்களாக இருந்த இவர்கள், ஆண்களின் தேவைகளை நிறைவேற்றுபவர்களாகவும், ஆண்களுக்குத்

துணையிருப்பவர்களாகவுமே பெண்கள் இன்னமும் இருந்து வருவதாகவே கருதினர். அரசியல் ஆண்களுக்கான இடமாக இருக்கிறது. பெண்கள் அரசியலுக்கு ஒரு மென்மையான, கனிவான, அன்பான அம்சத்தைக் கொண்டுவருவார்கள். 'அம்மா' என்ற சொல் அடிக்கடி பயன்படுத்தப்படுகிறது. பெண்களின் பேணி வளர்க்கும் பண்பிற்கு ஏராளமான உதாரணங்கள் காட்டப்படுகின்றன. 1918 காங்கிரஸ் மாநாட்டில் தன் வயதை ஒத்த பலரைப் பற்றியும் நாயுடு பேசினார். பிறகு அவர், 'உங்களுடைய அலுவலகச் செயல்பாடுகளில், உங்களுடைய குடிமையியல் பணிகளில், உங்களுடைய பொது இடத்தில், உங்களுடைய அதிகாரத்தில் தலையிட வேண்டும் என்பதற்காக வாக்குரிமையை நாங்கள் கோரவில்லை. மாறாக நாங்கள் எங்களின் மடிகளில் வைத்திருக்கும் குழந்தைகளின் ஆன்மாவில் தேசியப் பண்புகளைப் பற்றிய அடித்தளத்தை அமைத்திடவே விரும்புகிறோம்.'[283]

பெண்களுக்கு இடங்களை ஒதுக்குவது பற்றிய கருத்து வேறுபாடுகளும் இந்தியப் பெண்கள் கழகத்தில் இருந்து வந்தன. இந்த விஷயத்தில் தன்னுடன் இருந்த தலைவர்களைக் காட்டிலும் மிகவும் முன்னேற்றமானவராக முத்துலட்சுமி இருந்தார். தன் வயதை ஒத்தவர்களைப் போல இல்லாமல் ஆண்களின் செயல்நோக்கம் பற்றிய சந்தேகத்துடன் முத்துலட்சுமி இருந்தார். ஆண்களின் நன்றியுணர்வு மீது மிக அதிகமான நம்பிக்கை வைப்பதற்கு எதிராக அவர் எச்சரிக்கை விடுத்தார். சங்கத்திலும், வெளியிலும் இருந்த பெரும்பாலான பெண்கள் ஒதுக்கீடுகளுக்கு ஆதரவாக இல்லை. அது மிகவும் அதீதமான கோரிக்கையாக இருக்கும் என்றும், வகுப்புவாத இட ஒதுக்கீடுகளை ஊக்குவித்துவிடும் என்றும், எதிர்காலத்தில் கடுமையான விளைவுகளை ஏற்படுத்திவிடும் என்றும் அவர்கள் அச்சப்பட்டனர்.

வாக்குரிமை பற்றி ஆராய்வதற்காகத் தெற்கு பரோ வாக்குரிமைக் குழு 1919இல் இந்தியாவிற்கு வந்தது. வாக்கு செலுத்துவதிலிருந்து பெண்களை முற்றிலுமாக விலக்கி வைக்க வேண்டும் என்று அது பரிந்துரைத்தது. இந்தியப் பெண்கள் இன்னமும் கல்வியறிவற்ற வர்களாகவே இருந்து வருகின்றனர். ஒழுக்க நியதிகளை வரையறை செய்யும் சமூக இயல்புகளில் இவர்கள் பின்தங்கியிருப்பதன் காரணமாக இவர்களுக்கு வாக்குரிமை தருவதற்கு இன்னும் பல ஆண்டுகள் வரையிலும் காத்திருக்க வேண்டும் என்று அந்தக் குழு வாதிட்டது.

இந்தியப் பெண்கள் கழகம் கடுங்கோபம் கொண்டது. இந்தியப் பெண்கள் புறக்கணிக்கப்பட்டால், பிரிட்டிஷாருக்கு எதிராகப் போராடுவதற்கு ஆண்களோடு அவர்கள் இணைந்து கொள்ள வேண்டும் என்று பெசன்ட் எச்சரிக்கை விடுத்தார். இந்தியப் பெண்கள் வெகுதூரம் முன்னேறி வந்திருக்கிறார்கள். அவர்கள் வாக்களிப்பதற்குத் தகுதியானவர்கள் என்று சரோஜினி நாயுடு கோபத்துடன் வாதிட்டார்.

ஒரு சமாதானம் எட்டப்பட்டது. 1919ஆம் ஆண்டின் இந்திய அரசாங்க சட்ட மசோதா பெண்களுக்கு வாக்குரிமையளிக்கும் பொறுப்பை மாகாணங்களுக்கு அளித்தது. பணக்கார, நன்கு கல்வி பயின்ற, சக்தி வாய்ந்த, வருமானமும் சொத்துகளும் வைத்திருக்கிற தெரிந்தெடுக்கப்பட்ட பெண்களுக்கு மட்டுமே வாக்குரிமை அனுமதிக்கப்பட வேண்டும் என்று அது தெரிவித்தது. இந்த மசோதா பெண்கள் தேர்தலில் நிற்பதற்கு அனுமதிக்கவில்லை.

1921இல் பெண்களுக்கு வாக்குரிமை அளித்தும், பெண்கள் தேர்தலில் நிற்பதற்கு அனுமதியளித்தும் இந்தியாவின் முதலாவது மாகாணமாக சென்னை மாகாணம் திகழ்ந்தது. சில மாதங்களுக்குப் பிறகு பம்பாய் மாகாணம் இதனைப் பின்தொடர்ந்தது. ஆனால் வாக்களிக்கும் உரிமை சொத்து வைத்திருக்கும் பெண்களுக்கும், அவர்கள் கணவர்களின் தகுதியின் அடிப்படையிலுமே கட்டுப்படுத்தப்பட்ட அளவில் வழங்கப்பட்டது.

அளவுக்குட்பட்ட இந்த வாக்குரிமை மக்களால் மறுக்கப்பட்டது. சென்னை சைதாப்பேட்டையிலிருந்து ஒரு வாசகர் ஆசிரியருக்குக் கடிதம் பகுதியில் எழுதியிருந்தார். அதில் அவர் இவ்வாறு குரல் எழுப்பியிருந்தார். 'பெண்களுக்கு வாக்குரிமை வழங்க வேண்டும் என்று சட்டப்பேரவை தீர்மானித்திருக்க வேண்டும் என்பது வாழ்த்து தெரிவிக்கவேண்டிய விஷயமல்ல. முன்னேற்றம் ஏற்பட வேண்டும் என்றால், ஆண்கள்தான் அரசியலிலும், குடிமையியலிலும் கட்டுப்பாட்டைச் செலுத்தி வர வேண்டும். ஆணின் பாலினம்தான் செயல்திறனுக்கும், இணக்கத்திற்கும் பொருத்தமானது. எனவே, சீரான தன்மைக்கும், பொது நன்மைக்கும், பொது நீதிக்கும் உகந்தது அதுதான்.'[284]

பெண்கள் வாக்களிப்பதற்குச் சொத்து இருக்கவேண்டும் என்ற நிபந்தனையை முத்துலட்சுமி கடுமையாக எதிர்த்தார். 'பெண்களாகிய நாங்கள் மற்றவர்கள் தயவின்றி, எங்களுடைய

ஆண் உறவுகளில் எவரையும் சாராமலிருந்து சுதந்திரமாகச் செயல் படவே விரும்புகிறோம்' என்று தனது சுயசரிதையில் அவர் எழுதினார். மேலும் அவர் எழுதுகிறார், 'குடிமகளாக இருக்கும் ஒரு பெண்ணின் உரிமை அவளுடைய திருமணத்தைச் சார்ந்ததாக இருக்க வேண்டும் என்று நாங்கள் கருதவில்லை. இந்தியாவில் பெரும்பாலும் அப்படித்தான் இருந்து வருகிறது. அவளது உரிமை எதுவுமே முழுமையாக அவளது கட்டுப்பாட்டில் இல்லை. 'சமூக நீதியின் ஒரு கூறையும் அதில் அவர் சேர்த்துக் கூறுகிறார்.' சொத்து வைத்திருக்கும் பெண்களுக்கு மட்டுமே வாக்குரிமை என்ற பெயரில், ஏற்கனவே தகுதி படைத்திருக்கும் மனிதரின் மனைவிக்கு மட்டும் வாக்களிக்கும் உரிமையைத் தருவதை நாங்கள் விரும்பவில்லை. ஏழைகள், உழைக்கும் மக்களைப் பாதகமான ஒரு நிலையில் இது வைத்துவிடும் என்பதால் இது வசதி படைத்தவர்களுக்குத் தரப்படும் இரட்டிப்புச் சலுகை.[285] ஆனால் இவரின் எதிர்ப்பினால் எந்தப் பயனும் விளையவில்லை. சொத்து வைத்திருக்கும் வசதி படைத்த பெண்களுக்கு மட்டுமே வாக்குரிமை தொடர்ந்து வழங்கப்பட்டு வந்தது.

அதன் பிறகு, பெண்கள் சட்டமன்ற உறுப்பினர்களாக 'நியமிக்கப்பட்டனர். திருவிதாங்கூரில் தான் முதன்முதலில் பிரதி நிதித்துவ சட்டசபை உறுப்பினராக ஒரு பெண் நியமிக்கப்பட்டார். மேரி பூனென் லூகோஸ் என்பது அவரது பெயர். (அடுத்த இயலில் – இயல் – 7 இவரைப் பற்றி விரிவாகக் கூறப்பட்டுள்ளது). இரண்டாவதாக, சென்னையில் பெண் சட்டமன்ற உறுப்பினர் 1927இல் நியமிக்கப்பட்டார். முத்துலட்சுமிதான் அந்த உறுப்பினர். சட்டமன்றத்திற்கு முத்துலட்சுமி பரிந்துரைக்கப்பட்ட போது, ஆரம்பத்தில் அவர் அதில் அதிக ஆர்வம் காட்டாமல் இருந்து வந்தார். மருத்துவத் தொழிலைக் கைவிட்டு அரசியலுக்குள் நுழைவது என்பது ஒரு மிகப்பெரிய அடியெடுப்பாகும். அதிலும் குறிப்பாக வெகு சில பெண்களே அரசியலில் இருந்துவந்த அந்தக் காலகட்டத்தில் அப்படியே இருந்தவர்களும் பெரும்பாலும் வெறும் பெயரளவில் மட்டும்தான் இருந்து வந்தனர். முத்துலட்சுமி காந்திய எழுத்துகளால் ஊக்கம் பெற்றிருந்தார். தேசிய இயக்கத்தில் சேருமாறு பல பெண்களுக்கு அவர் ஆர்வமூட்டி வந்தார். 1930இல் தண்டி யாத்திரைக்குப் பிறகு காந்தி கைது செய்யப்பட்ட போது, முத்துலட்சுமி தனது எதிர்ப்பைக் காட்டும் விதத்தில் சட்டமன்றத்திலிருந்து ராஜினாமா செய்தார்.

மதிக்கத்தகுந்த, கல்வி கற்ற தாய்மார்களையும், மாணவியரையுமே தேர்தலில் வக்களித்த பெண்கள் அரசியலில் எதிர்பார்த்தார்கள். குறைவான கல்வியறிவுள்ளவர்கள், வேசியர் போன்றோருக்கு அங்கு இடமில்லை. இறுதியில் 'ஒதுக்கீட்டிற்கு ஆதரவாகப் பேசியவர்கள் அதை எதிர்த்துப் பேசியவர்கள் ஆகிய இருதரப்பினருமே தங்களைப் போலவே இல்லாத பிறரை அரசியலுக்குள் கொண்டுவர விரும்பவில்லை.'[286] 'சிறப்பான குணநலன்களைக் கொண்ட உறுதியும், தைரியமும் மிக்க பெண்களே மதிப்பும், பொறுப்பும் உள்ள இடங்களுக்குத் தேர்ந்தெடுக்கப்பட வேண்டும்' என்று முத்து லட்சுமியே கூட கூறியிருக்கிறார். உண்மை நிலை எப்படி இருந்தது என்றால் வசதி படைத்த காந்திய சிந்தனை உடைய பெண்கள் அவர்களின் கணவர்கள் துணையிருக்க பதவியில் அமர்ந்து வந்தார்கள்.[287] பணக்காரர், ஏழை, திருமணமானவர், திருமணமாகாதவர் என அனைத்துப் பெண்களும் வாக்குரிமை பெறுவதற்கு 1950ஆம் ஆண்டு வரையிலும் காத்திருக்கவேண்டி வந்தது.

ஆண்களைப் பற்றி முத்துலட்சுமி

முத்துலட்சுமி ஒரு பெண்ணுரிமையாளரா? அப்படியிருக்குமானால் இன்று நாம் காணும் பெண்ணுரிமையாளர்களின் வகையைச் சேர்ந்தவரல்ல அவர். உண்மையில், இந்தியப் பெண்களின் வாழ்க்கையில் இந்திய ஆண்கள் பெரும்பாலும் ஆதரவு காட்டிவருகின்றனர் என்று நம்பியவர் அவர்.

'ஒரு சட்டமன்ற உறுப்பினராக எனது அனுபவங்கள்' என்ற நூலில் அவர் குறிப்பிடுகிறார். இந்த நூலை நான் எழுதுவதற்கு இரண்டு நோக்கங்கள் இருக்கின்றன. வீட்டைப் பார்த்துக் கொள்வதற்குப் பெண்களும், நாட்டைப் பார்த்துக் கொள்வதற்கு ஆண்களும் படைக்கப்பட்டிருக்கிறார்கள் என்ற எண்ணத்தை என்னுடைய சகோதரிகளும் மற்றவர்களும் இன்னமும் எப்படியெல்லாம் வைத்துக் கொண்டிருக்கிறார்கள் என்பதைத் தெரிவிப்பதும், பெண்களின் செயல்பாடுகள் மக்களுக்கு ஆதாயம் தரும் விதத்தில் வீட்டிலிருந்து நாட்டிற்குப் எப்படி நீட்டிக்கப்பட முடியும் என்பதைக் காட்டுவதுமே இந்த நூலின் நோக்கங்களாகும்.' பெண்களை வீட்டிற்குள்ளேயே வைத்திருக்கும் வழக்கத்திற்குத் எதிராக இவர் இருந்திருக்கிறார் என்பது இதன் மூலம் தெளிவாகிறது. ஆனால் அவரது வேறொரு நோக்கம் மிகவும் குறிப்பிடத்தகுந்த ஒன்றாகும். அந்த நோக்கம் 'தங்களுடன் பணிபுரியும் சக பெண் பணியாளர்களுக்கு இந்திய

ஆண்கள் எந்த அளவுக்கு மரியாதை தருகிறார்கள் என்பதை வெளி உலகத்திற்கு விவரிப்பதற்கானதாகும்.[288]

1947இல் இந்தியா விடுதலை அடைந்த போது முத்துலட்சுமி 'தி இந்து' இதழில் தலையங்கம் எழுதினார். பெண்களின் தற்போதைய இழிநிலைக்கு, வெளியிலிருந்து வந்த செல்வாக்கே காரணம் என்று குற்றம் சுமத்தினார். இந்த முறை இவர் முகலாயப் படையெடுப்பைப் பற்றிக் குறிப்பிட்டிருந்தார்.

'இந்தியாவின் தொடக்க கால வரலாற்றில் ஆண்களுக்கு சமமாகவே பெண்களும் இந்த பூமியில் இருந்தார்கள். ஆனால், அந்நியப் படையெடுப்பு, ஆயிரம் ஆண்டுகளுக்கு முன்பு இந்தியப் பெண்களை நீண்ட நெடிய அடிமை வாழ்விற்குள் ஆழ்த்தியது. தங்களின் வாழ்க்கையையோ, பெருமிதத்தையோ விட்டுக் கொடுக்காத ஆண்களை அவர்கள் எதிர்கொள்ள வேண்டியிருந்தது. மாற்றம் கண்டிருந்த சூழலுக்குத் தங்களைத் தகவமைத்துக் கொள்வதில் பெண்கள் பர்தாவுக்குள் புகுந்து கொண்டார்கள். எரியும் ஈமத்தீயில் விழுந்தார்கள். தனித்து விலகி இருந்தார்கள். வரலாற்றின் கொல்லைப்புறத்துக்கே அவர்கள் சென்றுவிட்டார்கள்.'

அந்தத் தலையங்கத்தில் அவர் அன்னி பெசன்ட்டைப் பாராட்டியிருந்தார். பெண்கள் கழகத்தை அதன் சேவைகளுக்காகப் பாராட்டியிருந்தார். ஆனால், தனது பாராட்டுதல்களில் பெரும் பகுதியை ஆண்களுக்காக அவர் ஒதுக்கியிருந்தார். தயானந்த சரஸ்வதி தொடங்கி ஈஸ்வர சந்திர வித்யாசாகர் வரையிலும் ராஜாராம் மோகன்ராயையும் பெண்களின் உடல், மன வளர்ச்சியை முடக்கிப்போட்டிருந்த தளைகள், ஒழுகலாறுகள், மரபுகளிலிருந்து விடுவித்ததற்காக தாராளமாக அவர் பாராட்டியிருந்தார்.

இந்தியப் பெண்கள் எப்போதும் உரிமை உடையவர்களாகவே இருந்து வந்திருக்கின்றனர். இப்போதுதான் அவர்கள் மறக்கப்பட்டு, புதைக்கப்பட்டிருக்கின்றனர் என்று வாதிட்டு வாக்குரிமைப் போராளிகளிடமிருந்து ரெட்டி தன்னை விலக்கிக் கொண்டார். 'இந்தியாவின் அரசியல் சமூக உய்விற்கான இயக்கங்கள் மேற்கத்திய வாக்குரிமைப் போராளிகளின் போராட்டத்தையும், வியத்தகு முன்னேற்றங்களையும் காணாததாக இருந்தன. ஏனெனில் சேவையின் இலட்சியங்களுக்கு முக்கியத்துவம் கிடைப்பது இந்தியாவில் இது முதல் முறையல்ல' என்று அவர் வாதிட்டார். 'இந்தியப் பெண்களின் வழியில் சொல்லாலோ செயலாலோ எந்த

தடாகம் | 245

சங்கடங்களையும் ஏற்படுத்தியிராத ஆண்களின் மனதில், அல்லது பெண்களின் முன்னேற்றத்துக்கும், விடுதலைக்கும் குறுக்கே வராத ஆடவர்களிடம் இத்தகைய உணர்வினை மீண்டும் விழித்தெழச் செய்வதும், தூண்டல் அளிப்பதுமே தேவையாக இருக்கிறது' என்று முத்துலட்சுமி வாதிட்டார்.[289]

பெண்களின் வழியில் உண்மையில் தடங்கல்களை ஏற்படுத்திய, பல்வேறு சட்டங்களை எதிர்த்த எஸ்.சத்தியமூர்த்தி உட்பட பல ஆடவர்களை முத்துலட்சுமி மறந்துவிட்டதைப் போல தோன்றுகிறது என்பது சுவாரஸ்யமானது. ஒரு வேளை பல ஆண்டுகள் நடைபெற்ற சுதந்திரப் போராட்டத்திற்குப் பிறகு வேற்றுமைகளைக் கைவிட்டு சமரசம் செய்துகொள்ளும் மனநிலையில் முத்துலட்சுமி இருந்திருக்கக்கூடும்.

இன்னும், இத்தகைய சமரசநிலைப்பாட்டிற்குப் பிறகும் செல்வாக்கு செலுத்திவிடக்கூடிய பலவீனமான ஒரு நபராக முத்துலட்சுமி இருந்திடவில்லை. இந்தியாவின் கடைசி கவர்னர் ஜெனரலும், சென்னை மாகாணத்தின் இரண்டாவது முதலமைச்சருமான வலிமை மிகுந்த சி.ராஜகோபாலாச்சாரியாருடன் நீண்ட நெடிய பகை கொண்டிருந்தார். 1937இல் சட்டமன்ற உறுப்பினருக்கு போட்டியிடுமாறு காங்கிரஸ், பிராமணர் அல்லாதவர்களால் உருவாக்கப்பட்ட நீதிக்கட்சி ஆகிய இரண்டு கட்சிகளுமே அவரை வரவேற்றன. அவர் காங்கிரஸ் கட்சியின் சார்பில் போட்டியிடவே விரும்பினார். இறுதியில் ராஜகோபாலாச்சாரியாரும், பழைய எதிரி எஸ்.சத்தியமூர்த்தியும் காங்கிரஸ் கட்சியில் போட்டியிட இவருக்கு அனுமதி மறுத்துவிட்டனர்.

'தேசத்தின் விடுதலைக்காக அதிகம் தியாகம் செய்திருக்கும் மிகப் பெரிய அரசியல்வாதியாக ராஜாஜி இருந்தபோதிலும், என்னுடைய கருத்தின்படி சமூக சீர்திருத்தங்கள் குறிப்பாகப் பெண்களின் உயர்வைப் பொறுத்தவரையிலும் அவர் பிற்போக்கானவர்தான். அவர் பழங்கால பழக்க வழக்கங்களிலும் நடைமுறைகளிலும் நம்பிக்கை கொண்டிருந்தவர்' என்று முத்துலட்சுமி 'கடுமையாக எழுதுகிறார்.[290]

1952இல் சென்னை மாகாணத்தின் முதலமைச்சராக ராஜாஜி அமர்கிறார். அப்போது சீர்திருத்தவாதி என்ற நற்பெயரை முத்துலட்சுமி பெற்றிருந்தார். அதிகமான பெண்கள் அரசாங்கத்தில் இணைந்து கொண்டனர். ஒரு பெண் சட்டமன்ற உறுப்பினர்

தேவை என்ற நிலையில் ராஜாஜியும் இருந்து வந்தார். மெட்ராஸ் சட்ட மேலவையில் இணையும்படி முத்துலட்சுமியை அவர் கேட்டுக்கொண்டார். அப்போது முத்துலட்சுமிக்கு 67 வயதாகியிருந்தது. முதலில் அவர் இதனை மறுத்தார். தான் நிறுவ இருந்த புற்றுநோய் மருத்துவமனைக்கு ஓர் இடத்தை அவரிடமிருந்து சமாளித்துப் பெற்றுக்கொண்ட பின்னால் அதற்கு ஒப்புக் கொண்டார். எச்சரிக்கை உடையவராகவும், அனுசரித்துப் போகிறவராகவும் இல்லாமலிருந்திருந்தால் முத்துலட்சுமி ஒன்றுமில்லாத ஒருவராகத்தான் போயிருப்பார்.

கடவுளின் பணிப்பெண்கள்

குறிக்கோள்களுக்காகப் போராடி வந்த முத்துலட்சுமி 1927இல் வலிமை மிக்க எதிராளிக்கு முன்பாக நின்றிருந்தார். அவரது எதிரி ஒரு பெண். அவருக்கே உரிய தனிவழியில் முத்துலட்சுமியைப் போன்றதொரு முன்னோடி. இவரது பெயர் பெங்களூர் ரத்தினம்மாள். ஏழைக் குடும்பத்தில் பிறந்த தேவதாசியான இவர் பின்னாளில் மிகவும் மதிக்கப்பட்ட இசைக்கலைஞராக ஆனார். ஆண்டுதோறும் நடைபெறும் கர்நாடக இசைக் கொண்டாட்டமான தியாகராஜ ஆராதனாவில் வாசிக்கும் வாய்ப்பைப் போராடிப் பெற்றார்.

நாகரத்தினம்மாவுக்கும், முத்துலட்சுமிக்கும் இடையேயான சண்டையைப் பற்றிப் புரிந்துகொள்வதற்கு தேவதாசிகள் பற்றிய சிக்கலான வரலாற்றைப் புரிந்துகொள்ள வேண்டியது அவசியமாகிறது. முன்பே குறிப்பிட்டதைப் போல முத்துலட்சுமியும் ஒரு தேவதாசியின் மகளாகப் பிறந்தவர்தான். ஆனால் இதைப் பற்றித் தனது சுயசரிதையில் அவர் குறிப்பிடவில்லை. முத்துலட்சுமியின் மகன் டாக்டர்எஸ்.கிருஷ்ணமூர்த்தியுடன் பல ஆண்டுகள் ஒன்றாகப் பணிபுரிந்த புற்றுநோய் மருத்துவமனை (WIA) தலைவர் டாக்டர் வி.சாந்தா, 'தாங்கள் தேவதாசி சமூகத்திலிருந்து வந்தவர்கள் என்று முத்துலட்சுமியோ, அவரது மகன் கிருஷ்ணமூர்த்தியோ ஒருபோதும் குறிப்பிட்டதில்லை' என்கிறார். 'அப்படிக் குறிப்பிடுவது களங்கம் விளைவிக்கும் என்பதால்தான் அதை அவர் தவிர்த்திருப்பார் என்று மட்டுமே என்னால் யூகிக்க முடிகிறது. அவர் இதைப் பற்றிப் பேசியிருக்க வேண்டும் என்பது எனது விருப்பம்.'[291] அவர் சார்ந்திருந்த குலத்தின் காரணமாக ஆரம்பத்தில் கல்லூரியில் அவருக்கு எப்படி இடம் மறுக்கப்பட்டது என்பதைப் பார்க்கும் போது, முத்துலட்சுமியின் செயலைக் குறை கூற முடியாது.

இதற்கு நேர்மாறான வகையில், ஒரு தேவதாசியாக இருப்பதை நாகரத்தினம்மா பெருமைக்குரியதாக உக்கிரத்துடன் கருதினார்.

'தேவதாசி' எனும் சொல்லின் பொருள் 'கடவுளின் பணிப்பெண்கள்' என்பதாகும். இந்தப் பழக்கம் தொடங்கிய காலத்தில் எல்லாச் சாதிப் பெண்களும் கடவுளுக்கு அர்ப்பணிக்கப்பட்டு வந்தனர்.[292] மற்ற பெண்களைக் காட்டிலும் நன்றாகப் படித்தவர்களாக, எழுத்தறிவு உடையவர்களாக அந்தக் காலத்தில் இவர்கள் இருந்து வந்தனர். பாடவோ அல்லது ஆடவோ தெரிந்தவர்கள் அந்தக் கலையின் மிக உயரிய நிலையை அடையும் வரை பயிற்றுவிக்கப்பட்டனர். எஞ்சியவர்கள் கோயிலின் தூய்மைப் பணிகளையும், தெய்வங் களுக்குச் சேவை புரிவதற்குமான கடமைகளையும் செய்து வந்தனர். தேவதாசிகளுக்குப் பல்வேறு சலுகைகள் தரப்பட்டன. இவர்களுக்கு வழங்கப்படும் தரப்படும் கோயில் நிலங்களின் மீது தேவதாசிகளுக்கு உரிமை உண்டு. சமூகத்தில் வேறெங்கும் இல்லாத ஒரு முரணிய நிலையாக, இத்தகைய சொத்துகள் தாயிடமிருந்து மகளைச் சென்று சேர்ந்து வந்தன. இவர்களின் குடும்பத்தில் பெண் குழந்தை பிறப்பது வரவேற்கத்தக்கதாக இருந்து வந்தது.

இந்த வழக்கம் முதன் முதலில் எப்போது தொடங்கியது என்பதைப் பற்றிய பதிவுகள் ஏதுமில்லை. ஆனால், பிரகதீஸ்வரர் ஆலயத்தில் காணப்படும் ராஜராஜ சோழனின் கல்வெட்டு ஒன்று ஆலயச் சேவைக்காக 400 மகளிர் நியமிக்கப்பட்டிருந்ததாகத் தெரிவிக்கிறது. கி.பி.985 முதல் 1013 வரை சோழநாட்டை ஆண்டு வந்த மன்னன் ராஜராஜ சோழனின் மிகவும் முக்கியமான ஆணையான, 100 கலம் நெல் விளையக்கூடிய ஒரு வேலி நிலம் இந்தப் பெண்களுக்கு வழங்கப்பட வேண்டும் என்பது கல்வெட்டுகளில் காணப்படுகிறது.[293]

அவர்கள் இறக்கும் போது அவர்களின் வாரிசுகள் இதே சலுகை களைப் பெறத் தகுதியானவர்கள். தேவதாசி முறை விஜயநகர சாம்ராஜ்யத்திலும், மராட்டிய மன்னர்களின் காலத்திலும் தொடர்ந்து இருந்து வந்தது. கலைகளின் அழகைப் போற்றிய மன்னர்களால் தேவதாசிகள் பெரிதும் மதிக்கப்பட்டனர். காதலர்களாக இவர்கள் ஏற்றுக்கொள்ளப்பட்டனர், வேசியராகக் கருதப்படவில்லை.

ஆனால், 19ஆம் நூற்றாண்டு வாக்கில், தேவதாசிகளுக்கு மிகவும் சோதனையான காலமாக ஆனது. கோயில்கள் அவற்றின் முதன்மையையும் அதிகாரத்தையும் இழக்கத் தொடங்கின. பணம்

படைத்த நில உடமையாளர்கள், இளவரசர்கள், அதிகாரிகள் ஆகியோருக்காகக் கலைகளை நிகழ்த்துவதற்கு இவர்கள் கட்டாயப் படுத்தப்பட்டனர். 1792இல் ஒரு பிரஞ்சு பாதிரியார் அபே ஜீன் ஆன்டோய்ன் டுபாய்ஸ் (Abbe JeanAntoine Dubois) என்பவர் இந்தியாவுக்கு வந்தார். அப்போதிருந்த தேவதாசிகளின் வீழ்ச்சி கண்டிருக்கிற பரிதாபத்துக்குரிய நிலைமை பற்றி அவர் தெரிவித் திருக்கிறார். தூய்மைவாதிகளின் விக்டோரியன் காலனியப் பார்வையைக் கொண்டவராக டுபாய்ஸ் இருந்தார். இருந்தபோதிலும் இவர் தரும் விவரங்கள் பயனுடையதாக இருக்கின்றன.

கோயில் வருமானங்களில் ஏற்பட்டிருந்த வீழ்ச்சியினால் தேவதாசிகள் விபச்சாரத்திற்குத் தள்ளப்பட்டது பற்றி டுபாய்ஸ் எழுதி யிருக்கிறார். தேவதாசிகள் தாங்கள் ஈடுபடும் தெய்வ காரியங் களுக்கான ஊதியத்தைப் பெற்றுக் கொண்டனர். ஆனால் அது ஒரு சிறு தொகைதான். ஆதரவு கிடைக்கிறதே என்பதற்காக சாதகமாக நடந்து கொண்டு ஆதாயம் பெறும் விதத்தில் கூடுதல் வருவாயைத் தேடி வந்தனர். கோயில்களில் நடைபெறும் பல்வேறு விழாக்களுக்கு இடைப்பட்ட காலங்கள் முழுவதும் மிகவும் வெட்கக்கேடான நடவடிக்கைகளில் வரம்பின்றி ஈடுபட்டு வந்தனர். மிகவும் புனிதமான கோயில்களும்கூட வெறும் விபச்சார விடுதிகளாக மாறிவிட்டதைப் பார்ப்பது அசாதாரணமானதாக இல்லை.'²⁹⁴

19, 20ஆம் நூற்றாண்டுகளின் முற்பகுதியில் கோயில்களுக்குக் கிடைத்து வந்த ஆதரவு முற்றிலுமாகச் சீர்குலைந்தது. தேவதாசிகள் பற்றிய கருத்து முற்றிலும் இருவேறு விதமாக இருந்து வந்தது. இவர்கள் வேசியரா? அல்லது கலைகளின் காவலர்களா? இரண்டிலும் ஒரு சிறிது உண்மையாக இருக்கலாம்.

நூலாசிரியரும், இசை வரலாற்றாசிரியருமான வி.ஸ்ரீராம் இப்படித் தொகுத்துரைக்கிறார்: 'தேவதாசிகள் அனைவரையும் பற்றி மிகையான காதல் காவியப் புனைவுகளோடு நினைத்துப் பார்ப்பது புதுவிதமான பாணியாக இருந்தபோதிலும், உண்மையில் அவர்கள் ஆடவர்களால் பயன்படுத்திக் கொள்ளப்பட்ட ஒரு இனத்தைச் சேர்ந்த பெண்களாகவே இருந்து வந்திருக்கின்றனர். இனிமேலும் பயனில்லை என்று தெரிய வரும் போது இவர்கள் கைவிடப்பட்டிருக்கிறார்கள். பல தேவதாசிகளுக்குத் தங்களின் மகள் களுக்கு அனுசரணையாக இருக்கக்கூடிய புரவலர்களைத் தேடுவதே முக்கியமான வேலையாக இருந்து வந்திருக்கிறது. ஈவு இரக்கமற்ற

வகையில் இருப்பனவற்றைப் பறித்துக் கொள்பவர்களாகவே பெரும்பாலான தேவதாசிகள் இருந்து வந்திருக்கின்றனர். இவர்களோடு தொடர்பு கொண்டிருந்த ஆண்களின் முறைப்படியான மனைவியரும், குடும்பங்களும் சொல்லொணாத் துயரங்களுக்கு ஆட்பட்டனர். இவர்கள் ஒரு பக்கம் கலைகளின் களஞ்சியமாக இருந்திருக்கின்றனர். மறுபுறம் எல்லாவிதமான தீங்குகள், மனதில் நினைக்கக்கூடிய அனைத்துவிதமான சல்லாபங்கள் ஆகியவற்றின் சேமக்குவியலாகவும் இருந்திருக்கின்றனர்.'²⁹⁵

இத்தகைய சூழலில்தான் 1878ஆம் ஆண்டில் நாகரத்தினம்மாள் மைசூரில் தேவதாசிக் குடும்பத்தில் பிறந்தார். தாயாரின் புரவலர் சுப்பாராவுடன் ஏற்பட்ட தகராறினால் அந்தக் குழந்தைக்கு ஒரு வயது இருக்கும் போது புட்டுலஷ்மி வீட்டிலிருந்து வெளியேற்றப் பட்டார். இத்தகைய அவலமான நிலையில்தான் தேவதாசியரின் வாழ்க்கை அப்போது இருந்து வந்தது. தன்னுடைய குழந்தைக்குப் பாதுகாப்பான ஒரு வாழ்க்கையை அமைத்துக் கொடுப்பதற்கு புட்டுலஷ்மி விரும்பினார். நாகரத்தினம்மாவுக்கு இசை, நடனம், கன்னடம், தமிழ், தெலுங்கு, ஆங்கில மொழிகளில் முழுமையான கல்வி அளிக்கப்பட்டது.

இசைக்கும் நாடகத்திற்குமான மையமான இடமாக அப்போது இருந்துவந்த சென்னைக்கு இளம் நாகரத்தினம்மா வந்தார். 1905வாக்கில் சொந்தமாக வீடு வாங்கும் அளவுக்கு மிகவும் வெற்றிகரமானவராக அவர் இருந்தார். ஏராளமான நகைகளும் அவரிடம் இருந்தன. வருமான வரியும் செலுத்தி வந்தார். நடனத்தை அங்கீகரிக்க மறுத்துவரும் போக்கு சமூகத்தில் அதிகரித்து வந்ததால், நடனத்தைக் கைவிட்டு இசையில் கவனம் செலுத்தினார். இவருக்கிருந்த சமஸ்கிருத அறிவின் காரணமாக மதம் தொடர்பான இசைச் சொற்பொழிவுகளை நிகழ்த்தி வந்தார். இவருக்கு நன்மதிப்பு பெருகி வந்தது.

அமைதியாக வாழ்ந்து வந்த சென்னை சமூகத்தினரின் மத்தியில் 1910ஆம் ஆண்டு இவர் ஒரு அதிர்ச்சியைக் கிளப்பினார். முத்துப் பழனி எழுதியிருந்த ஒரு புத்தகத்தை சீர்திருத்தித் தொகுப்பாக்கி இவர் வெளியிட்டார். 1739 முதல் 1763 வரையிலும் தஞ்சாவூரை ஆண்டு வந்த மராட்டிய ஆட்சியாளரான பிரதாப் சிம்மனின் வைப்பாட்டியாகவும், அரண்மனைக் கவிஞராகவும் முத்துப்பழனி இருந்து வந்தார். இந்த முத்துப்பழனி, நாகரத்தினம்மாவைப்

போலவே தான் கற்றுக்கொண்ட கலைகளைப் பற்றிய பெருமை உடையவராக இருந்து வந்தார். 'ராதிகா சந்வனமு' (*Radhika Santwanamu*) என்ற நூலை அவர் எழுதியிருந்தார். கிருஷ்ணரின் மீது ராதைக்கு இருந்த சிற்றின்ப வேட்கையைப் பற்றி விவரிக்கும் நூல் இதுவாகும்.

ஒரு ஆண் என்றே கருதப்படும் அளவிற்கு முத்துப்பழனியின் அடையாளம் இறுதிக் காலங்களில் மாறிப் போனது. ஆந்திர சீர்திருத்தவாதி கண்டூரி வீரேசலிங்கம் பந்துலு தேவதாசிகள் கண்டிக்கத்தக்கவர்கள் என்ற நம்பிக்கை உடையவர். முத்துபழனியை விபச்சாரி என்றும் அவர் எழுதிய நூல் வெட்கக்கேடானது என்றும் வீரேசலிங்கம் தீர்மானமாகக் குறிப்பிட்டிருந்தார். 'விபச்சாரி எழுதியிருக்கும் எதுவுமே பெண்கள் படிப்பதற்கு ஏற்றவையல்ல, அவை வெட்கக்கேடானவை என்று வீரேசலிங்கம் தூய்மைவாத வெறித்தனத்தோடு தெரிவித்திருந்தார். ஒரு பெண்ணிடமிருந்து எதிர்பார்க்கப்படும் அடக்கமில்லாத செயல் இது என்று அவர் கூறினார்.'[296]

இதையெல்லாம் ஏற்காத நாகரத்தினம்மா தன்னுடைய பாரம்பரியம் பற்றி மிகுந்த பெருமிதத்துடனேயே எப்போதும் இருந்து வந்தார். அவரிடம் பாசாங்குத்தனங்கள் ஏதுமில்லை. நாணம் என்ற குணம் பெண்களுக்கு மட்டுமே உரியதா? என்று அவர் கேள்வி எழுப்பினார். இதை விடவும் அதிகமான விவரிப்புகளுடன் ஆண்களால் எழுதப்பட்ட நூல்களை வீரேசலிங்கம் தொகுத்திருக்கிறார் என்பதை அவர் சுட்டிக் காட்டினார். கற்பு போன்ற சொற்கள் தேவதாசிகளுக்குப் பொருந்தாது என்பது அவரது கருத்து.[297]

நாகரத்தினம்மாவின் செயல்பாடுகள் அவருடைய காலத்தில் நம்பமுடியாத அளவுக்கு தைரியமானவையாக இருந்தன. தேவதாசி என்பதைப் பற்றிய பெருமிதமும், மதச்சடங்குகள் ஏதுமற்ற நிலையும், வீரேசலிங்கம் போன்ற சக்திமிக்க மனிதர்களை எதிர்த்து நின்று விரும்பக்கூடிய எதனையும் எழுதும் உரிமை பெண்களுக்கு இருக்கிறது என்று அவர் பேசியதும் முன்னுதாரணமில்லாதவை. தன்னுடைய புத்தகத்தைச் சரியானது என்று இவர் வாதிட்டது, விவாதத்தை உருவாக்கியிருந்தது. 1911 ஜனவரியில் 'சசிலேகா' என்ற தெலுங்கு பத்திரிகை இந்தப் புத்தகத்தைத் தாக்கி எழுதியது. 'ராதிகா சந்வனமு' என்ற பெயரில் ஒரு வேசி புத்தகம்

எழுதியிருக்கிறார். அதிலுள்ள குறைகளை இன்னொரு வேசி சரி செய்து கொடுத்திருக்கிறார்.'[298]

இந்தப் புத்தகம் ஆபாசமாக இருப்பதாக வழக்கு பதியப் பட்டது. வேறு சில புத்தகங்கள் இனவாதம் கொண்டவையாக இருக்கின்றன என்று கருதப்பட்டது. நாகரத்தினம்மாவும், வெளியீட்டாளர் வெங்கட ரங்காராவும் இலக்கியத் தரத்தின் அடிப்படையில் இந்தப் புத்தகத்திற்கு ஆதரவாகப் பேசி வந்தனர். ஆனாலும் பயனில்லை.

இறுதியில் 'ராதிகா சந்வனமு' புத்தகத்தின் பிரதிகள் கைப்பற்றப் பட்டன. வெளிவரக் காத்திருந்த பிரதிகள் அகற்றப்பட்டன. இந்த நடப்புகள் அனைத்தும் நாகரத்தினம்மாவை இலக்கிய உலகிலும், இசை உலகிலும் தவிர்க்க முடியாத ஒரு ஆளுமையாக வெளிப்படுத்திக் காட்டின.

விரைவில் இன்னொரு தைரியமான முன்னெடுப்பையும் அவர் மேற்கொண்டார். கர்நாடக இசைப் பாடல்களை இயற்றிய மேதையான தியாகராஜருடன் இவரை என்றென்றும் தொடர்புடையவராகச் செய்வதற்கு வழிவகுத்த செயலாகும் அது. தியாகராஜர் 1847இல் மரணமடைந்தார். இந்த உலக வாழ்வைத் துறந்து துறவியாக அவர் வாழ்ந்து வந்தார். சண்டை போட்டுக் கொண்டிருந்த அவரது சீடர்களில் பல்வேறு குழுவினரும் அவர் இறந்தது முதற்கொண்டு அவருக்கு ஆண்டுதோறும் ஆராதனை நிகழ்ச்சிகளை நடத்தி வந்தனர். அவரை வழிபடும் விழாவாக இது நடந்து வந்தது. பல்வேறு குழுவினரும் ஒரு விஷயத்தில் ஒற்றுமையாக இருந்தனர். விழாவில் பெண்கள் யாரும் பங்கேற்கக் கூடாது என்பதுதான் அது. இந்த வகையான பாரபட்சம்தான் தியாகராஜரின் தீவிரமான பக்தையான நாகரத்தினம்மாவை சீற்றம் கொள்ளச் செய்திருந்தது.

இசைக் கச்சேரிகளை நடத்தியே நாகரத்தினம்மா செல்வந்தராக ஆகியிருந்தார். தனது பணத்தைச் செலவிடுவதற்கு அவர் அஞ்சவில்லை. திருவையாறில் தியாகராஜர் சமாதிக்கு அருகில் ஒரு ஆலயத்தை அவர் கட்டினார். அதற்கு மேலும் சென்று, பெண்களைப் பாட அனுமதிக்கும் இசைக் கச்சேரிக்கும் ஏற்பாடு செய்தார். பெரும்பான்மையாக இருந்த அணியினர் நடத்திய கச்சேரியை விடவும் இவரது கச்சேரி புகழ்பெறத் தொடங்கியது. 1941இல் ஆண்டுதோறும் ஒரு கச்சேரியை நடத்துவது என முடிவு

செய்யப்பட்டது. ஆண்களைக் காட்டிலும் ஐந்து மடங்கு அதிகமான பெண்கள் சென்னையில் ஆண்டுதோறும் நடைபெறும் தியாகராஜ ஆராதனை விழாவில் இப்போது பாடிவருகின்றனர்.[299]

தீரமிக்க இந்த அம்மையாருடன்தான் முத்துலட்சுமி ரெட்டி போராட வேண்டி இருந்தது. முத்துலட்சுமி அவர் சார்ந்த சமூகத்தில் எப்படியோ, அப்படியே நாகரத்தினம்மாவும் தனது சமூகத்தில் வேரூன்றி மதிப்பு பெற்றவராக இருந்தார். தேவதாசிகளுக்கு எதிரான கருத்துகள் 1927வாக்கில் தொடர்ச்சியாக எழுந்து வந்தன. சமூகச் சீர்திருத்தக்காரர்கள், கிறிஸ்தவ சுவிஷேச அமைப்புகள், காந்தியவாதிகள் ஆகிய அனைவரும் தேவதாசி நடைமுறைக்கு எதிராக இருந்தனர். தேவதாசிகள் வேசியரிலிருந்து வேறுபட்டவர்கள் அல்ல என்று பெரும்பாலானோர் கருதினர். முத்துலட்சுமி சட்ட மேலவையில் தீர்மானம் கொண்டு வந்து கோயில்களுக்குப் பெண்களை அர்ப்பணிக்கும் முறையைத் தடுத்து நிறுத்துமாறு கேட்டுக்கொண்டார்.

இந்தத் தீர்மானம் தேவதாசி சமூகத்தினரை ஆச்சரியத்தில் ஆழ்த்தியது. சட்டப்பூர்வ நடவடிக்கைகள் வரும் என்று அவர்கள் எதிர்பார்த்திருக்கவில்லை. ‘ஒழுக்கக்கேடான வாழ்க்கை வாழ் வதற்கு, தாறுமாறான வரைமுறையற்ற வாழ்க்கையை நடத்துவதற்கு, உடலுக்கும் மனதிற்கும் நோயை உண்டாக்குகிற ஒரு வாழ்க்கையை மேற்கொள்வதற்கு ஏதுமறியாத அப்பாவிப் பெண் குழந்தைகளுக்கு மதத்தின் பெயரால் பயிற்சியளித்து அதைச் சகித்துக் கொள்வது அநீதிக்கான மிகப் பெரிய எடுத்துக்காட்டாகும். மிகப் பெரிய அளவில் தவறிழைப்பதாகும். மனித உரிமைகளை மீறும் செயலாகும். உயரிய இயல்புடைய நம்முடைய தோற்றத்திற்கு எதிரான அதீதமான ஒரு நெறி பிறழ்ந்த நடவடிக்கையாகும் என்று நான் மிகவும் தீர்க்கமாக எப்போதும் உணர்ந்து வந்திருக்கிறேன்’ என்று முத்துலட்சுமி எழுதினார்.[300] முத்துலட்சுமியை ஆதரித்து ‘யங் இந்தியா’ வில் காந்தி எழுதினார். ‘தேவதாசி முறை ஒரு களங்கமாகும். இந்த முறை எப்போதோ வழக்கொழிந்து போயிருக்க வேண்டும். பொதுமக்களின் அக்கறையின்மையினால்தான் இது இன்னமும் தொடர்கிறது. எனவே முத்துலட்சுமியின் யோசனை எந்த வகையிலும் முந்திக்கொண்டு சொல்லப்பட்டதல்ல. அரைகுறையான கருத்தல்ல. இத்தகையதொரு சட்டம் வெகுகாலத்திற்கு முன்பே கொண்டுவரப்பட்டிருக்க வேண்டும்.’[301]

தேவதாசி முறை ஒழிப்புக்கான தன்னுடைய முயற்சி, 'அனைத்துப் பிரிவையும் சேர்ந்த மக்களின் மனப்பூர்வமான ஆதரவைப் பெற்றதாக இருந்தது.' என்று முத்துலட்சுமி எழுதுகிறார். நாகரத்தினம்மாவும் மற்ற தேவதாசிகளும் இந்தத் தீர்மானத்தை இயற்றுவதற்கு ஆட்சேபனை தெரிவித்தனர். வேசியரோடு தங்களையும் சேர்த்துப் பேசுவதைக் கண்டித்துத் தங்களின் எதிர்ப்பை அவர்கள் பதிவு செய்தனர். 'சென்னை மாகாணத்தைச் சேர்ந்த தேவதாசிகளின் பணிவான பிரேரணை' என்ற தலைப்பில் பணிவானதொரு பிரேரரணையை எழுதி அதனை சென்னை அரசாங்கத்தின் சட்ட உறுப்பினர் சி.பிராமசாமிக்கு அனுப்பி வைத்தனர். தங்கள் இனத்தைச் சேர்ந்த ஒரு சிலர் வழி தவறியவர்களாக இருந்திருக்கின்றனர். அதற்காக அனைத்து தேவதாசிகளையும் கண்டிக்க முடியாது என்று அவர்கள் ஒப்புக்கொண்டனர். உத்தேசிக்கப்பட்டுள்ள இந்தச் சட்டம் விபச்சாரத்தை அதிகரிக்கவே செய்யும். இதன் காரணமாக அவர்கள் பசிக்கொடுமை, விரக்தி ஆகியவற்றின் வாயிலில் கொண்டு போய் வீசப்படுவார்கள். பரத்தையராகத்தான் ஆவார்கள்.[302] இதற்குப் பதிலாகத் தங்களை மெல்ல மெல்ல பரிணமித்து வரும்படி செய்து, திருமணம் கடந்த உறவு ஏற்பாட்டில் புரவலர்களுடன் வாழ்வதை அங்கீகரிக்கலாம் என்பதை வேண்டினர்.

மெட்ராஸ் ராஜதானியில் எதிர்ப்புக் கூட்டங்கள் பல நகரங்களில் நடைபெற்றன. நாகரத்தினம்மா இவற்றில் முக்கியமான பங்கு வகித்தார். கூட்டங்களில் பங்கேற்பது, போராட்டக் கடிதங்களில் கையெழுத்திடுவது, செல்வாக்கு மிகுந்த மனிதர்களைச் சந்திப்பது போன்ற முக்கியமான பணிகளை அவர் செய்து வந்தார். எப்போதும் போலவே மெட்ராசில் 'தி இந்து' பத்திரிகையில் இந்த விவகாரம் விரிவாக விவாதிக்கப்பட்டு வந்தது. இந்தச் செய்தித்தாளில் முத்து லட்சுமி தீவிரமான தன்னுடைய நிலைப்பாட்டைத் தெரிவித்து எழுதியிருந்தார். 95 விழுக்காடு தேவதாசிகள் விபச்சாரத்தில் ஈடுபட்டு வருகின்றனர். எஞ்சியுள்ள 5 விழுக்காட்டினர் வைப்பாட்டிகளாக வாழ்ந்து வருகின்றனர். துரதிர்ஷ்டவசமான இந்தத் தேசத்தில் அனைத்து விதமான தீங்குகளும் மதம், ஒழுகலாறு என்ற போர்வைக்குள் சென்றுவிடுகின்றன. இந்த விதமான நிலைமைகள் தான் நம்முடைய ஆரோக்கியக் குறைவிற்கும், வறுமைக்கும் உலகின் பிற நாடுகளைச் சார்ந்து நாம் வாழ்வதற்கும் முக்கியமான காரணங்களாக இருந்து வருகின்றன.'[303]

முத்துலட்சுமியின் முயற்சி நல்ல நோக்கமாக இருந்த போதிலும் ஆண்கள் செய்து வந்த பாவங்களுக்கு தேவதாசிப் பெண்கள் பலியானார்கள். 1927 டிசம்பரில் டாக்டர் யு. ராமாராவ் கலைகளுக்கு தேவதாசிகள் பங்களித்திருப்பதை ஒப்புக்கொண்டார். 'தென்னிந்திய இசை இன்றளவும் இருக்கிறதென்றால், அதன் தணல் இன்னும் உயிர்ப்புடன் கனன்று கொண்டிருக்கிறது என்றால், முழுவதுமாக இல்லாவிட்டாலும் அதற்கு ஒரு பகுதி காரணம் தேவதாசி இனத்தவர் ஆவர் என்று அவர் கூறினார். ஆனால், இப்படிக் கூறிய பிறகு, பொதுவெளியில் எதற்காகவெல்லாம் அவர்கள் குற்றம் சட்டப்படுகின்றனரோ அத்தகைய மன்னிக்க முடியாத அவர்களின் பாவச் செயல்களுக்காக அவர்கள் வெட்கப்படும் விதத்திலும் எழுதியிருந்தார்.[304] இத்தகைய சூழலில் ஆடவர்கள் செய்திருந்த காரியங்கள் பற்றி அவர் எதுவும் குறிப்பிடப்படவில்லை.

சமீப காலங்களில் முத்துலட்சுமியின் நிலைப்பாடு ஒரு சிலரால் ஆதரவளிக்கும் தன்மை உடையதாக, வசதி படைத்த மனிதர்களின் பார்வையாகப் பார்க்கப்பட்டது. கல்வி கற்ற 'மதிக்கத்தகுந்த' தன்னைப் போன்ற பெண்கள் மட்டுமே தேவதாசிகளின் சார்பாகப் பேச முடியும். என்ற தன்னுடைய நம்பிக்கையில் முத்துலட்சுமி உறுதியாக இருந்து வந்தார். பாரம்பரியம், சுகாதார வாழ்வு பற்றி அறியாத நிலைமை, ஒழுக்கமற்ற வாழ்வு வாழப் பழக்கப்பட்ட நிலை ஆகியவற்றால் பாதிப்புக்கு உள்ளாகியிருப்பவர்கள் தேவதாசிகள் என்று திரும்பத் திரும்ப பேசி வந்த நாகரத்தினம்மாவும் மற்றவர்களும் மேற்கொண்டு வந்த முயற்சிகளைப் பற்றிய அவநம்பிக்கை உடையவராக முத்துலட்சுமி இருந்தார்.

தேவதாசிகளின் கவலைகளை இகழ்ச்சிக்குரியதாக ஒதுக்கித் தள்ளிய அவரது தன்மை, தன்னுடைய வேர்களிலிருந்து அந்நியப்பட்டவராகத் தப்பிச் செல்வதற்கு எவ்வளவு கடுமையாக அவர் முயற்சித்து வந்தார் என்பதை அடையாளப்படுத்துவதாக இருந்திருக்கக் கூடும். மகாராஜா கல்லூரியில் வகுப்பில் தம்முடன் படித்த மாணவரான கே.சத்தியமூர்த்தி அரசியலில் இணைந்த பிறகு, தேவதாசி முறையைக் கைவிடுவது ஆலயங்களும், பாரம்பரியங்களும் இந்துக்களிடமிருந்து பறிக்கப்படுவதற்கு வழி வகுக்கும் என்று சட்டசபையில் பேசினார். இதற்கு உடனடியாகப் பதிலளித்த முத்துலட்சுமி தேவதாசி குலப் பெண்கள் நீண்ட காலமாக இதைச் செய்து வந்திருப்பதால் இனி பிராமணப் பெண்கள்

இந்தக் கடமையை மேற்கொள்ளட்டும் என்றார்.'[305] இந்த வாதம் மறுத்துப் பேசுவதற்கு இயலாதது.

உண்மையில் நடந்தது இதுதான். இந்துப் பழமைவாதிகள் எதிர்ப்பு தெரிவித்து வந்த காரணத்தால் தேவதாசி முறை ஒழிப்புச் சட்டம் நிறைவேறுவதற்குச் சில ஆண்டுகள் ஆயின. தேவதாசிப் பண்பாட்டில் வளர்ந்து வந்த, பயிற்சி பெற்ற கடைசி தேவதாசி 1950களின் தொடக்கத்தில் இறந்து போனார். தேவதாசிகளின் நடன மரபு பரதநாட்டியம் என்ற வடிவில் பிராமணர்களால் உடமையாக்கிக் கொள்ளப்பட்டது. நடனத்தை மதிக்கத் தகுந்ததாக மீண்டும் மாற்றுவதற்கும், அப கீர்த்தியிலிருந்து அதனைக் காப்பாற்றவும் நடனப் பெண்மணி ருக்மணி தேவி அருண்டேல் சென்னை 'கலாஷேத்ராவை ஆரம்பித்தார். பரதநாட்டியம் மதிப்புமிக்க பழங்காலக் கலை வடிவமாக மறுபிறப்பெடுத்தது. ஆனால், தேவதாசிகள் அதன் பாதுகாவலர்களாக நீடிக்கவில்லை.

நாகரத்தினம்மா தனது வாழ்வின் கடைசிக் காலத்தில் தியாகராஜரை நினைவு கூறும் பணியில் அமைதியாக ஈடுபட்டு வந்தார். தியாகராஜரின் பாடல்களைப் பாடி வந்தார். 1952இல் அவர் இறந்தார். தியாகராஜர் சமாதிக்கு அருகிலேயே அவரும் புதைக்கப்பட்டார். ஒரு பெண் புதைக்கப்படுவதற்கு திருவையாறில் முதல் முறையாக அனுமதிக்கப்பட்டது அப்போதுதான். அதற்குள் முத்துலட்சுமி மிகப் பெரிய சிறப்புகளைப் பெற்றிருந்தார்.

குழந்தைத் திருமணத்தை ஒழிப்பதற்கான போராட்டம்

முத்துலட்சுமி இப்போது குழந்தைத் திருமணத்தை ஒழிக்கும் ஒரு மாபெரும் சவாலைக் கையில் எடுத்தார். ஆனந்திபாய், ருக்மாபாய் காலத்திலிருந்து தாராளவாதக் குழுவினர் மத்தியில் குழந்தைத் திருமணத்திற்கு எதிர்ப்பு கூடிக் கொண்டே வந்தது. உறவுக்கு ஒப்புதல் தருவதற்கான வயது பற்றிய சட்டம் 1891இல் நிறைவேற்றப்பட்டது. ஆனால் இது இளம் பெண்களுடனான உடலுறவை மட்டுமே தடை செய்தது, உண்மையாக நடைபெற்ற திருமணங்களையல்ல. பொது வாழ்க்கையில் ஈடுபட்டிருந்த தாராளவாத கல்வி கற்றிருந்த ஒரு சில பெண்கள் மேலும் விரிவான சட்டம் தேவைப்படுகிறது என்று வலியுறுத்த ஆரம்பித்தனர். இந்துப் பழமைவாதிகளிடமிருந்து இதற்குக் கடுமையான எதிர்ப்பு எழுந்தது. எனவே, இந்த விஷயத்திலிருந்து விலகி இருப்பதே மிகவும் பொருத்தமான செயல் என்று பிரிட்டிஷ் அரசாங்கம் நினைத்தது.

ஏய்த்துப் பசப்புவதற்குப் போதுமான வாய்ப்பு 1927 வாக்கில் சீர்த்திருத்தவாதிகளுக்கு இருந்தது. அந்த ஆண்டில் ராஜஸ்தானின் சட்டமன்ற உறுப்பினர் ராய் ஹர்பிளாஸ் சார்தா (*Rai Harbilas Sarda*) என்பவர் ஒரு மசோதாவை அறிமுகப்படுத்தினார். இந்த மசோதா திருமணமான பெண்கள் உறவுக்கு சம்மதம் தெரிவிக்கும் வயது 13லிருந்து 15 ஆகவும் திருமணமாகாத பெண்களுக்கு 14லிருந்து 16 ஆகவும் உயர்த்தும் யோசனையைத் தெரிவித்திருந்தது. குறைந்தபட்ச திருமண வயதுக்கும் கீழுள்ள வயதில் நடத்தப்பட்டிருக்கும் திருமணங்கள் அனைத்தும் செல்லாத திருமணங்களாக ஆக்கப்பட வேண்டும். இது இந்துக்களுக்கும், சீக்கியர்களுக்கும் சமண மதத்தினருக்கும் மட்டுமே பொருந்தும் என்று அறிவித்து மிகவும் தைரியமாக நடவடிக்கை எடுக்கப்படவேண்டும் என்ற யோசனையையும் இந்த மசோதா தெரிவித்திருந்தது.

இந்த மாற்றத்திற்குப் பிறகும் சம்மதம் தெரிவிக்கும் வயது மிகவும் குறைவாகவே இருப்பதாக பெண்கள் அமைப்புகள் நினைத்தன. அகில இந்தியப் பெண்கள் மாநாடு புனேயில் முதல் முறையாக 1927இல் நடத்தப்பட்டது. உறவுக்குச் சம்மதம் தெரிவிக்கும் வயதும், குறைந்தபட்ச திருமண வயதும் பெண்ணுக்கு 16 ஆகவும், ஆண்களுக்கு 21 ஆகவும் இருக்க வேண்டும் என்று இந்த மாநாடு பரிந்துரைத்தது.

குறைந்த வயதுடைய பெண்களுக்குத் திருமணம் செய்து வைக்க வேண்டாம் என்று முஸ்லிம்களையும் பிற சமூகத்தினரையும் அகில இந்தியப் பெண்கள் மாநாடு வலியுறுத்தியது. முகமது அலி ஜின்னா, மதன் மோகன் மாளவியா, மோதிலால் நேரு, லஜபதிராய் போன்ற பலரையும் சந்தித்து அனைவருக்கும் பொருந்தக் கூடியவகையில் கடுமையான சட்டத்தைக் கொண்டு வரவேண்டும் என்று பெண்கள் குழு கேட்டுக்கொண்டது.

ஏராளமான விவாதங்களுக்குப் பிறகு 1929 குழந்தைத் திருமணக் கட்டுப்பாட்டுச் சட்டமாக சாரதா மசோதா உருவெடுத்தது. இந்தச் சட்டத்தின்படி ஆண்களுக்கான திருமண வயது 18 என்றும் பெண்களுக்கு 14 என்றும் நிர்ணயிக்கப்பட்டது. பெண்கள் அமைப்புகள் கோரியதை விடவும் இரண்டு வருடங்கள் குறைவாக இந்த வயது வரம்பு நிர்ணயிக்கப்பட்டிருந்தது.

எல்லா மதங்களிலும் இருந்து வந்த பழமைவாதிகளுக்கு இந்தச் சட்டம் கசப்பு மருந்தாக இருந்தது. தனிநபர் சட்டத்தில்

தலையிடுவதால் தங்களுக்கு இந்தச் சட்டம் பொருந்தாது என ஆண்களில் செல்வாக்கு மிக்கப் பிரிவினர் வாதிட்டனர். அதோடு கூடவே, முஸ்லிம்களில் குழந்தைத் திருமணம் பொதுவாக நடைபெறுவதில்லை என்று நேர்மையற்ற முறையில் வாதிடவும் செய்தனர்.

ஆனால் முஸ்லிம் பெண்கள் இதற்குப் பதில் தாக்குதல் தொடுத்தனர். 1928இல் நடைபெற்ற அகில இந்தியப் பெண்கள் மாநாட்டில் ஆற்றிய உரையில் போபால் சுதேச அரசின் ஆட்சியாளர் பேஹம் குழந்தைத் திருமணத்தைக் கண்டித்தார். 'தங்களால் முடிந்த வரையிலும் இந்தத் தீய செயலைத் தடுத்து நிறுத்துவதற்குக் கடமைப்பட்டிருப்பதாக' அவர் தெரிவித்தார். குழந்தைத் திருமணம் அனைத்துச் சமூகங்களிலும் பரவலாக இருந்து வருகிறது என்று அவர் வாதிட்டார்.

1928இல் இது எவ்வளவு முக்கியமானதாகவும், கடினமானதாகவும் இருந்தது என்பதை ஒரு நூற்றாண்டுக்குப் பிறகு விளக்கிக் கூறுவது கடினமானதாகும். தங்களைப் பாதிக்கும் பிரச்சினைகளைப் பற்றிப் பெண்கள் அப்போதுதான் முதல் முறையாகப் பொது வெளிகளில் பேசவும், விவாதிக்கவும் செய்தனர். வேறு வழி இல்லாததால், பெண்கள் பேசுவதை அனுமதிக்க வேண்டிய கட்டாயம் ஆண்களுக்கு ஏற்பட்டிருந்தது. முழு தைரியத்தையும் வரவழைத்துக் கொண்டு மதத்திற்கும், ஆணாதிக்கத்திற்கும் ஆதரவாக ஒழுகலாறுகளில் பலநூறு ஆண்டுகளாக ஆழமாக உட்புகுந்திருப்பவைகளுக்கு எதிராக பெண்கள் மாநாட்டு உறுப்பினர்கள் உறுதியாக நின்றனர்.

இதனிடையே முத்துலட்சுமி தனது தாக்குதலைத் தொடுப்பதற்குத் தயாராகிக் கொண்டிருந்தார். சட்டமன்றத்தில் குழந்தைத் திருமணத்திற்கு எதிரான தனது தனிநபர் மசோதாவை அவர் அறிமுகப்படுத்தினார். அவரது சுயசரிதையில் எதுவும் குறிப்பிடப் படாததால் அது பற்றி அறிந்துகொள்வதற்கான வழி எதுவும் இல்லை. குழந்தைத் திருமணத்திற்கான விவாதம் மிகவும் தனிப் பட்டதானதாக இருந்திருக்கலாம். ஒருவேளை அது அவரது குழந்தைப் பருவத்தை நினைவுக்குக் கொண்டு வந்திருக்கலாம். 12 வயதுக்கு முன்பாகவே இவருக்குத் திருமணம் செய்து வைப்பதற்கு நடைபெற்ற முயற்சிகளிலிருந்து நழுவி வந்து, படிக்க வேணடும் என்று அவர் போராடிக்கொண்டிருந்த காலம் அது.

அவருக்கு ஊக்கமளித்தது எதுவாக இருந்த போதிலும், இந்தச் சட்டத்திற்கு எதிராக இருந்து வந்த மதங்களின் மீது தாக்குதல் தொடுப்

பதிலிருந்து அவர் பின்வாங்கியதில்லை. 'ஆசிர்வதிக்கப்பட்ட இந்த தேசத்தில் ஒவ்வொரு சமூகத் தீங்கும் மதத்தின் பெயரால்தான் நிறைவேற்றப்படுகிறது. இந்தப் பழக்கவழக்கம் எப்படி உயர்வானதாக இருக்க முடியும்? என்று அவர் வினவினார். 'அந்தந்தக் காலத்திற்கான அவசரத் தேவைகளைக் கருதி ஒரு சில ஆண்டுகளுக்குத் தொடர்ந்து கடைபிடிக்கப்படும் எந்த ஒரு பழக்கமும் ஒரு ஒழுகலாறாகப் புனிதப்படுத்தப்பட்டு விடுகிறது. எனவே மதங்களுக்கு ஆபத்து என்று அச்சப்பட்டுக் கொண்டு அரசாங்கம் செயலின்மைக்குச் சென்றுவிட வேண்டாம்.'[306]

சட்டங்கள் இயற்றாமல், கல்வி வளர்ச்சியையும், சீர்திருத்தத்தையும் படிப்படியாகக் கொண்டு வருவது முடிவில் மாற்றத்தை உருவாக்கும் என்ற வாதத்தை இவர் வெறுப்புடன் மறுதலித்தார். 'ஆற்றல் மிக்க பிரச்சாரப் பணிகளை 50 அல்லது 60 ஆண்டுகளாக நாம் செய்து வருகிறோம்; ஆனாலும், அதனால் ஏற்பட்டிருக்கும் முன்னேற்றம் மிகவும் குறைவுதான். இந்தியா முழுவதிலும் குழந்தைத் திருமணங்கள் அதிகரித்து வருகின்றன. என்பதை நிறுவுவதற்கு உதவக்கூடிய தரவுகள் என்னிடம் இருக்கின்றன.[307]

அதிலும் குறிப்பாக வெளியில் சீர்திருத்தம் பேசிக்கொண்டு தங்களின் வீடுகளுக்குள் மிகவும் பிற்போக்குத்தனமாக நடந்து கொள்ளும் பழமைவாத ஆண்களின் பாசாங்குத்தனங்களை எதிர் கொள்வதற்கு முத்துலட்சுமியும் அஞ்சினாரில்லை. அவர்களின் மதவெறி மீதான முத்துலட்சுமியின் சகிப்பின்மை சுட்டெரிக்கும் விதத்தில் இருந்து வந்தது. 'ஒவ்வொரு பெற்றோருக்கும் அறிவுறுத்தப் படும் வரையிலும் பொறுமை காத்திட வேண்டும் என்று அரசாங்கம் நம்மிடம் கேட்டுக்கொள்ளுமேயானால் மனித இனம் அழியும் நாள் வரையிலும் (இறுதித் தீர்ப்பு நாள்) அதற்காக நாம் காத்திருக்க வேண்டியிருக்கும் என்று அஞ்சுகிறேன். ஏனெனில், மேடைகளில் ஏறி நின்று குழந்தைத் திருமணத்திற்கு எதிராக முழங்கும் அதே மனிதர்கள் வீடு திரும்பியதும் அவையனைத்தையும் மறந்துவிடுகிறார்கள். தங்களின் குடும்பங்களில் குழந்தைத் திருமணப் பழக்கத்தையே நடைமுறைப்படுத்துகிறார்கள். 'சொல்வது ஒன்று செய்வது ஒன்று' என்று அவர் எழுதுகிறார்.[308]

காந்தியை எதிர்ப்பதிலும் முத்துலட்சுமிக்குத் தயக்கம் இருந்த தில்லை. அந்தச் சமயத்தில் காந்தியும், தேசிய இயக்கத்தவர் பலரும் சுயராஜ்யம் அல்லது விடுதலையை அடைவது மற்ற எல்லாவற்றையும் விட மேலானது என்ற கருத்துடன் இருந்து வந்தனர். சமூகச்

தடாகம் | 259

சீர்திருத்தம் அதன் பின்னர் நடைபெறலாம் என்பது அவர்களின் கருத்து. காந்தியடிகளும்கூட தனது 13 வயதிலேயே கஸ்தூரிபாயை மணந்து கொண்டார். இவர் குழந்தைத் திருமணத்திற்கு எதிராகத் தீவிரமாகச் செயல்பட்டவர். ஆனால், சுதந்திரம்தான் இப்போதைய தேவை என்று இன்னமும் அவர் நினைத்து வருகிறார். சீர்திருத்தங்கள் சில காலம் காத்திருக்கலாம் என்ற கருத்துடையவர் காந்தி. குழந்தைத் திருமணத்திற்கு எதிராகத் தெளிவாக அறிக்கையிடுமாறு வலியுறுத்தி 1928 மே மாதத்தில் மூன்று பக்கக் கடிதம் ஒன்றை காந்திக்கு முத்துலட்சுமி எழுதியிருந்தார்.

'சுதந்திரம் என்பது ஒவ்வொரு குடிமகனின் சிறப்புரிமை என்று காங்கிரஸ் உறுப்பினர்கள் நம்பினால், பெண்களின் முழுமையான ஆரோக்கியத்தையும் உணர்ச்சியையும் கெடுத்து வருகிற தீங்கான ஒழுகலாறுகள், மரபுகளிலிருந்து பெண்களை முதலில் விடுவிக்க வேண்டாமா?' என்று கேட்டதோடு அவர் விட்டுவிடவில்லை. 'விடுதலை பெறுவதற்கான சரியான பாதையை உறுதியாகப் பின்பற்றுமாறு ஆண்களுக்கு நீங்கள் தயவுசெய்து அறிவுரை கூற வேண்டாமா?' என்றும் அவர் வினவினார். காந்தி இதற்கு சுருக்கமாகப் பதிலளித்திருந்தார். 'உங்களது கடிதம் என்னிடம் இருக்கிறது. பெண்களுக்கு இரட்சிப்பு அளிக்காமல் ஆண்களுக்கு முக்தியில்லை என்பதை நான் ஒப்புக்கொள்கிறேன். இந்த உண்மையை ஆண்களிடம் கொண்டு சேர்ப்பதில் எந்த ஒரு வாய்ப்பையும் நான் தவறவிடவில்லை என்று உறுதியளிக்கிறேன்.'[309]

'திருமண வயதை 14 வயது என்று வெறுமனே உயர்த்துவதைக் காட்டிலும் 16 வயதாக உயர்த்துவதையும்கூட நான் உறுதியாக ஆதரிக்கிறேன். ஒழுக்கக் குறைவுடன் இருக்கும் நடைமுறைகளைப் புனிதப்படுத்துவதற்காக, சந்தேகத்திற்கிடமான சமஸ்கிருத நூல்களைப் பயன்படுத்திக் கொள்ளக்கூடாது. தற்போதிருக்கும் சட்டமும்கூட பொதுமக்களின் ஆதரவு இல்லாமல் போனால் நிறைவேறாமல் போய்விடும் என்ற உண்மையை வலியுடன் அறிந்தவனாக நான் இருக்கிறேன். இது தொடர்பாக சீர்த்திருத்தக்காரர்களின் முன்னிருக்கும் பணி மிகவும் கடினமானது'[310] என்று 'யங் இந்தியா' இதழில் காந்தி பிறகு எழுதியிருந்தார்,

மறக்கப்பட்டவர்களுக்கான இல்லம்

தேவதாசி முறையில் இருந்து வெளியேறி வரும் இளம் பெண்கள் தங்களுக்குத் தாங்களே உதவிக்கொள்ளும் வண்ணம் என்ன செய்ய

முடியும் என்று மாற்றுவழிகளைப் பற்றி 1930களின் மத்தியில் முத்துலட்சுமி யோசிக்கத் தொடங்கியிருந்தார். அவர்களுக்கென்று ஒரு இல்லத்தை உருவாக்க அவர் விரும்பினார்.

முத்துலட்சுமியின் மகன் கிருஷ்ணமூர்த்தி ஔவை இல்லம் உருவானவிதம் பற்றி நினைவுகூர்கிறார். பத்து வயதுப் பையனாக இவர் வீட்டின் வெளிமுற்றத்தில் விளையாடிக் கொண்டிருந்த போது இரண்டு இளம் பெண்கள் இவரிடம் வந்து அம்மாவைப் பார்க்க வந்திருப்பதாகத் தெரிவித்தனர். 'அம்மாவைப் பார்த்ததும் அவர்கள் அழ ஆரம்பித்துவிட்டனர். தேவதாசி சமூகத்திலிருந்து வந்திருக்கும் சகோதரிகள் தாங்கள் என்றும், அந்த வாழ்க்கை தேவையில்லை என்று நாங்கள் மறுத்துவிட்டதால் வேறெங்கும் போக முடியாத நிலையில் நாங்கள் இருக்கிறோம். உதவியும் பாதுகாப்பும் கோரி உங்களைச் சந்திக்க வந்திருக்கிறோம்' என்று கூறினர். 'பிராமணர் அல்லாதார் தங்கும் விடுதி', என்ற பெயரில் திருவல்லிக்கேணியில் அப்போது இருந்து வந்த ஒரு தங்கும் இடத்தில் சேர்ந்து கொள்ள அவர்களை அம்மா அடுத்த நாள் அனுப்பி வைத்தார். தேவதாசி குலத்தவர் என்பதால் எங்களைச் சேர்த்துக்கொள்ள மறுக்கின்றனர் என்று அழுதபடி அவர்கள் மீண்டும் திரும்பி வந்தனர். என்னுடைய தாயார் திகிலும் அச்சமும் அடைந்தார். இவர்கள் உனது புதிய சகோதரிகள். இனிமேல் இவர்கள் இங்குதான் இருப்பார்கள் என்று அம்மா என்னிடம் சொன்னார்.'[311]

அந்தக் காலத்து சென்னையில் பிராமணர்களுக்குத் தனியாகவும், பிராமணர் அல்லாதவர்களுக்குத் தனியாகவும் ஆதரவு இல்லங்கள் இருந்து வந்தன. எந்த மதத்தையும். எந்தச் சாதியையும் எந்தச் சமயத்தின் கொள்கையையும் கொண்டுள்ள அனைத்துப் பெண்களையும் பேதமின்றி அனுமதித்த முதலாவது இடம் ஔவை இல்லமே ஆகும். அந்த நாள்களில் இது மிகவும் தீவிரமான செயலாகும், ஆரம்பத்தில் தேவதாசிப் பெண்களை மட்டுமே சேர்த்து வந்த ஔவை இல்லம், அதன் பிறகு அனைத்து அனாதைகளையும் ஆதரவற்ற பெண்களையும் சேர்த்துக் கொள்ளத் தொடங்கியது. இந்த இல்லத்தை முத்துலட்சுமியின் சகோதரி நல்லமுத்து ராமமூர்த்தி நிர்வகித்து வந்தார்.

இன்று ஔவை இல்லம் சென்னையின் ஒரு நிறுவனமாகத் திகழ்கிறது. 900க்கும் அதிகமான பெண்களுக்கு அது கல்வியளித்து வருகிறது. அரசு உதவிபெறும் பள்ளியையும் நடத்திவருகிறது.

ஒரு ஆசிரியர் பயிற்சிப் பள்ளியும் இங்குச் செயல்படுகிறது. முத்துலட்சுமியைத் தேடி முதன் முதலில் சென்னைக்கு வந்த இரண்டு தேவதாசி சகோதரிகளில் ஒருவர் ஆசிரியராகவும், இன்னொருவர் செவிலியராகவும் பின்னாளில் ஆனார்கள்.

'புற்று நோய் பாதித்தவர் இறந்துவிடும் போது புற்றுநோய் மருத்துவமனை எதற்கு?'

மலக்குடல் புற்றுநோயால் துன்பப்பட்டு இறந்த சகோதரியின் நினைவைச் சுமந்தபடியே முத்துலட்சுமி 40 ஆண்டுகளாக வாழ்ந்து கொண்டிருந்தார். அப்போதெல்லாம் அவரால் எதுவும் செய்ய இயலவில்லை. ஆனால் புற்றுநோயாளிகள் பயன்பெறும் விதத்தில் ஏதாவது செய்தாக வேண்டும் என்ற எண்ணம் மட்டும் அவரிடமிருந்து ஒரு போதும் விலகவே இல்லை.

1935இலேயே இவரது முயற்சிகள் தொடங்கின. ஆனால் அவை ஓரங்கட்டப்பட்டன. அதன் பிறகு இரண்டாவது உலகப்போர் ஏற்பட்டதால் எல்லா விஷயங்களும் முன்னுரிமை இன்றி முற்றிலுமாகப் புதையுண்டுபோயின. போர் முடிந்த பிறகு. புற்றுநோய் மருத்துவமனை பற்றி அவர் மறுபடியும் சிந்திக்கத் தொடங்கினார். ஆனால் அவருக்கு ஒரு கூட்டாளி தேவைப்பட்டார். தனது இரண்டாவது மகன் எஸ். கிருஷ்ணமூர்த்தி இதில் தனக்கு ஆதரவாக இருப்பார் என்று அவர் முடிவு எடுத்தார். குடும்பத்தில் மிகக்குறைவான பணமே இருந்த போதிலும். மருத்துவப் படிப்பிற்காக அமெரிக்காவுக்கு 1947இல் இவர் அனுப்பி வைக்கப்பட்டார். முத்துலட்சுமி தனது காரையும், பிற சொத்து களையும் விற்று மகனின் படிப்பிற்காகச் செலவிட்டார். பேராவல் மிக்க இந்தத் திட்டத்தை 'புற்றுநோய் செயல்திட்டம்' என்று கிருஷ்ணமூர்த்தி குறிப்பிட்டார்.[312]

இரண்டு ஆண்டுகளுக்குப் பிறகு கிருஷ்ணமூர்த்தி வர விருப்ப மில்லாமல் திரும்பி வந்தார். இங்கிலாந்தில் இவர் அதிகமான அனுபவம் பெற்றிருந்தார். லண்டனில் ராயல் பிரீ மருத்துவமனையில் இவருக்கு வேலை கிடைத்திருந்தது. அம்மாவிடமிருந்து தந்தி வந்த போது, அனைத்து வேலைகளையும் தொடங்க ஆயத்த நிலையில் இவர் இருந்தார். 'தாயார் கடுமையான நோய்வாய்ப்பட்டிருப்பதாக' அந்த தொலைவரிச் செய்தி தெரிவித்தது. இவர் சென்னைக்குப் புறப்பட்டு வந்தார். ஆனால் தாயார் முற்றிலும் நலமாகவே இருப்பதைக் கண்டார். மகனிடம் அவர் பெருமையாகக் கூறினார், 'வெளிநாட்டில் சென்று படித்துவிட்டுத் திரும்பிவந்து நம்முடைய

மக்களுக்குச் சேவை செய்வாய் என்ற எண்ணத்தில்தான் உன்னை அனுப்பினேன். வெளிநாட்டில் வசதியாக வாழ்வதற்காக அல்ல.'³¹³ இந்தச் செய்தியை கிருஷ்ணமூர்த்தி புரிந்துகொண்டார்.

தாய்நாட்டுப் பற்று மிகுந்திருந்த தாயாருக்கு உதவுவதில் ஆரம்பத்தில் கிருஷ்ணமூர்த்திக்கு விருப்பம் இருந்தது. சேவை செய்வது ஒரு பயனற்ற செயல் என்று அப்போது அவருக்குத் தோன்றியது. 'அம்மாவின் தொண்டு வைராக்கியத்தின் மீது எனக்கு எந்த விதமான ஆர்வமும் இல்லை. பிரச்சினைகள், முரண்பாடுகள், சோதனைகள் ஆகியவற்றில் வெற்றி கண்டு ஒரு நாயகனைப் போல முன்னோடியாக இருப்பதற்கு எனக்கு மனமில்லை! மனித குலத்திற்குச் சேவை செய்வதைப் பற்றி மகனிடம் பேசுவதை முத்துலட்சுமி நிறுத்திக்கொண்டார். தன்னுடைய சகோதரி புற்றுநோயால் பாதிக்கப்பட்டிருந்த போது தனிப்பட்ட முறையில் தான் அனுபவித்த துயரங்களை முத்துலட்சுமி விவரித்தார். மகன் உதவாமல் போனால் இந்த நோய்க்குத் தீர்வுகாணும் முயற்சிக்காக உழைக்க வேண்டும் என்ற தனது கனவு சிதைந்து போகும் என்று அவர் கூறினார். 'அம்மாவுக்கும் மகனுக்கு மிகவும் வலிமையான பிணைப்பு இருந்தது' என்று டாக்டர் சாந்தா விளக்குகிறார்.³¹⁴ முத்துலட்சுமியுடன் இணைந்து போராட கிருஷ்ணமூர்த்தி முடிவு செய்தார். இந்த முடிவு, நாட்டில் புற்றுநோய் பற்றிய பார்வையையே மாற்றியமைத்தது.

1940களில் புற்றுநோய் மரணத்தை ஏற்படுத்தும் நோய். குணப்படுத்தவியலாத நோய் என்று இந்தியாவில் கருதப்பட்டு வந்தது. புற்றுநோய் கண்டால் மரணம் உறுதி என்று நினைத்துக் கொண்டனர். 'பொதுமக்களில் பெரும்பாலானவர்கள் இந்த நோயைப் பற்றிக் கேள்விப்பட்டிருக்கவில்லை. இந்தியப் பாரம்பரியத்தில் 'கர்மவியாதிகள்' என்ற வகைப்பாட்டிற்குள் இந்த நோய் சேர்க்கப்பட்டிருந்தது. விதியின் காரணமாக வரக்கூடிய இத்தகைய நோய்களைத் தடுக்க முடியாது. அதிலிருந்து தப்பிக்கவும் முடியாது. மரணத்தின் வாயிலுக்குத்தான் அது இட்டுச் செல்லும்' என்பது அப்போதைய எண்ணம் என்று கிருஷ்ணமூர்த்தி எழுதுகிறார்.³¹⁵ இந்த நோய் கண்ட மக்களுக்கு மருத்துவம் பார்ப்பதற்காக மருத்துவமனையை அமைப்பது நல்லவிதமாக சம்பாதித்த பணத்தைப் புதைகுழியில் தூக்கி எறிவதைப் போன்றதாகும். மருத்துவச் சமூகத்தினரிடமிருந்தும்கூட இதற்குப் பெருமளவில் எதிர்ப்பு இருந்து வந்தது.

அந்தச் சமயத்தில் புற்றுநோய்க்கான மருத்துவ வசதி பம்பாயில் டாடா நினைவு மருத்துவமனையில் மட்டுமே இருந்தது. இருந்தபோதிலும் இன்னொரு மருத்துவமனையைத் தொடங்குவதற்கு ஆதரவு எதுவும் கிடைக்கவில்லை. மிகவும் சீற்றம் கொண்ட டாக்டர் கிருஷ்ணமூர்த்தி புற்றுநோய் தொடர்பான கௌரவ மருத்துவ அதிகாரிகள் மாநாட்டில் கடுமையான விமர்சனங்களை முன் வைத்தார். தீயவற்றைத் தூண்டிவிடும், உயரிய நிலையிலிருக்கும் துஷ்ட மதகுருவினரைப் போற்றும் அளவுக்கு நம்முடைய தேசத்தில் போதுமான வளங்கள் இருக்கின்றன. வெறுமை நிறைந்த தங்களின் வாழ்வை வெளிக்காட்டி வாழ்ந்து சென்றவர்களுக்கு நினைவிடங்களை அமைக்கும் அளவுக்கு நம்மிடம் போதுமான பெருந்தன்மை இருக்கிறது. அகிம்சையை வழிப்பாட்டுக்குரியதாக ஆக்கி, அதனை நாகரிகப் பாணியாக்குவதற்குப் போதுமான மனித ஆற்றல் இங்கு இருக்கிறது. ஆனால் புற்றுநோயால் துன்புறுபவர்களுக்கு ஆதரவளிக்கும் ஒரு இல்லத்தை நிறுவுவதற்குப் பணமோ, சொத்தோ, பெருந்தன்மையோ மனிதர்களாகிய நம்மிடம் இல்லை. நமது புத்தகங்களில் இடம் பெற்றிருக்கிற அகிம்சையை ஒரு சிறிது இடம் மாற்றி நம் வாழ்க்கைக்குள் கொண்டுவருவது பற்றிச் சிந்திக்க வேண்டிய நேரம் இது என்று நான் கருதுகிறேன்.'³¹⁶

அரசுப் பொது மருத்துவமனையில் புற்றுநோய்ப் பிரிவு ஒன்றை கிருஷ்ணமூர்த்தி ஆரம்பித்தார். ஆனால் இதுவும் பல்வேறு சங்கடங்களைச் சந்தித்து வந்தது. நோயாளிகளிடமிருந்து ஆதாயம் பெறுவதும், அபரிமிதமான ஊழல்களும் மலிந்திருந்தன. மற்ற நோயாளிகளைத் தள்ளி வைத்துவிட்டு செல்வாக்குடைய நோயாளிகளை அனுமதிக்க வேண்டி வந்தது. சுகாதார அமைச்சர் மருத்துவமனைக்கு ஒருமுறை வந்தபோது அறியாமை நிறைந்த, இரக்கமற்ற அரசாங்க அலுவலர்களுக்கு டாக்டர் கிருஷ்ணமூர்த்தி பதிலடி கொடுத்த ஒரு சம்பவத்தை டாக்டர் சாந்தா நினைவுகூர்கிறார். 'புற்றுநோய் வயதானவர்களுக்குத்தான் வருகிறது, எனவே அதற்கு வைத்தியம் செய்வது வீண் முயற்சி' என்று அமைச்சர் கருத்து கூறினர். கோபப்பட்ட டாக்டர் கிருஷ்ணமூர்த்தி 'ஐயா, நான் எனது துறையிலிருக்கும் புள்ளிவிவரங்களின் அடிப்படையில் பேசுகிறேன். யாரோ கொடுத்திருக்கும் தகவல்களின் அடிப்படையில் அல்ல, குழந்தைகள், பதின்பருவத்தினருக்கும் புற்றுநோய் கண்டிருப்ப தாக என்னுடைய பல பதிவேடுகள் தெரிவிக்கின்றன. அரசாங்க மருத்துவமனைகளில் கையாளப்பட்டு வரும் புற்றுநோய் நேர்வுகளில்

எட்டு விழுக்காடு குழந்தைப் புற்றுநோய்'³¹⁷ என்று சொல்லி விட்டு, மிகுந்த கவனத்துடன் கையாளப்பட்டுவரும் மருத்துவமனைப் பதிவேட்டை எடுத்து அமைச்சரிடம் அவர் காட்டினார். அந்த அமைச்சர் கடும் சீற்றம் கொண்டவராக அங்கிருந்து கோபத்துடன் வேகமாக வெளியேறிவிட்டார்.

அரசு மருத்துவமனையின் புற்றுநோய்ப் பிரிவு அதன் பிறகு மூடப்பட்டுவிட்டது. அனைத்துப் பதிவேடுகளும் கைப்பற்றப்பட்டன. இனிமேலும் நாம் வேதனைப்படக் கூடாது, புற்றுநோய் மருத்துவமனையைத் தனியாக நாம் உருவாக்க வேண்டும் என்ற முடிவுக்கு வருவதற்கு டாக்டர் ரெட்டி, டாக்டர் கிருஷ்ணமூர்த்தி இருவரையும் இந்த சம்பவம் தள்ளிவிட்டது.

பொதுவாழ்வில் தனது வாழ்நாள் முழுவதும் முத்துலட்சுமி அம்மையாருக்குக் கிடைத்திருந்த அனைத்துவிதமான தொடர்புகளையும் பயன்படுத்திக்கொள்ள வேண்டிய தருணம் அமைந்துவிட்டது. அவையனைத்தையும் அவர் பயன்படுத்திக் கொண்டார். ஒவ்வொரு அமைச்சரையும் அவர் சந்தித்தார். முதன்மையான குடிமக்கள், வலுவான தொழில் அதிபர்களையும் சந்தித்தார். இந்த நோக்கத்திற்கு அவர்கள் அனைவரின் பங்களிப்பும் கிடைக்கக்கூடிய வகையில் மதிப்புமிக்க ஓர் அமைப்பு தனது பெயரை முன் வந்து அளிக்க வேண்டும் என்று முத்துலட்சுமி விரும்பினார். சென்னையிலிருந்த இந்தியப் பெண்கள் கழகம் (Women Indian Association WIA) அதற்கு ஒப்புக்கொண்டது.

தமிழ்நாடு அரசாங்கத்தை நாடிச்சென்று மருத்துவமனை அமைக்க இடம் வேண்டும் என்று கேட்ட போது, புற்றுநோய் கண்டால் நோயாளிகள் இறந்து விடுகிறார்களே! அப்புறம் 'புற்றுநோய் மருத்துவமனை எதற்கு?'³¹⁸ என்று அமைச்சர் கேள்வி கேட்டார். இவரது தரப்பில் மன்றாடிக் கேட்டுக் கொள்ளப்பட்ட போது. ஒரே ஒரு ஆண்டு காலத்திற்கு மட்டுமே நிலத்தைத் தர முடியும் என்று அரசு கூறிவிட்டது. அடையாறு மாவட்டத்தில் பக்கிங்ஹாம் கால்வாய் ஓரமாக உள்ள இரண்டு ஏக்கர் அளவுள்ள நீளவாக்கில் அமைந்துள்ள குறுகலான விளிம்பு நிலம் மட்டுமே தரப்பட்டது. இந்த நிலம் பொருத்தமற்றது என்று கட்டடப் பொறியாளர்கள் கூறிவிட்டனர்'. அரசாங்கமோ 'வேண்டுமானால் எடுத்துக்கொள்ளுங்கள், இல்லையேல் விட்டுவிடுங்கள்' என்று கூறிவிட்டது.' ³¹⁹

புற்றுநோய் நிறுவனம் (WIA) - அடையாறு புற்றுநோய் மருத்துவமனை என்று அறியப்படுகிறது. இப்போதும் மிகவும் குறுகலான, பொருத்தமற்ற அந்த இடத்தில் இருக்கிறது. இங்கு வந்த பார்வையாளர்கள் பலர் மோசமான திட்டமிடல், மோசமான ஆலோசனை என்று விமர்சித்துள்ளனர் என்பது கண்கூடு. இதற்கான அடிக்கல் 1952 அக்டோபர் 10 அன்று ஜவஹர்லால் நேருவால் நிறுவப்பட்டது.

அதற்கு முந்தைய ஆண்டுகளில் முத்துலட்சுமி ஒவ்வொரு மாதமும் டெல்லிக்குச் சென்று மருத்துவமனைக்கான நிதியைத் திரட்டி வந்து கொண்டிருந்தார். ஆரம்பத்தில் இந்த மருத்துவமனையில் 12 படுக்கைகள் மட்டுமே இருந்தன. கடனாகப் பெறப்பட்ட கருவிகள் அங்கு நிறுவப்பட்டிருந்தன.

டாக்டர் கிருஷ்ணமூர்த்தி இந்த நிறுவனத்தை நடத்தும் பொறுப்பை 1959ஆம் ஆண்டு ஏற்றுக்கொண்டார். இவருக்கு உதவியாக இளம் மருத்துவர் சாந்தா இருந்து வந்தார். இந்த நிறுவனத்தின் தொடக்கம் மிகமிக எளிமையானது. டாக்டர் சாந்தா தானாக முன்வந்து இங்கு மூன்று ஆண்டுகள் பணிபுரிந்தார். மாதம் 200 ரூபாய் என்ற பெயரளவிலான சம்பளம் அவருக்கு வழங்கப்பட்டது. உற்சாகத்தைத் தூண்டக்கூடிய இந்த தேசத்தைத் தற்சார்புடைய தேசமாக மாற்ற வேண்டும் என்ற நேருவின் உரைகளால் டாக்டர் சாந்தா மிகவும் ஈர்க்கப்பட்டார். அது வரையிலும் முற்றிலுமாகக் கண்டறியப்படாதிருந்த புற்றுநோய் பற்றிய ஒரு துறையில் பணிபுரிவதற்கான ஊக்கத்தை அந்தச் சமயத்தில் அவர் பெற்றிருந்தார்.

குழந்தைகளும்கூட புற்றுநோயால் பாதிக்கப்படுகின்றனர் என்பது 1960வாக்கில் கண்டறியப்பட்டு அங்கீகரிக்கப்பட்டிருந்தது. குழந்தைகளுக்கான பிரிவு ஒன்று இங்கு ஆரம்பிக்கப்பட்டது. இடர் மிகுந்த அனுபவங்கள் ஏற்பட்டன. இறப்பு அதிகமாக இருந்தது. 'அந்த நாள்களில் பல நோயாளிகள் இறந்தார்கள்' என்று டாக்டர் சாந்தா நினைவுகூர்கிறார். 'குழந்தைகள் இறந்தன. பெற்றோர் கதறினார்கள், அவர்களோடு சேர்ந்து நானும் அழுதேன். இன்றைய நிலையில் குழந்தைப் புற்றுநோய்ப் பிரிவில் புற்றுநோய் கண்ட குழந்தைகள் உயிர் பிழைக்கும் விகிதம் 65 விழுக்காடு அளவுக்கு அதிகரித்துள்ளது.'[320]

1976இல் அவசர நிலை பிரகடனம் செய்யப்பட்ட போது, இந்திராகாந்தி இந்த மருத்துவமனைக்கு வருகை புரிந்தார். விநோதமான வகையில் நேர் எதிரான ஒரு முடிவை அவர் எடுத்தார். அதற்கான காரணம் பற்றி அவருக்குத்தான் தெரியும். மருத்துவர்கள் உடனடியாக வெளியேற்றப்பட்டனர். அடையாறின் 'உயிர்ச் சூழலியலுக்கு' இந்த மருத்துவமனை ஊறுவிளைக்கும் என்று சொல்லப்பட்டது. ஆனால் டாக்டர் கிருஷ்ணமூர்த்தி விடாப்பிடியாக மெக் ஆர்தரின் வார்த்தைகளை மேற்கோளாக கூறினார் 'நாங்கள் இங்குத் திரும்பவும் வருவோம்'.[321] அவர் சொன்னபடியே நடந்தது. ஒரு வருடத்திற்குப் பிறகு இந்திராகாந்தி தேர்தலில் தோல்வி அடைந்தார்.

புற்றுநோய் மருத்துவமனை இந்தியாவில் மட்டுமின்றி ஆசியாவிலும் பல விதங்களில் முதலிடம் பிடித்துச் சாதனை படைத்தது. பல விதங்களில் முதன்மை பெற்றுத் திகழ்ந்தது. உலகெங்கிலும் உள்ள தரமான மருத்துவமனைகளுடன் போட்டியிட்டு, புற்றுநோயியல் பற்றிய முன்னோடியான தனி மருத்துவ ஆய்வு மையமாக இது மாற்றம் கண்டது. நோய்க் களத்திலிருந்தபடியே மேல்நோக்கி ஆராய்ந்து வரும் அமைப்பாக உருப்பெற்றது.

1957இல் புற்றுநோய்க்கான கதிர்வீச்சு சிகிச்சைகளுக்கான அலகினை நிறுவிய முதலாவது மையமாக அது இருந்தது. குழந்தைகளுக்கான புற்றுநோய் மருத்துவப் பிரிவை முதன் முதலில் நிறுவியதும் இந்த மருத்துவமனைதான். இதன் கருப்பொருள் 'இவர்களுக்கு எப்போதும் எதிர்காலம் உண்டு' என்பதாகும். ஆரம்பத்திலிருந்த 12 படுக்கைகளிலிருந்து 450 படுக்கைகளாக அது வளர்ந்தது.

'எந்த நிறுவனத்துக்கும் என் பெயரை வைக்கக் கூடாது' என்று டாக்டர் முத்துலட்சுமி எப்போதும் கூறுவார் என்று டாக்டர் சாந்தா தெரிவிக்கிறார்.[322] உண்மையில், இந்த நிறுவனத்தில் உள்ள மங்கலான அவரது நிழற்படத்தைத் தவிர வேறெங்கும் அவரது பெயர் குறிப்பிடப்படவில்லை.

உயர் பதவிகளில் பெண்கள்

முத்துலட்சுமியின் மரபை அடையாளம் காண்பது கடினமான காரியமில்லை. அடையாறு புற்றுநோய் நிறுவனத்தின் திடமான

கட்டட முகப்பு, அங்கு நீண்ட வரிசையில் காத்திருக்கும் நோயாளிகள், ஔவை இல்லத்தில் படித்த பெண்கள், பல்வேறு சமூக நலத்திட்டங்கள், தேவதாசி முறையை ஒழித்தது, பெண்களுக்கு வாக்குரிமையைப் பெற்றுத் தந்தது ஆகியவை இவர் விட்டுச் சென்றிருக்கும் மரபு பற்றி அறிவதற்குப் போதுமானவை. இவற்றோடு சேர்ந்து பெண்களைப் பொதுவாழ்க்கைக்குக் கொண்டு வருதற்கு அவர் நடத்திய போராட்டமும்கூட ஒரு சிறிது முக்கியத்துவம் உடையதாக இருக்கிறது.

பிற்காலத்தில் கண்நீர் அழுத்தத்தால் கண்பார்வை மங்கி வந்த போதிலும்கூட தொடர்ந்து சுறுசுறுப்பாக இயங்கிய வண்ணமே அவர் இருந்துவந்தார். 'இவரை நம் நாட்டின் ஹெலன் கெல்லர் என்று நாங்கள் அழைத்தோம்' என்கிறார் டாக்டர் சாந்தா.[323] முத்துலட்சுமி அப்போதைய மெட்ராஸ் (இப்போதைய சென்னை) மாநகராட்சியில் மேயருக்கு அடுத்த நிலையில் இருந்த நகராட்சிக் குழுவின் முதலாவது மூத்த பெண் உறுப்பினராக ஆனார். 1956இல் இவருக்கு பத்மபூஷன் வழங்கப்பட்டது. 'டாக்டர் முத்துலட்சுமி, டாக்டர் சரோஜினி நாயுடு போன்ற பெண்கள் இருந்திராவிட்டால் இன்றிருப்பதை போல உயரிய பதவிகளில் எங்களால் அமர்ந்திருக்க முடியாது.'[324]

அதிகம் பேர் நடந்திராத ஒரு புதிய பாதையில் நடப்பதற்கு ஊக்கம் தரக்கூடிய பெண்மணி முத்துலட்சுமி என்பதுதான் அவர் உருவாக்கியிருக்கும் மரபாக இருக்கும். டாக்டர் சாந்தா ஜனவரி 2021இல் மறைந்தார். கிட்டத்தட்ட 94 ஆண்டுகள் வாழ்ந்திருந்த அவர் அடையாறு புற்றுநோய் நிறுவனத்தின் தலைவராக இருந்து மறைந்தார். இரண்டு மிகச் சிறிய சாதாரண அறைகளில்தான் அவர் எப்போதும் வாழ்ந்திருந்தார். இந்த நிறுவனத்தின் பழைய கட்டடத்தின் மேல்தளத்தில் அந்த அறை இருந்தது. அந்த அறையில் நிழற்படங்களும், விருதுகளும், புத்தகங்களும் அங்குமிங்குமாகக் கிடக்கும். இத்தனை ஆண்டு காலப் போராட்டங்களுக்குப் பிறகும், இந்த நிறுவனத்தின் மீது அவருக்கு இருந்த பேரார்வம் வலிமையுடன் இன்னமும் கனன்று கொண்டிருந்தது. இதில் ஒவ்வொரு துளியும் முத்துலட்சுமியின் பேரார்வத்தைப் போன்றதே ஆகும்.

'55 ஆண்டுகளுக்குப் பிறகு திரும்பிப் பார்க்கும் போது, இத்தகைய கடினமான சூழல்களை எதிர்கொண்டு எங்களைப் போராடச் செய்தது எது என்று அடிக்கடி நாங்கள் ஆச்சரியப்படுவதுண்டு. ஒருவேளை

அது, தோல்வியை ஏற்க மறுக்கும் பிடிவாதமான மறுப்பாக இருக்கலாம், எங்களது நோயாளிகள் எங்கள்மீது கொண்டிருந்த நம்பிக்கையாக இருக்கலாம், ஒரு செயலை மேற்கொண்டுவிட்டால், விடாமல் நாம் அதைத் தொடர வேண்டும் பகவத் கீதையின் கோட்பாடுகளைப் பின்பற்ற வேண்டும் என்ற நம்பிக்கையாக இருக்கலாம். செயல்படுவதுதான் உங்களது கடமை, பயன்களைப் பற்றி நீங்கள் கவலை கொள்ளக்கூடாது.'[325]

டாக்டர் கிருஷ்ணமூர்த்தி மறைந்த போது டாக்டர் சாந்தா எழுதியது இதுதான்.

'செயல் மட்டுமே முக்கியம், பாராட்டுகள் அல்ல'.

முத்துலட்சுமி இதனை நிச்சயம் ஆமோதித்திருப்பார்.

இயல் 7

பொது சுகாதாரத் தலைமை மருத்துவ அதிகாரி

மேரிபூனன் லூகோஸ்

'என்னுடைய தந்தையார் சொல்வதுண்டு, "மற்ற குழந்தைகள் பெற்றிராத சில சாதகங்களையும், தனிவிதமான சுதந்திரத்தையும் நீங்கள் பெற்றிருக்கிறீர்கள். உங்களுக்கான பொறுப்புகள் இருக்கின்றன என்பதை நீங்கள் மறந்துவிடாதீர்கள்.

மே 2018இல் புதுமையான பெயர் கொண்டிருக்கும் ஒரு மனிதர் இறந்துவிட்டார். இறந்தபோது அவருக்குக் கிட்டத்தட்ட 100 வயது. எப்படிப் பார்த்தாலும், மிக்கைல் சவரிமுத்து வரலாற்றில் இடம் பெறக்கூடிய வாழ்க்கையை ஆரம்பத்திலிருந்து வாழ்ந்திருந்தார். இவர் கேரளாவில் தாயின் வயிற்றையும் கருப்பையையும் அறுவைச் சிகிச்சை மூலம் கீறிப் பிளந்து வெளியில் எடுக்கப்பட்ட முதல் சிசேரியன் குழந்தை ஆவார். அவர் பிறந்த ஆண்டில் (1920) அதுவரை நிலவிவந்த உலகத்தின் கற்பனையை ரஷ்யப் புரட்சி துடைத்தழித்திருந்தது. அதனால் இவருக்கு போல்ஷ்விக் புரட்சியாளர்களின் பெயர் வைக்கப்பட்டது. இந்தக் குட்டி கலகக்காரர் பின்னாளில் படைவீரராகவும், எழுத்தாளராகவும் ஆனார் – இவர் இந்தியாவிற்கு வந்தது நம்முடைய வசீகர மிக்க பெண் மருத்துவர்களில் ஒருவரான மேரிபூனன் லூகோசின் (*Mary Poonen Lucose*) என்பவரின் உதவியினால் தான்.

மேரி, பெண்மை நோயியல் மற்றும் மகப்பேறு மருத்துவர். இந்தியாவில் மட்டுமல்லாமல் உலகிலேயே பொதுச் சுகாதாரத் தலைமை மருத்துவ அதிகாரியாக முதன் முதலில் பொறுப்பேற்றவர் இவராகத்தான் இருக்கக்கூடும். அந்தச் சமயத்தில் பெண் பொதுச் சுகாதாரத் தலைமை மருத்துவர்கள் பற்றிய தகவல்கள் எதுவும்

இல்லாமல் இருந்தது. இந்தச் சாதனையை முழுமையான கண்ணோட்டத்தில் பார்க்கும் போது, மேரி 1938இல் நியமிக்கப்பட்டார் என்பதும், முதலாவது அமெரிக்கப் பொதுச் சுகாதாரத் தலைமை மருத்துவர் டாக்டர் அன்டோனியா நோவல்லோ (Dr.Antonio Novello) அதன் பிறகு 50 ஆண்டுகள் கழித்து 1990 இல் நியமிக்கப்பட்டார் என்பதும் தெரிய வருகிறது.

இந்தப் பதவி நியமனத்திற்குத் தொலைநோக்குப் பார்வை உடைய அப்போதைய திருவிதாங்கூரின் அரசி ராணி சேது லஷ்மி பாயிக்கு மேரி கடமைப்பட்டிருக்கிறார். அந்த அரசியார் மருத்துவர், சட்டம், அரசியல் என்று ஒவ்வொரு துறையிலும் பெண்களை நியமித்துவந்தார். மேரி இவருடைய அரண்மனை (தர்பார்) மருத்துவர். மிகவும் போற்றிப் புகழப்படும் கேரளாவின் பொதுச் சுகாதாரக் கட்டமைப்பிற்கு வடிவம் கொடுத்தவர் இவரே. 1924இல் இந்தியாவின் முதலாவது சட்டமன்ற உறுப்பினராக இவர் ஆனார். (முதல் பெண் சட்டமன்ற உறுப்பினர் என்று முத்துலட்சுமி ரெட்டிக்கு அடிக்கடி கௌரவம் அளிக்கப்படுவதுண்டு. திருவிதாங்கூர் சமஸ்தான அரசினை முழு அளவிலான மாநிலமாகக் கருதிக்கொண்டு பார்த்தால் மேரி தான் முதல் பெண் சட்டமன்ற உறுப்பினராவார்).

மாணவியாக இருந்த போதே இவர் அரைகுறையாக எழுதி வைத்திருந்த குறிப்புகளைக் கொண்டுதான் இவரது வாழ்க்கையைப் பற்றி நம்மால் அறிய முடிகிறது. ஆனால், குறிப்புகள் எழுதுவதைத் திருமணமான பிறகு இவர் நிறுத்திவிட்டார்.

உங்களுடைய சகோதரிகளுக்குச் சேவை

கேரளாவில் கோட்டயம் மாவட்டத்தில் உள்ள ஆய்மனத்தில் (Aymanam), மே மாதம் வெப்பம் மிகுந்த மாதம். பகல் பொழுதுகள் நீளமானவை. காற்றில் ஈரப்பதம் அதிகரித்திருக்கும். ஆறு வறண்டுவிடும். இன்னும் பசுமையாக இருக்கும் சில மரங்களில் அமர்ந்து சூடான மாம்பழங்களைக் கருங்காகங்கள் கொத்திக் கொண்டிருக்கும். செவ்வாழைகள் கனிந்திருக்கும். பலாப்பழங்கள் வெடித்திருக்கும். தாங்கொணா வெப்பத்தினால் பூச்சிகள் அடிக்கடி புணர்ந்து அர்த்தமற்ற ஒலியை எழுப்பிக்கொண்டிருக்கும்.[326]

அருந்ததிராயின் புக்கர் பரிசு பெற்ற 'The God of Small things' நாவலின் உணர்ச்சியைத் தூண்டும் முதல் சில வரிகள் இவை. எழுச்சி குன்றியிருந்த இந்தக் கிராமத்தில்தான் மேரி வளர்ந்து வந்தார்.

மேரி சிரியன் கிறிஸ்தவ இனத்தைச் சேர்ந்தவர். உரிமைகளை மிகுதியாகப் பெற்றிருக்கும் வேறு சில சமூகங்களைப் போலன்றி, ஓரளவு உரிமைகளும் மதிப்பும் பெற்றிருந்த சமூகம் இது. திருவிதாங்கூர் சாதி அடுக்கில் உச்சத்தில் இருந்தவர்கள் நம்பூதிரி பிராமணர்கள். மிகவும் அதிக எண்ணிக்கையிலான மிக முக்கியமான சாதியினராக நாயர்கள் இருந்தனர். சிரியன் கிறிஸ்தவர்கள் நாயர்களுக்குச் சமமான தகுதி நிலையில் இருந்து வந்தனர். ஆங்கில கிறித்துவ மிஷனரிகளுடன் நெருக்கமாக இருக்கக்கூடிய சாதகமான நிலை இவர்களுக்கு இருந்தது. 'இதன் காரணமாக ஆங்கிலக் கல்வி இவர்களுக்கு எளிதில் கிடைத்து வந்தது. மலையாளப் புத்தகங் களைப் படிப்பதும், பரந்துபட்ட வட்டாரங்களில் தொடர்புகளை ஏற்படுத்திக்கொள்வதுமாக இவர்கள் இருந்துவந்தனர்.'[327] நெடுங்காலமாக ஒடுக்கப்பட்டு வந்திருக்கும் சாதியினரைப் போல் அல்லாமல், சிரியன்கள் 'அவர்கள் விரும்பிய இடங் களில் எல்லாம் நடந்து செல்லலாம். சாதி இந்துக்களின் கூற்றுப் படி மிக சொற்பமான தீட்டு உடையவர்கள்'. கிறிஸ்தவ மதத்திற்கு மாறிவிட்ட போதிலும்கூட, இந்து மதத்தில் உள்ள கீழ்ச்சாதியினரைத் தூய்மையற்றவர்களாகக் கருதுவதை இவர்கள் நிறுத்திக்கொள்ளவில்லை'.[328]

மேரி, வீட்டில் ஒரே குழந்தை. இவளுடைய தந்தையார் டாக்டர் டி.இ.பூனன். இவர் ஒரு மருத்துவர். அபர்தீன் பல்கலைக்கழகத்தில் கண் மருத்துவம் படித்து திருவிதாங்கூர் மாநிலத்திலேயே முதன் முதலில் மருத்துவப் பட்டம் பெற்றவர். திருவனந்தபுரம் பொது மருத்துவமனையில் கண்காணிப்பாளராகப் பணிபுரிந்தார். அதன் பிறகு திருவிதாங்கூரின் அரசக் குடும்பத்து மருத்துவராகச் சென்றார். மேரியின் தாய் அடிக்கடி நோய்வாய்ப்படுவார். ஆகவே, மேரி தனது ஏழாவது வயதில் கொல்லத்திற்குச் சென்றுவிட்டார். அவரது அப்பாவிடம் வளர்ந்து வந்தார்.

வழக்கத்திற்கு மாறான இந்த ஏற்பாட்டினால் நீண்ட காலத்திற்குப் பாதிப்புகளை உண்டாக்கும் பின்விளைவுகள் ஏற்பட்டன. முன்பு நாம் குறிப்பிட்டிருக்கும் சில பெண் மருத்துவர்களைப் போலவே, மேரிக்கும் தனது தந்தையிடமிருந்து பெற்ற தாக்கத்தினாலும், அரசக் குடும்பத் தொடர்புகளின் காரணமாகவும் உதவிகள் அதிகமாகக் கிடைத்தன. மதிப்புமிக்கவர்களாக இருந்து வந்த போதிலும், கல்வி பற்றிய விழிப்புடன் எப்போதும் இருந்து வருவதை டி.இ. பூனன் மேரி உறுதியாகக் கடைப்பிடித்து வந்தார். கல்வி கற்கும்

வாய்ப்பு அமையக்கூடிய எவ்வளவு சிறப்பான வாய்ப்புடையவராக மேரி இருக்கிறார் என்பதை அவரது தந்தையார் எப்போதும் நினைவுபடுத்தி வந்தார். இவரைச் சுற்றிலும் இருந்த பெண்கள் சிரியன் கிறிஸ்தவ வழக்கத்தின்படி 13 வயதிலேயே திருமணமாகிச் சென்றுவிட்டனர். எனவே, உனக்கும் பொறுப்புகள் அதிகமாக இருக்கின்றன என்று தந்தை கூறினார். எனது செவிகளில் அவர் அடிக்கடி ஊட்டியிருந்த வார்த்தைகள் இவைதான்: "சேவை, உனது சகோதரிகளுக்குச் சேவை செய்திடு". நான் இப்போது முற்றிலும் வெளிப்படையாக ஒப்புக்கொள்ளத்தான் வேண்டும். இளம் பிராயத்தில் இந்த வார்த்தைகளின் அர்த்தம் எனக்குப் புரியவில்லை. காரணம் எனது வாழ்க்கையில் ஏற்ற இறக்கங்கள் மிகவும் குறைவு". என்று மேரி தன்னுடைய நினைவுக் குறிப்பில் எழுதுகிறார்.[329]

ஆனால், தந்தையார் பேசியதன் பொருள் மேரிக்கு வெகுவிரைவில் துலங்க ஆரம்பித்தது. 1909இல் இள வயதிலேயே படிப்பில் முதலாவதாக அவர் வந்தார். சென்னைப் பல்கலைக்கழகத்தில் பி.ஏ. பட்டம் பெற்ற முதலாவது திருவிதாங்கூர்ப் பெண் இவர்தான். அந்தக் காலத்தில் மலையாளிப் பெண்கள் அறிவியல் பட்டம் பெறுவதற்கு அனுமதிக்கப்படுவதில்லை. அதனால் கலைப்புலத்தில் பி.ஏ. பட்டம் பெற்றதோடு இவர் நிறைவடைந்திருந்தார்.[330] ஆனால் இவரது தந்தையார் இங்கிலாந்து பல்கலைக்கழகங்களில் கல்வி பயிலும் வாய்ப்புகள் பற்றி ஏற்கனவே விசாரித்து வைத்திருந்தார். தன்னுடைய வழியில் பயணித்து பிரிட்டிஷ் மருத்துவப் பட்டத்தை மேரி பெறவேண்டும் என்பது அவரது விருப்பம்.

இலட்சியத்திற்கான நிலம்:

1909இல் இளம் மேரி இங்கிலாந்திற்குப் பயணமானார். பிரிட்டிஷ் பல்கலைக்கழகங்களில் சேர்ந்து படிக்க வேண்டுமானால் லத்தீன் மொழியறிவு முன் தகுதியாக இருக்க வேண்டும் என்பதால், ஜெசுவிட் *(Jesuit)* பாதிரியாரிடமிருந்து ஒரு சிறிது லத்தீன் படித்துக்கொண்டார். கொழும்புவில் இருந்து கப்பல் பயணமாக லண்டன் செல்வதற்கு மூன்று வாரங்கள் ஆகும். இவரது தந்தையாரின் அரசக் குடும்பத் தொடர்புகள் இவருக்குப் பயனளித்தன. திருவிதாங்கூரில் வசித்து வந்த பிரிட்டிஷ் குடியுரிமை பெற்றிருந்த ஒருவரின் மனைவி திருமதி கார் *(Mrs.Carr)* என்பவர் மேரியைக் கவனித்து வந்தார். இவரது பயணம் மிகவும் கடினமானதாக இருந்தது ஆனால் மேரி கப்பல் பயணத்தினால் ஏற்படும் குமட்டல் பிரச்சினையிலிருந்து

தப்பித்துவிட்டார். மார்செயிலில் ((Marseilles) ஒரு உணவகத்தில் சுவையான பேரிக்காயை கிரீமுடன் சேர்த்து முதன் முறையாகச் சுவைத்ததை அவர் மகிழ்வுடன் குறிப்பிடுகிறார்.³³¹

மேரி லண்டனைப் பார்த்து பிரமித்தார். தான் புதிதாகத் தத்தெடுத்துக் கொண்டுள்ள நாட்டை, 'பிரித்தானிய தீவுகள் : எல்லா இலட்சியங்களும் நிறைவேறக் கூடிய நிலம்' என்று தன்னுடைய நினைவலைகளில் அவர் குறிப்பிடுகிறார்.³³²

அக்டோபர் 1909இல் ராயல் பிரீ மருத்துவமனையில் படிக்கத் தொடங்கினார். லண்டன் மருத்துவப் பள்ளியுடன் தொடர்புடைய மருத்துவமனை அது. ருக்மாபாய் இங்குப் படித்து முடித்து 19 ஆண்டுகள் ஆகியிருந்தன. கல்லூரியில் சேர்ந்திருந்த பிரிட்டிஷ் பெண்கள் வேதியியல், இயற்பியல் பாடங்களைப் பயின்றிருந்தனர். மேரி பி.ஏ. படித்து முடித்துவிட்டுவந்து சேர்ந்திருக்கிறார்; இந்தியா விலிருந்து வந்திருக்கும் ஒரே ஒரு மாணவி இவர்தான். அந்தக் காலத்தில் எடுக்கப்பட்ட நிழற்படத்தில் இவர் சதுர முகம், வலுவான கன்னம், அந்தக் காலத்து நாகரிகத்திற்கேற்ப வெட்டி விடப்பட்டிருக்கும் அலைபாயும் கூந்தல் உடையவராக இவரைக் காட்டுகிறது. சேலை அணிவதற்குப் பதிலாக நீண்ட பாவாடையை அணிந்து, உயர்ந்த கழுத்து கொண்ட ரவிக்கை அணிந்து பிரிட்டிஷ் மாணவிகளைப் போல காட்சியளித்தார்.

ஒரே ஒரு இந்திய மாணவியாக அங்கு இருப்பது கடினமானது என்று நாம் கருதுவோமேயானால், அவருடைய குறிப்புகள் அது பற்றி எதையும் கூறவில்லை. இவருடைய குறிப்புகள் மகிழ்ச்சியான மனநிலையை வெளிப்படுத்துபவையாகவே இருக்கின்றன. பிரிட்டன், ஸ்காட்லாந்து நாடுகளில் பல நண்பர்களுடன் பல முறை சுற்றுப்பயணங்கள் சென்று வந்திருக்கிறார். பிரிட்டனில் செல் பிரிட்ஜஸ் (Selfridges) பகுதிக்கு இவரது பயணங்களும், மிகச் சிறந்த தரமுடைய கிறிஸ்துமஸ் கேக்குகளை டோட்டன்ஹாம் கோர்ட் சாலையில் (Tottenham Court Road) இவர் மாதிரிப் படுத்துவதும் (இவற்றில் ஒரு மாதிரியைத் தனது தந்தைக்கு அனுப்பியிருந்தார்) இவரது குறிப்புகளில் உள்ளன. இவருடைய கோட்டயம் தொடர்புகள் இவருக்குப் பெருமளவுக்கு உதவின. கோட்டயத்தில் பெண்களுக்காக ஒரு பள்ளியை நடத்திவரும் பேக்கரி குடும்பத்தாருடன் இவரது முதலாவது கிறிஸ்துமஸ் கொண்டாட்டம் நடைபெற்றிருந்தது.

இனப் பாகுபாடுகள் குறித்து மேரி தனது குறிப்புகளில் எதுவும் எழுதியிருக்கவில்லை. பொதுவாக உளறல்களை விரும்பாத அணுகுமுறை, புலம்புவதில் நாட்டமின்மை ஆகிய இவரது இயல்புகளுடன் இது ஒத்துப் போகிறது. இவ்வளவு தூரம் வந்த பிறகு, நிச்சயமாக அவர் முனகிக் கொண்டிருக்கப் போவதில்லை. ஒரு நகைச்சுவையான குறிப்பு மட்டும் கிடைக்கிறது. ஒரு இந்தியர் வருகிறார் என்று 5 வயது குழந்தையிடம் இவரைச் சுட்டிக்காட்டிச் சொல்லப்பட்ட போது, அந்தக் குழந்தை இவரைப் பூர்விக அமெரிக்கராகக் கருதிக் கொண்டு தனது தந்தையிடம் சொன்னது, 'இவருடைய தலையில் இறகுகள் இல்லையே!'[333]

பல ஆண்டுகளுக்குப் பிறகு மலையாள இதழான 'வனிதா'வுக்கு அளித்த நேர்காணலில் லண்டனில் நடந்த ஒரு நிகழ்வை மேரி நினைவு கூர்கிறார். அங்கு ஒரு மாணவியர் விடுதியில் இவர் தங்கியிருந்தார். தினமும் காலையில் தெருவில் நடந்து செல்வார். அக்கம்பக்கத்தில் இருக்கும் குழந்தைகள் இவரைச் சூழ்ந்துகொண்டு 'பிளாக்கி, பிளாக்கி' என்று கூச்சலிடுவார்கள். உங்களுக்கு ஆங்கிலம் தெரியுமா என்று ஒரு முறை குழந்தைகள் இவரைக் கேட்டனர். மேரி தனது கை கடிகாரத்தைப் பார்த்து அப்போது நேரம் என்ன என்பதை சரியான பிரிட்டிஷ் உச்சரிப்பில் தெரிவித்தார் குழந்தைகள் முற்றிலும் குழம்பிவிட்டனர். 'ஓ, இவருக்கு ஆங்கிலம் தெரிந்திருக்கிறது, அற்புதம் என்று அவநம்பிக்கையோடு கூச்சலிட்டனர்.[334] குழந்தைகளுக்கு மேரியின் பதில் அகமலர்ச்சியுடன் கூடிய, அவருடைய வழக்கமான பண்பாக இருக்கிற, இயல்பான அறிவை வெளிப்படுத்துவதாக இருந்தது.

1909இல் பல்கலைக்கழகத்திற்குள் மேரி நுழைந்தபோது, வாக்குரிமைப் போராளிகள் எனப்படும் வீர காவியம் படைத்துவரும், சிறப்பு மிக்க படையினரை லண்டன் சந்தித்துக் கொண்டிருந்தது. பெண்களுக்கு வாக்குரிமையைப் பெற்றுத் தருவதில் அவர்களுக்கிருந்த அர்ப்பணிப்பின் காரணமாக இந்தப் பெயர் அவர்களுக்குச் சூட்டப்பட்டிருந்தது. எம்மிலைன் பங்குர்ஸ்ட் (Emmeline Pankhurst) இந்தப் போராட்டத்திற்குத் தலைமை தாங்கினார். மற்ற சில நாடுகள் பெண்களுக்கு வாக்குரிமை அளித்துவிட்ட போதிலும் பிரிட்டிஷ் பெண்களுக்கு வாக்குரிமை இன்னமும் மறுக்கப்பட்டு வந்தது.

1903இல் பங்குர்ஸ்ட் பெண்களின் சமூக அரசியல் சங்கத்தை (*Women's Social and Political Union WSPU*) ஆரம்பித்தார். இந்தச் சங்கம் விரைவில் தீவிரமான பாதையில் செல்ல ஆரம்பித்தது. இவர்கள் தங்களைத் தாங்களே வேலிகளில் கட்டிப் போட்டுக் கொண்டனர். நாடாளுமன்றத்தில் நுழைய முற்பட்டனர், அரசியல்வாதிகளைக் கேலி செய்தனர். காலியாக இருந்த கட்டடங்களைத் தீக்கிரையாக்கினர். கைது செய்யப்பட்ட போது, உண்ணா நோன்பிருந்தனர். இவர்கள் கொடூரமான முறையில் சாப்பிடுமாறு வற்புறுத்தப்பட்டனர். 1913இல் நடைபெற்ற குதிரைப் பந்தயத்தின் (*Epsom Derby*) போது, எமிலி டேவிசன் என்ற பெண் ஐந்தாம் ஜார்ஜ் மன்னரின் குதிரைக்கு முன்னால் ஓடிய போது குதிரை மிதித்து இறந்து போனார்.

பெண்களுக்கு வாக்குரிமை வேண்டிப் போராடியவர்களின் துணிச்சலான, முன்னோடியான ஒத்துழையாமை இயக்கம் மகாத்மா காந்தி உட்பட பலர் மீதும் செல்வாக்கு செலுத்தியது. மேரி லண்டன் வந்த அதே ஆண்டில் 1909இல் காந்தியும் லண்டனுக்கு வந்திருந்தார். 'வாக்குரிமை வேண்டிப் போராடி வந்த பிரிட்டிஷ் பெண்கள் மிகவும் அற்புதமான போரட்டத்தை நடத்தினர் என்று 'இந்தியன் ஒப்பீனியன்' என்ற தனது இதழில் காந்தி எழுதினார். அவர்கள் அனுபவித்த சங்கடங்கள் எதுவும் அவர்களிடம் தயக்கத்தை ஏற்படுத்தவில்லை. அப்போதைய பிரிட்டிஷ் பிரதமர் திரு.அஸ்குவித்திடம் (Herbert Asquith) மனு அளிக்கும் நோக்கத்துடன் இவர்களில் பலர் நாடாளுமன்றத்தின் வாயிலில் ஒவ்வொரு நாளும் இரவு முழுவதும் காத்திருந்தனர். இதற்கு அசாத்தியமான தைரியம் இருந்திருக்க வேண்டும். போராட்டம் பற்றிய வேறு சில விஷயங்களையும் நாம் அறிகிறோம். அதிலிருந்து ஊக்கம் பெறுகிறோம்.'[335] இந்தப் போராளிகளின் வன்முறைப் போராட்டங்களிலிருந்து காந்தி தன்னைப் பிறகு தனிமைப்படுத்திக் கொண்டார். ஆயினும் அவர்களின் அபிமானியாகவே அவர் இருந்து வந்தார்.

மேரியின் சரிதை பெண் வாக்குரிமைப் போராளிகளைப் பற்றி எதையுமே குறிப்பிடவில்லை. ஒரு பொதுக்கூட்டதில் சரோஜினி நாயுடுவை இவர் சந்தித்தார் என்று கூறப்படுகிறது. அது எந்த நாளில் நடந்தது என்று குறிப்பிடப்படவில்லை என்றாலும் 'அவருடைய பேச்சுத் திறமையால் இவர் கவரப்பட்டார்'. லண்டனில் நடைபெற்ற இத்தகைய அற்புதமான நிகழ்வுகள், திருவிதாங்கூர் சட்டமன்றம்,

நீதித்துறை, நிர்வாகம் ஆகியவற்றில் அதிகமான பெண்களை இடம்பெறச் செய்ய வேண்டும் என்ற முயற்சியில் ஈடுபடுவதற்கு மேரியைப் பின்னாளில் தூண்டியிருக்கக்கூடும்.

லண்டன் மருத்துவப் பள்ளியில் வாழ்க்கை

லண்டன் மருத்துவப் பள்ளியில் தனது படிப்பைப் பற்றி மிகக் குறைவாகவே இவர் எழுதியுள்ளார். ஆனால் இவரது காலத்தில் படித்து வந்த மற்ற மாணவர்கள் எழுதி வைத்துள்ள குறிப்புகளிலிருந்து ஒரு சில விவரங்களை நம்மால் அறிய முடிகிறது. மேரிக்கு எட்டு ஆண்டுகள் முன்னதாக இந்த நிறுவனத்தில் சேர்ந்து படித்து வந்த ஈதெல் பிராண்டு (Ethel Brand) என்பவரின் குறிப்புகள் கிடைக்கின்றன.

1901இல் பள்ளியில் ஈதெல் சேர்ந்த போது, அப்போதைய கல்விக் கட்டணம் 125 பவுண்டுகளாக இருந்ததை அவரது குறிப்புகள் தெரிவிக்கின்றன. இப்போது கல்விக்கட்டணம் 10000 பவுண்டுகள். இந்தப் படிப்பை முடிப்பதற்கு ஐந்து ஆண்டுகளுக்கு மேல் ஆகும். சில மதிப்பீடுகளின்படி, தங்குமிடச் செலவும், தேர்வுக்கட்டணமும் 1000 பவுண்டுகளுக்கும் அதிகமாக இருந்திருக்கும்.[336]

மேரி இந்தக் கட்டணத்தை எப்படிச் செலுத்தினார்? இவருடைய தந்தையார் மருத்துவராகப் பணிபுரிந்து வந்த முன்னாள் திருவிதாங்கூர் மகாராஜா, ஸ்ரீமூலம் திருநாளிடமிருந்து இவர் கல்வி உதவித்தொகை பெற்றதாகப் பதிவுகள் தெரிவிக்கின்றன. மேரிக்கு ஆண்டுக்கு 200 பவுண்டுகள் தரப்பட்டன. இதற்குப் பதிலாக திருவிதாங்கூர் அரசாங்கத்தில் 10 ஆண்டுகள் பணிபுரிய வேண்டும் என்ற ஒரு வகையான ஒப்பந்தம் இருந்தது. இவர் 15 ஆயிரம் மதிப்புள்ள அசையாச் சொத்துகளைப் பிணையாகக் கொடுக்க வேண்டும்.[337] இவரிடம் சொத்து இருந்ததால் அதைக் கொண்டு உதவித் தொகையைப் பெற்று அதன் ஆதரவுடன் படிப்பதற்கான அந்த அதிர்ஷ்டம் இவருக்கு இருந்தது.

மருத்துவ மாணவிகள் மீது இருந்து வந்த தவறான எண்ணங்கள் பற்றி இவர் எதையும் குறிப்பிடவில்லை. ஆனால் அந்தச் சமயத்தின் பதிவுகள் மாணவர்களால் இகழ்ச்சியாக அலட்சியத்துடன் அவர்கள் நடத்தப்பட்டார்கள் என்பதைத் தெரிவிக்கின்றன. 1911இல் இவரது படிப்பு பாதி வழியில் இருந்த சமயத்தில், வேதியியலில் நோபல் பரிசினை மேரி கியூரி இரண்டாம் முறையாக வென்றார். கியூரி இரண்டு முறை நோபல் பரிசினைப் பெற்றிருந்த போதிலும், அந்த

ஆண்டில் ராயல் பிரீ மருத்துவமனையில் அறுவைச் சிகிச்சைக் கான ராயல் கல்லூரியின் தலைவர் சர் ஹென்றி புட்லின் என்பவர் நிகழ்த்திய எரிச்சலூட்டும் ஓர் உரையை மாணவிகள் கேட்கவேண்டி நேரிட்டது. அந்த உரையில் மருத்துவ ஆராய்ச்சிகளில் பெண்கள் ஈடுபடுவதற்கான திறமைகளைப் பற்றி அவர் கேள்வி எழுப்பியிருந்தார். புட்லினின் கருணை காட்டிய பேச்சு இப்படி முடிவுற்றிருந்தது: 'பெண்கள் மருத்துவ ஆராய்ச்சிகளுக்கு உகந்தவர்களா? இத்தகைய பணிகளுக்குத் தேவைப்படும் விரிவான கண்ணோட்டம் இவர்களிடம் இருக்கிறது என்று நீங்கள் நம்புகிறீர்களா, என்று என்னிடம் கேள்வி கேட்கப்படும் என்பதில் எனக்கு எந்தவிதமான சந்தேகமும் இல்லை. அவர்களுக்கென்று வடிவமைக்கப்பட்டிருப்பனவற்றைத் தவிர அதிகமான ஆராய்ச்சிகளை அவர்களால் செய்ய இயலுமா? உண்மையில் எனக்கு எதுவும் தெரியாது. ஆனால் மாணவிகள் இதற்கெல்லாம் முயற்சி செய்வதைக் காண்பதற்கு நிச்சயமாக நான் விரும்புகிறேன்.'[338]

பல பத்தாண்டுகளுக்குப் பிறகும், சூழலில் மாற்றம் ஏதும் இல்லாமலேயே இருந்தது. ராயல் பிரீ (Royal Free) மாணவர்கள், பட்டதாரிகளிடையே, மருத்துவர்களுக்கான ராயல் கல்லூரியின் தலைவர் சர் ராபர்ட் ஹட்சிசன் (Sir Robert Hutchison) 1941இல் பேசிய போது, லேசான பாராட்டுதலுடன் தொடங்கினார். பிறகு தன்னுடைய மனதிலிருந்த கருத்தை அவர் வெளிப்படுத்தினார். 'ஒரு பெண் டாக்டர் மோசமானவராக இருந்துவிட்டால், ஒரு ஆண் மருத்துவர் அப்படி இருப்பதை விடவும் அதிகமாக அச்சமூட்டுவதாக அது ஆகிவிடுகிறது. வேலைகளுக்கு விண்ணப்பிக்கும் போது, பெண் மருத்துவர்கள் மிகவும் உயர்வானவர்களாகவும், வலிமையானவராகவும் இருந்திட வேண்டாம் என்று அவர் அறிவுரை கூறினார். வேலைகளுக்கு விண்ணப்பிக்கும் போதும், நேர்முகத் தேர்வுகளுக்குச் செல்லும் போதும் 'உங்களது நகங்களில் பூச்சுகளைப் பூசிக்கொண்டு கடுமையான வெறுப்புக்கு ஆளாகிவிடுவீர்கள். பொது மருத்துவராகப் பணிபுரிவது கடுமையான பணியாகும். அதன் அழுத்தத்தைப் பல பெண்களால் தாங்க முடியாது'. மருத்துவப் பெண்கள் மிகச் சிறந்த மனைவியராக இருப்பார்கள். இவர்களின் கல்வித்தகுதி, இவர்களின் வில்லில் இரண்டாவது நாணாகவே எப்போதும் இருக்கும்.'[339]

ஹட்சிசன்னின் இதே கருத்துகள் அந்தக் காலத்தில் வாழ்ந்த பெரும்பாலான ஆண் மருத்துவர்களிடமும் இருந்து வந்தன.

1910 இல் பிரிட்டிஷ் பெண்கள் : வெளியில் தெரியாத விரக்தி

20ஆம் நூற்றாண்டின் முற்பகுதியில் இங்கிலாந்தில் பெண்களின் வாழ்க்கை எப்படி இருந்தது? தேசிய சுகாதாரச் சேவை அப்போது இல்லை, சமூக நல அமைப்பு முறைகள் இல்லை, நவீன சமையல் உபகரணங்களும் இல்லை. இந்தக் கேள்விக்கான விடை பெரும்பாலும் கசப்பானதுதான். பெண்களுக்கு அப்போது வாக்குரிமை நிச்சயமாக இல்லை. உயர்கல்விக்கான வாய்ப்பு தரப்படவில்லை. பெண்கள் முழுநேர மனைவியராகவும், தாயாகவும் இருப்பதையே சமூகம் எதிர்பார்த்தது. உழைக்கும் மகளிர் நிலைமை மேலும் மோசமானதாக இருந்தது. சமைத்தல், ஆடைகளைத் துவைத்தல், குழந்தைப் பராமரிப்பு இவை தவிர மற்ற எந்தப் பாடங்களும் பள்ளிகளில் அதிகம் கற்றுத் தரப்படவில்லை. மோசமான இந்தக் கல்வியினால் மிகவும் குறைவான ஊதியம் கிடைக்கக்கூடிய வேலைகள் பெரும்பாலும் வீட்டுவேலைகள், தொழிற்சாலை வேலைகள் மட்டுமே பெண்களுக்கென ஒதுக்கப்பட்டிருந்தன. ‘அனைத்துவிதமான வேலைகளையும் செய்யக்கூடிய பணிப்பெண்கள் அல்லது பொதுவான பணியாளர்களுக்கு மிகக்குறைவான ஊதியம் தரப்பட்டு வந்தது. ஆண்டுக்கு 12 முதல் 18 பவுண்டு வரையிலும் அவர்கள் ஊதியம் பெற்றனர். தங்குவதற்கு இடமும், உணவும் இதனுடன் சேர்த்து வழங்கப்பட்டது. மற்ற வகைப்பட்ட உழைக்கும் மகளிர் ஜவுளி அல்லாத பிற தொழில்களில் வாரத்துக்கு 13 ஷில்லிங் (65p) வரையிலும் சம்பாதித்து வந்தனர். யாரையும் சார்ந்திராமல் வாழ்வதற்கு இது போதாது.’ [340]

பெரும்பாலான உழைக்கும் பெண்களுக்குத் திருமணம் மட்டுமே ஒரே ஒரு வழியாக இருந்து வந்தது. ஆனால் அதுவும்கூட பெரும்பாலும் கசக்கிப் பிழியும் வறுமை, அதிக மக்கள் வசிக்கும் சேரிகள், கடும் உடலுழைப்பு ஆகியவற்றில் போய் முடிவதாக இருந்தது. உழைக்கும் மகளிரில் பெரும்பாலானவர்களுக்குக் குடும்பக்கட்டுப்பாடு பற்றி எதுவும் தெரியாது. ஒரு பவுண்டு பணத்தைக் கொண்டு ஒரு வார காலத்தைக் கடத்த வேண்டியிருந்தது. கருவுற்றிருக்கும் போதுகூட பெண்கள் ரொட்டியையும் பழ ஊறலையும் சாப்பிட்டுச் சமாளிக்கவேண்டி இருந்தது. குழந்தைகள் அடிக்கடி இளவயதிலேயே இறந்தன. கர்ப்பத்தைக் கலைப்பதற்குப் பின்னல் ஊசிகள், ஜின் பாட்டில்கள், சுடுநீரில் குளிப்பது,

படிகளில் உருண்டு விழுவது போன்ற பெரும்பாலும் ஆபத்தான வழிமுறைகளைப் பெண்கள் முயற்சித்தனர்.

தீயை மூட்டி அதில் தொடர்ச்சியாகக் கரியைப் போட்டுக் கொண்டே வருவதால் கிடைக்கும் தணல் மட்டுமே சூடு பெறுவதற்கான ஒரே வழியாக இருந்தது. உடைகளைத் தொட்டியில் கைகளால் தான் துவைக்க வேண்டும். பெண்களின் ஆயுள் காலம் 55 ஆண்டுகளாக மட்டுமே இருந்ததில் வியப்பு ஒன்றுமில்லை. 2010ஆம் ஆண்டில் இதற்கு நேர்மாறான வகையில் பெண்களின் ஆயுள் 82 ஆண்டுகளாக அதிகரித்திருக்கிறது.[341]

இதுபோன்ற பெண்கள்தான் மேரி பார்த்து வந்த நோயாளிகளாவர். இவர்கள் கடுமையான உழைப்பினால் மிகவும் பரிதாபமான நிலையில் இருந்தனர். அடுத்தடுத்துக் குழந்தைகளைப் பெற்றதாலும், மருத்துவ கவனம் இல்லாததாலும் ஏழையினும் ஏழையாக இவர்கள் இருந்தனர். 1914இல் டப்ளின் ரவுண்டானா மருத்துவமனையில் பணிபுரிந்த போது, இழிவான நிலையில் காணப்பட்ட பின்புற வீதிகள், குடும்பத்தினர் அனைவரும் ஒரே ஒரு அறையில் வாழ்ந்து வந்த சேரி வீடுகள் ஆகிய இடங்களில் குழந்தை பிறப்பில் மேரி உதவி செய்து வந்தார். பெண்களுக்குப் பிரசவம் பார்க்கும் போது கணவன்மார்கள் பெரும்பாலும் வேலை பார்ப்பதற்காக வெளியில் சென்றிருப்பார்கள். மேரி குறிப்பிடுகிறார்: ஒரு பெண்ணுக்கு நான் பிரசவம் பார்த்துக்கொண்டிருந்த போது, அவரது கணவர் அதே அறையின் ஒரு மூலையில் இரவு முழுக்க வேலை பார்த்துவிட்டு வந்திருந்த களைப்பினால் உறங்கிக் கொண்டிருந்தார். புதிதாகப் பிறந்த குழந்தை அழுவதைக்கூட அவர் கேட்டிருக்க வாய்ப்பில்லை. அவருடைய தோளைத் தொட்டு உலுக்கி எழுப்பி குழந்தை பிறந்திருக்கிறது என்று நான் சொன்ன பிறகுதான் தனக்கு மகன் பிறந்திருப்பதை அவர் தெரிந்து கொண்டார். [342]

சுடுநீர் வைப்பதிலிருந்து, வீட்டிலிருக்கும் சிறுசிறு குழந்தைகளைப் பார்த்துக் கொள்வது வரையிலும் அனைத்து வேலைகளையும் மருத்துவ மாணவர்கள் செய்தாக வேண்டும். ‘சமாளிப்பதற்கு வேறு வழியே இல்லாத நிலையில், மாணவர்களாகிய நாங்கள் எங்கள் செலவிலேயே அந்தக் குழந்தைகளுக்கு நொறுக்குத்தீனிகள் வாங்கித் தந்திருக்கிறோம்.[343]

காலரா, டைபாய்டு, சின்னம்மை, பெரியம்மை போன்ற தொற்று நோய்களுக்கு வைத்தியம் பார்க்கும் வாய்ப்பு லண்டனில் போதுமான

அளவில் தனக்குக் கிடைக்காமல் போனது பற்றிய ஏமாற்றங்களை அவர் பதிவு செய்கிறார். ஒரு சமயம், மாணவர்கள் டைபாய்டு நோயாளி ஒருவரைப் பார்ப்பதற்காக ஓடினார்கள். ஆனால் அது தவறான ஒரு தகவலாகிப் போயிருந்தது. ஆனால், துணிச்சல் மிக்க இவரோ இங்கிலாந்து முழுவதும் பயணித்து நோய் உண்டாக்கும் பல்வேறு நிலைமைகளின் தாக்கம் பற்றிக் கண்டுவந்தார். மனநோய் பற்றியும் அவர் அறிந்து வந்திருந்தார். ‘நோய் முற்றாத நிலையில் உள்ள மனநல நோயாளிகள் அடைபட்ட ஒரு பகுதிக்குள் விடப்பட்டிருந்தனர். அவர்களின் தவறான செய்கைகளும், வெறித்த பார்வையும் எங்களை அச்சத்திற்கு உள்ளாக்கிவிடும்’ என்று மேரி எழுதுகிறார்.[344]

1914இல் போர் வந்தது. மேரி அப்போது நார்த்தம்ப்டனில் இருந்தார். ரவுண்டானா மருத்துவமனைக்குப் பயணிக்க அவர் முடிவு செய்தார். இங்கு அவருக்கு மகப்பேறியலில் கூடுதல் அனுபவம் கிடைக்கும். போகும் வழியில், போரில் அகதியானவர்களை அவர் சந்தித்தார். ‘ஆண்களும், பெண்களும், இளைஞர்களும் முதியவர்களும், எல்லா வயதுடைய குழந்தைகளும் அங்கு இருந்தனர். அவர்களின் உடமைகள் யாவும் பறிபோயிருந்தன. அவர்களில் பலர் தங்களின் அன்பிற்குரிய நெருக்கமான உறவினர் களை இழந்திருந்தனர். துயரத்தையும், விதவிதமான புலம்பல் களையும், அழுகையையும், ஓலங்களையும் கேட்க முடிந்தது.’ படுக்கை எதுவும் கிடைக்காததால் ஒரு இரவு முழுவதையும் விடுதியின் நாற்காலியில் அமர்ந்தபடி மேரி கழித்தார்.[345]

இறுதியாக, அவர் டப்ளின் வந்தடைந்தார். இந்த நகரத்தில் போரின் தாக்கம் அவ்வளவாக இல்லை. இங்குள்ள ரோடுண்டா மருத்துவமனையில் மேரி தங்கிக்கொண்டார். பெண்கள் பாதுகாப்பாகப் பிரசவிப்பதற்கு உதவுவது என்ற தனது உண்மையான ஆர்வத்தை இங்குதான் அவர் கண்டுகொண்டார். இங்கு அவர் இரண்டு ஆண்டுகள் இருந்தார். கிட்டத்தட்ட 200 பிரசவங்களைக் கையாண்டார்.

இவருடைய குருநாதர்களில் ஒருவர் டாக்டர் ஈ.ஹெச்.டுவீடி, *(Dr.E.H.Tweedy)*. இவர் மிகவும் மதிக்கத்தகுந்த ஐரிஷ் மகப்பேறு மருத்துவர். மேரியின் முதலாவது அறுவைச் சிகிச்சை இவர் அளித்த ஊக்கத்தினால், இவருடைய மேற்பார்வையில்தான் நடந்தது. டாக்டர் டுவீடி ஒரு அறுவைச் சிகிச்சையைச் செய்துகொண்டிருந்த

போது திடீரென மேரியை அழைத்தார். தேவைப்படும் அறுவைச் சிகிச்சை உபகரணங்களை எடுத்துக் கொடுத்து உதவிபுரியத்தான் அழைக்கிறார் என்று நினைத்து மேரி யதார்த்தமாக அங்குச் சென்றார். டாக்டர் டுவீடி கத்தியை இவரது கையில் கொடுத்து 'தொடர்ந்து செய்' என்றார். மேரி பயந்து போனார்.

'உற்சாகம் தந்த படபடப்பில். எனது முழு கவனத்தையும் செலுத்தி, டாக்டர்மீது எனது கண்களைப் பதித்தேன். நான் தன்னிலையை அடைவதற்குள், நயமாகக் கண்டிக்கும் ஒரு குரல் கேட்டது. 'என்னை ஏன் பார்த்துக்கொண்டிருக்கிறாய், தொடங்கு நான் பக்கத்தில் தானே இருக்கிறேன்' என்றார் டாக்டர். நான் தைரியமும் பீதியும் கலந்த உணர்வு மீதூரப் பெற்றேன்.' மேரியின் கைகள் நடுங்கின. ஆனால் அதைச் செய்வதைத் தவிர வேறு வழியில்லை. அது கருப்பையை அகற்றும் ஒரு எளிய அறுவைச் சிகிச்சைதான். முழு நிறைவுடன் அது முடிவடைந்தது. அதிலிருந்து, எண்ணற்ற அறுவைச் சிகிச்சைகள் செய்ய மேரி அனுமதிக்கப்பட்டார்.[346]

மேரி 1915 அக்டோபரில் MBBS பட்டம் பெற்றார். மேரி ஸ்கார்லிப் இவருக்கு நான்கு ஆங்கிலப் பொன் நாணயங்களை வழங்கினார். அதைக் கொண்டு, தங்க கைக்கடிகாரத்தையும், வளையலையும் இவர் வாங்கிக் கொண்டார். இவை மேரியின் குலச்சொத்தாயின. போர் மிகவும் மெதுவாக நடந்து கொண்டிருந்தது. ஆண் மருத்துவர்களுக்கு அதிகமான வேலைகள் இருந்ததால், பெண் மருத்துவர்களும் வேலைகளுக்குச் சேர்த்துக் கொள்ளப்பட்டனர். ராணுவ மருத்துவமனையில் காயம்பட்டவர்களுக்குச் சிகிச்சை பார்த்துப் பணிச்சுமை மிகுந்திருந்த மூன்று மாதங்களை மேரி கழித்தார்.

மாய்வில்லுக்குத் திரும்புதல்

மேரிக்கு இங்கிலாந்தில் தொழில் வாய்ப்புகள் பல இருந்தன. ஆனால் 1916 மார்ச் மாதத்தில் இவருடைய அன்பான தந்தை 57 வயதில் இறந்தார். மேரி கலங்கி நின்றார். அவருடைய வாழ்க்கையில் ஒவ்வொரு செயலையும் இவரது தந்தையார்தான் வழி நடத்தியிருந்தார். மேரி இனி தானே முடிவுகளை எடுத்தாக வேண்டும். பெண் மருத்துவர்களுக்கு வாய்ப்புகள் அதிகரித்துவரும் இங்கிலாந்தை விட்டுவிட்டு, எதிர்காலம் நிச்சயமற்றதாக இருக்கும் இந்தியாவிற்கு அவர் செல்லத்தான் வேண்டுமா? அவருடைய நண்பர்கள் பலரும் உதவிக்கு வந்தனர்.

திருவிதாங்கூர் மாநிலத்தில் மருத்துவத்துறையில் ஒரு பெண் மருத்துவர் பணி நிரப்பப்பட இருப்பதாக டாக்டர் ஸ்கார்லிப் தெரிவித்தார். இந்தப் பதவியில் எப்போதுமே பிரிட்டிஷ் மருத்துவர்களே இருந்து வந்திருக்கின்றனர். இந்தப் பதவிக்கு முதன் முதலில் பரிசீலிக்கப்பட்ட இந்தியப் பெண் மருத்துவர் இவர் தான். இந்தப் பதவியை ஏற்றுக் கொள்வதற்கு முன்பாக மிகப் பெரிய கௌரவம் இவருக்கு அளிக்கப்பட்டது. திருவனந்தபுரம் பெண்கள், குழந்தைகள் மருத்துவமனையில் முதுநிலை அறுவைச் சிகிச்சை மருத்துவராகத் திருவிதாங்கூர் மகாராஜா இவரை நியமித்தார். அந்தக் காலத்தில் மிகப்பெரும் தொகையாகக் கருதப்பட்ட 1000 ரூபாயை அவர் அனுப்பி வைத்திருந்தார்.

மேரி மிக நீண்ட ஆபத்தான கடற்பயணத்தை மேற்கொண்டிருந்தார். இவர் பயணம் செய்த கப்பலில் 'போர் தொடர்பான மிக முக்கியமான தகவலுடன் முக்கியமான ஒரு நபரும் பயணம் செய்தார். அந்தக் கப்பல் அந்தக் கால வழக்கத்திற்கேற்ப உருமறைப்புச் செய்யப்பட்டிருந்தது. ஜெர்மானியர்கள் இந்தக் கப்பலை மூழ்கடிக்கத் திட்டமிட்டிருந்தனர். ஆனால் மெசீனா நீர்ச்சந்திப் (*Messina Straits*) பகுதியில் தவறுதலாக வேறு ஒரு கப்பல் தகர்த்து மூழ்கடிக்கப்பட்டது.

தனித்துவிடப்பட்டிருந்த மேரி திருவிதாங்கூருக்குத் திரும்பி வந்ததும் குழந்தையாக இருந்த போது தான் வளர்ந்து வந்த வீட்டைப் பார்த்தார். மாயாவில் என்ற அந்த வீட்டில் யாருமே இல்லை. காலியாகக் கிடந்தது. அவருடைய தந்தையாரின் உடமைகள் அப்புறப்படுத்தப்பட்டு விற்கப்பட்டிருந்தன. பின்னாளில் மேரி தனது மருமகள் ஆலே லூகோசிடம் (*Aley Lucose*) கூறினார், 'நான் இங்கிலாந்துக்கு ஒரு மகாராணியைப் போலச் சென்றேன், அங்கிருந்து ஒரு அனாதையாகத் திரும்பி வந்தேன்.'[347]

திருவிதாங்கூரில் மிகப் பிரம்மாண்டமான சுகாதார இயக்கம்.

ஆனால், தந்தையை நினைத்து வருத்தப்பட்டுக் கொண்டிருப்பதற்கு மேரிக்கு நேரமில்லை. தாய்மை நலத்தை மேம்படுத்தும் திருவிதாங்கூரின் ஆகப்பெரிய முயற்சிகளுக்கு உடனடியாகப் பொறுப்பேற்க வேண்டியிருந்தது. பெண்கள், குழந்தைகளின் உடல் நலத்தை மேம்படுத்துவதில் ஸ்ரீமூலம் திருநாள் குறியாக இருந்தார். ஆனால், அந்தக் கால சமூகத்தில் நிலவி வந்த சிந்தனையோ ஒவ்வொன்றையும் தடுத்து வந்தது.

1916இல் திருவிதாங்கூர் மாநிலத்தின் தலைநகரமான– திருவனந்த புரம் மந்தமாக இருந்து வந்த ஒரு சிறிய நகரம். பண்பாடு, கல்விக் கான ஒரு மையமாக அது மாறிக்கொண்டிருந்தது. மகாராஜா சுவாதித் திருநாளின் ஆட்சியின் கீழ் ஒரு நூற்றாண்டிற்கு முன்பு, முதலாவது ஆங்கிலப்பள்ளி (இப்போது அது பல்கலைக்கழகக் கல்லூரியாகச் செயல்படுகிறது), ஒரு வானியல் மையம், ஒரு பொது மருத்துவமனை, கீழ்த்திசை ஆராய்ச்சி நிறுவனம் மற்றும் ஓலைச்சுவடிகள் நூலகம் ஆகியவை நிறுவப்பட்டன. மூலம்திருநாள் இன்னும் பல கல்லூரிகளை ஆரம்பித்தார். அதில் சமஸ்கிருதக் கல்லூரி, சட்டக்கல்லூரி, ஆயுர்வேதா கல்லூரிகளும் அடங்கும்.

இத்தனையும் இருந்தபோதிலும், மருத்துவமனைக்குச் செல்லப் பெண்கள் தயங்கினார்கள். 91 படுக்கைகளைக் கொண்டிருந்த ஒரு மருத்துவமனைக்கு மேரி பொறுப்பேற்றிருந்தார். அங்கு இரண்டு நோயாளிகள் மட்டுமே சிகிச்சை பெற்று வந்தனர். அதற்கான காரணத்தை மேரி விளக்குகிறார்: ‘மருத்துவமனைகள் ஏழைகளுக்கான இல்லங்களாக இருந்தன. ஏழைகளுக்கும் கவனிப்பாரற்றவர்களுக்கும் கைவிடப்பட்டவர்களுக்குமானவையாக அவை இருந்தன. மருத்துவமனைக்குள் தங்கியிருப்பது நோயாளிகளின் வேலை. இங்கு தங்கினால் மரணம் நிச்சயம் என்றெல்லாம் நம்பிக்கைகள் வேரூன்றியிருந்தன. மருத்துவமனையில் தங்கவும், பிரசவம் பார்த்துக்கொள்ளவும் சமூகத்தின் கீழ் அடுக்கிலிருந்த பெண்கள் மட்டுமே முன்வந்தனர்.’ [348]

செவிலியர்களால் தவறாகக் கையாளப்பட்ட நோயாளிகள் அடிக்கடி இவரிடம் வருவார்கள். அல்லது போலி மருத்துவர்களிடம் சிகிச்சை எடுத்துக் கொண்டவர்கள் வாழ்வின் கடைசி கட்டத்தில் இங்கு வருவார்கள். ‘மருத்துவமனைக்கு வரக்கூடிய மகப்பேறு பெண்கள் நோய்த் தொற்றுகள் முற்றிய நிலையில் இருப்பார்கள். பெரும்பாலான நேர்வுகளில் தாயையோ, குழந்தையையோ அல்லது இருவரையுமோ காப்பாற்றுவதற்கு மருத்துவர்களால் எதுவும் செய்ய முடியாத நிலைதான் இருக்கும். இத்தகைய சூழ்நிலைகளின் காரணமாகத்தான் படித்தவர்கள், முன்னேறியவர்கள் மத்தியிலும்கூட மருத்துவமனை பற்றிய தவறான அபிப்பிராயம் பரவியிருந்தது. மருத்துவமனையில் அனுமதிக்கப்பட்டால் நோய்களால் இறப்பு நிச்சயம் என்று கருதினார்கள்.’[349]

திருமணம் : உனக்காகவே காத்திருந்தேன்

1916இல் மேவில்லுக்கு மேரி திரும்பிய சமயத்தில் இவருக்கு 30 வயதாகி இருந்தது. மணப் பெண்ணின் வயதைக் காட்டிலும் இரட்டிப்பு வயதாகியிருந்தது. திருமணத்தைப் பற்றிச் சிந்திக்கக்கூட நேரமில்லாமல் தன்னுடைய தொழிலில் அவர் தீவிரமாக ஈடுபட்டிருந்தார். இப்போது மேவில் ஆளின்றி இருந்தது. இவருடைய சிந்தனை அதனை நோக்கித் திரும்பியது.

1917ஆம் ஆண்டுடன் இவரது குறிப்புகள் நின்றுபோய்விடுகின்றன. இதன் பிறகு அவரது உறவினர்களின் குறிப்புகள், கடிதங்கள், செய்தித்தாளில் வெளிவந்த கட்டுரைகள் மூலமே இவரைப் பற்றி நமக்குத் தெரியவருகிறது. பல்வேறு பெண்களையும் போலவே மேரியும் தனது அலுவல்களிலும், திருமணத்திலும், குழந்தைகளுடன் குடும்பத்தை நடத்துவதிலும் ஈடுபட நேர்ந்ததால் நாட்குறிப்புகளை அவர் எழுதாமல் விட்டிருக்கக்கூடும்.

வழக்கத்திற்கு மாறான இவரது வாழ்க்கைக்கு ஏற்ற வகையில் மிகவும் வழக்கத்திற்கு மாறான ஒரு திருமணத்தை இவர் செய்துகொண்டார். இவருடைய எதிர்காலக் கணவர் கன்னுகுழியில் குருவில்லா லூகோஸ் (Kannukuzhiyil Kuruvilla Lucose). இவர் ஒரு வழக்குரைஞர். மேரியை விடவும் வயதில் இளையவர் என்று அந்தக் காலத்தில் அவதூறு பேசினர். பின்னாளில் இவர் திருவிதாங்கூர் உயர்நீதிமன்ற நீதிபதியாக வந்தார். இவரை 'ஜட்ஜி' (Judgie) என்று சுருக்கமாக அழைப்பார்கள். 'ஜட்ஜி'யின் நிழற்படங்கள் உணர்ச்சிகளை வெளிக்காட்டுகிற அகன்ற கண்கள், சுருள்முடி, சார்லி சாப்ளினுடன் அதிக ஒப்புமை கொண்டிருக்கும் உடலமைப்புடன் இவரைக் காட்டுகின்றன. 'ஜட்ஜி'க்கு மேரியைப் போலவே நகைச்சுவை உணர்வு இருந்திருக்கிறது. இதுவரை ஏன் திருமணம் செய்து கொள்ளவில்லை என்று 'ஜட்ஜி'யிடம் மேரி கேட்டபோது, களிப்புடன் அவர் கூறிய பதில், 'உனக்காகத்தான் காத்துக்கொண்டிருந்தேன்'.[350]

ஜட்ஜியும் மேரியும் 1917இல் திருமணம் செய்து கொண்டனர். மேவில் வீட்டில் திருப்தியுடன் வாழ்ந்து வந்தனர். இந்த வீடு அமைந்திருக்கும் சாலை இப்போது மேரியின் தந்தையார் பெயரில் பூனன் சாலை என்று அழைக்கப்படுகிறது. இங்கு தான் தனது எஞ்சிய வாழ்நாள் முழுவதும் மேரி வாழ்ந்து வந்தார். தனது

புத்திசாலி மனைவியின் மிக நீண்ட சாதனைப் பட்டியலால் ஜட்ஜி மிரட்சியடைந்துவிடவில்லை. 'ஒவ்வொரு ஆண்டும் மகாராஜாவின் பிறந்தநாளின் போது அவர்கள் அரண்மனைக்குச் சென்று விடுவார்கள். காவணி என்ற பாரம்பரிய சால்வை இவர்களுக்கு அணிவிக்கப்படும்', என்று மேரியின் மருமகள் ஆலேலூ கோஸ் குறிப்பிட்டுள்ளார். காவணியின் தங்க ஜரிகையின் அகலம் அதைப் பெறுபவரின் தகுதிக்கு ஏற்ற அளவில் இருக்கும். மேரியின் காவணியில் 4 அங்குல அகலத்திற்கு ஜரிகை இருந்தது. அவரது கணவரின் காவணியில் 3 அங்குல அகலத்தில் ஜரிகை இருந்தது.'[351]

மேரிக்கு அடுத்தடுத்து இரண்டு குழந்தைகள் பிறந்தனர்: கிரேஸ் லூகோஸ் 1918இல் பிறந்தார். கே.பி. லூகோஸ் 1920இல் பிறந்தார். கிரேஸ் தனது தாயாரைப் போலவே லண்டனில் கல்வி கற்று மருத்துவரானார். கே.பி.லூகோஸ் ஆக்ஸ்போர்டில் பல்லியோல் கல்லூரியில் கல்வி கற்று ஐக்கிய நாடுகள் அவையில் இந்தியாவிற்கான நிரந்தரப் பிரதிநிதியாக ஆனார். அதன் பிறகு பல்கேரியாவுக்கான இந்தியத் தூதரானார்.

வீட்டை விட்டு வெளியில் சென்று வேலை பார்த்து வந்த பெண்களுக்கு குடும்பத்திற்கும், வீட்டிற்கும் முன்னுரிமையளிக்க வேண்டிய நிலை இப்போதிருப்பதைப் போலவே அப்போதும் இருந்தது. மேரியின் 80ஆவது பிறந்தநாளைக் கொண்டாடும் விதத்தில் சிறப்புமிக்கவர்களை விருந்தினர்களாகக் கொண்டு ஒரு பொதுக்கூட்டம் 1966இல் நடத்தப்பட்டது. அந்தக் கூட்டத்தில் வாசிப்பதற்காக கே.பி.லூகோஸ் ஒரு செய்தியை அனுப்பியிருந்தார். 'என்னுடைய வாழ்வில் எளிதில் செல்வாக்கு செலுத்தப்படக்கூடிய வயதில், வழக்கத்திற்கு மாறான வகையில் வீட்டிற்கு வெளியில் கடமைகளிலும், செயல்பாடுகளிலும் ஈடுபட்டிருந்த ஒரு தாயைப் பற்றிய குழந்தையின் நினைவுகள் என்று அந்தக் கடிதத்தை அவர் வர்ணித்திருந்தார். இருந்தாலும் ஒரு மனைவியாகத் தந்தைக்கும், தாயாகத் தனக்கும் அவரது கடமைகள் எப்படியெல்லாம் அவரிடம் மையம் கொண்டிருந்தன என்பதை வலியுறுத்தி அவர் கூறியிருந்தார். அவருடைய கணவரின் உணவு, குழந்தைகளின் உடைகள், குடும்பத்தில் ஏற்படும் சுகவீனங்கள் இவை அனைத்திலும் எதுவும் குறைவுபடாமல் நடப்பதற்கு அவரது முன்னேற்பாடுகளும் மேற் பார்வையும் துணைபுரிந்து வந்தன. பள்ளிப்படிப்பில் எங்களின் முன்னேற்றம் பற்றிய எந்த ஒரு விவரமும் அவருக்குத் தெரியாமல் இருந்ததில்லை.'[352]

அவர் ஒரு போதும் தனது குடும்பக் கடமைகளைப் புறக்கணித்ததே இல்லை என்று மற்ற விருந்தினர்கள் திரும்பத் திரும்பக் கூறியுள்ளனர். 'இவர் ஒரு இலட்சியத் தாய், இலட்சிய மனைவி, இலட்சியப் பாட்டி' என்கிறார் கே.பி.எல் மேனன். இந்தியாவின் முதலாவது அயல்நாட்டுச் செயலாளரான இவர் இந்தப் பொதுக்கூட்டத்தில் தனது பேச்சில் இப்படிக் குறிப்பிட்டார். குடும்பத்தில் தனது அடிப்படைக் கடமைகளை நிறைவேற்றினால் தான், வெளி உலகில் பெண்கள் சிறந்தோங்க முடியும் என்பது இதிலிருந்து தருவிக்கப்படும் செய்தியாகும். மேரி இந்த இரட்டைச் சுமையை வெறுப்புடன் எதிர்கொண்டிருந்தார் என்பதற்கான குறிப்புகள் எதுவும் எங்கும் இல்லை.

துணைநின்ற நண்பர்கள்

தனது இல்லத்தில் நிலவிவந்த பலவிதமான பண்பாட்டுச் சூழலைப் பற்றி மேரியின் மகன் குறிப்பிடுகிறார். 'மேரிக்கு ஏராளமான நண்பர்கள் இருந்தனர். சிரியன் கிறிஸ்தவர்கள் மத்தியில் மட்டுமின்றி, நாயர் சமூகத்தினர் மத்தியிலும், பிரிட்டிஷ் சமூகத்திலும், இன்னும் பலரின் மத்தியிலும் அவருக்கு நண்பர்கள் இருந்தனர்.

இத்தகைய பல நண்பர்களில் மிகவும் அசாதாரணமான ஒருவர் கூர்த்த மதியுடைய டாக்டர் தியோடர் ஹோவார்டு சோமர் வெல் *(Dr.Theodore Howard Somerwell)* ஆவார். இவர் இந்தியாவில் 40 ஆண்டு காலம் வசித்த பிரிட்டிஷ் மருத்துவராவார். அந்தக் காலத்தில் இந்தியாவில் இருந்த பெரும்பாலான மேற்கத்திய மருத்துவர்களைப் போலவே இவரும் ஒரு சமயப் பிரச்சாரகர். இவர் ஒரு மருத்துவர் மட்டுமல்ல. உலகத்தரமான மலையேற்றக்காரரும் ஆவார். இரண்டு எவரெஸ்ட் மலையேற்றங்களில் பங்கேற்றவர். ஒலிம்பிக்கில் தங்கப்பதக்கம் வென்றவர், ஓவியருங்கூட.

ஒரு சமயம் சோமர் வெல்லைச் சந்திப்பதற்காக அவரது அறைக்கு வெளிப்புறமாக மேரி காத்திருந்தார். திடீரென அவர் வேறொரு அறையில் காணப்பட்டார். இந்த வழியாக வெளியில் வந்து தான் அந்த அறைக்குள் செல்லவேண்டும். ஆனால் அவரோ எவரெஸ்ட் மலையில் ஏறுவதைப் போல மருத்துவமனையின் சுவரில் ஏறி, அருகிலிருந்த பனைமரத்திற்குத் தாவி அந்த அறைக்குள் புகுந்திருந்தார்.[353]

1924ஆம் ஆண்டு நடைபெற்ற விதிவசப்பட்ட எவரெஸ்ட் மலையேற்றத்தில் சோமர்வெல் பங்கேற்றிருந்தார். இந்த மலையேற்றத்தில் பங்கேற்ற ஜார்ஜ் மல்லோரியும், ஆண்ட்ரூ இர்வினும் காணாமல் போய்விட்டனர். சோமர்வெல் 8500 மீட்டர் உயரத்துக்கு ஏறி மலை உச்சிக்கு ஒரு கிமீ முன்னதாக உள்ள இடத்தை அடைந்திருந்தார். அவர் அதிசயமாக உயிர் தப்பியிருந்தார். தொண்டை முழுக்க புண்ணாகியிருந்ததால் வலுக்கட்டாயமாக அவர் கீழே இறங்கி வர நேரிட்டது. எட்மண்ட் ஹில்லாரியும் டென்சிங் நார்கேயும் 1952இல் எவரெஸ்ட் உச்சிக்கு ஏறி. சாதனை படைக்கும் வரையிலும் இவரது சாதனைப் பதிவு முறியடிக்கப்படாமல் இருந்து வந்தது (மல்லாரியும் இர்வினும் எவரெஸ்ட் சிகரத்தில் ஏறிவிட்டார்கள் என்ற ஊகம் எப்போதும் இருந்து வந்தது.)[354]

ஒலிம்பிக்கில் தங்கப்பதக்கத்தை வென்றவர் இவர் என்பதை அவரது குடும்பத்தினர்கூட அறிந்திருக்கவில்லை. அந்த அளவுக்கு அடக்கத்துடன் இருந்தவர் அவர். அவர் இறந்த பிறகு அவரது உடமைகளைப் பார்த்த போதுதான் குடும்பத்தினர் அதுபற்றித் தெரிந்து கொண்டனர். 1922 எவரெஸ்ட் மலையேற்றத்தில் முழுமையான மலைப் பயணத்திற்காக இந்தப் பதக்கம் தரப்பட்டிருந்தது. அப்போது மலையேற்றம் ஒலிம்பிக் விளையாட்டாகச் சேர்க்கப்பட்டிருந்தது.[355]

சாமர்வெல் இந்தியாவில் நெய்யூர் மருத்துவமனையில் 1923 முதல் பணிபுரிந்து வந்தார். அப்போது திருவிதாங்கூர் சமஸ்தானத்தின் ஒரு பகுதியாக இருந்து வந்த நெய்யூர் இப்போது தமிழ்நாட்டில் கன்னியாகுமரி மாவட்டத்தில் இருக்கிறது. மேரி தனது குறிப்புகளை எழுதுவதை 1916ஆம் ஆண்டுடன் நிறுத்தி விட்டதால், திருவிதாங்கூருக்கு மேரி வந்தபோது. அவர் கண்டது என்ன என்பவை பற்றிய விவரங்கள் கிடைக்கவில்லை. ஆனால் சோமர் வெல்லின் விரிவான நினைவுக் குறிப்புகள் (*Knife and Life in India: Being the story of a Surgical Missionary at Neyyoor, Trivancore)* 1920களில் திருவதாங்கூரில் மருத்துவ வாழ்வு எப்படி இருந்தது என்பதைப் பற்றிய தெளிவான விவரங்களைத் தருகின்றன. இதனால் இடைவெளி நிரம்பிவிடுகிறது.

இந்திய மக்களை மருத்துவமனைக்கு வரும்படி அறிவுறுத்துவது எவ்வளவு கடினமானதாகவும் சில சமயங்களில் நடக்காத காரியமாகவும் இருந்து வருகிறது என்பதைப் பற்றி சோமர்வெல் உணர்வுப்பூர்வமாக எழுதியுள்ளார். இந்தியாவின் மற்ற பகுதிகளில் வாழ்ந்து வரும் பெண்களைக் காட்டிலும், திருவிதாங்கூரில்

இருக்கும் பெண்கள் சிறப்பாகச் செயல்படுகின்றனர். மற்ற பகுதிகளில் வசிக்கும் பெண்கள் நம்ப இயலாத அளவுக்கு விலக்கிவைக்கப்பட்டு வாழ்ந்து வருகின்றனர். மருத்துவ உதவியைப் பெறுவதற்கு அவர்கள் ஆர்வம் காட்டுவதில்லை. கிட்டத்தட்ட சாகும் நிலைக்கு வந்த பிறகே மருத்துவமனைக்கு வருகின்றனர். உள்ளூறை மருத்துவர்களின் நம்பிக்கையைப் பெறுவதற்கு சோமர்வெல் கையாண்ட புதுமையான தந்திரங்கள் படிப்பதற்குச் சுவையானவையாக இருக்கின்றன. அறுவைச் சிகிச்சை பற்றிய அச்சங்களைப் போக்குவதற்காக சோமர்வெல் வெளிப்படையான அறுவைச் சிகிச்சையை அறிமுகம் செய்தார். நோயாளியின் உறவினர்களும், நண்பர்களும் அறுவைச் சிகிச்சையை நேரடியாகப் பார்க்கலாம்.

'அறுவைச் சிகிச்சை என்பது வயிற்றில் துளையிட்டு சாத்தானை அங்கிருந்து வெளியேற்றுவது' என்று நோயாளிகள் நம்புகின்றனர் என்பதைச் சில ஆண்டுகளுக்கு முன்பாக நான் படித்தேன். அவர்களைப் பொறுத்தவரை நோய்களுக்குப் பிசாசுகளே பொறுப்பு. அது அப்படியல்ல. அறுவைச் சிகிச்சை என்பது கவனத்துடன் செய்யப்படுவது, அறிவுப்பூர்வமான செயல்முறை என்பதை அவர்களுக்குக் காட்ட விரும்பினோம். உதாரணமாக, குடற்புண் ஏற்படுத்தியிருக்கும் சேதம் அல்லது புற்றுநோய்க் கட்டிகள் ஆகியவற்றை அவர்களிடம் காட்ட விரும்பினோம்.'[356]

விலகியிருக்கும் தன்மையிலிருந்து மாறி வருவது எப்படி என்பதைப் பற்றிப் பெண்களுக்குத் தெரிவிப்பது நம்ப இயலாத அளவுக்குக் கடினமான காரியமாக இருந்தது என்பதைப் பற்றியும் சோமர்வெல் எழுதியிருக்கிறார். ஒருமுறை அதிகம் படித்த, நல்ல நிலையில் இருந்த ஒருவர், தனது மனைவியைச் சோதிப்பதற்காக இவரை அழைத்திருந்தார். இவர் அங்குச் சென்றபோது அங்கே வேறொரு இந்திய மருத்துவர் இருந்தார். இந்த நோயாளிக்குப் பல ஆண்டுகாலமாக நான் தான் மருத்துவம் செய்து வருகிறேன் என்று அவர் தெரிவித்தார். அந்தப் பெண் இருக்கும் அறைக்குள் ஒரு போதும் என்னை அனுமதித்ததே இல்லை என்று அவர் கூறினார். 'ஒரு நாள் அவளுடைய மணிக்கட்டில் ஒரு நூலைக்கட்டிப் பக்கத்து அறையில் இருந்தபடி அந்த நூலின் மறுமுனையைப் பிடித்துக் கொள்ளுமாறு கூறினர். அப்படித்தான் அவளது நாடித்துடிப்பை அறிந்துகொள்ள வேண்டுமாம். அவருக்கு அருகிலிருந்து மருத்துவ சோதனை செய்வதற்கு என்னை ஒரு போதும் அனுமதித்ததில்லை!'[357]

திருவிதாங்கூரில் இருந்து வந்த போலி மருத்துவர்களைப் பற்றி மனதைத் தொடும்விதத்தில் வேறொரு சமயத்தில் சோமர்வெல் எழுதியுள்ளார். இவர்களில் பெரும்பாலானோர் உள்ளூர் மருத்துவர்கள். இவர்களுக்கு 'வைத்தியர்' என்று பெயர். பெரும்பாலானவர்கள் முதலில் வைத்தியரிடம்தான் சிகிச்சை பெறுகின்றனர். உடனடியாகச் சரியாகிவிடும் என்று வைத்தியர்கள் உறுதியளிக்கின்றனர். நோயாளிகள் அதன் பிறகு ஹோமியோபதி சிகிச்சையைப் பெறுகின்றனர். அதிலும் பயனில்லாமல் போகும் போது அவநம்பிக்கையுடன் தான் ஆங்கில மருத்துவர்களிடம் வருகின்றனர் என்று மேரியைப் போலவே இவரும் குறிப்பிடுகிறார். சோகமான ஒரு சம்பவம் பற்றி அவர் விவரித்திருக்கிறார். டைபாய்டு கண்டு உள்ளூர் வைத்தியரிடம் சிகிச்சை பெற்ற இளம் பெண்ணை அவர் சந்தித்தார். அவளுடைய காய்ச்சலுக்குக் காரணமான சாத்தான் அவரது கண்களில் வசித்து வருவதாகக் கூறி பச்சை மிளகாய்ப் பசையைக் கண்களில் போட்டிருந்தனர். அந்தப் பெண் கடுமையான எரிச்சலிலும், வலியிலும் பல நாள் இருந்திருக்கிறார். பச்சை மிளகாய்ப் பசை கண்களிலிருந்து அகற்றப்பட்ட போது அவருடைய கண்கள் இரண்டும் பழுதாகியிருந்தன. அந்த நோயாளி டைபாய்டிலிருந்து குணமானார். ஆனால் அவருக்குக் கண் பார்வை மீண்டும் கிடைக்கவே இல்லை.

உள்ளூர் வைத்தியர்கள் மருந்துகளைப் பெரும்பாலும் கூடுதலாகக் கொடுத்து விடுவார்கள். சில சமயங்களில் உயிருக்கு ஆபத்து விளைவிக்கும் அளவைவிட 50 மடங்கு அதிகமாகவும்கூட கொடுத் திருக்கின்றனர். சோமர்வெல்லிடம் பணிபுரிந்து வந்த இளம் மருத்து வருக்குத் தொழுநோய் ஏற்பட்டிருந்தது. பல முறை எச்சரித்தும் காதில் வாங்கிக் கொள்ளாமல் ஒரு வைத்தியரிடம் அவர் சென்றார் 'பாஸ்பரஸ், மெர்க்குரி நஞ்சினால் அவர் வேதனைப்பட்டு இறந்து போனார். அவர் 'சலாம், நான் போகிறேன்' என்று மட்டுமே சொன்னார். அவருக்குத் தொழுநோய் குணமாகியிருந்தது. ஆனால் அளவுக்கு அதிகமாக உட்கொண்ட மருந்தினால் அவர் இறந்து விட்டார்.[358]

இத்தகைய கடுமையான சூழலில்தான் மருத்துவர் தொழிலை மேரி மேற்கொள்ள வேண்டியிருந்தது. பெண்ணாகவும், இந்தியராகவும், சிரியன் கிறிஸ்தவராகவும் இருந்தது அவருக்கு பல சங்கடங்களை ஏற்படுத்தியிருந்தது. 'சோமர்வெல் பல சந்தர்ப்பங்களில் மேரிக்கு

உதவியிருக்கிறார். ஒரு சமயம், குழந்தையைக் காப்பாற்ற முடியாது என்று தெரிந்ததும் கர்ப்பிணிப் பெண்ணைக் காப்பாற்றுவதற்காக சிசேரியன் அறுவைச் சிகிச்சையை மேரி மேற்கொண்டார். அந்தப் பெண்ணின் உறவினர்கள் குழந்தையைக் காப்பாற்றத் தவறிவிட்டதாக இவர் மீது வழக்கு தொடுத்துவிட்டனர். தாயின் உயிருக்கு ஆபத்தான நிலைமை இருக்கும்போது சிசேரியன் செய்யப்பட வேண்டும் என்ற மருத்துவ நியதியைப் பற்றி எடுத்துக்கூறி டாக்டர் சோமர்வெல் வாதிட்டார். வழக்கில் மேரி வென்றார்.

மேரியின் மீது சோமர்வெல் மிகுந்த தாக்கத்தை ஏற்படுத்தியிருந்தார். ஆனால் இவரை விடவும் அதிக தாக்கத்தை ஏற்படுத்திய இன்னொருவரும் இருந்தார்.

ராணியும் நானும்

1916இல் மேரி பல வழிகளில் தனது வாழ்க்கையை மாற்றியமைத்துவிட்ட ஒரு பெண்ணைச் சந்தித்தார். சேது லட்சுமி பாயி என்பது அவரது பெயர். பின்னாளில் அவர் திருவிதாங்கூரின் மூத்த மகாராணியாக வந்தார். மேரியைப் போலவே இவரும் தனிவிதமான போக்குடையவர்.

ஆணாதிக்கச் சமூக அமைப்பு நிலவி வந்த இந்தியாவில், ஆவலைத் தூண்டுகிற வித்தியாசமான அமைப்புடையதாக திருவிதாங்கூர் அரசக் குடும்பம் இருந்தது. தாய்வழி மரபு நிலவி வந்த கேரளாவில், 'ஆண், மனைவி, குழந்தை எனும் தந்தைவழிக் குடும்ப அமைப்பைக் குடும்பங்கள் ஏற்பதில்லை. இதற்குப் பதிலாக, எளிமையாகக் கூறுவதானால் ஆண், அவனது சகோதரியும் அவரது குழந்தைகளும் என்ற அமைப்பைக் கொண்டதாக இருக்கும். தந்தையிடமிருந்து மகனுக்கு முடி சூடப்படுவதில்லை. மாறாகத் தாய்வழி மாமனிடமிருந்து மருமகனுக்கு முடிசூட்டப்படும். மகாராஜாவின் மனைவி மகாராணியாக இருப்பதில்லை. மகாராஜாவின் சகோதரியோ, மருமகளோ, பேத்தியோ தான் மகாராணியாக இருப்பார்கள்.[359]

ஆளும் அரசன் தனது தந்தையிடமிருந்து அரச நிலையை மரபு வழியில் பெற்றவனாக இருக்கமாட்டான். தன்னுடைய தாய் அல்லது தாயின் சகோதரனான தாய்வழி மாமனிடம் இருந்து அரசுரிமை பெறப்படும். 'உண்மையில் மகாராஜாக்களின் மகன்களுக்கும், ராணியரின் கணவர்களுக்கும் அதிகாரமோ, தகுதி நிலையோ

கிடையாது. தாய்வழி மரபில் உங்களுடைய தந்தை யார்? என்பது முக்கியமல்ல. உங்கள் தாயார் யார்? தாய்வழி மாமன் யார்? என்பதே முக்கியத்துவம் பெறும்.³⁶⁰

வாரிசுகளைப் பெற்றுத் தருவார்கள் என்பதால் தாய்வழி சமூகத்தில் பெண்களை நாடிச் சென்றனர். ஆண் வாரிசுகள் இல்லா விட்டால், அரசுரிமை பெறுவதற்குத் தகுதியானவர்களாகப் பெண்கள் கருதப்பட்டனர்.

சேதுலட்சுமி பாயி, அவருடைய உறவினர் சேது பார்வதி பாயி இருவரும் அரசக் குடும்பத்தால் 1900ஆம் ஆண்டில் அரசிக்கு 'பின்புலமாக' இருப்பதற்காகத் தத்தெடுக்கப்பட்டவர்கள். அவர்கள் இருவரும் ஓவியர் ராஜா ரவிவர்மாவின் பேத்திகளாவர்.

வருங்கால வாரிசுகளாக வரக்கூடிய வாய்ப்பிருந்ததால் இவர்கள் சீரும் சிறப்புமாக ஆடம்பரமாக வளர்க்கப்பட்டனர். அதே நேரத்தில் இவர்கள் கடைப்பிடிக்க வேண்டிய கடுமையான ஆசாரங்களும், நெறிமுறைகளும் இருந்தன. சேது லட்சுமி பாயி ஒரு வயது மூத்தவர். இவர் 'மூத்த ராணி' என்று அழைக்கப்பட்டார். சேது பார்வதி பாயி 'இளையராணி' என்று அழைக்கப்பட்டார்.

திருவனந்தபுரத்தின் அற்புதமான சுந்தரவிலாச அரண்மனையில் தனித்து வைக்கப்பட்டிருந்த இளவரசிகள் ஆடம்பர வாழ்க்கை வாழ்ந்தபோதிலும், தனிமையில்தான் இருந்து வந்தனர். அரச குடும்பத்தினர் தவிர்த்த மற்றவர்களுடன் இவர்கள் விளையாடக் கூடாது. தனி ஆசிரியர்களைக் கொண்டு மலையாளம், சமஸ்கிருதம், ஆங்கிலம் கற்பிக்கப்பட்டது. அவர்கள் வரலாறு, கணிதம், இசை, ஓவியம், அரசியிடமிருந்து எதிர்பார்க்கப்படும் மற்ற வகையான திறன்களையும் கற்றுக் கொண்டுவந்தனர்.

சேதுலட்சுமி பாயிக்கு 10 வயது இருக்கும் போதே ராமவர்மா என்பவருக்கு மணமுடித்து வைக்கப்பட்டார். இவர் உயர்குடியில் பிறந்தவர். சேது பார்வதி பாயி இன்னொரு உயர்குடி பிறப்பாளருக்குத் திருமணம் செய்விக்கப்பட்டார். இந்த இரண்டு ராணிகளுக்குமான தனிப்பட்ட மருத்துவர் மேரிதான். அதுவரை இருந்து வந்த பிரிட்டிஷ் மருத்துவருக்குப் பதிலாக 1916 முதல் இவர் நியமிக்கப்பட்டிருந்தார்.

வாரிசுகளை அரசாட்சிக்குக் கொண்டு வருவது பற்றிய விஷயத்தில் இரண்டு ராணிகளுக்கும் இடையில் போட்டி உருவாகியிருந்தது. இளைய ராணி இதில் அதிக அளவில் வெற்றி கண்டார். 1922

வாக்கில் இவருக்கு மூன்று குழந்தைகள் இருந்தனர். அவர்களில் இருவர் முடி சூட்டிக்கொள்ளும் தகுதி உடைய ஆண் வாரிசுகளாவர். இந்தக் குழந்தைகளின் பிரசவங்களுக்குப் பொறுப்பாக இருந்தவர் மேரிதான். இது ஒரு மாபெரும் பொறுப்பாக இருந்தது.

இதனிடையே சேது லட்சுமி பாயிக்கு அடுத்தடுத்து கருச் சிதைவுகள் ஏற்பட்டுவந்தன. எட்டு மாதத்தில் பிறந்த ஆண் வாரிசு அதிர்ச்சி தரும் வகையில் இறந்து பிறந்திருந்தது. ஆக இவருக்குக் குழந்தைகள் இல்லை. மன்னர் குடும்ப வட்டாரங்களில் இவரை 'மலடி', 'சபிக்கப்பட்டவள்' என்று அழைத்து வந்தனர். இது அவரை மேலும் தனிமையில் ஒதுங்கி வாழும்படிச் செய்திருந்தது.

ஆனால் 1923இல் சேது லட்சுமி பாயிக்கு 28 வயதான போது, அவருக்குத் திருமணமாகி 17 ஆண்டுகள் ஆகியிருந்தன. எதிர்பாராதது நடந்துவிட்டது. மூத்த ராணி சோர்வாகவும், குமட்டலுடனும் காணப்பட்டார். அவர் கருவுற்றிருந்தார். இவருடைய கதையைச் சொல்லும் போது மேரி மிகவும் பதற்றப்படுகிறார். அந்தச் சூழ்நிலையில் பிரச்சினைகளும், அச்சமும் நிறைந்திருந்தன. குழந்தையைப் பாதுகாக்கும் பொறுப்பு மேரியிடம் இருந்தது. இத்தகைய பெரும் பொறுப்பை ஏற்று அவர் வெற்றியும் கண்டார்.

ஏராளமான கவனம் எடுத்துக்கொள்ளப்பட்டது. ஆனால் அந்தக் குழந்தை ஒரு மாதம் முன்னதாகப் பிறந்துவிட்டது. மூத்த ராணிக்குப் பேறுகாலத் தீவிர வலிப்பு ஏற்பட்டது. பாதுகாப்பான பிரசவம்தான். ஆயினும், குழந்தையின் எடை குறைவாக இருந்தது. மூத்த ராணி மோசமாக உடல்நலம் பாதிக்கப்பட்டிருந்தார். பிறக்கப் போகும் குழந்தைக்கான அறை தூய்மையாக இருப்பது கவனமாகக் கண்காணிக்கப்பட்டது. பல அடுக்குப் பருத்திப் பஞ்சு கொண்ட மென்மையான மெத்தையில் மிருதுவான துணியால் மூடி குழந்தை வெதுவெதுப்பாக வைக்கப்பட்டது. குழந்தை விருத்தியடையத் தொடங்கும் வரையிலும், ஆறுமாத காலத்திற்கு அறைக்குள்ளேயே இருக்கும்படிச் செய்யப்பட்டது. குட்டிக் குழந்தைக்கு அந்தக் குழந்தையின் உடலைக் காட்டிலும் நீளமான பெயர் சூட்டப்பட்டது. மேன்மை மிகு உத்ரம் திருநாள் லலிதாம்பிகா பாயிதம்பூரன். திருவிதாங்கூரின் இரண்டாவது இளவரசி என்பது அந்தப் பெயர்.

ஒரு நெருக்கடி உருவாகும் வரை தாய்மையை அனுபவிப்பதற்கு மூத்த ராணிக்குப் போதுமான நேரம் இருந்து வந்தது. 1924 ஆகஸ்ட் மாதத்தில் திருவிதாங்கூர் மகாராஜாவும் மேரியின் தந்தையைப்

போன்று இருந்தவருமான ஸ்ரீமூலம் திருநாள் இறந்துவிட்டார். அரியணைக்கான வாரிசு இளைய ராணியின் 12 வயது மகன் சித்திரைத் திருநாள்தான். அரசராகும் அளவுக்கான வயது இல்லை. அரசருக்குக் குறிப்பிட்ட வயது வரும் வரை மரபுப் படி மூத்த ராணி ஆட்சியாளராக நியமிக்கப்பட்டார். மூத்த ராணிக்கு வயது 29 தான். திடீரென இப்படியொரு எதிர்பாராத மாற்றம் ஏற்பட்டு திருவிதாங்கூரின் நடைமுறை ஆட்சியாளராக மூத்தராணி வர நேரிட்டது. கூச்ச சுபாவமுள்ள, ஒதுங்கியிருக்கும் தன்மை கொண்ட அவர் இப்படி ஒரு நிலை ஏற்படும் என்று ஒரு போதும் எதிர்பார்க்கவில்லை. இருந்த போதிலும் அவர் திருவிதாங்கூரை வடிவமைத்து, அதன் பண்பாட்டினை மாற்றியமைத்து, நிறுவனங்களை உருவாக்க முனைந்தார். மலையாளிப் பெண்கள் மீது இந்தியா பொறாமை கொள்ளும் அளவுக்கு மூத்த ராணியின் சீர்திருத்தங்கள் அமைந்திருந்தன.

கேரளத்தின் முன்னோடிப் பெண்கள்

பெண்களின் பங்கு பற்றிய சேது லட்சுமி பாயின் கருத்துகள் சில கூறுகளில் பழமையானவை. மற்ற கூறுகளில் பரந்த மனப்பான்மை கொண்டவை. பலவற்றில் அவர் விக்டோரியன் சீர்திருத்தவாதியைப் போல இருந்தார். விக்டோரியா ராணியைப் போல, மனைவியின் அர்ப்பணிப்புக்கு உண்மையான முன்மாதிரியாகத் திகழ்ந்தார். பாரம்பரியமாக இருந்து வந்த தாய்வழிச் சமூக மரபைக் கைவிட்டுத் தந்தைவழிக் குடும்பங்களை ஊக்குவித்து வந்தார். அனைத்து அரசு விழாக்களிலும் தன்னுடைய கணவரை சேர்த்துக் கொள்ளுமாறு வலியுறுத்தினார். அதுவரை கடைபிடிக்கப்பட்டு வந்த மரபுகளுக்கு மாறானது அது. ராணியின் கணவருக்கு அதுவரையிலும் முக்கியத்துவம் ஏதும் தரப்பட்டதில்லை. தன்னுடன் தனது கணவரும் சேர்ந்து அரச வாகனத்தில் பயணிக்க வேண்டும் என்றும், தன் முன்னிலையில் அவர் அமரலாம் என்றும் இவர் அனுமதியளித்தது திருவிதாங்கூர் மக்களுக்கு அதிர்ச்சியாக இருந்தது.

இருப்பினும் வரலாற்றாசிரியர் குறிப்பிடுவதைப் போல, 'மகாராணியின் பண்பாட்டுப் பாதுகாப்பு முயற்சி என்பது பெண்கள் வீட்டுக்குள்ளேயே இருந்து, தனிப்பட்ட வாழ்க்கை கெடாமல் பார்த்துக் கொள்ள வேண்டும் என்று விரும்புவதாகவே இருந்தது'.[361] 1920களின் மத்தியில் கல்லூரிக்குச் செல்லும் அனைத்துப் பெண்களும் அரசியாரை அரண்மனையில் சந்தித்து அவருடன்

தேநீர் அருந்தும் வாய்ப்பு தானாகவே வழங்கப்படும் என்று அறிவிக்கப்பட்ட போது திருவிதாங்கூரில் உற்சாகம் பீறிட்டது.[362]

மாநிலத்தின் விவகாரங்களில் பெண்கள் பங்கேற்பதற்கு உற்சாகமளிக்கும் மாபெரும் பிரச்சாரத்தை மகாராணி தொடங்கியிருந்தார். இவர்களில் முதலாவதாக மேரிக்கு வாய்ப்பு அமைந்தது.

மூத்த ராணி ஆட்சியாளரானவுடன் திருவிதாங்கூர் மருத்துவத்துறையின் தலைவராக மேரி நியமிக்கப்பட்டார். திருவிதாங்கூர் சட்டமேலவை உறுப்பினராகவும் மேரி நியமிக்கப்பட்டார். இந்தியாவின் முதலாவது சட்டசபை பெண் உறுப்பினராக மேரி ஆனார்.

அரசக் குடும்பத்தின் மிக முக்கியமான தூணாக மேரி இப்போது ஆகியிருந்தார். 1926இல் சேது லட்சுமி பாயி இரண்டாவது குழந்தையை எதிர்பார்த்திருந்தார். வரவிருப்பதை சமாளிப்பதற்கான முன்கூட்டிய சிந்தனையுடன் சேட்டல் மாண்ட் அரண்மனையில் கொட்டாரங்களை அமைக்க ஏற்பாடு செய்யுமாறு மேரி சுறுசுறுப்புடன் கடிதம் எழுதினார். மருத்துவரான தனக்கு ஒன்று, மற்ற மருத்துவர்கள் செலிவியருக்காக இரண்டு, மாநிலத்தின் அதிகாரிகளுக்காக ஒன்றுமாகக் கொட்டாரங்களை அமைக்கக் கோரினார். நலங்கனிந்த அந்தக் கடிதத்தில் பின்வரும் பொருள்களையும் அவர் கேட்டிருந்தார்.

> குழந்தைக்கு ஒரு சிறிய கட்டில்
>
> குழந்தைக்கு 12 பியர்ஸ் சோப்புகள், தாய்க்கு 12 வினோலியா ஓட்டோ குளியல் சோப்புகள்
>
> நீளமான தலையணைகள் 4, தலையணை உறைகள் 4, ஆறு கெஜம் பட்டு, குழந்தையின் ஆடைக்காக ஒரு சுருள் பட்டு ரிப்பன்.[363]

அந்தக் காலத்தில் வினோலியா ஓட்டோ சோப் மிக உயரிய சோப்பாகக் கருதப்பட்டது. டைட்டானிக் கப்பலில் முதல் வகுப்புப் பயணிகளுக்கு இந்த சோப் தான் வழங்கப்பட்டு வந்தது.

ஆடம்பரமாகப் போர்த்தப்பட்டு பவுடர் பூசப்பட்ட அந்தக் குழந்தை இரண்டாவது பெண் குழந்தை. மேன்மை தங்கிய கார்த்திகா திருநாள் இந்திரா பாயி என்பது அதன் பெயர்.

திருவிதாங்கூரின் அறுவைச் சிகிச்சை தலைமை மருத்துவராக 1938ஆம் ஆண்டில் மேரி நியமிக்கப்பட்டார். உலகிலேயே இந்தப் பொறுப்பை ஏற்ற முதலாவது பெண் இவராகத்தான் இருப்பார். மாநிலம் முழுவதற்குமான சுகாதாரத் திட்டங்களின் பொறுப்பு இந்தப் பதவியின் மூலம் இவருக்கு அளிக்கப்பட்டிருந்தது. இவருக்குப் பல்வேறு தடைகள் இருந்தன. பொதுவாக வெள்ளையர்களைத் தான் இந்தப் பதவிக்கு நியமிப்பது வழக்கம். திருவனந்தபுரம் அரசு மருத்துவக் கல்லூரியை நிறுவிய டாக்டர்சி.ஓ.கருணாகரன் இப்படிக் குறிப்பிடுகிறார்.[364] 'வெள்ளைத் தோலின் மீது அப்படியொரு கவர்ச்சி அப்போது நிலவிவந்தது. இதைத் தவிர, புகழ்மிக்க அறுவை மருத்துவர் ராமன் தம்பியுடன் மேரி போட்டியிட வேண்டியிருந்தது. இத்தகைய பாரபட்சங்களை வெற்றி கொள்வதற்கு அவருக்கு பல ஆண்டுகள் பிடித்தன. போதுமான அனுபவம் மேரிக்கு இருக்கிறது என்று கருதப்பட்டதால் முடிவில் இவரே அந்தப் பதவிக்கு நியமிக்கப்பட்டார்.

ராணியார், மேரி ஆகிய இருவரும் இணைந்து மாநிலத்தை கட்டுப்படுத்தி வந்தபோது மாநிலத்தின் வளர்ச்சி குறிப்பிடத்தகுந்த வகையில் இருந்தது. 1920இல் அரசு நடத்திவந்த 60 மருத்துவ அமைப்புகள் இருந்தன. 1946 வாக்கில் இந்த எண்ணிக்கை 140 ஆக அதிகரித்திருந்தது. தாய்வழி மரபு முறையின் காரணமாக இந்தியாவில் இருந்த மற்ற பெண் குழந்தைகளைக் காட்டிலும் திருவிதாங்கூர் பெண்கள் அதிகம் கல்வி கற்ற பெண்களாக இருந்தனர். பெண் கல்விக்கு ராணி அளித்து வந்த கவனத்தின் காரணமாக கேரளப் பெண் குழந்தைகள் இந்தியாவின் பிற பகுதிகளில் இருக்கும் பெண் குழந்தைகளைக் காட்டிலும் அதிக எண்ணிக்கையில் கல்வி கற்றிருந்தனர். வரலாற்றாசிரியர் ராபின் ஜெப்ரி குறிப்பிடுவதைப் போல, அரசக் குடும்பத்தின் முதலாவது மருத்துவராக டாக்டர் பூனன் லூகோஸ் 1924இல் ஆன போது, திருவிதாங்கூர் பெண்களில் 15 விழுக்காடு பேர் கல்வியறிவு பெற்றிருந்தனர். இந்தியாவில் கல்வி கற்றிருந்த பெண்களின் விகிதாச்சாரத்தைக் காட்டிலும் இது ஏழு மடங்கு அதிகமாகும். 1942இல் மேரி ஓய்வு பெற்ற போது 5 முதல் 15 வயது வரையுள்ள பெண் குழந்தைகளில் சரி பாதி பேர் பள்ளிகளில் படித்து வந்தனர். திருவிதாங்கூரில் பெண் குழந்தைகளின் கல்வியறிவு 36 விழுக்காட்டை எட்டியிருந்தது.[365] எந்த வகையான அடிப்படையில் பார்த்தாலும் இது இரு மகத்தான சாதனையாகும்.

சட்ட மேலவையில் எதிர்த்துப் போராடியது

திருவிதாங்கூர் சட்ட மேலவைக் குறிப்புகளைக் கண்ணுறும் போது, மேரி தன்னந் தனியாகப் போராடி வந்ததை மேலவை நடவடிக்கைகள் காட்டுகின்றன. இவருடைய மருத்துவ அறிவாற்றல் மீது எந்தவிதமான மரியாதையையும் காட்டாமல் ஆண் உறுப்பினர்கள் மேரியைக் கேலி செய்துவந்தனர். சோமர்வெல் குறிப்பிடுவதைப் போல, மேற்கத்திய அறிவியலின் மீதும், நவீன மருத்துவத்தின் மீதும் கடுமையான அவநம்பிக்கை இருந்து வந்தது. இவர் அரசக் குடும்பத்து மருத்துவர் என்பதும், பின்னர் திருவிதாங்கூர் மாநிலத்தின் தலைமை மருத்துவர் என்பதும் அவர்களிடம் ஒரு வித்தியாசத்தையும் ஏற்படுத்தவில்லை. அங்கிருந்த பல உறுப்பினர்களுக்கு இவர் ஒரு சாதாரண அற்பப் பெண், மரியாதை தரப்பட வேண்டியவரல்ல என்பது அவைக் குறிப்புகளிலிருந்து தெரிகிறது.

மேரி எப்போதும் அமைதியாக இருப்பவர். காரணகாரியத்துடன் சிந்திப்பவர். ஆண் உறுப்பினர்கள் சந்தடியைக் கிளப்பும் முயற்சிகளை அடிக்கடி மேற்கொள்வார்கள். இருந்தபோதிலும், 'நான் அப்படிச் சொல்லவில்லை' என்றும் அல்லது அவமதிப்பது தனது நோக்கமல்ல' என்றும் மேரி மென்மையாக மறுப்பு தெரிவிப்பார். இருப்பினும், தனது வாதங்களில் அவர் உறுதியாக நிற்பார். அறிவியல், நவீன மருத்துவம் ஆகியவற்றின் நிமித்தம் எப்போதும் உறுதியுடன் இவர் நிற்பார். மருந்தகங்கள் அமைப்பதற்கும், செவிலியர் பயிற்சிக்கும், தடுப்பூசித் திட்டங்களை அறிமுகப்படுத்தவும், ஆரோக்கியத்தை மேம்படுத்தவும், எலிகளை ஒழிக்கவும் பல்வேறு தீர்மானங்களை சிரமப்பட்டுக் கொண்டு வந்தார். சுகாதார அமைப்பு முறையைக் கீழிருந்து மேலாகக் கட்டி எழுப்பும், யாருமே நன்றி பாராட்டாத ஒரு பணியை இவர் செய்து வந்தார். இது ஒரு கவர்ச்சிகரமான பணியல்ல. நவீன மருத்துவத்தின் மீது நம்பிக்கையில்லாதவர்களால் மேரியின் முயற்சிகள் ஒவ்வொரு முறையும் தாமதப்படுத்தப்பட்டு வந்தன.

இவருடைய உண்மையான முதலாவது போராட்டம் கட்டாயத் தடுப்பூசிகளுக்கானது. 1925இல் எம்.எம்.மாதவ வாரியர் என்ற சட்டமன்ற உறுப்பினர், திருவிதாங்கூரில் தடுப்பூசியை விருப்பம் உள்ளவர்கள் மட்டும் போட்டுக்கொள்ளலாம் என்று ஒரு தீர்மானத்தைக் கொண்டு வருவதற்கு முயற்சி செய்தார். 'தங்கள் மனசாட்சியின்படி மறுப்பு தெரிவிப்பவர்களுக்கு' தடுப்பூசி

போட்டுக் கொள்வதிலிருந்து விலக்களிக்கப்பட வேண்டும் என்று அவர் விரும்பினார்.

அந்தக் காலத்தில் மேரியும் சேது லட்சுமி பாயியும் தடுப்பூசியைக் கட்டாயமாக்குவதற்கு நீண்ட காலம் கடினமாக உழைத்து வந்தனர். தடுப்பூசி போட்டுக் கொள்ளாத குழந்தைகள் பள்ளிகளில் சேர்த்துக் கொள்ள மறுக்கப்பட்டனர். தடுப்பூசியை 'மருத்துவக் காட்டுமிராண்டித்தனம்' என்று மாதவ வாரியர் அழைத்தார். தடுப்பூசி போட்டுக் கொண்டவர்களுக்கும்கூட சின்னம்மை வருகிறது என்று சாட்சியத்துடன் நிரூபிக்க முற்பட்டார். உண்மையில் சின்னம்மையைக் காட்டிலும் கொடியது தடுப்பூசிதான் என்றும் அவர் வாதிட்டார். அதைத் தொடர்ந்து காரசாரமான விவாதம் நடைபெற்றது. சட்டமன்ற உறுப்பினர்கள் தடுப்பூசியின் திறன் குறித்தும், உடலுக்குள் நிணநீரைச் செல்லுத்துவதில் உள்ள ஆபத்து குறித்தும் விவாதித்தனர். வாதிட்டவர்களில் ஒருவர்கூட மருத்துவர் இல்லை, ஆனாலும் வாதம் செய்வதை அவர்கள் நிறுத்திவிடவில்லை. மாதவ வாரியருக்கு ஆதரவாகப் புகழ்பெற்ற ஹோமியோபதி மருத்துவர் எம். என். பிள்ளை பேசி வந்தார். 'மனித உடலுக்குள் தடுப்பு மருந்துகளைச் செலுத்த வேண்டும் என்பதற்கு எந்த விதமான நியாயமும் இல்லை என்று அவர் உறுதியுடன் பேசினார். 'உடலுக்குள் செலுத்தப்படும் நிண நீர் சின்னம்மையை ஒத்திருக்கும் நோயை உருவாக்குகிறது'[366] என்றார்.

அவர்களை ஒரு சிறிது நேரம் வாதாடும்படி மேரி விட்டுவிட்டார், பிறகு குறுக்கிட்டார். 'இந்தத் தீர்மானத்தை நான் உறுதிபட எதிர்க்கிறேன்' என்று கூறினார். அதற்கான காரணங்களையும் விளக்கினார். கூட்டு எதிர்ப்புச் சக்தி என்ற கருத்தாக்கம் தோன்றுவதற்கு முன்பே, மனசாட்சியின் பேரில் எதிர்ப்பு தெரிவிப்பவர்களினால் உருவாகும் பாதிப்பு பற்றி பரவலாக அறியப்பட்டிருந்தது. இதன் விளைவுகள் பற்றி மேரி புரிந்து வைத்திருந்தார். அவரால் முடிந்த அளவுக்குச் சிறப்பாக விளக்கிக் கூற முற்பட்டார். சின்னம்மை என்பது காற்றின் மூலம் பரவக்கூடிய ஒரு நோய். குறைந்தபட்சம் அரை மைல் தூரம் வரையிலும் இது பரவக்கூடியது. திருவிதாங்கூர் போன்ற மக்கள் நெருக்கம் அதிகமாக உள்ள நகரங்களில் ஒரு நோயாளியைத் தனிமைப்படுத்தி வைப்பது இயலாத செயல். இதற்கு எதிர்ப்பும் உருவாகும். இதற்கு ஒரே தீர்வு தடுப்பூசிதான், 'சமூகத்திற்கு ஏற்படக்கூடிய அதிகபட்ச நன்மையைக் கருத்தில் கொண்டு சிறு சிறு அசௌகரியங்களையும், ஆபத்துகளையும்கூட தனி நபர்கள்

எதிர்கொள்ளத்தான் வேண்டும்'. என்று அவர் கூறியிருந்தார். இதைக் கூறும் போது, மேரி பொது சுகாதாரத்திற்கு அடிநாதமாக இருக்கும் முதன்மையான கோட்பாடு பற்றி விளக்கிக் கொண்டிருந்தார்; பொது ஒத்துழைப்பு பற்றிப் பேசிக்கொண்டிருந்தார். 'எனக்குச் சின்னம்மை வந்தாலும் பரவாயில்லை என்று நீங்கள் அலட்சியமாக இருந்துவிட விரும்பினாலும், இந்தப் பிரச்சினை அத்தோடு முடிந்து விடுவதில்லை. நீங்கள் தடுப்பூசி போட்டுக் கொள்ளாத காரணத்தால், இந்த நோயை மற்றவர்களுக்குப் பரப்புகிறீர்கள்.'[367]

சின்னம்மையால் இறப்போரின் விகிதத்தைக் கட்டாயத் தடுப்பூசி குறைத்திருக்கிறது என்ற மறுக்கமுடியாத புள்ளிவிவரங்களை மேரி சுட்டிக்காட்டிப் பேசினார். தடுப்பூசி போட்டுக் கொள்ளும் சிலருக்கு வீக்கம் ஏற்பட்டது உண்மைதான் என்பதை அவர் ஒப்புக் கொண்டார். அதே நேரத்தில் தடுப்பூசி போட்டுக் கொள்வதை விருப்பத்தின் அடிப்படையில் அனுமதிப்பதற்குப் பதிலாக, தடுப்பூசியின் தரமும், தடுப்பூசி முறையும் மேம்படுத்தப்பட்டாக வேண்டும். முடிவாக, மேரி ஒரு வேண்டுகோளை முன்வைத்தார், 'நம் முன்னால் மலையளவுப் பணிகள் இருக்கின்றன. பொதுமக்களை நாம் சாமர்த்தியமாகக் கையாள வேண்டும். ஏராளமான பிரச்சாரப் பணிகள் மேற்கொள்ளப்பட வேண்டும்'. இவருடைய சாந்தமான காரண காரிய விளக்கங்களையும், துரிதமான மறுப்புகளையும் சுமந்து அந்த நாள் கழிந்தது. மாதவ வாரியர் சமாதானம் அடைந்திருக்க வேண்டும். தீர்மானத்தை அவர் திரும்பப் பெற்றுக்கொண்டார்.

பிறகு 1928இல் இவருடைய பழைய எதிரியான ஹோமியோபதி மருத்துவர் டாக்டர் எம்.என். பிள்ளை இவருடன் மீண்டும் வார்த்தைப் போர் நடத்தினார். தகுதி பெற்றிருந்த மருத்துவரான மேரிக்கு ஹோமியோபதி மருத்துவத்தின் மீது நம்பிக்கைக் குறைவு இருந்து வந்தது. இந்த மருத்துவமுறையின் ஆதரவாளர்கள் பலர் தன்னைச் சுற்றிலும் இருந்ததால், மேரி கவனமாகச் செயல்பட்டு வந்தார். அந்தச் சமயத்தில் ஆங்கில மருத்துவம் மிகுந்த சந்தேகப் பார்வையுடன் பார்க்கப்பட்டு வந்ததால், விரைவாகச் செயல்புரியும் மலிவான தீர்வுகளின் காரணமாக ஹோமியோபதி மிகவும் மதிக்கப்பட்டு வந்தது.

தகுதி வாய்ந்த ஹோமியோபதி மருத்துவர்களுக்கு ஆதரவளிக்கும் வகையில் அரசாங்கம் மானியங்களை அறிவிக்க வேண்டும் என்று பிள்ளை கோரினார். மருத்துவர்கள் இல்லாததால் மக்கள் இறந்துகொண்டிருக்கும் போது, அரசிடம் குறைவான

அளவில் இருக்கும் நிதியிலிருந்து ஹோமியோபதிக்கு முட்டுக் கொடுப்பதற்காகச் செலவிட வேண்டுமா எனும் அச்சத்தினால் மேரி திகைப்படைந்தார். ஹோமியோபதி மருத்துவத்தைக் கண்டனம் செய்வதைத் தவிர்த்து நயமாக நடந்து கொள்வதற்கு மேரி முயற்சித்தார். தகுதி வாய்ந்த ஹோமியோபதி மருத்துவர்கள் ஒரு சிலர் மட்டுமே இருக்கின்றனர். எனவே இந்த முன்மொழிவினை அரசாங்கம் ஆதரிக்க வேண்டியதில்லை என்ற வாதத்தை மேரி முன்வைத்தார். 'திருவிதாங்கூரில் உள்ள பெரும்பாலான ஹோமியோபதி மருத்துவர்களுக்கு உடற்கூறியல், நோயறிதல், உடற்செயலியல் பற்றிய லேசான புரிதலும்கூட இல்லை' என்று அவர் சுட்டிக்காட்டினார்.³⁶⁸

சட்டசபையில் திடீரென ஒரு செயலிழப்பு உருவானது. சீற்றம் கொண்ட பிள்ளையும் ஒத்த கருத்துடைய அவரது ஹோமியோபதி ஆதரவுக் குழுவினரும் அலோபதி மருத்துவத்தைப் பொதுவாகவும், மேரியைக் குறிப்பாகவும் தாக்கத் தொடங்கினர். 'அலோபதி மருத்துவர்களுக்கு ஹோமியோபதி மருத்துவத்தின் மீது உள்ளார்ந்த வெறுப்பு ஆரம்பத்திலிருந்தே இருந்து வருவதாக' பிள்ளை கூறினார். ஆங்கில மருத்துவர்கள் பணம் சம்பாதிப்பதற்காகத் தேவையற்ற மருந்துகளை எழுதித் தருவதாக இவரது ஆதரவாளர்கள் குற்றம் சாட்டினர். மருந்துகளின் ஆதிக்கத்திலிருந்து தப்பிப்பதற்கு மக்களுக்கு ஒரு வாய்ப்பளியுங்கள்' என்று பிள்ளையின் ஆதரவாளர் ஜி.ராமன் மேனன் கூக்குரல் எழுப்பினார். மலையாள மனோரமா குழும வெளியீடுகளை நிறுவிய பத்திரிகையாளர் கே.சி.மம்மன் மாப்பிள்ளை இன்னொரு ஆதரவாளர். தகுதி பெற்ற ஆங்கில மருத்துவர்கள் போதுமான அளவில் இல்லை. எனவே தொந்தரவில்லாத இந்தத் தீர்மானம் ஏழைகள் மருத்துவ உதவியைப் பெறுவதற்கு உதவி செய்திடும் என்று மாப்பிள்ளை வாதிட்டார். இன்னொரு உறுப்பினரான ஏ.கே. பிள்ளை அலோபதி, ஹோமியோபதி எதுவாக இருந்தாலும் மருத்துவர்களின் எண்ணிக்கை அதிகரிப்பது 'சமூகத்திற்கு அச்சுறுத்தலாக ஆகிவிடும்' என்ற நம்பமுடியாத வாதத்தை முன்னெடுத்தார். 'பலரது கைபட்டால் காரியம் கெட்டுவிடும். அதைப்போலவே பல மருத்துவர்கள் இருப்பதால் எண்ணற்ற மக்களின் வாழ்க்கை பாழாகிப் போகும்' என்றும் அவர் கூறினார். இதற்குப் பதிலாக, மருத்துவர்களுக்கு அரசாங்கத்தின் உதவி கிடைக்க வேண்டும், அப்போதுதான் மக்கள் சுதந்திரமாகவும், அமைதியாகவும், மருத்துவர்கள் தரும் சங்கடங்கள் ஏதுமின்றி வாழ முடியும்'.³⁶⁹

கேலிக்குரிய இத்தகைய வார்த்தை மோதல்கள் அந்தக் காலத்தில் திருவிதாங்கூரில் இருந்த மருத்துவர்களின் ஆழமான அவநம்பிக்கையைத் தொகுத்துரைக்கின்றன. இத்தகைய தாக்குதல்கள் நடைபெற்ற போது அமைதியாகவும், அறிவுக்கு ஏற்புடைய வகையிலும் அமைதியாக இருந்தது மேரிக்குப் பெருமையைச் சேர்த்தது; அவையில் பேசிய உறுப்பினர்களில் பெரும்பான்மையினர் குழந்தைகளுக்குச் சிகிச்சையளிப்பதற்கு ஹோமியோபதி வசதியானது, மலிவானது, பயனுடையது என்று கூறினர். அது வசதியானது, மலிவானது என்பதில் ஐயம் ஏதுமில்லை. ஆனால் இத்தகைய பரிசீலனைகளைக் கணக்கில் எடுத்துக்கொள்ள இயலாது. அலோபதியைப் போல திறன்மிக்கது என்று நம்பத்தகுந்த வகையில் ஹோமியோபதி இல்லை! என்று தனது அனுபவங்களின் அடிப்படையில் மேரி பேசினார்.[370] ஆனால் பகுத்தறிந்து பார்க்கும் சூழல் அங்கு நிலவவில்லை. ஹோமியோபதி ஆதரவாளர்களே வெற்றி பெற்றனர். ஹோமியோபதி மருத்துவர்களுக்கு மானியம் அளிக்க கேரள அரசாங்கம் முடிவெடுத்தது. ஹோமியோபதி மிகவும் பிரபலமடைந்தது. அலோபதியுடன் ஒரு சேர வளர்ந்து வந்தது. முதலமைச்சர் ஈ.எம்.எஸ். நம்பூதிரிபாட் பின்னாளில் ஹோமியோபதிக்கு மேலும் ஆதரவளித்தார்.

தலைமை மருத்துவராக நியமிக்கப்பட்டு 12 ஆண்டுகள் கழிந்த பின்பு, சட்டசபை ஆண் உறுப்பினர்கள் மேரிக்கு ஆதரவளிக்கும் வகையில் தொடர்ந்து பேசி வந்தனர். அந்தச் சமயத்தில் அவருக்கு 'வைத்ய சாஸ்திர குசலா' (மருத்துவ அறிவியலில் நிபுணர்) என்ற பட்டம் திருவிதாங்கூர் அரசவையால் வழங்கப்பட்டது. 1940இல் கோச்சிக்கல் பாலகிருஷ்ண தம்பி என்ற சட்டமன்ற உறுப்பினர், உள்ளூரில் வசிக்கும் ஒருவரை மருத்துவமனைக் குழுவில் மேரி நடத்திய விதம் பற்றி விமர்சித்தார். மேரி மீது எந்தக் குறையையும் தெரிவிக்காதவர் போல போலிச் சிரிப்புடன் தம்பி கூறினார். 'இந்திய இயல்புகள் அதிகம் இருப்பவரைத் தலைமை மருத்துவராக நாம் பெறவேண்டும்' என்று கூறி எல்லாக் குற்றங்களையும் அவர் மீது சுமத்தினார். மேரியின் வெளிநாட்டுக் கல்வியும் அனுபவமும் பற்றிச் சில மனக்கசப்புகள் இருந்தன என்பது இதன் மூலம் தெளிவாகிறது.

இந்த அறிக்கையை நீர்த்துப் போகும்படி செய்ய மேரி அனுமதிக்க வில்லை. 'இந்தக் கருத்தை நான் ஆட்சேபித்தே ஆக வேண்டும். நான் முற்றமுழுக்க ஓர் இந்தியப் பெண்மணி. ஐரோப்பியர்களின் ஒழுகலாறுகளையும், நடத்தை முறைகளையும் சிறப்பாக என்னால்

புரிந்து கொள்ள முடியும் என்பதும், ஐரோப்பிய நாடுகளில் நான் பயணம் செய்திருப்பதும் உண்மைதான். அதற்குச் சற்றும் குறைவில்லாத வகையில் மிக முக்கியமாக நான் ஒரு இந்தியன் என்பதில் பெருமைப்படுகிறேன். இந்திய நடத்தைகள் பற்றியும் வெகுசிறப்பாக என்னால் புரிந்துகொள்ள முடியும்.'[371]

மேரி யாருடைய தயவுமின்றி நிமிர்ந்து நிற்கக் கற்றுக் கொண்டார். இவருடைய நடத்தை பெண்களுக்கு எதுவும் தெரியாது என்ற ஆண்களின் எண்ணம், பாரபட்சம், தாழ்வு மனப்பான்மை போன்றவற்றைக் கையாள வேண்டியிருந்த கல்வி கற்ற மலையாளிப் பெண்கள் பலருக்கு ஒரு முன்மாதிரியாகத் திகழ்ந்தது.

இழப்பும் துயரமும்

மேரி 1942ஆம் ஆண்டு 56ஆவது வயதில் பணியிலிருந்து ஓய்வு பெற்றார். தன்னுடைய எஞ்சிய காலத்தை அயல்நாட்டுத் தூதராகப் பணிபுரிந்து வந்த தனது மகன் கே.பி. லூகோஸின் குழந்தைகளான மூன்று பேரக் குழந்தைகளுடன் கழித்தார். இவர்கள் யாவரும் இவரை அன்புடன் 'ஓமா' என்று நினைவு கூர்கின்றனர். 'ஓமா" என்பது பாட்டி என்பதற்கான ஜெர்மன் வார்த்தை. கே.பி, லூகோஸ்'பான்' நகரில் பணிபுரிந்த போது குழந்தைகள் இந்த வார்த்தையைக் கற்றுக்கொண்டிருந்தனர்.

கே.பி. லூகோஸுசும், அவரது மனைவி ஆலேயும் உலக நாடுகளைச் சுற்றி வந்து கொண்டிருந்த போது பேரக் குழந்தைகள் பாட்டியுடன் இருந்து வந்தனர். மேரி அவர்களுக்கு உணவளிப்பார். கதைகள் சொல்வார். பணம் தருவார், கார் ஓட்டக் கற்றுத் தருவார். ஒவ்வொரு பேரக் குழந்தையையும் கௌடியார் அரண்மனையிலிருந்த அரசக் குடும்பத்தினரிடம் அழைத்துச் செல்வார்.

குருவில்லா லூகோஸ், இவரது பேரன், ஓமாவின் அலமாரி யிலிருந்து தானும் தனது உறவினர் ஒருவரும் ஒரு பிராந்தி பாட்டிலைத் திருடியதைப் பற்றி நினைவுகூர்கிறார். அப்போது பாட்டியின் வயது 80க்கு மேல் ஆகியிருந்தது. மிகுந்த ஆவலுடன் நாங்கள் மாறி மாறிக் குடித்தோம். ஆனால் பாட்டில் முழுவதையும் காலி செய்து விடவில்லை. அடுத்த நாள் அந்த பாட்டிலில் ஓமா சோயா சாறினை நிரப்பி வைத்திருந்ததை இவர்கள் இருவரும் புரிந்து கொண்டனர்.[372]

இங்கிலாந்தில் வசித்த போது இந்த அமைப்பினர் தனக்கு அளித்திருந்த உதவிக்கு நன்றி தெரிவிக்கும் விதமாக, திருவனந்தபுரம் YMCA அமைப்பின் தலைவராகப் பிற்காலத்தில் மேரி இருந்தார்.

மேரி தன்னுடைய வயதான காலத்தில் கடும் இழப்புகளைச் சந்தித்துத் துயருர வேண்டியிருந்தது. இவரது அன்பிற்குரிய புத்திசாலி மகளான கிரேஸ் புதுதில்லியில் லேடி ஹார்டிங் மருத்துவக் கல்லூரியில் உதவிப் பேராசிரியர் பணியில் 1947 வாக்கில் இருந்து வந்தார். 1954ஆம் ஆண்டு தனது 35ஆவது வயதில் இயல்புக்கு மாறாக இங்கிலாந்தில் ஏற்பட்ட ஒரு மின் விபத்தில் இளவயதிலேயே இறந்து விட்டார். மகள் கே.பி.லூகோஸுக்கு மேரி வாரந்தோறும் கடிதம் எழுதுவார். ஆண்டுதோறும் அவர் பதவி மாறுதல் பெறும் போது பழ கேக்குகளை அனுப்பி வைப்பார். கே.பி. லூகோஸ் தனது 54 வயதில் 1975ஆம் ஆண்டில் மாரடைப்பினால் இறந்துவிட்டார். அதன் பிறகு ஓராண்டு கழித்து தனது 90 ஆவது வயதில் மேரி காலமானார்.

கேரளாவின் வலிமைமிக்க பொது சுகாதார முறையை உருவாக்கி அமைப்பதற்கு மேரி செய்திருக்கும் பணிகள் எப்போதும் நினைவில் நிற்கும். எதிர்காலத் தலைமுறையைச் சேர்ந்த சுகாதாரத் தொழில் முறையாளர்களுக்கு இவர் ஊக்க சக்தியாக விளங்குகிறார். அரசாங்கத்தில் பணியாற்றிய காலத்தில் அவருக்கு உரியவை எதுவும் எப்போதும் கிடைத்ததில்லை – அதிலும் குறிப்பாக ஆண்களிடமிருந்து. நவீன மருத்துவத்தில் அவருக்கிருந்த அர்ப்பணிப்பு உணர்வுக்காக அதிகம் பரிகசிக்கப்பட்டார். அவருடைய முயற்சிகள் எதிர்காலத்தில் பயன்களை விளைவித்தன. கேரளாவின் வலிமையான பொதுச் சுகாதாரக் கட்டமைப்பு மேலும் வலிமை அடைந்தது. நிபா வைரஸ், கொரோனா வைரஸ் பெருந்தொற்றுகளின் போது தனது அற்புதமான ஆற்றலை அது நிரூபித்துக் காட்டியது. இது பெரும்பாலும் மேரியும், பகுத்தறிவு சார்ந்த பிறரும் உருவாக்கியளித்திருந்த அடித்தளத்தின் காரணமாக ஏற்பட்டதாகும்.

அண்மையில் 2018இல் கேரள நிதியமைச்சர் டி.எம். தாமஸ் ஐசக் தன்னுடைய நிதிநிலை அறிக்கை உரையில் மேரியைப்பற்றிக் குறிப்பிட்டிருந்தார். எதுவுமே இல்லாத ஒரு நிலையிலிருந்து தனது கடின உழைப்பால் நிறுவனங்களின் கட்டமைப்பை அவர்

உருவாக்கியிருப்பது பற்றிப் பேசிய போது, 'மேரி பூனன் லூகோஸ் கேரளாவின் பொதுச் சுகாதார முறையின் வளர்ச்சிக்கு ஊக்கமளித்த அசாதரணமான திறமையாளர்களில் ஒருவர்' என்று பாராட்டினார். கேரள மாநிலம் உருவான சமயத்திலும்கூட சராசரி வாழ்நாள் 45 ஆண்டுகள் என்ற அளவில்தான் இருந்தது. இப்போது அது 76 ஆக அதிகரித்திருக்கிறது. தடுப்பூசிக்கு எதிராக இருப்பவர்களையும் அமைச்சர் எச்சரித்திருந்தார். இப்படிப்பட்டவர்களை எதிர்த்து மேரி அப்போதே போராடியிருந்தார். 'இத்தகைய சூழலில், தடுப்பூசிகளுக்கும் நவீன மருத்துவத்திற்கும் எதிராகச் சில குறிப்பிட்ட இடங்களிலிருந்து தகுந்த முன்னேற்பாடுகளுடன் எழுப்பப்படக்கூடிய எதிர்ப்புகளைக் கவனத்துடன் நாம் கண்காணித்து வரவேண்டும். நம்முடைய பழைய அனுபவங்களை மறந்து விடக்கூடாது.' [373]

முடிவுரை

அந்தக் காலத்திலேயே உயர்வான ஒன்றின் மீது என்னுடைய இதயத்தைப் பதித்துவிட்டேன். பெரும்பாலான மற்ற பெண்களைப் போல இருப்பதைவிடவும் வித்தியாசமாக இருப்பதற்கே நான் விரும்பினேன்.

முத்துலட்சுமி ரெட்டி

இந்தியாவின் ஒவ்வொரு பகுதியிலிருந்தும் உருவாகி வந்த ஆறு பெண் மருத்துவர்கள். இவர்கள் அனைவரிடமும் பொதுவாகக் காணப்பட்டது என்ன? என்ன விதமான தாக்கத்தை அவர்கள் பெற்றிருந்தார்கள். ஹைமாவதி, ருக்மாபாய், முத்துலட்சுமி, மேரி ஆகியோரின் வாழ்வில் இவர்களின் தந்தையர்கள் சமூகத்தின் நிர்ப்பந்தத்தையும் மீறி இவர்களைப் படிக்க வைத்தார்கள். ஆனந்திபாய், காதம்பினி, இருவரையும் பொறுத்தவரை அவர்களது கணவர்கள் அதைச் செய்திருந்தார்கள்.

இந்தப் பெண்களின் சாதனைகளைத் திசை திருப்புவதை நோக்கமாகக் கொண்டு இதனைச் சொல்லவில்லை. ஆடவர்களின் உலகத்தில் ஒரு ஆடவனின் ஆதரவு இல்லாமல் சாதிப்பது கடினம் என்பதைப் பெண்கள் கண்டு கொண்ட காலம் அது. பல பெண்களுக்கும் கிடைத்திராத ஆதரவு ஆரம்ப நிலையிலேயே இந்தப் பெண் மருத்துவர்களுக்குக் கிடைத்திருந்தால், அந்தத் தேவைகளை மீறி விரைவாக வளர்ந்திருப்பார்கள். தந்தையர் இறந்தனர். கணவன்மார்கள் இந்தியாவில் இருந்தனர். இருந்த போதிலும் இந்தப் பெண்கள் வெளிநாடுகளுக்குச் சென்று படித்தார்கள். தங்கள் சொந்த முயற்சியிலேயே வேலை பார்த்து வந்தார்கள்.

ஒரு சில ஆண்கள் உதவினார்கள் என்று கூறும் அதே வேளையில், ஆண்கள் முட்டுக்கட்டை போட்டுத் தடுத்து நிறுத்தவும்

செய்திருந்தனர் என்பது உண்மைதான். உடன் பயின்ற ஆண்களால் மாணவிகள் கொடுமைப்படுத்தப்பட்டு பதக்கங்களைப் பறித்துச் சென்றதும், அத்தகைய ஆண்களை அந்தப் பெண் மருத்துவர் மன்னித்து மறந்துவிட்டதுமான நிகழ்வுகளும் நடந்திருக்கின்றன. ஆனால் ஒருபோதும் நாம் அவர்களை மறந்துவிடக் கூடாது.

ருக்மாபாய் முழுமையாகவும், முத்துலட்சுமி ஒரு குறிப்பிட்ட அளவிலும் மேல்சாதியைச் சேர்ந்தவர்கள். சாதிய உயர்நிலை அவர்கள் உயர்ந்து வருவதற்கு நிச்சயமாக உதவியிருக்கும். மற்ற எந்த மருத்துவப் பெண்களையும் விட, ருக்மாபாய் அதிகமான அளவில் ஏச்சுப்பேச்சுகளையும், வெறுப்பையும் சந்தித்திருக்கிறார். அத்தனை செய்தித்தாள்களும் அவரைக் கொச்சைப்படுத்தி எழுதியிருக்கின்றன. உயர்சாதிப் பெண்களுக்கும்கூட சுமுகமான பயணமாக இது அமைந்துவிடவில்லை. ஹைமாவதியின் உயர் குடிப்பிறப்பு பணியிடத்தில் தரப்பட தொல்லைகளிலிருந்து அவரைக் காப்பாற்றவில்லை. 'வெளியிலிருந்து வந்தவர்' என்று சட்டமன்றத்தில் வெறுப்பு மிகுந்த் ஆண் உறுப்பினர்களால் தாக்கப்படுவதை, மேரியின் செல்வாக்கு மிகுந்த குடும்பப் பின்புலத்தால் தடுத்து நிறுத்த இயலவில்லை.

இந்தப் பெண்கள், பின்பற்றுவதற்கோ, அவர்களுக்கு முன் மாதிரியாகவோ யாருமே இல்லை. பெரிதும் போற்றக்கூடிய ஒரு சில பெண்கள் மட்டுமே அரிதாகப் பொதுவாழ்வில் இருந்தனர். முத்துலட்சுமி, மேரி ஆகிய இரு பெண் மருத்துவர்களும் சரோஜினி நாயுடுவால் உத்வேகம் பெற்றார்கள் என்பது கவனிக்கத்தக்கது. பண்டித ரமாபாய் மருத்துவராக வேண்டும் என்ற தனது கனவை ஒரு போதும் நிறைவேற்றிக் கொள்ள இயலாமல் போனாலும்கூட, ருக்மாபாய் போன்றவர்களுக்குப் பொருத்தமான வழிகாட்டியாகத் திகழ்ந்திருக்கிறார்.

பணிபுரியும் தாய்மாராக இருப்பது ஏற்றுக் கொள்ளத் தகுந்தது, நாட்டம் கொள்ளவும் தகுந்தது' என்று எட்டுக் குழந்தைகளை வைத்துக் கொண்டு பணிபுரிந்து வந்த காதம்பினி காட்டிச் சென்றிருக்கிறார். இவருக்கு நெருக்கமான வகையில் அடுத்து வந்த ஹைமாவதி தனது குடும்பத்தையும், வேலையையும் சமன்படுத்தி வாழ்ந்து சென்றிருக்கிறார். காதம்பினி, மேரி போன்ற பெண்கள் முதலில் சிறந்த தாய்மார்களாகவும், மனைவியராகவும் வாழ்ந்தார்கள். அதன் பிறகு சிறந்த மருத்துவர்களாக இருந்தனர் என்று போற்றப்படுகின்றனர். தாய்மை என்பது போற்றத்தக்கதாகத்

தொடர்ந்தது. இந்தியப் பெண் மருத்துவர்களை ஆதரிப்போர், தன்னலமற்ற சிறந்த மருத்துவர்களாக பெண்களால் ஆக முடியும், தன்னலமற்ற தன்மை இயல்பாகவே அவர்களுக்கு வாய்த்திருக்கிறது என்று வாதம் செய்தனர். தொடக்ககால முன்னோடிகள் மிகச்சரியாக இத்தகைய மூட நம்பிக்கைகளுக்கு எதிராகத்தான் குரல் எழுப்பினார்கள். புதியதோர் வழியைக் கண்டுபிடித்து பெண்களுக்கு வழிகாட்டிய ருக்மாபாய் ஒருவர் மட்டும் தான் திருமணம் செய்து கொள்ளாமல் வாழ்ந்தவர். இருந்தபோதிலும் மிகச் சிறந்த புகழ் பெற்று விளங்கினார்.

மருத்துவக் கல்வியில் பெண் மருத்துவர்களின் தாக்கம் மிகப் பெரியது. பழமைவாதக் கல்லூரிகளின் கதவுகளைப் பெண்களுக்காகப் திறந்துவிட இவர்கள் கட்டாயப்படுத்தினர். மாணவிகளாக இருப்பதில் உண்மையில் பெருமை கொண்டனர். கல்கத்தா மருத்துவக் கல்லூரியில் பெண்களுக்கு அனுமதி தருவதைத் தவிர வேறு வழியில்லை என்ற நிலையை காதம்பினியின் வெற்றி உருவாக்கியது. வெளிநாடுகளில் கல்வி கற்பது என்பது ஆனந்திபாயின் காலத்தில் பெண்களுக்கு உரியதாகக் கருதப்படவில்லை. பின்னாளில் பரவலாக ஏற்றுக் கொள்ளப்பட்டது. 1912இல் பெண்களின் பட்டமேற்படிப்புக்காக ஒரு சிறப்பு உதவித் தொகையை இந்திய அரசாங்கம் வழங்கியது. அதுவரையிலும் ஆண்களுக்கு மட்டுமே இது வழங்கப்பட்டு வந்தது. இந்தியாவின் மிகச் சிறுபான்மையாக இருந்த பெனி இஸ்ரேலி *(Bene Isreli)* சமூகத்தைச் சேர்ந்த ஜெரூஷா ஜிரத் *(Jerusha Jhirhad)* என்ற யூத மருத்துவ மாணவி தான் இந்த உதவித் தொகையைப் பெற்ற முதலாவது பெண். ஜிரத் ஏற்கனவே இளநிலை மருத்துவப்படிப்பை முடித்திருந்தார். ருக்மாபாயின் அடிச்சுவட்டில் லண்டன் மருத்துவப் பள்ளியில் சேர்ந்து மகளிர் நோயியல், மகப்பேறு பிரிவில் எம்.டி. படிப்பை இவர் முடித்திருந்தார். இவர் இந்தியாவுக்குத் திரும்பிவந்து மேடம் காமா மருத்துவமனையின் கண்காணிப்பாளராகப் பணிபுரிந்தார்.

பம்பாயும், குறிப்பாக கிராண்ட் மருத்துவக் கல்லூரியும் பெண் மருத்துவர்களுக்கான மையமாக மாறியிருந்தது. 1913 வாக்கில் 66 பெண்கள் மருத்துவத்தில் *LMS* பட்டங்களைப் பெற்றிருந்தனர். இவர்களில் ஐரோப்பியர்கள், யுரேசியர்கள், பார்சிகள், இந்திய கிறிஸ்தவர்கள், இந்துக்கள், யூதர்கள் இருந்தனர். சுகாதாரச் சேவையில் முதன்மையானதாக இருந்து வரும் பம்பாய் பிரசிடென்சியின் சுகாதாரச் சேவை அமைப்பில் பணிபுரிந்த பெண்

மருத்துவப் பணியாளர்களைப் பட்டியலிடுவது இயலாத காரியம். ஆனால், ஜிரத், ராணி ராஞ்வாதே, டோஷிபாய் தாதாபாய், மாலினி சுக்தன்கர் போன்றோர் பொது சுகாதாரத்திற்கும், திட்டமிடலுக்கும் கணிசமான பங்களிப்பைச் செய்திருக்கின்றனர்.

காலனியாதிக்கப் பாரபட்சங்களை அழிப்பதில் பெண் மருத்துவர்கள் முன்நின்றார்கள். பிரிட்டிஷ் பெண் மருத்துவர்கள் மட்டுமே மருத்துவத்துறையை வழிநடத்த தகுந்தவர்கள் என்ற மதமாற்றத் திட்டங்களுடன் செயல்படும் மிஷனரியின் கற்பிதத்தையும் தகர்த்தார்கள். டப்பரின் நிதியத்திற்கு எதிரான காதம்பினியின் போராட்டம் இந்தியப் பெண் மருத்துவர்களின் மீது கவனம் திரும்புவதற்கு உதவியது. ஹைமாவதியும் மற்ற பணிவான VLMS பணியாளர்களும் ஊரகப்பகுதிகளில் இந்தியப் பெண் மருத்துவர்களின் முக்கியத்துவத்தை வெளிப்படுத்தினார்கள்.

இதன் விளைவாக, மருத்துவச் சங்கங்கள் அமைக்கப்பட்டு பெண் மருத்துவர்களுக்குப் பயிற்சியளிக்கப்பட்டது; மருத்துவப் பெண்களின் இந்தியக் கழகம் (The Association of Medical Women in India – AMWI) 1907இலும், பெண்கள் மருத்துவச் சேவை (WMS) 1912இலும் உருவாயின. ருக்மாபாய், இவையிரண்டிலும் உறுப்பினராக இருந்தார். ஆரம்பத்தில் இந்த அமைப்புகளில் பிரிட்டிஷ் பெண்களே ஆதிக்கம் செலுத்திவந்தனர். ஆனால் ராஜ்வாதே (Rajwade) போன்ற இந்தியப் பெண் மருத்துவர்களின் ஓய்வறியா உழைப்பினால் WMS இன் 38 அதிகாரிகளில் 31 பேர் 1949வாக்கில் இந்தியர்களாக இருந்தனர்.

பெண் மருத்துவர்களால் நிறுவப்பட்ட நிலைத்து நிற்கும் நிறுவனங்கள் அவர்களின் பெருமையைப் பறைசாற்றுகின்றன. முத்துலட்சுமி ரெட்டியும், டாக்டர் சாந்தாவும் இது போன்ற அமைப்புகளை உருவாக்குமாறு பெண்களை ஊக்குவித்தனர். விடுதலைக்குப் பிந்தைய இந்தியாவில் பல வெற்றிகள் காணப்பட்டன. 1947இல் ராஜ்குமாரி அம்ரித்கவுர் என்ற காந்தியின் ஆதரவில் இருந்த ஒருவர் சுதந்திர இந்தியாவின் முதலாவது சுகாதார அமைச்சரானார். அவர் ஜவஹர்லால் நேருவின் அமைச்சரவையில் பணிபுரிந்தார்.

வேலூரில் டாக்டர் ஹில்டா லாசரஸ் புகழ்மிக்க கிறிஸ்தவ மருத்துவக் கல்லூரியின் (CMC) முதலாவது இந்திய இயக்குநராக 1948இல் பொறுப்பேற்றார். லாசரஸ் கிறிஸ்தவ நற்செய்திச் சபையின்

மத போதகர். ஆனால் அவர் மதத்தை ஒருபுறமாகத் தள்ளி வைத்து விட்டு CMCஇன் மருத்துவ உதவி அனைவருக்கும் கிடைக்கும்படிச் செய்தார். சௌந்தரம் ராமச்சந்திரன் தொழிலதிபர் டி.வி. சுந்தரம் அய்யங்காரின் புதல்வியாவார். இவர் இளவயதிலேயே திருமணம் செய்விக்கப்பட்டவர். கணவரை இழந்தபோது இவருக்கு வயது வெறும் 14 மட்டுமே. லேடி ஹார்டிங்கே கல்லூரியில் படிக்கச்சென்று 1936இல் தனது 32 ஆவது வயதில் பட்டம் பெற்றார். இவர் காந்திய இயக்கத்தில் இணைந்திருந்தார். 1947இல் சின்னாளப்பட்டியில் கஸ்தூரிபா மருத்துவமனையை இவர் அமைத்தார். ஊரகப்பகுதி பெண்களின் நலன்களின் மீது இந்த மருத்துவமனை கவனம் செலுத்திவந்தது.

மேற்கத்திய மருத்துவமுறை பரவலாவதற்கும் பெண் மருத்துவர்கள் துணைபுரிந்தனர். ஹோமியோபதிக்கு எதிராகவும் அறிவியலுக்கு ஆதரவாகவும் மேரி தன்னந்தனியாகப் போர் புரிந்தார். ஹோமியோபதி மருத்துவர்கள், போலி மருத்துவர்கள் போன்றோர் தடுப்பூசிகளுக்குக் காட்டி வந்த எதிர்ப்பைத் துணிவுடன் தடுத்து நிறுத்தினார். நவீன மருத்துவத்திற்கும், பகுத்தறிவுக்கும் ஆதரவாகப் பெண் மருத்துவர்கள் போரிட்டனர். மூட நம்பிக்கைகளுக்கு எதிராக நின்றனர்.

தாய்மை நலம் பெண் மருத்துவர்களால் புரட்சிகரமாக மாற்றியமைக்கப்பட்டது. குடிமைத் துப்புரவுத் திட்டங்களில் முத்துலட்சுமி பங்கேற்றார். 'தாய்மை நலம் மேம்படுவதற்கான முக்கியமான நிகழ்வுகள் அனைத்தும் பெண் மருத்துவர்களின் ஆதரவாலும் ஊக்கத்தினாலுமே நடைபெற்றன'[374] என்று மருத்துவ வரலாற்றாசிரியரும் நூலாசிரியருமான மிருதுளா ராமண்ணா கூறுகிறார். இந்தியப் பெண்மருத்துவர்கள் கீழ்த்திசை முறைகளையும், மேற்கத்திய முறைகளையும் ஒருங்கிணைத்து அடிக்கடி மருத்துவம் செய்து வந்தனர். இவர்கள் பேறுகாலப் பணிப்பெண்களுக்கு எதிராக இல்லாமல் அவர்களுடன் இணைந்தே செயலாற்றி வந்தனர்.

'இந்தியப் பெண் மருத்துவர்கள் மேற்கத்திய மருத்துவம், பாதுகாப்பான மகப்பேறு பற்றிய அறிவைப் பரப்புதல் ஆகிய செயல்பாடுகளுக்கு இன்றியமையாத இடையீட்டாளர்களாக இருந்து வந்தனர். ஆனால் இத்தகைய செயல்பாடுகள் பெரும்பாலும் நகரங்களிலும், பேரூர்களிலுமே நடைபெற்றன' என்று ராமண்ணா மேலும் கூறுகிறார். 'பெண் மருத்துவர்களுக்கு அங்குப் பேசப்படும்

மொழி, பழக்கவழக்கங்கள், வேரூன்றி இருக்கும் குழந்தைப் பிறப்பு தொடர்பான நடைமுறைகள் ஆகிய அனைத்தும் தெரிந்திருந்தன.'[375]

அந்தக் காலத்தில் குடும்பக்கட்டுப்பாடு என்பது சர்ச்சைக்குரியதாக இருந்து வந்தது. முத்துலட்சுமி ரெட்டி இதனை உறுதியாக எதிர்த்து நின்றார். முழுக்கவும் காந்திய சிந்தனை உடையவராக இருந்து வந்த இவர் குடும்பக்கட்டுப்பாடு இயற்கைக்கு மாறான செயல் என்று கருதினார். இதற்குப் பதிலாக இச்சைகளைக் கட்டுப்படுத்திக் கொள்வதையும், சுயக் கட்டுப்பாட்டையும் வலியுறுத்தினார். தாமதமாகத் திருமணம் செய்து கொள்வதை ஆதரித்தார். அதிர்ஷ்டவசமாக, மற்ற அனைத்துப் பெண் மருத்துவர்களும், குறிப்பாக பம்பாய் மருத்துவர்கள் முற்போக்கானவர்களாக இருந்தனர். ராஜ்வாதேயும், சுக்தன்கரும் குடும்பக்கட்டுப்பாட்டு பற்றி வலியுறுத்தினர். சிசு மரணங்கள் அதிக அளவில் நிகழ்ந்து வரும் ஏழை நாட்டில் மக்கள்தொகையைக் கட்டுப்படுத்த வேண்டிய தேவையைச் சுட்டிக் காட்டினர். இவர்களின் முயற்சியினால் அங்கீகரிக்கப்பட்ட மருத்துவக் கூடங்களில் திருமணமான ஆண்களுக்கும், பெண்களுக்கும் குடும்பக்கட்டுப்பாடு வழிமுறைகள் பற்றிக் கற்பிக்க வேண்டும் என்று அகில இந்தியப் பெண்கள் மாநாட்டில் (All India Women's Conference – AIWC) தீர்மானம் நிறைவேற்றப்பட்டது. முத்துலட்சுமி இதில் வாக்களிக்கவில்லை. ஆனால் 1940வாக்கில் குடும்பக்கட்டுப்பாடு சங்கம் உருவாகும் அளவுக்குப் போதுமான மருத்துவ ஆதரவு பெருகியது. தேசிய அளவிலான குடும்பக்கட்டுப்பாடு உருவாவதற்கு 1952ஆம் ஆண்டு வரையிலும் காலம் பிடித்தது. பெரும்பாலான பெண் மருத்துவர்கள் இந்தத் திட்டத்திற்கு ஆதரவு தெரிவித்தனர்.

ஆரம்பத்தில் பெண் மருத்துவர்கள் குழந்தைகளைக் கருவில் சுமந்திருக்கும் பெண்களுக்கு மட்டுமே துணையாக இருந்து வந்தனர். பெரும்பாலான பெண் மருத்துவர்கள் மகளிர் நோயியல், மகப்பேறு இயல் பயின்றவர்களாக இருந்தனர். ஆனால் 1957வாக்கில் பெண் மருத்துவர்கள் பொது மருத்துவம், எலும்பு மருத்துவம் போன்ற மற்ற பிரிவுகளிலும் ஈடுபட்டனர். 'பிரிட்டனில் இருப்பதைப் போலவே, இந்தியாவிலும் பெண்கள் மருத்துவராகப் பணிபுரிவதற்கு மிகுந்த ஆர்வம் காட்டி வந்தனர். மற்ற தொழில்களில் ஈடுபடுவதைக் காட்டிலும் மருத்துவத்தில் அவர்களின் ஆர்வம் அதிகமாக இருந்தது' என்கிறார் ராமண்ணா. 'இது தவிரவும் பிரிட்டிஷ் இந்திய ஆண்

மருத்துவர்களிடம் தங்களின் நோய்கள் குறித்துத் தெரிவிப்பதில் பெண் நோயாளிகள் மிகுந்த தயக்கம் காட்டிவந்தனர். இந்த இடைவெளி பெண் மருத்துவர்களுக்குச் சாதகமானதாக அமைந்தது'.

மருத்துவத் தொழிலில் பெண் மருத்துவர்களுக்குக் கிடைத்த மதிப்பும் செல்வாக்கும் பொது வாழ்க்கையில் அவர்கள் தடையின்றி இயங்குவதற்கு உதவியாக இருந்தன. பொதுக் கொள்கையில் ஈடுபாடு காட்டுவதற்கு அவர்கள் முன்வந்தனர். முத்துலட்சுமி தேவதாசி முறையை ஒழிக்கத் துணைபுரிந்தார். பெண்களுக்கு வாக்குரிமை கிடைக்கவும், திருமண வயதை உயர்த்தவும் காரணமாக இருந்தார். காதம்பரி இந்திய தேசிய காங்கிரஸில் இணைந்தார். காங்கிரஸ் மாநாடுகளில் உரையாற்றக்கூடிய முதலாவது பெண் இவர் தான். ருக்மாபாய், இந்துப் பெண்கள் தங்கள் கணவரை விவாகரத்து செய்வதற்கு ஏற்பு கிடைத்திடும் நிலையை உருவாக்குவதற்காக ஒட்டுமொத்த சமூகத்தையும் எதிர்த்து நின்றார். சட்டசபைக்கு நியமிக்கப்பட்ட முதலாவது இந்தியப் பெண் மேரி.

வரலாற்றை மறந்து போனவர்கள் அதை மீண்டும் வாழ்ந்து பார்க்கச் சபிக்கப்படுவார்கள் என்ற சொற்றொடர் பரவலாகப் புழக்கத்தில் இருந்து வரும் ஒன்று. தொடக்க கால முன்னோடிகளைப் பற்றிய நினைவுகளைத் துடைத்தழித்துவிட்ட செயல், பெண்களால் அறிவியலில் சிறக்க முடியாது என்று ஒரு தலைமுறை இந்தியர்களை நம்ப வைத்திருந்தது. சி.வி. ராமன், ஜகதீஷ் சந்திர போஸ் ஆதியோரை நாம் புகழந்து பேசி வந்திருக்கிறோம். அது சரியான செயலே ஆகும். அதே சமயம், சாத்தியங்களே இல்லாதிருந்த அனைத்து விதமான நிலைமைகளுக்கும் எதிராக நம்பமுடியாத தைரியத்துடன் போராடிய, போற்றப்படாத பல பெண்களை ஒரு போதும் நாம் கொண்டாடுவதில்லை.

அறிவியலின் அழகு, விதிமுறைகளை விடாமல் பின்பற்றும் அதன் கண்டிப்பான ஒழுங்குமுறை, அதன் நம்பகத்தன்மை, மூடநம்பிக்கையையும், குழப்பங்களையும் மட்டுமே கொண்டிருந்த பெண்களிடம் நம்பிக்கையை மீட்டளித்தல் ஆகிய சிறப்புகளை பெண் மருத்துவர்கள் தங்களுடன் கொண்டு வந்தனர். ருக்மாபாய் பிளேக் நோய்க்கு எதிராகப் போராடியதாகட்டும், ஹைமாவதி மகப்பேறு பார்த்தது, முத்துலட்சுமி புற்றுநோய் மருத்துவமனைக்குக் குரல்கொடுத்தது என்று அறியாமையின் இருண்ட பக்கங்களுக்கு எதிராக இவர்கள் போராடி வந்தனர். மிகக் குறுகிய காலத்தில்

உருவாக்கப்பட்ட தடுப்பூசிகளின் துணையுடன் உலகளாவிய பெருந்தொற்றுப் பரவலுக்கு எதிராக நாம் போராடிய போது, அறிவியல் மட்டுமே நமக்கு ஒரே ஒரு தீர்வாக இருந்தது. இந்தப் பெண் மருத்துவர்களைப் பற்றி நாம் பேசும் வேளையில், அறிவுக்கும், விடுதலைக்குமான போராட்டத்திற்கு நாம் ஏற்பளிக்கிறோம். இவர்களின் பெயர்களை நாம் உயிர்ப்புடன் வைத்திருப்போம்.

அடிக்குறிப்புகள்

1. Caroline Wells Healey Dall, *The Life of Dr Anandibai Joshi: A Kinswoman of the Pundita Ramabai* (Roberts Brothers, Boston, 1888), p. 48.
2. 'Lady Surgeons', *British Medical Journal*, 2 April 1870, pp. 338–339.
3. Martha Vicinus and Bea Nergaard (eds.), *Ever Yours, Florence Nightingale: Selected Letters* (Harvard University Press, Boston, 1990), p. 210.
4. ibid.
5. David Kelly, 'Celebrated Ancient Egyptian Woman Physician Likely Never Existed, Says Researcher', University of Colorado press release, 18 December 2019.
6. Nicole Saldarriaga, 'Agnodice, the First Female Physician: Maybe', *Classical Wisdom*, 9 July 2015.
7. Irene Archos, 'Agnodice: The First Gyno to Greek Women', *Greek American Girl*, 1 March 2016.
8. Julia Boyd, 'Florence Nightingale's Remarkable Life and Work', *The Lancet*, 18 October 2008.
9. Michael Du Preez, 'Dr James Barry (1789–1865): The Edinburgh Years', *Journal of the Royal College of Physicians of Edinburgh*, 2012, vol. 42, pp. 258–265.

10. I refer to James Barry with masculine pronouns, as this was how Barry referred to himself throughout his life.
11. Lauren Young, 'Why This Groundbreaking British Doctor Was Almost Erased From the History Books', *Atlas Obscura*, 22 December 2016.
12. Alison Flood, 'New Novel about Dr James Barry Sparks Row over Victorian's Gender Identity', *The Guardian*, 18 February 2019.
13. Obituary of Elizabeth Blackwell, *The Lancet*, 6 November 1910.
14. Nancy Kline, *Elizabeth Blackwell: First Woman MD* (Conari Press, Berkeley, California, 1997), p. 56.
15. ibid., p. 61.
16. ibid., p. 60.
17. ibid., p. 74.
18. ibid., p. 83.
19. ibid., p. 84.
20. ibid., pp. 85–86.
21. ibid., p. 86.
22. ibid., p. 101.
23. Florence Nightingale, *Notes on Nursing* (D. Appleton and Co, New York, 1860), p. 52.
24. Elizabeth Garrett-Anderson, Inaugural Address delivered by Elizabeth Garret Anderson, H.K Lewis, London, 1877.
25. ibid., p. 14.

26. Margaret Georgina Todd, *The Life of Sophia Jex-Blake* (Macmillan, London, 1918), p. 32.
27. ibid., pp. 68–69.
28. ibid., p. 247.
29. ibid., p. 255.
30. ibid., p. 263.
31. ibid.
32. Sophia Jex-Blake, *Medical Women: A Thesis and a History* (Oliphant, Anderson and Ferrier, Edinburgh, 1886), pp. 92–93.
33. ibid., p. 104.
34. Simran Piya, 'Representing the Seven', https://blogs.ed.ac.uk/edinburgh7/2019/07/04/representing-the-seven-simran-piya/.
35. ibid.
36. Malavika Karlekar, 'Elusive Voices: The Lives and Letters of Anandibai Joshi', *Telegraph India*, 4 September 2007.
37. ibid.
38. Meera Kosambi, *A Fragmented Feminism: The Life and Letters of Anandibai Joshi*, edited by Ram Ramaswamy, Madhavi Kolhatkar and Aban Mukherjee (Taylor and Francis, New Delhi, 2019) p. 11.
39. Meera Kosambi, *Crossing Thresholds* (Permanent Black, New Delhi, 2007), p. 174.
40. Kosambi, *A Fragmented Feminism*, p. 24.
41. ibid., p. 15.

42. Dall, *Anandibai Joshee*, p. 32.
43. Kosambi, *A Fragmented Feminism*, p. 25.
44. Dall, *Anandibai Joshee*, p. 30.
45. ibid., p. 34.
46. ibid., p. 40.
47. ibid., p. 52.
48. ibid., p. 52.
49. ibid., p. 72.
50. Dall, *Anandibai Joshee*, p. 82.
51. ibid.
52. ibid., pp. 83–86.
53. Kosambi, *A Fragmented Feminism*, p. 100.
54. Dall, *Anandibai Joshee*, p. 99.
55. ibid.
56. Kosambi, *A Fragmented Feminism*, p. 106.
57. ibid., p. 121.
58. ibid.
59. ibid.
60. Annika Burgess, 'Student Life at the First Medical College for Women', *Atlas Obscura*, 4 January 2018.
61. 'Doctor or Doctress: Explore American History Through the Eyes of Women Physicians', Drexel University Legacy Centre, http://doctordoctress.org/islandora/object/islandora:1496/story/islandora:1541#page/44/mode/1up?width=1000&height=800&iframe=true>.
62. ibid.

63. Steven Jay, Peitzman *A New and Untried Course: Woman's Medical College and Medical College of Pennsylvania, 1850-1998* (Rutgers University Press, New Jersey, 2000), pp. 63–68.
64. ibid.
65. Burgess, 'Student Life', p. 1.
66. ibid.
67. ibid.
68. Sarah Pripas, 'The International History of Women's Medical Education', *Nursing Clio*, 16 June 2015.
69. Alissa Falcone, 'Remembering the Pioneering Women From One of Drexel's Legacy Medical Colleges', *Drexel Now*, 27 March 2017.
70. Kosambi, *A Fragmented Feminism*, p. 129.
71. ibid., p. 131.
72. ibid.
73. ibid., p. 154.
74. ibid., pp. 151–152.
75. ibid.
76. Dall, *Anandibai Joshee*, p. 109.
77. ibid., p. 11.
78. Kosambi, *A Fragmented Feminism*, p. 156.
79. Dall, *Anandibai Joshee*, p. 117.
80. Kosambi, *A Fragmented Feminism*, p. 138.
81. ibid.
82. ibid.

83. ibid., p. 142.
84. Dall, *Anandibai Joshee*, p. 131.
85. *Kosambi, A Fragmented Feminism, p. 132.*
86. ibid., p. 133.
87. ibid., p. 136.
88. Dall, *Anandibai Joshee*, p. 123.
89. *Kosambi, A Fragmented Feminism, p. 200.*
90. Dall, *Anandibai Joshee*, p. 142.
91. Kosambi, *A Fragmented Feminism*, pp. 200–202.
92. ibid.
93. *Dall, Anandibai Joshee, p. 137.*
94. ibid., p. 144.
95. ibid., p. 145.
96. ibid., p. 185.
97. *Kosambi, Fragmented Feminism, p. 10.*
98. Dall, p. 184.
99. ibid.
100. Kosambi, *Fragmented Feminism*, p. 138.
101. Dall, *Anandibai Joshee*, p. 138.
102. Pushkar Sohani, 'A Controversy Over Tea', *Pune Mirror*, 2 September 2017.
103. *Kosambi, A Fragmented Feminism, p. 236.*
104. Ashim Kumar Dutta, 'The Brahmo Samaj and Women's Education in 19th Century Bengal', *Bethune College Centenary Volume 1879-1979* (Calcutta, 1980), pp. 148–149.

105. S.N. Guha Ray, *Bethune School and College Centenary Volume 1849-1949 (Calcutta 1949)*.
106. Partha Sircar, 'Early Women's Education in Bengal and India', India Currents, 26 May 2016.
107. ibid.
108. Mousumi Bandyopadhyay, *Kadambini Ganguly: The Archetypal Woman of Nineteenth Century Bengal* (The Women's Press, London, 2011), p. 160.
109. ibid., p. 219.
110. ibid., p. 221.
111. David Kopf, *Brahmo Samaj and The Shaping of the Indian Mind* (Princeton Press, New Jersey, 1979), p. 125.
112. Email from Dr Mousumi Bandyopadhyay Majumdar, dated 19 March 2020.
113. ibid.
114. Bandyopadhyay, *Kadambini Ganguly*, p. 163.
115. B.K. Sen, 'Kadambini Ganguly: An Illustrious Lady', Science and Culture, September–October 2014, p. 272.
116. Bandyopadhyay, *Kadambini Ganguly*, p. 209.
117. ibid., p. 210.
118. ibid., pp. 102–114.
119. Geraldine Forbes, 'Medical Careers and Health Care for Indian Women: Patterns of Control', Women's History Review, vol. 3, 4 November 1994.

120. Antoinette Burton, 'Contesting the Zenana: The Mission to Make Lady Doctors for India', The Journal of British Studies, vol. 35, no. 3, July 1996, pp. 368–397.
121. Bandyopadhyay, Kadambini Ganguly, p. 207.
122. Soma Basu, Kadambini Ganguly: A Portrait of a Doctor at Dawn (Rupali Press, New Delhi, 2012), p. 101.
123. Karlekar, Kadambini and the Bhadralok, vol. 21, no. 17 (26 April 1986), pp. WS25–WS31.
124. ibid.
125. Bandyopadhyay, Kadambini Ganguly, p. 209.
126. Mousumi Bandyopadhyay Majumdar, email of 19 March 2020.
127. Basu, Kadambini Ganguly, p. 81.
128. Bandyopadhyay, Kadambini Ganguly, p. 238.
129. ibid., p. 239.
130. Mohini Varde, Dr Rukhmabai: An Odyssey (New Delhi, Minerva Press, 2000), p. 61.
131. The Times of India, 9 April 1887.
132. ibid.
133. Sudhir Chandra, Enslaved Daughters: Colonialism, Law and Women's Rights (Oxford University Press, New Delhi 1998).
134. ibid.
135. The Times of India, 26 June 1885.
136. ibid.
137. ibid.

138. ibid.
139. Chandra, Enslaved Daughters.
140. The Times of India, 19 September 1885.
141. Varde, Rukhmabai: An Odyssey, p. 64.
142. ibid.
143. Parimala V. Rao, Foundations of Tilak's Nationalism: Discrimination, Education and Hindutva (Orient Blackswan, New Delhi, 2010), p. 134.
144. 'Higher Female Education', The Mahratta, 7 September 1884, cited by Parimala V. Rao, Indian Historical Review, vol. XXXV, no. 2, July 2008, pp. 155–177.
145. Rao, Foundations of Tilak's Nationalism, p. 105.
146. The Mahratta, 18 September 1887, cited by Parimala V. Rao, 'Women's Education and the Nationalist Response in Western India Part 1', Indian Journal for Gender Studies, 2007, p. 314.
147. The Mahratta, 5 July 1885, cited by Parimala V Rao, Indian Historical Review, pp. 155–177.
148. The Mahratta, 18 October 1885, ibid.
149. Rao, Foundations of Tilak's Nationalism, p. 97.
150. Dadaji Bhikaji vs Rukhmabai (1885) ILR 9 Bom 529.
151. ibid.
152. ibid.
153. The Mahratta, 11 October 1885.
154. The Times of India, 22 September 1885.
155. Chandra, Enslaved Daughters.

156. ibid.
157. ibid.
158. ibid.
159. ibid.
160. Stanley A. Wolpert, Tilak and Gokhale: Revolution and Reform in the Making of Modern India (University of California Press, Berkeley, 1962), pp. 35–42.
161. Parimala V. Rao, Indian Historical Review, p. 164.
162. The Times, 21 April 1887.
163. Chandra, Enslaved Daughters, p. 22.
164. ibid., p. 24.
165. Antoinette Burton, 'From Child Bride to Hindoo Lady: Rukhmabai and the Debate on Sexual Respectability in Imperial Britain', The American Historical Review, vol. 103, no. 4, October 1998, pp. 1119–1146.
166. ibid.
167. N.C Kelkar, Life and Times of Lokmanya Tilak, translated by D. Divekar (Radha Publications, Mumbai, 2001), p. 201.
168. Rao, Nationalism and the Visibility of Women in Public Space, p. 169.
169. ibid.
170. Wolpert, p. 297.
171. Varde, Dr Rukhmabai, an Odyssey, p. 100.
172. ibid., p. 105.
173. ibid., p. 108.

174. ibid.
175. ibid., p. 110.
176. ibid., p. 112.
177. Antoinette Burton, The Heart of The Empire: Indians and the Colonial Encounter in Late Victorian Britain, University of California Press, pp. 140–145.
178. ibid.
179. ibid.
180. ibid.
181. Cornelia Sorabji, The Memories of Cornelia Sorabji (Nisbet and Company, London, 1934) pp. 78–79.
182. ibid., p. 79.
183. Varde, Rukhmabai: An Odyssey, p. 146.
184. Hannah Whitall Smith 'A Hindu Heroine', The Woman's Signal Budget, vol. 1, no. 3, November 1894, p. 21.
185. Varde, Rukhmabai: An Odyssey, p. 128.
186. ibid., p. 133.
187. ibid.
188. ibid., pp. 130–131.
189. ibid., p. 134.
190. ibid., p. 153.
191. ibid., p. 156
192. ibid.
193. ibid., p. 158.
194. ibid., p. 196.

195. Haimabati Sen, 'Because I am a Woman: A Child Widow's Memoirs from Colonial India', edited by Geraldine Forbes and Tapan Raychaudhuri (Chronicle Books, San Francisco, 2011), pp. 9–10.
196. ibid. p. 10.
197. ibid., p. 12.
198. ibid., p. 12.
199. ibid., p. 15.
200. ibid., p. 16.
201. ibid., p. 16.
202. Tapan Raychaudhuri, Love in a Colonial Climate: Marriage, Romance and Sex in Nineteenth Century Bengal (Cambridge University Press, Cambridge, 2000), pp. 349–378.
203. ibid.
204. ibid.
205. Haimabati Sen, Because I am a Woman, pp. 28–29.
206. ibid., p. 26.
207. ibid., p. 29.
208. ibid., p. 32.
209. ibid., p. 36.
210. ibid., p. 39.
211. ibid.
212. Teesta Setalvad, 'Anniversary Tribute: Think Hindu Widows' Remarriage, Think Vidyasagar', Sabrang India, 26 September 2016.

213. Ishwar Chandra Vidyasagar, Hindu Widow Marriage, translated by Brian. A. Hatcher, (Columbia University Press, New York, 2011), p. 70.
214. ibid.
215. Haimabati Sen, Because I am a Woman, p. 40.
216. ibid., p. 42.
217. E.B. Havell, Benaras The Sacred City: Sketches of Hindu Life and Religion (W. Thacker, 1911), p. 134.
218. Haimabati Sen, Because I am a Woman, p. 62.
219. ibid., p. 64.
220. ibid., p. 67.
221. ibid., p. 68.
222. ibid., p. 13.
223. ibid., p. 128.
224. ibid., p. 132.
225. Neha Banka, 'Streetwise Kolkata', Indian Express, 3 January 2020.
226. Geraldine Forbes, Women in Colonial India (DC Publishers, New Delhi, 2004), p. 123.
227. Geraldine Forbes, 'No Science for Lady Doctors', Journal of the Asiatic Society of Bangladesh, vol. 49, Issue 2, 2004, p. 271.
228. ibid., pp. 280–281.
229. Haimabati Sen, Because I am a Woman, p. 168.
230. ibid., p. 170.
231. ibid., p. 171.

232. ibid.
233. ibid., p. 174.
234. ibid., p. 176.
235. ibid., p. 175.
236. ibid.
237. ibid., p. 181.
238. ibid., p. 184.
239. ibid.
240. ibid., p. 189.
241. ibid., p. 191.
242. ibid., p. 193.
243. ibid., p. 195.
244. ibid., p. 210.
245. Geraldine Forbes, Women in Colonial India, p. 121.
246. ibid., p. 130.
247. Haimabati Sen, Because I am a Woman, p. 227.
248. ibid., p. 231.
249. ibid.
250. ibid., p. 239.
251. Indrani Sen, 'Resisting Patriarchy: Complexities and Conflicts in the Memoir of Haimabati Sen,' Economic & Political Weekly, vol. 47, no. 12, 24 March 2012.
252. ibid.
253. Haimabati Sen, Because I am a Woman, p. 242.

254. Muthulakshmi Reddy, My Experience as a Legislator (Current Thought Press, Chennai, 1930), p. 6.
255. ibid.
256. Muthulakshmi Reddy, Autobiography (Chennai, 1964), p. 7.
257. Aparna Basu, The Pathfinder: Dr Muthulakshmi Reddy (AIWC, New Delhi, 1987), p. 3.
258. Pudukottai Gazetteer, 1904.
259. V. Shanta, 'A Legend Unto Herself' (India International Centre, New Delhi, Occasional no 44).
260. Muthulakshmi Reddy, My Autobiography, p. 4.
261. ibid., p. 4.
262. ibid., p. 5.
263. ibid., p. 7.
264. ibid., p. 7.
265. S. Mutthiah, Madras Musings, 15 April 2008.
266. Muthulakshmi Reddy, My Autobiography, p. 11.
267. The National Medical Journal of India (vol. 23:2, 2010), p. 118.
268. S. Muthiah, 'Madras Miscellany', The Hindu, 6 October 2013.
269. Muthulakshmi Reddy, My Autobiography, p. 13.
270. ibid.
271. S. Muthiah, 'Madras Miscellany', The Hindu, 18 March 2019.
272. Muthulakshmi Reddy, My Autobiography, p. 11.

273. ibid., p. 18.
274. ibid., p. 22.
275. ibid., p. 23.
276. ibid., p. 22.
277. ibid., p. 35.
278. ibid., p. 36.
279. ibid.
280. ibid., p. 42.
281. ibid.
282. 'The Lyrics: A Casket of Vocal Gems from the Golden Age of Music Hall', Monologues.co.uk.
283. Geraldine Forbes, Women in Colonial India, p. 66.
284. Menon, Nitya 'When Chennai's Women Won the Vote', The Hindu, 8 March 2015.
285. ibid., p. 100.
286. Geraldine Forbes, Women in Colonial India, p. 76.
287. ibid.
288. Muthulakshmi Reddy, My Experiences as a Legislator, p. 1.
289. The Hindu (Editorial), 15 August 1947.
290. Muthulakshmi Reddy, My Autobiography, p. 105.
291. Interview with Dr V. Shanta in Chennai, 6 March 2020.
292. Kay Jordan, From Sacred Servant to Profane Prostitute, a history of the changing legal status of the devadasis of India, 1857-1947 (Manohar Publishers and Distributors, Delhi, 2003)), p. 21.

293. Rao Sahib Abrahama M. Pandither, *Karunamirtha Sagaram, Book 1* (Karunanithi Medical Hall, Tanjore, 1970), p. 18.
294. J.A Dubois, Hindu Manners, Customs and Ceremonies (Clarendon Press, Oxford, 1897) p. 596.
295. V. Sriram, The Devadasi and the Saint: The life and times of Bangalore Nagarathnamma (East West, Chennai 2016).
296. ibid.
297. ibid.
298. ibid.
299. Ranjani Govind, 'The Activist Behind the Music', The Hindu, 8 January 2016.
300. Muthulakshmi Reddy, My Autobiography, p. 67.
301. ibid., p. 68.
302. Sriram, The Devadasi and the Saint.
303. ibid.
304. ibid.
305. Muthulakshmi Reddy, My Experiences as a Legislator, p. 154.
306. Muthulakshmi Reddy, My Experiences as a Legislator, p. 101.
307. ibid.
308. ibid.
309. ibid., p. 107.
310. Muthulakshmi Reddy, My Autobiography, p. 59.

311. Avvai Home website.
312. Krishnamurthi, Five Decades of the Cancer Institute (WIA): 1954-2004, (Adyar Cancer Institute, Chennai, 1995), p. 22.
313. Kamala Ganesh, 'Dr Muthulakshmi Reddy, A Powerful face of Nationalist Feminism', The Wire, 1 August 2019.
314. Interview with Dr V. Shanta in Chennai, 6 March 2020.
315. Krishnamurthi, Five Decades of the Cancer Institute, p. 17.
316. Dr V. Shanta, Home page of Adyar Cancer Hospital.
317. Dr V. Shanta, Memory oration of Dr V. Krishnamurthi, http://cancerinstitutewia.in/CIWIA/dr_sk.html.
318. Cancer Institute WIA (Adyar) web page. cancerinstitutewia.in.
319. Krishnamurthi, Five Decades of the Cancer Institute, p. 30.
320. Interview with Dr Shanta, 6 March 2020, Chennai.
321. Dr V. Shanta, Memory oration of Dr V Krishnamurthi, http://cancerinstitutewia.in/CIWIA/dr_sk.html.
322. Interview with Dr V. Shanta in Chennai, 6 March 2020.
323. Interview with Dr V. Shanta, 6 March 2020, Chennai.
324. Dr V. Shanta, Muthulakshmi Reddy: A Legend unto Herself, p. 13
325. Dr V. Shanta, Memory oration of Dr V. Krishnamurthi, http://cancerinstitutewia.in/CIWIA/dr_sk.html.

326. Arundhati Roy, The God of Small Things (Penguin Random House, New Delhi, 2008), p. 3.
327. Robin Jeffrey, The Decline of Nayar Dominance: Society and Politics in Travancore, 1847-1908 (Vikas Publishing House, New Delhi, 1976), p. 19.
328. ibid., p. 18.
329. Mary Poonen Lukose, Trailblazer: The Legendary Life and Times of Mary Poonen Lukose, Surgeon General of Travancore, compiled by Leena Chandran (Malayala Manorama, Kottayam, 2019), p. 22.
330. Manu Pillai, 'The Good Doctor of Travancore', Mint, 8 August 2019.
331. Lukose, p. 26
332. ibid.
333. Lukose, p. 30.
334. ibid., p. 98.
335. Ramachandra Guha, 'How the Suffragettes influenced Mahatma Gandhi', Hindustan Times, 24 February 2018.
336. Steve Smith and Julie Smith, A Fiercely Independent Woman (Moonbrand Publications, London, 2013), p. 32.
337. Lukose, p. 104.
338. D. Stevens, 'Pride, Prejudice and Paediatrics', Archives of Disease in Childhood, 91(12), 2006, p. 1047.
339. ibid.

340. 'Everywoman in 1910: No Vote, Poor Pay, Little Help—Why the World had to Change', Daily Mirror, 8 March 2010.
341. ibid.
342. Lukose, p. 40.
343. ibid., p. 39.
344. ibid., p. 34.
345. ibid., p. 37.
346. ibid., p. 43.
347. ibid., p. 56.
348. ibid., p. 52.
349. ibid.
350. ibid., p. 57.
351. ibid., p. 57.
352. ibid., p. 126.
353. Lukose, p. 96.
354. Francis Younghusband, The Epic of Mount Everest (Pan Macmillan, London 2000), p. 74.
355. Ed Douglas 'My Modest Father Never Mentioned His Everest Expedition Olympic Gold', The Guardian, 19 May 2012.
356. Theodore Howard Somervell, Knife and Life in India: Being the Story of a Surgical Missionary at Neyvoor, Travancore (Livingstone Press, London, 1940), p. 33.
357. ibid., p. 34.

358. ibid., pp. 97–98.
359. Manu Pillai, Ivory Throne: Chronicles of the house of Travancore (HarperCollins, New Delhi, 2015), p. 45.
360. ibid., p. 46.
361. Pillai, The Ivory Throne, p. 345.
362. ibid., p. 346.
363. Lukose, Trailblazer, p. 88.
364. ibid., p. 122.
365. Robin Jeffrey, Politics, Women and Well Being, How Kerala became a Model (Macmillan, New Delhi, 1992), pp. 94–95.
366. Travancore Legislative Assembly Proceedings, vol. 12, p. 125.
367. ibid., p. 132.
368. ibid.
369. ibid., p. 134.
370. ibid., p. 142.
371. ibid., p. 144.
372. Lukose, Trailblazer, p. 74.
373. 'Kerala Budget 2018, Remembering an Extraordinary Talent of Mary Poonen Lukose', Indian Express, 2 February 2018.
374. Mridula Ramanna, Health Care in the Bombay Presidency: 1896-1930 (Primus Books, New Delhi), p. 139.
375. ibid., p. 154.

பார்வை நூல்கள்

புத்தகங்கள்

Antoinette Burton, *The Heart of The Empire: Indians and the Colonial Encounter in Late Victorian Britain*, University of California Press, Berkeley,1998.

Aparna Basu, *The Pathfinder: Dr Muthulakshmi Reddy*, AIWC, New Delhi, 1987.

Arundhati Roy, *The God of Small Things*, Penguin Random House, New Delhi, 2008.

Caroline Wells Healey Dall, *The Life of Dr Anandabai Joshee: A Kinswoman of the Pundita Ramabai*, Roberts Brothers, Boston, 1888.

Cornelia Sorabji, *The Memories of Cornelia Sorabji*, Nisbet and Company, London, 1934.

David Kopf, *Brahmo Samaj and the Shaping of the Indian Mind*, Princeton Press, New Jersey, 1979.

Florence Nightingale, *Notes on Nursing*, D. Appleton and Co, New York, 1860.

Florence Nightingale, *Selected Letters*, Harvard University Press, Boston, 1990.

Geraldine Forbes, *Women in Colonial India*, DC Publishers, New Delhi, 2004.

Haimabati Sen, *Because I am a Woman: A Child Widow's Memoirs from Colonial India*, edited by Geraldine Forbes and Tapan Raychaudhuri, Chronicle Books, San Francisco, 2011.

shwar Chandra Vidyasagar, *Hindu Widow Marriage*, translated by Brian A. Hatcher, Columbia University Press, New York, 2011.

J.A. Dubois, *Hindu Manners, Customs and Ceremonies*, Clarendon Press, Oxford, 1897.

Kay Jordan, *From Sacred Servant to Profane Prostitute, a History of the Changing Legal Status of the Devadasis of India, 1857–1947*, Manohar Publishers and Distributors, Delhi, 2003.

Manu Pillai, *Ivory Throne: Chronicles of the House of Travancore*, HarperCollins, New Delhi, 2015.

Margaret Todd, *The Life of Sophia Jex-Blake*, Macmillan, London, 1918.

Martha Vicinus and Bea Nergaard (eds), *Ever Yours', Florence Nightingale: Selected Letters*, Harvard University Press, Boston, 1990.

Meera Kosambi, *A Fragmented Feminism: The Life and Letters of Anandibai Joshi*, edited by Ram Ramaswamy, Madhavi Kolhatkar and Aban Mukherjee, Taylor and Francis, New Delhi, 2019.

Mohini Varde, *Dr Rukhmabai: An Odyssey*, New Delhi, Minerva Press, 2000.

Mousumi Bandyopadhyay, Kadambini Ganguly: The Archetypal Woman of Nineteenth Century Bengal,The Women Press, New Delhi, 2011.

Mridula Ramanna, Health Care in the Bombay Presidency: 1896–1930, Primus Books, New Delhi.

Muthulakshmi Reddy, *My Autobiography*, Chennai, 1964.

Muthulakshmi Reddy, *My Experience as a Legislator*, Current Thought Press, Chennai, 1930.

N.C. Kelkar, *Life and Times of Lokmanya Tilak*, translated by D. Divekar. Radha Publications, Mumbai, 2001.

Nancy Kline, *Elizabeth Blackwell: First Woman M.D.*, Conari Press, Berkeley, California, 1997.

Parimala V. Rao, Foundations of Tilak's Nationalism: Discrimination, Education and Hindutva, Orient Blackswan, New Delhi, 2010.

Robin Jeffrey, The Decline of Nayar Dominance: Society and Politics in Travancore, 1847–1908, Vikas Publishing House, New Delhi, 1976.

S. Krishnamurthi, *Five Decades of the Cancer Institute*, WIA Institute, Chennai, 2004.

Soma Basu, Kadambini Ganguly: A Portrait of a Doctor at Dawn, Rupali Press, New Delhi, 2012.

Sophia Jex-Blake, *Medical Women: A Thesis and a History*, Oliphant, Anderson and Ferrier, Edinburgh, 1886.

Stanley A. Wolpert, Tilak and Gokhale: Revolution and Reform in the Making of Modern India, University of California Press, Berkeley, 1962.

Steve and Julie Smith, *A Fiercely Independent Woman*, Moonbrand Publications, London, 2013.

Sudhir Chandra, *Enslaved Daughters: Colonialism, Law and Women's Rights*, Oxford University Press, New Delhi, 1998.

Tapan Raychaudhuri, *Love in a Colonial Climate: Marriage, Romance and Sex in Nineteenth Century Bengal*, Cambridge University Press, Cambridge, 2000.

Theodore Howard Somervell, *Knife and Life in India: Being the Story of a Surgical Missionary at Neyyoor, Travancore*, Livingstone Press, London, 1940.

Trailblazer: The Legendary Life and Times of Dr Mary Poonen Lukose, Surgeon General of Travancore, Malayala Manorama, Kottayam, 2019.

V. Sriram, *The Devadasi and the Saint: The Life and Times of Bangalore Nagarathnamma*, East West, Chennai, 2016.

கட்டுரைகள்

Alison Flood, 'New Novel about Dr James Barry Sparks Row over Victorian's Gender Identity', The Guardian, 18 February 2019.

Alissa Falcone, 'Remembering the Pioneering Women from One of Drexel's Legacy Medical Colleges', Drexel Now, 27 March 2017.

Annika Burgess, 'Student Life at the First Medical College for Women', Atlas Obscura, 4 January 2018.

Antoinette Burton, 'Contesting the Zenana: The Mission to Make Lady Doctors for India', The Journal of British Studies, vol. 35, no. 3, July 1996.

Ashim Kumar Dutta, 'The Brahmo Samaj and Women's Education in 19th Century Bengal', Bethune College Centenary Volume 1879-1979, 1980.

B.K. Sen, 'Kadambini Ganguly: An Illustrious Lady', Science and Culture, September–October 2014.

David Kelly, 'Celebrated Ancient Egyptian Woman Physician Likely Never Existed, Says Researcher', University of Colorado press release, 18 December 2019.

Geraldine Forbes, 'No Science for Lady Doctors', Journal of the Asiatic Society of Bangladesh, vol. 49, issue 2, 2004.

Geraldine Forbes, 'Medical Careers and Health Care for Indian Women: Patterns of Control', Women's History Review, vol. 3, 4 November 1994.

Indrani Sen, 'Resisting Patriarchy: Complexities and Conflicts in the Memoir of Haimabati Sen', Economic amd Political Weekly, vol. 47, no. 12, 24 March 2012.

Irene Archos, 'Agnodice: The First Gyno to Greek Women', Greek American Girl, 1 March 2016.

Julia Boyd, 'Florence Nightingale's Remarkable Life and Work', The Lancet, 18 October 2008.

June Purvis, 'Everywoman in 1910: No Vote, Poor Pay, Little Help—Why the World Had to Change', Daily Mirror, 8 March 2010.

Kamala Ganesh, 'Dr Muthulakshmi Reddy, A Powerful face of Nationalist Feminism', The Wire, 1 August 2019.

'Kerala Budget 2018: Remembering an Extraordinary Talent of Mary Poonen Lukose', New Indian Express, 2 February 2018.

'Lady Surgeons', British Medical Journal, 2 April 1870.

Lauren Young, 'Why This Ground-breaking British Doctor Was Almost Erased From the History Books', Atlas Obscura, 22 December 2016.

Malavika Karlekar, 'Elusive Voices: The Lives and Letters of Anandibai Joshi', Telegraph India, 4 September 2007.

Malavika Karlekar, 'Kadambini and the Bhadralok', Economic and Political Weekly, vol. 21, no. 17, 26 April 1986.

Michael Du Preez, 'Dr James Barry (1789–1865): The Edinburgh Years', Journal of the Royal College of Physicians of Edinburgh, 2012, vol. 42.

Nicole Saldarriaga, 'Agnodice, the First Female Physician: Maybe', Classical Wisdom, 9 July 2015.

Nitya Menon, 'When Chennai's Women Won the Vote', The Hindu, 8 March 2015.

Parimala Rao, 'Women's Education and the Nationalist Response in Western India Part 1', Indian Journal for Gender Studies, 2007.

Pushkar Sohani, 'A Controversy Over Tea', Pune Mirror, 2 September 2017.

Ramachandra Guha, 'How the Suffragettes influenced Mahatma Gandhi', Hindustan Times, 24 February 2018.

Ranjani Govind, 'The Activist Behind the Music,' The Hindu, 8 January 2016.

S. Muthiah, 'Madras Miscellany', The Hindu, 6 October 2013.

S.N. Guha Ray, Bethune School and College Centenary Volume 1849–1949, 1949.

Travancore Legislative Assembly Proceedings, vol. 12.